AF742918

25 ലോകകഥകൾ

25 lokakadhakal

•

translated
ajirkutty

•

first edition
november 2008

•

second edition
september 2010

•

third edition
march 2013

•

second impression
january 2021

•

typesetting & published
chintha publishers, thiruvananthapuram

•

cover
anil vega

•

വിതരണം

ദേശാഭിമാനി ബുക്ക് ഹൗസ്

H O തിരുവനന്തപുരം-695 035
www.chinthapublishers.com
chinthapublishers@gmail.com

ബ്രാഞ്ചുകൾ

ഹെഡ്ഡാഫീസ് ബ്രാഞ്ച് കുന്നുകുഴി • ഓവർബ്രിഡ്ജ് തിരുവനന്തപുരം • കെ എസ് ആർ ടി സി ബസ് സ്റ്റേഷൻ ആലപ്പുഴ • കെ എസ് ആർ ടി സി ബസ് സ്റ്റേഷൻ എറണാകുളം • മച്ചിങ്ങൽ ലെയ്ൻ തൃശൂർ • ഐ ജി റോഡ് കോഴിക്കോട് • കെ എസ് ആർ ടി സി ബസ് സ്റ്റേഷൻ കോഴിക്കോട് • എൻ ജി ഒ യൂണിയൻ ബിൽഡിങ് കണ്ണൂർ • സെൻട്രൽ ബസ് ടെർമിനൽ കോംപ്ലക്സ് താവക്കര കണ്ണൂർ

CR - 1239 / 3150
ISBN - 978-93-82808-56-5

25 ലോകകഥകൾ

പരിഭാഷ

അജീർകുട്ടി

ചിന്ത പബ്ലിഷേഴ്സ്
തിരുവനന്തപുരം-695 035
വില: ₹ 210

കെ എം അജീർകുട്ടി

1957 നവംബർ 13 ന് ഇടവയിൽ ജനിച്ചു. ബി എ (ഫിലോസഫി) എം എ (ഇംഗ്ലീഷ്) ബിരുദങ്ങൾക്കുപുറമെ ന്യൂസ് പേപ്പർ ഡബ്ബിങ് സർട്ടിഫിക്കറ്റ്, NELTS സർട്ടിഫിക്കറ്റ് എന്നിവയും നേടി. സിങ്കപ്പൂർ, ദുബായ് എന്നിവിടങ്ങളിൽ ദിനപത്രങ്ങളിൽ ജോലി ചെയ്തു. ഇപ്പോൾ മഹാത്മാഗാന്ധി സർവകലാശാലയിൽ ഉദ്യോഗസ്ഥൻ.

കളഞ്ഞുകിട്ടിയ വസ്തുക്കൾ എന്ന കവിതാസമാഹാരമുൾപ്പെടെ പതിനൊന്ന് പുസ്തകങ്ങൾ പ്രസിദ്ധീകരിച്ചിട്ടുണ്ട്. മലയാളത്തിലെ മികച്ച കവിതകളും കഥകളും ഇംഗ്ലീഷിലേക്ക് പരിഭാഷപ്പെടുത്തിയിട്ടുണ്ട്. ചിന്ത പബ്ലിഷേഴ്സ് പ്രസിദ്ധീകരിച്ച *മഹമൂദ് ദർവീശിന്റെ കവിതകൾ* എന്ന ഗ്രന്ഥത്തിന് കേരള ഭാഷാ ഇൻസ്റ്റിറ്റ്യൂട്ടിന്റെ പരിഭാഷയ്ക്കുള്ള എം പി കുമാരൻ സ്മാരക പുരസ്കാരം (2009) ലഭിച്ചു.

വിലാസം : മാങ്കൂട്ടം തൊടി
ഇടവ - 695 311

ഫോൺ : 9495042659

e-mail : ajirkutty @ gmail.com

ഉള്ളടക്കം

അവതാരിക

കെ പി അപ്പൻ

പരിഭാഷ ഒരു കലയാണ്. അതിനെ ഇവിടെ നിർവചിക്കുന്നില്ല. നിർവചനം മുദ്രാവാക്യം പോലെയാണ്. മുദ്രാവാക്യങ്ങൾ കുറേക്കഴിഞ്ഞാൽ ഉപേക്ഷിക്കപ്പെടും. അതിനാൽ നല്ല പരിഭാഷകൻ തന്റെ കർമത്തെ നിർവചിക്കുന്നില്ല. എന്നാൽ പരിഭാഷകളിലൂടെ ജീവിതത്തെ അതിന്റെ വൈവിധ്യത്തോടെ അറിയാനും സ്നേഹിക്കാനും പരിഭാഷകൻ നമ്മെ നിർബന്ധിക്കുന്നു. അഭിജാത ഗൗരവമുള്ള സാഹിത്യസൃഷ്ടികളെ പരിഭാഷകൻ സമീപിക്കുമ്പോൾ നല്ല വായനക്കാരന് പേടിയാണ്. സംഗതി കുളമാകുമോ എന്ന് അയാൾ സംശയിക്കുന്നു. ഈ സംശയമാണ് മാർക്സ് ബീർ ബ്രോംഹ്മിന്റെ വാക്കുകളിൽ നാം കേൾക്കുന്നത്. ഫ്രഞ്ചുപരിഭാഷകന് ഷേക്സ്പിയർക്ക് നൽകാവുന്ന ഏറ്റവും നല്ല ബഹുമതി അദ്ദേഹത്തിന്റെ കൃതികൾ പരിഭാഷപ്പെടുത്താതിരിക്കുക എന്നതാണെന്ന് ബീർ ബ്രോംഹ് പറഞ്ഞു. ഇത് അൽപ്പം കടന്ന നിരീക്ഷണമാണ്. വിവർത്തനകലയെ പൂർണമായും നിഷേധിക്കുന്ന ഏർപ്പാടാണ്. പോൾ ജനിംഗ്സ് നിരീക്ഷിച്ചതാണ് ശരി. പരിഭാഷകർ വീരനായകന്മാരാണോ വിഡ്ഢികളാണോ എന്ന് നിശ്ചയിക്കാൻ വളരെ പ്രയാസമാണ്. ചീത്ത പരിഭാഷകളാണ് ഇത്തരം തർക്കക്കളരികൾ സൃഷ്ടിക്കുന്നത്. നല്ല പരിഭാഷ കവിതയും സംഗീതവും പ്രതിമാശിൽപ്പവുമാണ്. അതിന് എതിർവാക്കുകളില്ല.

പരിഭാഷ ഒരു സാഹിത്യപ്രവർത്തനം എന്നതിനെക്കാൾ ഒരു മനുഷ്യദർശനമാണ്. മനുഷ്യകഥ എവിടെയും ഒന്നാണ്. അതിനെ ഭാഷകൾ

കൊണ്ട് വിഭജിക്കാനാവില്ലെന്ന് വ്യക്തമാക്കുകയാണ് പരിഭാഷകൻ ചെയ്യുന്നത്. ഇത് മാനവികതയാണ്. മറഞ്ഞുകിടക്കുന്ന വിശ്വാസ തീവ്രതയായി ഇത് പരിഭാഷകന്റെ ബോധത്തിൽ ലയിച്ചുകിടക്കുന്നു. ഒരാൾ അന്യഭാഷയിലെ ഒരു കൃതി വായിക്കുന്നു. വായനയുടെ ആ സമ്പന്ന നിമിഷങ്ങളെ മറക്കാതിരിക്കാനാണ് അയാൾ വിവർത്തനത്തിലേക്ക് കടക്കുന്നത്. ഇത് ഒരുതരം ജന്മവാസനയാണ്. കവിതയിലും ചിത്രകലയിലും സംഗീതത്തിലും നൃത്തത്തിലുമുള്ള വാസനപോലെ ഒന്നാണിത്. അതിനാൽ പരിഭാഷകൻ രണ്ടാം തരക്കാരനല്ല. കവിതാരചനപോലെ സ്വന്തം മനസിലെ/ജീവിതത്തിലെ വ്യവസ്ഥയെ മറികടക്കാനുള്ള സാധ്യമായ മാർഗമാണ് പരിഭാഷ. വിവർത്തനം അജീർകുട്ടിക്ക് ഈ വിധമുള്ള ഒരു മാർഗം തേടലാണെന്ന് എനിക്ക് തോന്നിയിട്ടുണ്ട്. ഒരുതരം ക്ഷമയുള്ള ഭ്രാന്തുതന്നെ വിവർത്തനത്തിന്റെ കാര്യത്തിൽ അജീർകുട്ടിക്ക് ഉണ്ട്. എപ്പോഴും പരിഭാഷയെക്കുറിച്ച് സംസാരിക്കുന്നു. അതിനുവേണ്ടി ഓടിനടക്കുന്നു. അജീർകുട്ടിയുടെ അറച്ചറച്ചുള്ള ചിരിപോലും നമുക്കറിയാത്ത ഏതോ ഭാഷയിലെ സന്തോഷത്തിന്റെ തർജുമയാണ്. ഒരു വിശപ്പ് ബുദ്ധിയിൽ ഉള്ളപ്പോഴാണ് ഒരാൾ പരിഭാഷയിൽ ഏർപ്പെടുന്നത്. നാലപ്പാടനും എൻ കെ ദാമോദരനും ഈ വിശപ്പ് ഉണ്ടായിരുന്നു. ഈ വിശപ്പിന്റെ പരാഗം അജീർകുട്ടിയിലുമുണ്ട്.

മതം ദൈവശാസ്ത്രത്തെ ആശ്രയിക്കുന്നതുപോലെ പരിഭാഷ സാഹിത്യാഭിരുചിയെ ആശ്രയിക്കുന്നു. ഈ അഭിരുചി അജീർകുട്ടിക്ക് ഉണ്ട്. ടോൾസ്റ്റോയ് മുതൽ എറ്റ്ഗാർ കെരറ്റ് വരെയുള്ള എഴുത്തുകാരുടെ ആഖ്യാനകലയുടെ മുഖ്യസ്വഭാവങ്ങൾ പ്രകടിപ്പിക്കുന്ന കഥകളാണ് പരിഭാഷകൻ തെരഞ്ഞെടുത്തിരിക്കുന്നത്. ടോൾസ്റ്റോയിയുടെ കഥ നോക്കുക. നിരീക്ഷണത്തിന്റെ അസാധാരണമായ ശക്തിയാണ് മഹാനായ ആ കലാകാരന്റെ സിദ്ധി. ആന്തരിക ലോകത്തെ പ്രകാശിപ്പിക്കാൻ അപ്രധാന കാര്യങ്ങളുടെ വിശദാംശങ്ങൾ ശ്രദ്ധാപൂർവം ഉപയോഗിക്കുന്ന ടോൾസ്റ്റോയിയുടെ മികച്ച ആഖ്യാനസൃഷ്ടികളുടെ സ്വഭാവം ഈ കഥയിലും കാണാം. സാന്ദ്രമായ വിഷാദത്തിന്റെയും മനശ്ശാസ്ത്രപരമായ ഉൾക്കാഴ്ചയുടെയും ഫലിതത്തെവരെ സ്വാധീനിക്കുന്ന വിഷാദാത്മകത്വത്തിന്റെയും കലയാണ് ചെഖോവിന്റേത്. വിവർത്തനം ഈ സ്വഭാവങ്ങളെല്ലാം വ്യക്തമാക്കിത്തരുന്നു. മിഖായീൽ സോഷെൻകോ ചെറുത്തുനിൽപ്പിന്റെ എഴുത്തുകാരനായിരുന്നു. വിപ്ലവം മനുഷ്യപ്രകൃതിയെ ഒട്ടുംതന്നെ മാറ്റിയിട്ടില്ലെന്ന് വിശ്വസിക്കുകയും അത് ഉച്ചത്തിൽ പറയുകയും ചെയ്തതാണ് സോഷെൻകോ ചെയ്ത രാഷ്ട്രീയക്കുറ്റം. അതിനാൽ അദ്ദേഹം പീഡിപ്പിക്കപ്പെട്ടു. *സൂര്യോദയത്തിനുമുമ്പ്* എന്ന ആത്മകഥ അടിച്ചമർത്തപ്പെട്ടു. ബാക്കിഭാഗം പൂർത്തിയാക്കാൻ സോവിയറ്റ് സർക്കാർ അനുവദിച്ചില്ല. സോഷെൻകോവിന്റെ സമ്മതം കൂടാതെതന്നെ അദ്ദേഹത്തിന്റെ പുസ്തകങ്ങളിലെ പലഭാഗങ്ങളും മാറ്റിയെഴുതപ്പെട്ടു.

സോവിയറ്റ് എഴുത്തുകാരുടെ സംഘടനയിൽനിന്ന് അദ്ദേഹത്തെ പുറത്താക്കി. സോഷെൻകോ ഭരണകൂടത്തെയും അതിന്റെ കൂലിഎഴുത്തുകാരെയും നേരിട്ടത് തന്റെ ഭാഷയും ഫലിതവും കൊണ്ടായിരുന്നു. വിദ്യാഭ്യാസമില്ലാത്ത നഗരവാസികളുടെ ഭാഷയും നാട്ടുഭാഷയും സോവിയറ്റ് ജാർ(ർ)ഗനും രസകരമാംവിധം കലർന്ന് ഒരു ഭാഷാശിൽപ്പം തന്നെ ഉണ്ടായി. ഇതായിരുന്നു ഫലിതത്തെ സൃഷ്ടിച്ചത്. ഈ സ്വഭാവം ഇംഗ്ലീഷ് പരിഭാഷകളിൽ വന്നിട്ടില്ലെന്ന് യൂറോപ്യൻ നിരൂപകർ ചൂണ്ടിക്കാണിച്ചിട്ടുണ്ട്. എന്നിട്ടും സോഷെൻകോയുടെ ആഖ്യാനകലയെ മലയാളത്തിലേക്ക് സത്യസന്ധമായി പകരാൻ നമ്മുടെ പരിഭാഷകൻ ശ്രമിച്ചിരിക്കുന്നു.

സാധാരണമനുഷ്യരുടെ ദുരന്തവികാരങ്ങളും അയഥാർഥ്യത്തിന് മനുഷ്യജീവിതത്തിനുമേലുള്ള സ്വാധീനവും മനുഷ്യവർഗമൂല്യങ്ങളുടെ പ്രതിസന്ധിയുമാണ് പിരാന്ദെലോയുടെ രചനയിലെ മുഖ്യഭാവങ്ങൾ. ഇത് മനസിലാക്കിയ പരിഭാഷകനെയാണ് ഈ പുസ്തകത്തിൽ നാം പരിചയപ്പെടുന്നത്. കാർലോസ് വില്യംസിന്റെയും മിഷിമയുടെയും ജോൺ ഷീവറിന്റെയും മറ്റും കഥകളിലൂടെ കടന്നുപോകുമ്പോഴും അജീർകുട്ടിയുടെ സാഹിത്യപരിചയം പരിഭാഷയെ സമ്പന്നമാക്കുന്നതുകാണാം. അവസാനത്തെ കഥകളിലേക്ക് വരുമ്പോഴും പരിഭാഷകന്റെ സാഹിത്യപരിചയം കുറേക്കൂടി വ്യക്തമാകുന്നു.

ആധുനിക ആഫ്രിക്കൻ സാഹിത്യത്തിന്റെ പ്രധാന എഴുത്തുകാരിയാണ് വേര. ഈ എഴുത്തുകാരിയുടെ *അതിരുകൾ കടക്കവെ* എന്ന കഥയും *പേരില്ലാതെ* എന്ന നോവലും വർത്തമാനകാലത്തിന്റെ ലോകചിത്രങ്ങൾ എന്നനിലയിൽ ചർച്ചചെയ്യപ്പെട്ടവയാണ്. സ്ത്രീകളെ രോഗതുല്യം വേട്ടയാടുന്ന കഴിഞ്ഞകാല യാഥാർഥ്യങ്ങളും സ്വപ്നവും ഓർമകളും തമ്മിലുള്ള ബന്ധവും ഈ കഥാകാരിയുടെ പ്രധാനപ്രമേയങ്ങളാണ്. ഈ പുസ്കത്തിലെ കഥ നോക്കുക. അവിടെ കൊത്തുപണിപോലും സ്വപ്നമാണ്. ചലച്ചിത്രരംഗത്തും സാഹിത്യരംഗത്തും ഒരുപോലെ പ്രശസ്തനായ എറ്റ്ഗാർ കെരറ്റ് ആധുനിക ഹീബ്രുസാഹിത്യത്തിലെ പ്രധാന കഥാകാരനാണ്. കെരറ്റിന്റെ കഥ തെരഞ്ഞെടുക്കുക വഴി ആധുനിക ഹീബ്രുസാഹിത്യത്തെ ലോകകഥയുടെ മുഖ്യധാരയിലേക്ക് കൊണ്ടുവരികയാണ് അജീർകുട്ടി ചെയ്യുന്നത്.

മറ്റുഭാഷകളിലെ കഥകളെ മലയാളഭാഷയുടെ തനിമയിൽ കൊണ്ടുവരരുത്. അന്യനാടുകളിലെ സാംസ്കാരികഘടനയെയും ഭാഷകളുടെ തനിമയെയും മലയാളഭാഷാ രൂപത്തിൽ നിലനിർത്താനാണ് ശ്രമിക്കേണ്ടത്. ഇതായിരിക്കണം പരിഭാഷയുടെ ശരിയായ മാർഗം. അജീർകുട്ടി ഈ സംസ്കാരത്തിൽ നിൽക്കാനാണ് ശ്രമിക്കുന്നത്. അതിനാൽ ഈ ഗ്രന്ഥം സന്തോഷപൂർവം ഞാൻ അവതരിപ്പിക്കുന്നു.

റഷ്യൻ കഥ

ലിയോ ടോൾസ്റ്റോയ്

അല്യോഷ

__ലിയോ ടോൾസ്റ്റോയ്__ (1828–1910). അനശ്വരനായ റഷ്യൻ എഴുത്തുകാരൻ. __അന്നാ കരേനിന, വാർ ആന്റ് പീസ്, റിസറക്ഷൻ, ദ ഡെത്ത് ഓഫ് ഇവാൻ ഇല്ലിച്ച്__ തുടങ്ങിയ വിശ്വപ്രസിദ്ധങ്ങളായ നോവലുകളുടെ കർത്താവ്.

അല്യോഷ ഇളയസഹോദരനായിരുന്നു. 'കുടം' എന്നത് അവനു കിട്ടിയ ഒരു വട്ടപ്പേരത്രെ. ഒരിക്കൽ അമ്മ അവനെ ഒരു കുടം പാലുമായി പള്ളിയിലെ ചെമ്മാച്ചന്റെ ഭാര്യയുടെ അടുത്തേക്ക് അയച്ചു. അപ്പോഴവൻ കാലിടറിവീണ് കുടമുടഞ്ഞു. അമ്മ അവനെ നല്ലതുപോലെ തല്ലി. ഗ്രാമത്തിലെ കുട്ടികൾ അവനെ 'കുടം' എന്നുവിളിച്ച് കളിയാക്കാൻ തുടങ്ങി. അല്യോഷ എന്ന കുടം.

മെലിഞ്ഞ് എല്ലുംതോലുമായ കൊച്ചനായിരുന്നു അല്യോഷ. തൂങ്ങിക്കിടക്കുന്ന വലിയ ചെവികൾ. അവന്റെ ചെവികൾ ചിറകുകൾപോലെ എഴുന്നുനിന്നു. മൂക്കും വലുതായിരുന്നു. അതെക്കുറിച്ചും കുട്ടികൾ അവനെ കളിയാക്കുമായിരുന്നു. അവർ പറയും: "കമ്പിൽ കുത്തിയ ചുരക്കാപോലുള്ള മൂക്കാണ് അല്യോഷയ്ക്കുള്ളത്."

അല്യോഷ താമസിച്ചിരുന്ന ഗ്രാമത്തിൽ ഒരു വിദ്യാലയം ഉണ്ടായിരുന്നു. പക്ഷേ വായന, എഴുത്ത് തുടങ്ങിയുള്ള കാര്യങ്ങളൊന്നും അവന് എളുപ്പമായിരുന്നില്ല. മാത്രവുമല്ല പഠിക്കാൻ നേരവുമില്ലായിരുന്നു. അവന്റെ മൂത്ത ജ്യേഷ്ഠൻ പട്ടണത്തിൽ ഒരു വ്യാപാരിയോടൊപ്പമായി

രുന്നു. അല്യോഷ ആകട്ടെ ചെറിയ കുട്ടിയായിരുന്നപ്പോൾതന്നെ അച്ഛനെ സഹായിക്കാൻ തുടങ്ങി. ആറുവയസ് മാത്രം പ്രായമുണ്ടായിരുന്നപ്പോൾ അവൻ കുടുംബത്തിലെ പശുവിനെയും ആടുകളെയും ഇളയസഹോദരിയോടൊപ്പം പൊതുമേച്ചിൽ സ്ഥലത്ത് കൊണ്ടുപോയി തീറ്റിക്കുവാൻ ആരംഭിച്ചു. വളർന്നു വലുതാകുംമുമ്പുതന്നെ, രാവും പകലും അവരുടെ കുതിരകളെ നോക്കുന്നതിലും അവൻ വ്യാപൃതനായി. പന്ത്രണ്ടാം വയസ്സുമുതൽക്ക് അവൻ നിലം ഉഴുവുകയും വണ്ടി തെളിക്കുകയും ചെയ്തു. ഈ ജോലികൾക്ക് വേണ്ട ശക്തി അവനുണ്ടായിരുന്നില്ല. പക്ഷേ അവന് ഒരു രീതിയുണ്ടായിരുന്നു. അവൻ എപ്പോഴും ഉല്ലാസവാനായിരുന്നു. കുട്ടികൾ അവനെ പരിഹസിച്ചപ്പോൾ അവൻ നിശബ്ദനാകുകയും സ്വയം ചിരിക്കുകയും ചെയ്തു. അച്ഛന്റെ ശാപവാക്കുകൾ അവൻ ശാന്തനായി കേട്ടു. അവരെല്ലാം വഴക്കുപറച്ചിലും മറ്റും അവസാനിപ്പിച്ച് അവനെ അവഗണിച്ചു കഴിഞ്ഞാൽ, പുഞ്ചിരി പൊഴിച്ചുകൊണ്ട് തനിക്കുചെയ്യുവാനുള്ള ജോലിയിലേക്ക് തന്നെ അവൻ മടങ്ങിപ്പോകും.

അല്യോഷയ്ക്ക് പത്തൊമ്പത് വയസായപ്പോൾ അവന്റെ സഹോദരൻ പട്ടാളത്തിൽ ചേർന്നു. വ്യാപാരിയുടെ വീട്ടിലെ ജോലിക്കാരൻ എന്ന നിലയ്ക്ക് ചേട്ടൻ ചെയ്തുപോന്ന പണി അല്യോഷയ്ക്ക് കിട്ടുവാൻ അച്ഛൻ വേണ്ട ഏർപ്പാടുകൾ ചെയ്തു. ജ്യേഷ്ഠന്റെ പഴയ ബൂട്ടുകളും അച്ഛന്റെ തൊപ്പിയും കോട്ടുമെല്ലാം അവന് നൽകി. അവനെ പട്ടണത്തിലേക്ക് അയയ്ക്കുകയും ചെയ്തു. തന്റെ പുതിയ വസ്ത്രങ്ങൾ അല്യോഷയെ സന്തോഷിപ്പിച്ചു. എന്നാൽ അവന്റെ കോലം കണ്ടിട്ട് വ്യാപാരി ആകെ അസംതൃപ്തനാകുകയാണ് ചെയ്തത്.

"സെമ്യോണിനെപ്പോലെ തന്നെയുള്ള ഒരു യുവാവിനെ താങ്കൾ കൊണ്ടുവരുമെന്നാണ് ഞാൻ കരുതിയത്." അല്യോഷയെ ആകെ ഒന്നു സൂക്ഷിച്ചുനോക്കിക്കൊണ്ട് വ്യാപാരി പറഞ്ഞു. "എന്നാൽ ഇങ്ങനെയൊരു മൂക്കിളചാടിയെയാണല്ലോ കൊണ്ടുവന്നിരിക്കുന്നത്. ഇവനെ എന്തിനുകൊള്ളാം?"

"ങ്ഹാ, അവൻ എന്തും ചെയ്യും. എന്തും ചുമതലപ്പെടുത്തി എവിടെയും വിട്ടുകൊള്ളൂ. ജോലി അവന് ഒരിക്കലും മടുക്കില്ല. ഒരു ജോലി മാടനാണവൻ. ഇങ്ങനെ കമ്പുപോലിരിക്കുന്നുവെന്നുമാത്രം. അവൻ സത്യത്തിൽ കരുത്തനാണ്."

"അത്രയ്ക്കുറപ്പാണോ? ശരി, നോക്കട്ടെ."

"സർവ്വോപരി വളരെ അടക്കവും ഒതുക്കവുമുള്ളവനാണവൻ. ജോലി വളരെ ഇഷ്ടമാണ്."

"ശരി, ഞാൻ എന്തുചെയ്യട്ടെ? അവനെ വിട്ടേച്ചു പോകൂ."

അങ്ങനെ അല്യോഷ വ്യാപാരിയോടൊപ്പം താമസമായി.

വ്യാപാരിയുടെ കുടുംബം വലുതായിരുന്നില്ല. അയാളും ഭാര്യയും അയാളുടെ അമ്മയും പിന്നെ മൂന്നുകുട്ടികളും. ഹൈസ്കൂൾ വിദ്യാഭ്യാസം മാത്രം ലഭിച്ചിട്ടുള്ള വിവാഹിതനായ മൂത്തമകൻ അയാളോ

ടൊപ്പം വ്യാപാരം ചെയ്തു. പഠനോത്സുകനായ മറ്റേ മകനാകട്ടെ ഹൈസ്കൂൾ വിദ്യാഭ്യാസമെല്ലാം കഴിഞ്ഞ് കുറച്ചുകാലം സർവകലാശാലയിൽ ചേർന്നു പഠിച്ചു. അവിടുന്ന് പുറത്താക്കപ്പെട്ടപ്പോൾ വീട്ടിൽതന്നെ കഴിഞ്ഞു. ഹൈസ്കൂളിൽ പഠിക്കുകയാണ് ഇളയമകൾ ഇപ്പോൾ.

ആദ്യം അവർ അല്യോഷയെ ഇഷ്ടപ്പെട്ടില്ല. ഒരു കർഷകന്റെ പ്രകൃതം അവനിൽ അത്രയ്ക്കുണ്ടായിരുന്നു. പോരെങ്കിൽ മോശമായ വസ്ത്രധാരണവും. നല്ല പെരുമാറ്റശീലമൊന്നും അവനില്ലായിരുന്നു. നാട്ടിൻപുറത്തേതുപോലെ എല്ലാവരെയും അവൻ അടുപ്പംവച്ചെ വിളിക്കാറുണ്ടായിരുന്നുള്ളൂ. എന്നാൽ അധികനാൾ ചെല്ലുംമുമ്പ് അവർക്ക് അവൻ പരിചിതനായി. ജ്യേഷ്ഠനെക്കാൾ എന്തുകൊണ്ടും കൊള്ളാവുന്ന ഒരു ജോലിക്കാരനായിരുന്നു അവൻ. എപ്പോഴും വിളിക്കുത്തരം പറഞ്ഞു. എന്തെങ്കിലും ചെയ്യാനായി അയച്ചാൽ ഇഷ്ടത്തോടെ പെട്ടെന്നവൻ അത് ചെയ്തുകൊടുക്കും. ഒരു പണിയിൽനിന്നും മറ്റൊന്നിലേക്കവൻ നിർത്തില്ലാതെ കടന്നുപോയി. സ്വന്തം വീട്ടിലേതുപോലെ വ്യാപാരിയുടെ വീട്ടിലും എല്ലാജോലിയും അല്യോഷയ്ക്ക് തന്നെ നൽകി. എത്ര കൂടുതൽ അവൻ ചെയ്തുതീർത്തുവോ അത്രയ്ക്കുജോലികൾ അവനിൽ പിന്നെയും എല്ലാവരും വാരിക്കൂട്ടി. ഗൃഹനായികയും അവളുടെ വൃദ്ധയായ അമ്മായിത്തള്ളയും മകളും ഇളയമകനും എന്തിന് വ്യാപാരിയുടെ ഗുമസ്തനും പാചകക്കാരിയും എല്ലാവരും അവനെ അങ്ങോട്ടുമിങ്ങോട്ടും അയയ്ക്കുകയും അവർക്ക് ചിന്തിക്കാനാവുന്നതൊക്കെ അവനെക്കൊണ്ട് ചെയ്യിക്കുകയും ചെയ്തു. "ഓടിപ്പോയി ഇതുചെയ്യൂ, ചെക്കാ," "അല്യോഷ ഇതെടുത്തുറപ്പിക്കൂ," "മറന്നുപോയോ അല്യോഷ, നോക്കൂ ചെക്കാ മറക്കല്ലെ?!" ഇങ്ങനെ എന്തെങ്കിലുമായിരിക്കും അല്യോഷ മിക്കവാറും കേൾക്കുക. അല്യോഷ ഓടി, ഉറപ്പിച്ചു, നോക്കി, മറന്നില്ല. എല്ലാം ചെയ്തുതീർക്കാൻ ശ്രമിച്ചു വിജയിച്ചു. എപ്പോഴും പുഞ്ചിരിച്ചു.

തന്റെ ജ്യേഷ്ഠന്റെ ബൂട്ടുകൾ തേച്ച് പൊട്ടിക്കുവാൻ അല്യോഷയ്ക്ക് കൂടുതൽ സമയം വേണ്ടിവന്നില്ല. കീറിയ ബൂട്ടുകളണിഞ്ഞ് കാൽപ്പാദങ്ങൾ പുറത്തുകാണിച്ച് ചുറ്റിനടക്കുന്ന അല്യോഷയെ വ്യാപാരി കണക്കറ്റു ശകാരിച്ചു. കമ്പോളത്തിൽനിന്നും പുതിയ ബൂട്ടുകൾ വാങ്ങിക്കുവാൻ അയാൾ കൽപ്പിക്കുകയും ചെയ്തു. തീർത്തും പുത്തനായ ബൂട്ടുകൾ തന്നെയായിരുന്നു മേടിച്ചത്. അതിൽ അല്യോഷ അത്യന്തം സന്തോഷവാനുമായിരുന്നു. എന്നിരുന്നാലും അവന്റെ കാൽപ്പാദങ്ങൾ പഴയതു തന്നെയായിരുന്നു. വൈകുന്നേരമാവുമ്പോഴേക്കും അവ ഓട്ടം കാരണം വേദനിച്ചു. അത് അവനെ ഭ്രാന്ത് പിടിപ്പിച്ചു. കൂലി വാങ്ങിക്കുവാനായി അച്ഛൻ വന്നപ്പോൾ അല്യോഷയ്ക്കു ഭയമായിരുന്നു. പുതിയ ബൂട്ടുകളുടെ വില മുതലാളി കൂലിയിൽനിന്നും കുറവുചെയ്തിട്ടുള്ളതു കാണുമ്പോൾ അച്ഛൻ ചൊടിക്കും.

ശൈത്യകാലത്ത് അല്യോഷ ഉദയത്തിന് മുമ്പുതന്നെ എഴുന്നേൽക്കും. വിറക് കഷ്ണിച്ച് മുറ്റം അടിച്ചുവാരി പശുക്കൾക്ക് ധാന്യവും

വെള്ളവും നൽകുകയാണ് അടുത്തതായി ചെയ്തുതീർക്കുക. പിന്നീട് സ്റ്റൗവുകൾ കത്തിക്കും. വീട്ടിലുള്ള എല്ലാവരുടെയും ബൂട്ടുകളും കോട്ടുകളും വൃത്തിയാക്കിവച്ചിട്ട് ചായപ്പാത്രങ്ങൾ പുറത്തെടുത്ത് മിനുക്കുകയായി. അപ്പോഴേക്കും സാമാനങ്ങളൊക്കെ പുറത്തെടുക്കുവാനായി ഗൃഹസ്ഥൻ അവനെ കടയിലേക്ക് വിളിക്കും. അല്ലെങ്കിൽ പാചകക്കാരി മാവ് കുഴയ്ക്കാനോ പാത്രങ്ങൾ കഴുകാനോ കൽപ്പിക്കുകയായി. അതിനുശേഷം ഒരു സന്ദേശവുംകൊടുത്ത് അല്യോഷയെ പട്ടണത്തിലേക്ക് വിടാൻ ഒരുങ്ങിക്കഴിഞ്ഞു. അല്ലെങ്കിൽ സ്കൂളിൽപ്പോയി മകളെകൊണ്ടുവരികയോ മുതലാളിയുടെ വൃദ്ധയായ അമ്മയ്ക്ക് വിളക്കെണ്ണയോ മറ്റോ വാങ്ങിക്കുവാൻ പോവുകയോ വേണം. "കാശിന് കൊള്ളാത്തവൻ, എവിടെ വായ്നോക്കി നടക്കുകയായിരുന്നെടാ നീ?," ഓരോരുത്തരായി പിന്നെ അങ്ങനെ പറച്ചിലായി.

ഓട്ടത്തിനിടയ്ക്കാണ് അല്യോഷ എപ്പോഴും പ്രാതൽ കഴിച്ചിരുന്നത്. ഉച്ചഭക്ഷണത്തിനും മറ്റും സമയത്ത് എത്താറുമില്ല. അവൻ മറ്റുള്ളവരോടൊപ്പം ഭക്ഷണത്തിനുണ്ടാവാറില്ല. അതിനാൽ പാചകക്കാരി അല്യോഷയെ ശകാരിച്ചുപോന്നു. എന്നാലും അവൾക്ക് അവനെയോർത്ത് വിഷമമായിരുന്നു. ഉച്ചഭക്ഷണമോ അത്താഴമോ എന്തുമാകട്ടെ ചൂടുള്ളതെന്തെങ്കിലും അവൾ അവനായി കരുതിവയ്ക്കും. എപ്പോഴും.

ഒഴിവുകാലത്തിന് മുമ്പും ഒഴിവുകാലത്തും സാധാരണത്തേതിൽ കൂടുതൽ ജോലിയുണ്ടാകും അല്യോഷയ്ക്ക്. എങ്കിലും ഒഴിവുകാലത്ത് അവൻ ഏറെ സന്തുഷ്ടനായിരുന്നു. അപ്പോഴാണ് ബന്ധങ്ങളിൽനിന്നും തീർത്തും വ്യത്യസ്തമായ മറ്റുചില ബന്ധങ്ങൾ കൂടിയുണ്ടെന്ന കണ്ടെത്തൽ അവനുണ്ടാകുന്നത്. ബൂട്ടുകൾ മിനുക്കുന്നതിനും വിവരങ്ങൾ കൈമാറാൻ ഓടിനടക്കുന്നതിനും കുതിരകളെ കൊണ്ടുനടക്കുന്നതിനും മറ്റൊരാളുടെ ആവശ്യമുള്ളപ്പോൾ സ്ഥാപിക്കപ്പെടുന്നതുപോലുള്ള ബന്ധമല്ല അത്. മറ്റേയാൾക്ക് അവനെ സേവിക്കണമെന്നും അവനോട് സ്നേഹമുണ്ടായിരിക്കണമെന്നും ഉള്ളതുകൊണ്ടുമാത്രമുള്ള ഒരു ബന്ധമായിരുന്നു അത്. അങ്ങനെയുള്ളൊരാൾ അല്യോഷ മാത്രമാണെന്നതും അവൻ കണ്ടെത്തി. ഇതെല്ലാം അവൻ തിരിച്ചറിഞ്ഞത് ഉസ്തിൻജ എന്ന പാചകക്കാരിയിലൂടെയായിരുന്നു. ഉസ്തിൻജ ഒരു അനാഥയായിരുന്നു. ഇനിയും യുവത്വം വിട്ടുമാറാത്തവൾ. അല്യോഷയെപോലെ തന്നെ കഠിനാധ്വാനം ചെയ്യുന്നവളുമായിരുന്നു അവൾ. അല്യോഷയെ ചൊല്ലി അവൾക്ക് വിഷമമുണ്ടായി. തന്റെ സേവനങ്ങളെയല്ല, തന്നെത്തന്നെ മറ്റൊരാൾക്ക് ആവശ്യമായി വന്നിരിക്കുന്നുവെന്ന വിചാരം ജീവിതത്തിൽ ആദ്യമായി അല്യോഷ അനുഭവിച്ചു. അമ്മ അവനോട് കരുണകാണിച്ചപ്പോഴോ അവനെച്ചൊല്ലി ദുഃഖിച്ചപ്പോഴോ അവനത്ര ഗൗനിച്ചിരുന്നില്ല. അത് തീർത്തും പ്രകൃത്യായുള്ള ഒരു സംഗതിയായിട്ടുമാത്രമേ അവന് തോന്നിയുള്ളൂ. തന്നെയോർത്ത് സ്വയം വിഷമിച്ചതുപോലത്തെ ഒരനുഭവം. പക്ഷേ, പൊടുന്നനെയാണ് തീർത്തും അപരിചിതയായ ഉസ്തിൻ

ജയ്ക്ക് തന്നെയോർത്ത് വിഷമമുണ്ടെന്ന കാര്യം അവൻ തിരിച്ചറിഞ്ഞത്. വെണ്ണയോടൊപ്പം ഒരു തുടം *കഷ**യും അവൾ അവനായി കരുതിപ്പോന്നു. അവനതു ഭക്ഷിക്കുമ്പോൾ, കൈമുട്ടുകളിൽ താടിയുറപ്പിച്ച് അവൾ നോക്കിയിരുന്നു. തലയുയർത്തി അവൻ അവളെ നോക്കിയപ്പോൾ അവൾ ചിരിച്ചു. അവനും ചിരിച്ചു.

തികച്ചും നവ്യവും വിചിത്രവുമായിരുന്നു ആ അനുഭവം. ആദ്യമൊക്കെ അല്യോഷ ഭയന്നുപോയി. അവൾ അവന്റെ ജോലിയിൽ, സേവനത്തിൽ ഇടപെട്ടു. എങ്കിലും അവന് സന്തോഷമായിരുന്നു. ഉസ്തിൻജ റിപ്പയർ ചെയ്തുകൊടുത്ത കാലുറകളിലേക്ക് ശ്രദ്ധയോടെ കുനിഞ്ഞു നോക്കിയപ്പോൾ തലകുലുക്കിക്കൊണ്ട് അവൻ പുഞ്ചിരി പൊഴിച്ചുപോയി. ജോലിചെയ്യുമ്പോഴോ സന്ദേശങ്ങളുമായി ഓടിനടക്കുമ്പോഴോ മിക്കവാറും അവൻ ഉസ്തിൻജയെക്കുറിച്ച് ചിന്തിക്കും. അപ്പോൾ ഊഷ്മളമായ ഒരു വികാരത്തോടെ അവൻ പിറുപിറുത്തുപോകും. "ഓ, ഉസ്തിൻജ!" തനിക്കാവുംവിധം ഉസ്തിൻജ അവനെ സഹായിച്ചു. അവനും അവളെ സഹായിച്ചു. അവളെക്കുറിച്ചുള്ളതെല്ലാം അവനോട് പറഞ്ഞു. വളരെ ചെറുപ്പത്തിൽ തന്നെ അവൾ അനാഥയായതും പ്രായം ചെന്ന ഒരു ചിറ്റമ്മ അവളെ ദത്തെടുത്തതും ആ ചിറ്റമ്മ പിന്നീട് പണിക്കായിട്ട് പട്ടണത്തിലേക്ക് അയച്ചതും വ്യാപാരിയുടെ മകൻ തന്റെ ചാരിത്ര്യം കെടുത്താൻ ശ്രമിച്ചുകൊണ്ട് മണ്ടത്തരം പ്രവർത്തിച്ചതും എങ്ങനെയാണ് അവനെ ഇരുത്തേണ്ടിടത്ത് ഇരുത്തിയതെന്നുമെല്ലാം അവൾ വിവരിച്ചു. അവൾക്ക് സംസാരിക്കാൻ ഇഷ്ടമായിരുന്നു. അത് കേൾക്കുന്നത് അവന് സന്തോഷവും. പട്ടണത്തിലെ വീടുകളിൽ വേലയ്ക്കുവരുന്ന കൃഷീവലൻമാരുടെ കുട്ടികൾ പാചകക്കാരികളെ വിവാഹം കഴിക്കും എന്നതത്രെ അവൻ കേട്ട മറ്റൊരു കാര്യം. അവന്റെ കല്യാണം രക്ഷിതാക്കൾ ഉടൻതന്നെ ശരിപ്പെടുത്തുമോ എന്നവൾ ഒരിക്കൽ ചോദിച്ചു. തനിക്കറിയില്ലെന്നും തനിക്ക് ആവശ്യമുള്ളവരാരും ഗ്രാമത്തിലില്ലെന്നും അവൻ അറിയിച്ചു.

"എന്ത്? പിന്നെ, മറ്റാരെയെങ്കിലും കണ്ടുവച്ചിട്ടുണ്ടോ?"

അവൾ ചോദിച്ചു.

"അതെ. ഞാൻ നിന്നെ വിവാഹം ചെയ്യും. ഇല്ലേ?"

"*കുടമേ, എന്റെ കുടമേ*, എത്ര കുശാഗ്രതയോടെയാണ് നീ അതെന്നോട് പറഞ്ഞത്," കയ്യിലെ തവികൊണ്ട് അവന്റെ മുതുകിൽ കളിയായി കുത്തുകയും അമർത്തുകയും ചെയ്തുകൊണ്ട് അവൾ പറഞ്ഞു.

മൂന്ന് നൊയമ്പ് തിരുനാളിന് അല്യോഷയുടെ വൃദ്ധനായ പിതാവ് അവന്റെ കൂലി മേടിക്കുവാനായി പിന്നെയും പട്ടണത്തിലേക്ക് വന്നു.

---

* നുറുക്കിയ ഗോതമ്പോ, ബാർലിയോ, മിലെറ്റോ ചേർത്തുണ്ടാക്കുന്ന കഞ്ഞിപോലത്തെ ഒരു റഷ്യൻ വിഭവം.

അല്യോഷ ഉസ്തിൻജായെ വിവാഹം ചെയ്യാൻ ആലോചിക്കുന്ന കാര്യം വ്യവസായിയുടെ ഭാര്യ കണ്ടുപിടിച്ചിരുന്നു. അവർക്ക് അക്കാര്യത്തിൽ ഒട്ടും തൃപ്തിയുണ്ടായിരുന്നില്ല. "അവൾ ഗർഭിണിയാവില്ലേ, പിന്നെ അവളെക്കൊണ്ട് എന്തിന് കൊള്ളാം!" അവർ ഭർത്താവിനോട് പരാതിപ്പെട്ടു.

അല്യോഷയുടെ പണം വ്യാപാരി അവന്റെ പിതാവിനെ എണ്ണിയേൽപ്പിച്ചു. "ശരി, എന്റെ കുഞ്ഞ് നിങ്ങളുടെ അടുത്ത് നല്ലവണ്ണം നിൽക്കുന്നുണ്ടല്ലോ?" ആ വൃദ്ധൻ ചോദിച്ചു. "വണക്കവും ഒതുക്കവുമുള്ളവനാണെന്ന് ഞാൻ പറഞ്ഞിരുന്നു. പറയുന്നതെന്തും അവൻ ചെയ്തു തരും."

"വണക്കമോ ഒതുക്കമോ എനിക്കറിയില്ല! എന്നാലവൻ നല്ലൊരു മണ്ടത്തരം പ്രവർത്തിച്ചിരിക്കുകയാണ്. പാചകക്കാരി ഉസ്തിൻജയെ കല്യാണം കഴിക്കണമെന്ന കാര്യം അവന്റെ തലയിൽ കയറിയിരിക്കുകയാണ്. വിവാഹിതരായ വേലക്കാരെ ഞാനിവിടെ വച്ചേക്കില്ല. ഞങ്ങൾക്കതു ചേരില്ല."

"എടാ, കൊച്ചുമണ്ടാ എന്തു മണ്ടനാണിവൻ. അങ്ങനെയൊരു മണ്ടത്തരം പ്രവർത്തിക്കുന്ന കാര്യത്തെക്കുറിച്ച് ഇവൻ എങ്ങനെയാണ് ചിന്തിച്ചത്! അതേച്ചൊല്ലി വിഷമിക്കണ്ട. ഈ അസംബന്ധങ്ങളൊക്കെ മറക്കാൻ ഞാൻ അവനെ പ്രേരിപ്പിക്കും. ഏറ്റു." വൃദ്ധൻ എഴുന്നേറ്റു നേരെ അടുക്കളയിലേക്കു നടന്ന് മകൻ വരുന്നതും കാത്ത് മേശയ്ക്കരികിലിരുന്നു. എപ്പോഴത്തെയുംപോലെ അല്യോഷ എന്തോ കാര്യത്തിന് പോയിരിക്കയായിരുന്നു. അധികം വൈകിയില്ല. ഓടിക്കിതച്ച് അവൻ വന്നു.

"കാര്യവിവരമുള്ളവനാണ് നീ എന്നത്രെ ഞാൻ കരുതിയത്. എന്ത് മണ്ടത്തരമാണ് നീ ചിന്തിച്ചുറച്ചിരിക്കുന്നത്!" അല്യോഷയുടെ അച്ഛൻ അവനെ സ്വീകരിച്ചു.

"ഞാൻ ഒന്നും തന്നെ ചെയ്തിട്ടില്ല."

"ഒന്നുമില്ലെന്നതുകൊണ്ട് നീ എന്താ ഉദ്ദേശിക്കുന്നത്? കല്യാണം കഴിക്കുവാൻ നീ തീരുമാനിച്ചില്ലേ. സമയമാകുമ്പോൾ ഞാൻ നിന്നെ കല്യാണം കഴിപ്പിക്കും. എനിക്കിഷ്ടമുള്ള ആരെക്കൊണ്ടും ഞാൻ നിന്നെ വിവാഹം ചെയ്യിക്കും. പട്ടണത്തിലെ ഏതെങ്കിലും വങ്കത്തിയാവില്ല നിന്റെ ഭാര്യ."

കുറെയേറെ ആ വൃദ്ധൻ പറഞ്ഞു. അല്യോഷ നിശബ്ദനായി നിന്ന് നെടുവീർപ്പിട്ടു. അച്ഛൻ എല്ലാം പറഞ്ഞുതീർന്നപ്പോൾ അവൻ പുഞ്ചിരിച്ചു.

"ഞാൻ അതെല്ലാം മറന്നേക്കാം." അവൻ പറഞ്ഞു.

"അത് ഇപ്പോൾ തന്നെ ചെയ്യുന്നുവെന്ന കാര്യം ഉറപ്പുവരുത്തിയേക്കണം." എടുത്തടിച്ചതുപോലെ അങ്ങനെ പറഞ്ഞുകൊണ്ട് ആ വൃദ്ധൻ അവിടം വിട്ടുപോയി.

അച്ഛൻ പോയിക്കഴിഞ്ഞപ്പോൾ അല്യോഷ ഉസ്തിൻജയോടൊപ്പം തനിച്ചായി. അവന്റെ അച്ഛൻ സംസാരിക്കുമ്പോഴൊക്കെ അവൾ അടു

ക്കളവാതിലിനു പിറകിൽനിന്ന് കേൾക്കുകയായിരുന്നു. അവൻ അവളോട് പറഞ്ഞു, “നമ്മുടെ പദ്ധതി വിജയിക്കില്ല. നീ കേട്ടില്ലേ? അദ്ദേഹത്തിന് വല്ലാത്ത ദേഷ്യമായിരുന്നു. നമ്മെ അനുവദിക്കില്ല.”

അടുക്കളവേഷം ധരിച്ചുനിന്ന ഉസ്തിൻജ മുഖം താഴ്ത്തി നിശ്ശബ്ദം കരഞ്ഞു. നാവ് നൊടിച്ച് ചിലച്ചുകൊണ്ട് അല്യോഷ പറഞ്ഞു, “എനിക്കെങ്ങനെ അദ്ദേഹത്തെ അനുസരിക്കാതിരിക്കാനൊക്കും? നോക്കൂ, നാമതെല്ലാം മറക്കണം.”

വൈകുന്നേരം വ്യാപാരിയുടെ ഭാര്യ അവനെ ഷട്ടറുകൾ അടയ്ക്കുന്നതിനായി വിളിച്ചപ്പോൾ അവർ അവനോട് ചോദിച്ചു. “അച്ഛന്റെ വാക്കുകൾ കേട്ട്, കല്യാണം കഴിക്കുന്നതിനെച്ചൊല്ലിയുള്ള ഈ വങ്കത്തരമൊക്കെ നീ മറക്കുകയാണ്, അല്ലേ?”

“അതെ, തീർച്ചയായും ഞാൻ അതൊക്കെ മറന്നിരിക്കുന്നു.”

അല്യോഷ പെട്ടെന്നു പറഞ്ഞു. പിന്നെ അവൻ ചിരിച്ചു. ഉടൻതന്നെ പൊട്ടിക്കരയാനും തുടങ്ങി.

അന്നുമുതൽ അല്യോഷ വിവാഹത്തെക്കുറിച്ച് ഉസ്തിൻജയോട് ഒന്നുംതന്നെ സംസാരിച്ചില്ല. മുമ്പത്തെപ്പോലെ അവൻ ജീവിച്ചു.

നാൽപ്പത് നൊയമ്പുകാലത്ത് ഒരു ദിവസം ഗുമസ്തൻ അല്യോഷയെ വിളിപ്പിച്ചു. മേൽക്കൂരയിൽ വീണുകിടന്നിരുന്ന മഞ്ഞ് തൂത്തിറക്കുവാനാണ് അവനെ വിളിപ്പിച്ചത്. മേൽക്കൂരയിലേക്ക് അവൻ ഇഴഞ്ഞു കയറി. മൺകോരികൊണ്ട് എല്ലാം മാറ്റി വൃത്തിയാക്കി. ഓവുചാലിനടുത്ത് ഉറഞ്ഞുകൂടിയ മഞ്ഞുകട്ടകൾ അടിച്ചുടയ്ക്കവെ മൺകോരിയുമായി കാൽവഴുതി അവൻ നേരെ താഴേക്കുവീണു. ദൗർഭാഗ്യമെന്നുപറയട്ടെ, അവൻ വീണത് താഴെ മഞ്ഞുകൂനയിലല്ല മറിച്ച് പ്രവേശനവഴിയിലെ ഇരുമ്പുകമ്പിമേലായിരുന്നു. ഉസ്തിൻജ അവന്റെ അടുത്തേക്ക് ഓടിയെത്തി; പുറകെ വ്യാപാരിയുടെ മകളും.

“പരിക്ക് പറ്റിയോ, അല്യോഷ?”

“ഉം. പക്ഷേ, ഒന്നുമില്ല. ഇല്ല, ഒന്നുമില്ല.”

അവന് എഴുന്നേൽക്കണമായിരുന്നു. പക്ഷേ, കഴിഞ്ഞില്ല. അവൻ വെറുതെ ചിരിച്ചു. മറ്റുചിലർ വന്ന് അവനെ അങ്കണം സൂക്ഷിപ്പുകാരന്റെ വാസസ്ഥലത്തേക്ക് താങ്ങിയെടുത്തുകൊണ്ടുപോയി. ആശുപത്രിയിൽനിന്നും ഒരു ‘ആർഡർലി’ വന്ന് അവനെ പരിശോധിച്ചു. എവിടെയാണ് പരിക്കുപറ്റിയതെന്ന് അയാൾ അവനോട് ചോദിച്ചു. “ദേഹം മുഴുവൻ വേദനിക്കുന്നു.” അവൻ പറഞ്ഞു. “എന്നാലൊന്നുമില്ല. ഒന്നുമില്ല. മുതലാളിക്ക് ശല്യമാവുമെന്ന് മാത്രം. പപ്പായെ വിവരമറിയിക്കണം.”

രണ്ടുദിവസം പൂർണമായി അല്യോഷ കിടക്കയിൽതന്നെ കിടന്നു. പിന്നെ, മൂന്നാം നാൾ അവർ ഒരു പുരോഹിതനെ വരുത്തി.

“നീ മരിക്കാനൊന്നും പോകുന്നില്ല, ഉവ്വോ?” ഉസ്തിൻജ ചോദിച്ചു.

“നമ്മൾ എന്നെന്നും ജീവിച്ചിരിക്കില്ലല്ലോ, ഉവ്വോ? ഒരിക്കൽ പോകണം.” എപ്പോഴത്തെയുംപോലെ അവൻ പെട്ടെന്ന് ഉത്തരം നൽകി.

"നിനക്ക് നന്ദി, പ്രിയപ്പെട്ട ഉസ്തിൻജ, എന്നെയോർത്ത് വ്യാകുലപ്പെട്ടതിന്, അവർ നമ്മെ വിവാഹിതരാകാൻ അനുവദിക്കാതിരുന്നത് നല്ലതിനായിരുന്നു. എന്തെന്നാൽ അതുകൊണ്ട് ഒന്നുമുണ്ടാകുമായിരുന്നില്ല. ഇപ്പോൾ എല്ലാം നന്നായി."

അവൻ പുരോഹിതനോടൊപ്പം പ്രാർഥിച്ചു. കൈകളും ഹൃദയവും കൊണ്ടുള്ള പ്രാർഥന മാത്രമായിരുന്നു അവന്റേത്. ഇവിടെ അവൻ നല്ലവനും അനുസരണയുള്ളവനും കുറ്റം ചെയ്യാത്തവനുമായിരുന്നിട്ടുണ്ടെങ്കിൽ അവിടെയെല്ലാം ഭംഗിയാകുമെന്ന് അവൻ ഹൃദയത്തിൽ അനുഭവിച്ചു.

കുറച്ചേ അവൻ സംസാരിച്ചുള്ളൂ. കുടിക്കുവാൻ എന്തെങ്കിലും വേണമെന്ന് പറഞ്ഞുകൊണ്ട് അവൻ അതിശയഭാവത്തിൽ പുഞ്ചിരി പൊഴിച്ചു. പിന്നെ അവൻ എന്തോ കണ്ട് അമ്പരന്നുവെന്ന് തോന്നി. എന്നിട്ട് നീണ്ടുനിവർന്ന് കിടന്ന് അന്ത്യശ്വാസം വലിച്ചു.

റഷ്യൻ കഥ

ആന്റൺ ചെഖോവ്

പന്തയം

ആന്റൺ ചെഖോവ് *(1860-1904) റഷ്യയിലെ ടഗാങ്റോഗ് എന്ന സ്ഥലത്ത് ജനിച്ചു. മോസ്കോയിൽ വൈദ്യശാസ്ത്ര വിദ്യാർഥിയായിരുന്ന കാലത്താണ് ചെഖോവിന്റെ ആദ്യ കാലകഥകൾ പ്രസിദ്ധീകൃതമായത്. അദ്ദേഹത്തിന്റെ* ***ദ സീഗൾ, ദ ചെറി ഓർച്ചാർഡ്*** *എന്നീ നാടകങ്ങൾ ആധുനിക നാടകസാഹിത്യത്തിലെ ക്ലാസിക്കുകളാണ്. "നീണ്ട വിഷയങ്ങളെക്കുറിച്ച് ചുരുക്കി സംസാരിക്കുവാൻ എനിക്കു കഴിയും" എന്നാണ് തന്റെ ചെറുകഥകളെക്കുറിച്ച് ചെഖോവ് പറഞ്ഞിട്ടുള്ളത്.*

ഒന്ന്

ഒരിരുണ്ട ശരത്ക്കാലരാത്രി. പതിനഞ്ചുവർഷം മുമ്പ് ഒരു ശരത്ക്കാലത്ത് താൻ നൽകിയ സൽക്കാരത്തെക്കുറിച്ചോർത്തുകൊണ്ട് വൃദ്ധനായ ആ ബാങ്കർ തന്റെ പഠനമുറിയിൽ കോണോട് കോൺ നടക്കുകയായിരുന്നു. അതിഥി സൽക്കാരത്തിനെത്തിയവരിൽ ബുദ്ധിശാലികളായ നിരവധി പേരുണ്ടായിരുന്നു. വലിയൊരളവ് രസകരമായ സംഭാഷണങ്ങളും. പലതിന്റെയും കൂട്ടത്തിൽ അവർ വധശിക്ഷയെക്കുറിച്ച് സംസാരിച്ചു. അതിഥികൾക്ക് – അവരുടെ കൂട്ടത്തിൽ പണ്ഡിതന്മാരും പത്രപ്രവർത്തകരും കുറച്ചൊന്നുമായിരുന്നില്ല – ഏറിയകൂറും വധശിക്ഷയോട് വിയോജിപ്പായിരുന്നു. ഒരു ശിക്ഷാമാർഗമെന്നനിലയ്ക്ക് അത്

പഴഞ്ചനായിരുന്നുവെന്നായിരുന്നു അവരുടെ അഭിപ്രായം. ഒരു ക്രിസ്ത്യൻ രാഷ്ട്രത്തിന് ചേരാത്തതും അധാർമികവും. വധശിക്ഷയുടെ സ്ഥാനത്ത് സാർവലൗകികമായി ജീവപര്യന്തം കൊണ്ടുവരണമെന്നായിരുന്നു അവരിൽ ചിലർ പറഞ്ഞത്.

"ഞാൻ നിങ്ങളോട് യോജിക്കുന്നില്ല," ആതിഥേയൻ പറഞ്ഞു. 'വധശിക്ഷയോ ജീവപര്യന്തമോ ഞാൻ അനുഭവിച്ചിട്ടില്ല. എങ്കിലും കാര്യകാരണന്യായേന ഒരു വിധി പറയുകയാണെങ്കിൽ എന്റെ അഭിപ്രായത്തിൽ തടവിനെക്കാൾ മാനുഷികവും ധാർമികവുമാണ് വധശിക്ഷ. തൂക്കിക്കൊല്ലൽ ഉടനെ കൊല്ലുന്നു. ജീവപര്യന്തം തടവ് ക്രമേണ കൊല്ലുന്നു. കൂടുതൽ മനുഷ്യത്വമുള്ള ആരാച്ചാർ ആരാണ്, ഏതാനും നിമിഷങ്ങൾക്കുള്ളിൽ കൊല്ലുന്നവനോ, വർഷങ്ങളെടുത്ത് ജീവൻ തുടർച്ചയായി വലിച്ചെടുത്തുകൊണ്ടുപോകുന്നവനോ?"

"രണ്ടും ഒരുപോലെ അധാർമികമാണ്," അതിഥികളിൽ ഒരാൾ അഭിപ്രായപ്പെട്ടു. "എന്തെന്നാൽ അവയുടെ ഉദ്ദേശ്യം ഒന്നുതന്നെ, ജീവൻ എടുക്കുക. രാഷ്ട്രം ദൈവമല്ല. തിരികെ നൽകുവാൻ കഴിയാത്ത ഒന്ന് എടുത്തുകൊണ്ട് പോകുവാൻ അതിന് ഒരവകാശവുമില്ല. അത് അങ്ങനെ ആഗ്രഹിക്കുന്നുവെങ്കിൽ."

സംഘത്തിൽ ഒരു അഭിഭാഷകൻ ഉണ്ടായിരുന്നു. ഏകദേശം ഇരുപത്തഞ്ച് വയസ്സ് പ്രായമുള്ള ഒരു യുവാവ്. അദ്ദേഹത്തോട് അഭിപ്രായമാരാഞ്ഞപ്പോൾ അയാൾ പറഞ്ഞു.

"വധശിക്ഷയും ജീവപര്യന്തവും ഒരുപോലെ അധാർമികമാണ്. രണ്ടിനുമിടയിൽ ഒരു തെരഞ്ഞെടുപ്പ് നടത്തുവാൻ എന്നോട് ആവശ്യപ്പെടുന്നപക്ഷം തീർച്ചയായും ഞാൻ രണ്ടാമത്തേതായിരിക്കും തെരഞ്ഞെടുക്കുക. എങ്ങനെയെങ്കിലും ജീവിക്കുക എന്നത് ഒട്ടും തന്നെ ജീവിക്കാതിരിക്കുന്നതിനെക്കാൾ നല്ലതാണ്."

തുടർന്ന് ചൂടുപിടിച്ച ചർച്ചയായിരുന്നു. താരതമ്യേന ചെറുപ്പവും തൊട്ടാൽ പൊട്ടുന്ന പ്രകൃതക്കാരനുമായിരുന്ന ബാങ്കർ നിയന്ത്രണം നഷ്ടപ്പെട്ടിട്ട് മുഷ്ടി മേശപ്പുറത്ത് ഇടിച്ചുകൊണ്ട് യുവാവായ വക്കീലിനുനേർക്ക് തിരിഞ്ഞു പറഞ്ഞു:

"ഇതൊരു കള്ളമാണ്. ഒരു തടവറയിൽ അഞ്ചുകൊല്ലം പോലും കഴിയാൻ നിങ്ങൾക്കാവില്ലെന്ന് ഞാൻ ഇരുപതുലക്ഷം പന്തയം വയ്ക്കുന്നു."

"താങ്കൾ ഇത് ഗൗരവത്തിലാണ് പറയുന്നതെങ്കിൽ," വക്കീൽ മറുപടി പറഞ്ഞു, "അഞ്ചല്ല പതിനഞ്ചുവർഷം കിടക്കുമെന്ന് ഞാൻ പന്തയം കെട്ടുന്നു."

"പതിനഞ്ച്! ശരി!" ബാങ്കർ വിളിച്ചുകൂവി. "മാന്യരേ, ഞാൻ ഇരുപതുലക്ഷം വാതുവയ്ക്കുന്നു."

"സമ്മതിച്ചു. നിങ്ങൾ ഇരുപതുലക്ഷം വാതുവയ്ക്കുക, ഞാൻ എന്റെ സ്വാതന്ത്ര്യവും," വക്കീൽ പറഞ്ഞു.

അങ്ങനെ ഈ വന്യവും അപഹാസ്യവുമായ പന്തയം നടപ്പിലായി. എണ്ണുവാൻ അക്കാലത്ത് ദശലക്ഷങ്ങൾ പലതുണ്ടായിരുന്ന വഷളനും ചാഞ്ചാട്ടക്കാരനുമായ ബാങ്കർ ഉന്മാദത്താൽ സ്വയം മറന്നുപോയിരുന്നു. അത്താഴവേളയിൽ അദ്ദേഹം വക്കീലിനോട് തമാശയായി പറഞ്ഞു.

"അധികം വൈകും മുമ്പ് ബുദ്ധി വീണ്ടെടുക്കെന്റെ കൊച്ചുകുതിരേ. ഇരുപതുലക്ഷം എനിക്കൊന്നുമല്ല. എന്നാൽ നിങ്ങൾക്ക് നിങ്ങളുടെ ജീവിതത്തിലെ ഏറ്റവും നല്ല മൂന്നോ നാലോ വർഷങ്ങൾ നഷ്ടപ്പെടാൻ പോകുകയാണ്. മൂന്നോ നാലോ എന്നാണ് ഞാൻ പറയുന്നത്. കാരണം അതിൽ കൂടുതൽ നിങ്ങൾ സഹിക്കുന്നുണ്ടാവില്ല. സ്വമേധയാ ഉള്ള തടവ് നടപ്പിലാക്കപ്പെടുന്ന തടവിനെക്കാൾ ഭാരമേറിയതാണെന്ന്, അസന്തുഷ്ടനായ മനുഷ്യാ, മറക്കരുത്. ഏതു നിമിഷവും നിങ്ങളെ സ്വതന്ത്രനാക്കാനുള്ള അവകാശം നിങ്ങൾക്കുണ്ട് എന്ന ആശയം തടവറയിലെ നിങ്ങളുടെ ജീവിതം വിഷമയമാക്കും എന്നെനിക്കു തോന്നുന്നു."

മുറിയുടെ കോണിൽനിന്നും കോണിലേക്കു ചുവടുകൾ വച്ചുകൊണ്ട് ബാങ്കർ ഇപ്പോൾ ഇതെല്ലാം ഓർമ്മിക്കുകയും തന്നോട് തന്നെ അദ്ദേഹം ഇങ്ങനെ ചോദിക്കുകയും ചെയ്തു:

"എന്തിനാണ് ഞാൻ ഈ പന്തയം കെട്ടിയത്? ഇതിന്റെ ഗുണമെന്ത്? വക്കീലിന് അയാളുടെ ജീവിതത്തിലെ പതിനഞ്ച് കൊല്ലങ്ങൾ നഷ്ടപ്പെടുന്നു. ഞാൻ ഇരുപതുലക്ഷം വലിച്ചെറിയുന്നു. വധശിക്ഷ ജീവപര്യന്തത്തെക്കാൾ നല്ലതാണെന്നോ ചീത്തയാണെന്നോ ജനങ്ങളെ അത് ബോധ്യപ്പെടുത്തുമോ? ഇല്ല, ഇല്ല! എല്ലാം ചണ്ടി, ചവറ്. സുഭിക്ഷമായി കഴിയുന്ന ഒരുവന്റെ ഭാഗത്തുനിന്നുള്ള ഒരു ചാഞ്ചാട്ടമായിരുന്നു അത് എന്നെ സംബന്ധിച്ചിടത്തോളം! വക്കീലിനാകട്ടെ സ്വർണത്തിനായുള്ള അത്യാർത്തിയും."

ആ ഒന്നാം വർഷത്തെ തടവിനെപ്പറ്റി, അയാളുടെ ചെറുകുറിപ്പുകളുടെ അടിസ്ഥാനത്തിൽ തീരുമാനിക്കാമെങ്കിൽ, വക്കീൽ വല്ലാത്ത ഏകാന്തതയും വൈരസ്യവും അനുഭവിച്ചിരുന്നുവെന്ന് കാണാം. അയാളുടെ അറയിൽനിന്നും രാവും പകലും പിയാനോ ശബ്ദം കേൾക്കുമായിരുന്നു. മദ്യവും പുകയിലയും അദ്ദേഹം നിരസിച്ചു. "മദ്യം" അയാൾ എഴുതി, "ആഗ്രഹങ്ങൾക്ക് തിരികൊളുത്തും, ആഗ്രഹങ്ങളാവട്ടെ ഒരു തടവുപുള്ളിയുടെ മുഖ്യശത്രുവാണ്. മാത്രവുമല്ല, നല്ല മദ്യം തനിച്ചിരുന്ന് കുടിക്കുന്നതിനേക്കാൾ ബോറിംഗായി ഒന്നുമില്ല. പുകയിലയാകട്ടെ അറയിലെ വായു മലിനമാക്കുകയും ചെയ്യും." ആദ്യവർഷം ലഘു സ്വഭാവത്തിലുള്ള പുസ്തകങ്ങളാണ് വക്കീലിന് നൽകിയത്. സങ്കീർണമായ പ്രേമതാൽപര്യങ്ങളുള്ള നോവലുകൾ, കുറ്റകൃത്യവും മനോരഥചിത്രീകരണങ്ങളുമുള്ള കഥകൾ, കോമഡികൾ തുടങ്ങിയവ.

രണ്ടാംവർഷം പിയാനോ ഒട്ടും കേൾക്കാതായി. വക്കീൽ ക്ലാസിക്കുകൾ മാത്രമേ ആവശ്യപ്പെട്ടുള്ളൂ. അഞ്ചാംവർഷം സംഗീതം വീണ്ടും

കേൾക്കാൻ തുടങ്ങി. തടവുകാരൻ മദ്യവും ആവശ്യപ്പെട്ടു. അയാളെ നിരീക്ഷിച്ചവർ പറഞ്ഞത് ആ വർഷം മുഴുവനും അയാൾ തിന്നുകയും കുടിക്കുകയും കിടക്കയിൽ കിടക്കുകയുമായിരുന്നുവെന്നാണ്. മിക്കവാറും കോട്ടുവായിട്ട് അയാൾ തന്നോടുതന്നെ ദേഷ്യത്തിൽ സംസാരിച്ചു. അയാൾ പുസ്തകങ്ങൾ വായിച്ചില്ല. രാത്രികളിൽ ചിലപ്പോൾ അദ്ദേഹം എഴുതാനിരിക്കും. ദീർഘനേരം ഇരുന്ന് എഴുതിയതിനുശേഷം അവയെല്ലാംകൂടി രാവിലെ അയാൾ വലിച്ചുകീറും. അയാൾ കരയുന്നത് ഒന്നിൽ കൂടുതൽ തവണ കേട്ടു.

ആറാംവർഷത്തിന്റെ രണ്ടാമത്തെ പകുതിയിൽ, തടവുപുള്ളി അത്യുൽസാഹത്തോടെ ഭാഷകളും ദർശനവും ചരിത്രവും പഠിക്കാൻ തുടങ്ങി. ബാങ്കർക്ക് അദ്ദേഹത്തിനാവശ്യമായ പുസ്തകങ്ങൾ മതിയായ രീതിയിൽ എത്തിച്ചുകൊടുക്കുന്നതിന് സമയം കണ്ടെത്താനാവാത്തവിധം അയാൾ ഈ വിഷയങ്ങളിൽ അത്യാർത്തിയോടെ വീണുപോയിരുന്നു. നാലുവർഷക്കാലയളവിനുള്ളിൽ അയാളുടെ അപേക്ഷയിന്മേൽ ഏകദേശം അറുന്നൂറ് വാല്യങ്ങളാണ് വാങ്ങിച്ചത്. ആ തീവ്രപഠനം നിലനിന്ന കാലത്താണ് ബാങ്കർക്ക് തടവുകാരനിൽനിന്നും ഇങ്ങനെ ഒരു കത്ത് കിട്ടുന്നത്. ‘എന്റെ പ്രിയപ്പെട്ട ജയിലറെ, ഈ വരികൾ ഞാൻ ആറുഭാഷകളിൽ എഴുതുകയാണ്. അവയെല്ലാം വിദഗ്ധരെ കാണിക്കുക. അവർ അത് വായിക്കട്ടെ. ഒരു തെറ്റുപോലും അവരതിൽ കാണുന്നില്ലെങ്കിൽ തോട്ടത്തിൽ വച്ച് ഒരു വെടി പൊട്ടിക്കുവാൻ ഉത്തരവിടണമെന്ന് ഞാൻ അങ്ങയോട് അപേക്ഷിക്കുന്നു. ശബ്ദം കേട്ടിട്ട് എന്റെ പരിശ്രമങ്ങൾ പാഴിലായില്ലെന്ന് ഞാൻ അറിയും. എല്ലാക്കാലത്തെയും എല്ലാരാജ്യങ്ങളിലെയും പ്രതിഭകൾ പല ഭാഷകളിലാണ് സംസാരിക്കുന്നത്. പക്ഷേ അവരിലെല്ലാം എരിയുന്ന ജ്വാല ഒന്നുതന്നെ. ഓ! അവരെയൊക്കെ എനിക്കിപ്പോൾ മനസ്സിലാക്കാൻ കഴിയുമെന്നുള്ളതിൽ എനിക്കുള്ള സ്വർഗീയാനന്ദം അങ്ങ് അറിഞ്ഞിരുന്നുവെങ്കിൽ!’ തടവുപുള്ളിയുടെ അഭിലാഷം നിറവേറ്റപ്പെട്ടു. ബാങ്കറുടെ കൽപ്പനപ്രകാരം പൂന്തോട്ടത്തിൽ രണ്ടുവെടി പൊട്ടി.

പിന്നീട്, പത്തുവർഷം കഴിഞ്ഞപ്പോൾ വക്കീൽ മേശയ്ക്കുമുമ്പിൽ നിശ്ചേഷ്ടനായി ഇരുന്ന് *ബൈബിൾ പുതിയ നിയമം* മാത്രം വായിച്ചു. നാലുവർഷം കൊണ്ട് അറുനൂറ് കനപ്പെട്ട ഗ്രന്ഥങ്ങൾ വശത്താക്കിയ ഒരു മനുഷ്യൻ. വണ്ണമൊന്നുമില്ലാത്ത വായിച്ചുമനസിലാക്കാൻ എളുപ്പമായ ഒരു പുസ്തകം വായിക്കുന്നതിന് ഒരു വർഷത്തോളം ചെലവഴിക്കുക എന്നത് ബാങ്കർക്ക് വിചിത്രമായി തോന്നി. പുതിയ നിയമത്തിന്റെ സ്ഥാനത്തേക്ക് പിന്നീട് മതചരിത്രവും മനശ്ശാസ്ത്രവും കടന്നുവന്നു.

അദ്ദേഹത്തിന്റെ തടവിന്റെ അവസാനത്തെ രണ്ടുവർഷം തടവുപുള്ളി അടുക്കും ചിട്ടയുമില്ലാതെ കണക്കറ്റു വായിക്കുകയാണ് ചെയ്തത്. പ്രകൃതിശാസ്ത്ര പഠനങ്ങൾക്ക് സമയം കണ്ടെത്തുന്നയാൾ അടുത്ത നിമിഷം ബൈറനെയോ ഷേക്സ്പിയറെയോ ആയിരിക്കും വായിക്കുക.

രസതന്ത്ര പുസ്തകവും വൈദ്യശാസ്ത്ര പാഠപുസ്തകവും നോവലും ദർശനത്തെയും മനശ്ശാസ്ത്രത്തെയും സംബന്ധിച്ച ചില നിബന്ധങ്ങളും ഒരേസമയം എത്തിച്ചുകൊടുക്കുവാൻ ആവശ്യപ്പെടുന്ന കുറിപ്പുകൾ അദ്ദേഹത്തിൽനിന്നും പതിവായി. കപ്പൽച്ചേതത്തിന്റെ ഒഴുകിനടക്കുന്ന കഷ്ണങ്ങളിൽ അപ്പപ്പോൾ കയറി നീന്തുന്നതുപോലെയാണയാൾ വായിച്ചത്. തന്റെ ജീവിതം രക്ഷപ്പെടുത്തുവാനുള്ള ഉൾക്കടാഭിലാഷത്തിൽ ഒരു തുണ്ട് വിട്ട് മറ്റൊന്നിലദ്ദേഹം ആകാംക്ഷയോടെ കയറിപ്പിടിക്കുകയായിരുന്നു.

രണ്ട്

ബാങ്കർ ഇതെല്ലാം ഓർമ്മിച്ചു, അദ്ദേഹം ചിന്തിച്ചു. "നാളെ പന്ത്രണ്ടുമണിക്ക് അയാൾക്ക് സ്വാതന്ത്ര്യം കിട്ടുകയാണ്. ഉടമ്പടിയനുസരിച്ച് ഞാൻ അയാൾക്ക് ഇരുപതുലക്ഷം കൊടുക്കണം. ഞാൻ കൊടുത്താൽ, പിന്നെ എല്ലാം തീർന്നു. ഞാൻ എന്നെന്നേക്കുമായി നശിച്ചു..."

പതിനഞ്ചുകൊല്ലം മുമ്പ് അയാൾക്ക് എണ്ണിയെടുക്കാൻ ദശലക്ഷങ്ങൾ പലതുണ്ടായിരുന്നു. പക്ഷേ, ഇപ്പോൾ പണമോ കടമോ ഏതാണ് കൂടുതലെന്ന് തന്നോടു തന്നെ ചോദിക്കുവാൻ അദ്ദേഹത്തിന് ഭയമായി. സ്റ്റോക്ക് എക്സ്ചേഞ്ചിലെ ചൂതാട്ടം, ലക്കുതെറ്റിയ ഊഹക്കച്ചവടം (ലക്കുകെട്ട ആ പോക്കിൽ നിന്നും വയസുകാലത്തുപോലും അദ്ദേഹത്തിന് രക്ഷപ്പെടാനായില്ലായിരുന്നു) എല്ലാം ക്രമേണ അയാളുടെ ബിസിനസ് തകർത്തു. ധീരനും ആത്മവിശ്വാസമുള്ളവനും സ്വന്തം ബിസിനസിൽ അഭിമാനിക്കുന്നവനുമായ അദ്ദേഹം ഒരു സാധാരണ ബാങ്കർ ആയി മാറി. കമ്പോളത്തിലെ ഓരോ ഉയർച്ചയോടും താഴ്ചയോടുമൊപ്പം വിറയ്ക്കുന്ന ഒരാൾ.

'ആ ശപിക്കപ്പെട്ട പന്തയം,' നിരാശയാൽ തലയിൽ പിടിച്ചുകൊണ്ട് ആ വൃദ്ധൻ പിറുപിറുത്തു ..." എന്തുകൊണ്ട് ആ മനുഷ്യൻ മരിച്ചില്ല? അയാൾക്ക് നാൽപ്പതുവയസ് പ്രായമേയുള്ളു. എന്റെ അവസാനത്തെ ശകലവും കൂടി വലിച്ചെടുത്തുകൊണ്ടുപോയി അയാൾ വിവാഹം കഴിച്ച്, ജീവിതമാസ്വദിച്ച് സ്റ്റോക്ക് എക്സ്ചേഞ്ചിൽ ചൂതാടും. അസൂയാലുവായ ഒരു യാചകനെപോലെ ഞാൻ നോക്കിനിൽക്കും. അയാളിൽനിന്നും എന്നും ഒരേവാക്കുകൾ തന്നെ ഞാൻ കേൾക്കും: 'എന്റെ ജീവിതാനന്ദത്തിന് ഞാൻ നിങ്ങളോട് കടപ്പെട്ടിരിക്കുന്നു. ഞാൻ നിങ്ങളെ സഹായിക്കട്ടെ.' 'ഇല്ല, അത് കടുപ്പമായിരിക്കും! പാപ്പരത്തത്തിൽനിന്നും അപമാനത്തിൽനിന്നും ഉള്ള എന്റെ ഒരേയൊരു രക്ഷാമാർഗം — ആ മനുഷ്യൻ മരിക്കണം!'

ക്ലോക്കിൽ അപ്പോൾ മൂന്നടിച്ചു. ബാങ്കർ ശ്രദ്ധിക്കുന്നുണ്ടായിരുന്നു. വീട്ടിൽ എല്ലാവരും ഉറക്കത്തിലായിരുന്നു. ജാലകങ്ങൾക്ക് പുറത്ത് തണുത്തുറഞ്ഞ മരങ്ങളുടെ ഞരക്കങ്ങൾ മാത്രമേ കേൾക്കാനുണ്ടായിരുന്നു

ള്ളൂ. ശബ്ദമുണ്ടാക്കാതിരിക്കാൻ ശ്രമിച്ചുകൊണ്ട്, പതിനഞ്ച് കൊല്ലമായി അടഞ്ഞുകിടക്കുന്ന മുറിയുടെ താക്കോൽ അദ്ദേഹം സെയ്ഫിൽ നിന്നും എടുത്തു. ഓവർക്കോട്ട് ധരിച്ച് വീടിനുപുറത്തിറങ്ങി. പൂന്തോട്ടം ഇരുണ്ട് തണുത്തുകിടന്നു. മഴ പെയ്യുന്നുണ്ടായിരുന്നു. മരങ്ങളുടെ വിശ്രമം കെടുത്തിക്കൊണ്ട് ഒരു ഈർപ്പമുള്ള തുളച്ചിറങ്ങുന്ന കാറ്റ് തോട്ടത്തിൽ ഓലിയിട്ടു. കണ്ണുകൾകൊണ്ട് തറപ്പിച്ചുനോക്കിയെങ്കിലും ബാങ്കർക്ക് തറയോ വെളുത്ത പ്രതിമകളോ, തോട്ടത്തിലെ തടവറ വിംഗോ മരങ്ങളോ ഒന്നും കാണാനായില്ല. ഗാർഡൻ വിംഗിന് അടുത്തുചെന്നിട്ട് അദ്ദേഹം കാവൽക്കാരനെ രണ്ടുവട്ടം വിളിച്ചു.

ഒരു മറുപടിയുമില്ല. മോശപ്പെട്ട കാലാവസ്ഥയിൽനിന്നും രക്ഷനേടിക്കൊണ്ട് കാവൽക്കാരൻ അടുക്കളയിലോ ഗ്രീൻഹൗസിലോ കിടന്നുറങ്ങുകയാണെന്നുവ്യക്തം.

"ലക്ഷ്യം പൂർത്തീകരിക്കാനുള്ള ധൈര്യം എനിക്കുണ്ടെങ്കിൽ," വൃദ്ധൻ വിചാരിച്ചു, "സംശയം കാവൽക്കാരന്റെ മേലെ ആദ്യം പതിയുകയുള്ളൂ."

ഇരുട്ടിൽ അദ്ദേഹം ഒതുക്കുകൾക്കും വാതിലിനും വേണ്ടിപരതി, ഗാർഡൻ വിംഗിന്റെ ഹാളിലേക്കു കടന്നു. പിന്നെ ഇടുങ്ങിയ വഴിയിലേക്ക് തള്ളിക്കയറി ഒരു തീപ്പെട്ടിക്കോലുരച്ചു. ഒരൊറ്റ ജീവനുമില്ല. ആരുടെയോ ഒരു കിടക്ക, കിടക്ക വിരികളൊന്നുമില്ലാതെ അവിടെ നിന്നു. മൂലയിൽ ഒരു ഇരുമ്പ് സ്റ്റൗ മങ്ങിത്തെളിഞ്ഞു. തടവറ മുറിയിലേക്കുള്ള വാതിലിൽ വച്ചിരുന്ന മുദ്രകൾ ഭേദിക്കപ്പെട്ടിട്ടില്ല.

തീക്കൊള്ളി കെട്ടപ്പോൾ വൃദ്ധൻ ക്ഷോഭത്താൽ വിറകൊണ്ടിട്ട്, ചെറുജാലകത്തിനുള്ളിലേക്ക് ഒളിഞ്ഞുനോക്കി. തടവുപുള്ളിയുടെ മുറിയിൽ ഒരു മെഴുകുതിരി മങ്ങിക്കത്തുന്നുണ്ടായിരുന്നു. തടവുകാരൻ മേശയ്ക്കരികിലിരുന്നു. അയാളുടെ പുറകുവശവും തലമുടിയും കൈകളും മാത്രമേ കാൺമാനുണ്ടായിരുന്നുള്ളൂ. തുറന്ന പുസ്തകങ്ങൾ മേശപ്പുറത്തും രണ്ടുകസേരകളിലും മേശയ്ക്കരികിലെ കാർപ്പെറ്റിലും ചിതറിക്കിടന്നു.

അഞ്ചുമിനിറ്റ് കഴിഞ്ഞിട്ടും തടവുപുള്ളി ഒരിക്കൽപ്പോലും അനങ്ങിയില്ല. പതിനഞ്ചുവർഷത്തെ തടവ് അയാളെ അനക്കമറ്റിരിക്കാൻ പഠിപ്പിച്ചിരിക്കുന്നു. ബാങ്കർ ജനാലയിൽ പതുക്കെ വിരലുകൾ കൊണ്ടുതട്ടി. പക്ഷേ പ്രതികരണമെന്നനിലയ്ക്ക് തടവുപുള്ളി ഒരു ചലനവും ഉണ്ടാക്കിയില്ല. വാതിലിൽനിന്നും മുദ്രകൾ അതീവ ജാഗ്രതയോടെ കീറിയെടുത്തശേഷം ബാങ്കർ പൂട്ടിന്റെ പഴുതിലേക്ക് താക്കോൽ കടത്തി. ആകെ തുരുമ്പിച്ച പൂട്ട് ഒരു പരുക്കൻ ശബ്ദം പുറപ്പെടുവിച്ചു. വാതിൽ ശബ്ദത്തോടെ കരഞ്ഞു. വിസ്മയംപൂണ്ട ഒരുവിളി ഉടനെയുണ്ടാകുമെന്നും തുടർന്ന് കാൽപ്പെരുമാറ്റം കേൾക്കുമെന്നും ബാങ്കർ പ്രതീക്ഷിച്ചു. മൂന്നുമിനിറ്റുകൾ കടന്നുപോയി. മുറിക്കുള്ളിൽ മുമ്പത്തെപോലെ അനക്കമേതുമില്ല. അകത്തുകടക്കുവാൻ തന്നെ അദ്ദേഹം തീരുമാനിച്ചു.

ഒരു സാധാരണ മനുഷ്യനിൽനിന്നും ഭിന്നനായ ഒരാൾ മേശയ്ക്കു മുമ്പിൽ ഇരുന്നു. ഒരു സ്ത്രീയുടേതുപോലെ നീണ്ടുചുരുണ്ട മുടിയും ഒതുക്കമില്ലാത്ത താടിയും വലിഞ്ഞൊട്ടിയ ചർമവുമൊക്കെ ചേർന്ന ഒരു അസ്ഥികൂടമായിരുന്നു അത്. അയാളുടെ മുഖത്തിന്റെ നിറം മഞ്ഞയായിരുന്നു. മൃണ്മയമായ ഒരു നിറം. കവിളുകൾ കുഴിഞ്ഞിരിക്കുന്നു. പുറകുവശം നീണ്ട് ഇടുങ്ങിയത്. മുടിനിറഞ്ഞ തല താങ്ങിനിർത്തിയിരുന്ന കൈ മെലിഞ്ഞ് എല്ലും തോലുമായി വേദനയുളവാക്കുന്നതായിരുന്നു. തലമുടിയാകെ നരയുടെ വെള്ളി പടർന്നുതുടങ്ങിയിരുന്നു. മുഖത്തിന്റെ വാർധക്യസഹജമായ ശോഷിപ്പിലേക്കു നോക്കുന്ന ഒരാൾ അയാൾക്ക് നാൽപ്പതുവയസായിരുന്നു പ്രായമെന്ന് വിശ്വസിക്കുമായിരുന്നില്ല. കുനിച്ചുവച്ച തലയുടെ മുമ്പിൽ കിടന്ന മേശയുടെ മുകളിൽ ചെറിയ അക്ഷരങ്ങളിൽ എന്തോ എഴുതിയ ഒരു കടലാസ് കഷ്ണം കിടന്നു.

"പാവം ചെകുത്താൻ," ബാങ്കർ വിചാരിച്ചു "അയാൾ ഉറക്കത്തിലാണ്, ലക്ഷങ്ങൾ സ്വപ്നം കാണുകയുമായിരിക്കും. പകുതി മരിച്ച ഈ സാധനത്തെ എടുത്ത് കിടക്കയിലേക്ക് എറിയുക മാത്രമേ വേണ്ടൂ. പിന്നെ തലയണകൊണ്ട് ഒരു നിമിഷത്തേക്ക് ഒന്നമർത്തിപ്പിടിക്കുക. ഏറ്റവും സൂക്ഷ്മമായ പരിശോധനയിൽപോലും അസ്വാഭാവികമരണത്തിന്റെ ഒരു അടയാളംപോലും കാണുകില്ല. പക്ഷേ, ആദ്യമായിട്ട്, അയാൾ ഇവിടെ എഴുതിവച്ചിരിക്കുന്നതെന്തെന്ന് വായിക്കാം."

മേശപ്പുറത്തുനിന്നും ആ കടലാസെടുത്ത് ബാങ്കർ വായിച്ചു:

"നാളെ അർധരാത്രി പന്ത്രണ്ടുമണിക്ക് എനിക്ക് സ്വാതന്ത്ര്യം കിട്ടുകയും ജനങ്ങളുമായി ഇടകലരാനുള്ള അവകാശം ലഭിക്കുകയും ചെയ്യും. എന്നാൽ, ഈ മുറി വിടുന്നതിനും സൂര്യനെ കാണുന്നതിനും മുമ്പ് നിങ്ങളോട് ഏതാനും വാക്കുകൾ പറയുന്നത് ആവശ്യമാണെന്ന് ഞാൻ കരുതുന്നു. എന്റെ ശുദ്ധ മനഃസാക്ഷിയുടെയും എന്നെ കാണുന്ന ദൈവത്തിന്റെ മുമ്പിലും നിന്ന് ഞാൻ നിങ്ങളോട് പ്രഖ്യാപിക്കുന്നു: സ്വാതന്ത്ര്യത്തെ, ജീവിതത്തെ, ആരോഗ്യത്തെ ലോകത്തിന്റെ അനുഗ്രഹങ്ങളെന്ന് നിങ്ങളുടെ പുസ്തകങ്ങൾ വിളിക്കുന്ന മറ്റ് എല്ലാറ്റിനെയും ഞാൻ വെറുക്കുന്നു."

"ഭൗതികജീവിതത്തെക്കുറിച്ച് അതീവജാഗ്രതയോടെ പതിനഞ്ചു വർഷം ഞാൻ പഠിച്ചു. ഭൂമിയെയോ ജനങ്ങളെയോ ഞാൻ കണ്ടില്ലെന്നത് സത്യം. നിങ്ങളുടെ പുസ്തകങ്ങളിൽ ഞാൻ സൗരഭ്യമുള്ള വീഞ്ഞ് കുടിച്ചു. പാട്ടുകൾ പാടി. കാടുകളിൽ മാനിനെയും കാട്ടുപന്നിയെയും വേട്ടയാടി. സ്ത്രീകളെ സ്നേഹിച്ചു... നിങ്ങളുടെ കവികളുടെ പ്രതിഭാവിലാസം സൃഷ്ടിച്ചെടുത്ത, സ്വർഗീയ മേഘങ്ങളെപോലുള്ള സുന്ദരികളായ സ്ത്രീകൾ എന്നെ രാത്രികാലത്ത് സന്ദർശിക്കുകയും എന്നെ മത്തുപിടിപ്പിച്ച കഥകൾ എന്നോട് മന്ത്രിക്കുകയും ചെയ്തു. നിങ്ങളുടെ പുസ്തകങ്ങളിൽ ഞാൻ എൽബ്രൂസ്, മോൺട് ബ്ലാങ്ക് കൊടുമുടികളിൽ കയറി അവിടെനിന്ന് സൂര്യൻ രാവിലെ ഉദിച്ചുയരുന്നതെങ്ങനെയെന്നും വൈകു

ന്നേരത്ത് ആകാശത്തും കടലിലും പരക്കുന്നതെങ്ങനെയെന്നും മലമടക്കുകളിൽ ചുവന്ന സ്വർണമിടുന്നതെങ്ങനെയെന്നും കണ്ടു. അവിടെ നിന്നും എനിക്ക് മുകളിൽ മേഘങ്ങളെ പിളർന്നുകൊണ്ട് മിന്നൽപിണറുകൾ തിളങ്ങിയതെങ്ങനെയെന്നും കണ്ടു ഞാൻ. ഹരിതവനങ്ങൾ ഞാൻ കണ്ടു. പാടങ്ങൾ, നദികൾ, തടാകങ്ങൾ, നഗരങ്ങൾ; സൈറനുകൾ പാടുന്നത് ഞാൻ കേട്ടു, പാന്റെ പൈപ്പുകൾ വായിക്കുന്നതും; ദൈവത്തെക്കുറിച്ച് എന്നോട് സംസാരിക്കുവാൻ പറന്നുവന്ന സുകുമാര ഭൂതങ്ങളുടെ ചിറകുകളിൽ ഞാൻ തൊട്ടു... നിങ്ങളുടെ പുസ്തകങ്ങളിൽ ഞാൻ ആഴമറ്റ ഗർത്തങ്ങളിലേക്ക് എന്നെയെടുത്തെറിഞ്ഞു. അത്ഭുതങ്ങൾ പ്രവർത്തിച്ചു. നഗരങ്ങളെ എരിച്ച് നിലംപൊത്തിച്ചു. പുതിയ മതങ്ങൾ പ്രബോധനം ചെയ്തു. രാജ്യങ്ങളെത്തന്നെ വെട്ടിപ്പിടിച്ചു..."

"നിങ്ങളുടെ ഗ്രന്ഥങ്ങൾ എനിക്ക് വിവേകം നൽകി. നൂറ്റാണ്ടുകൾ കൊണ്ട് സൃഷ്ടിച്ചെടുത്ത അക്ഷീണമായ മനുഷ്യചിന്ത മുഴുവനും എന്റെ തലയോട്ടിക്കുള്ളിലെ ഒരു ചെറിയ പിണ്ഡത്തിൽ ഞെരുക്കി നിക്ഷേപിച്ചിരിക്കുന്നു. നിങ്ങളെക്കാളൊക്കെ ബുദ്ധിശാലിയാണ് ഞാനെന്ന് എനിക്കറിയാം."

"ഞാൻ നിങ്ങളുടെ പുസ്തകങ്ങളെ വെറുക്കുന്നു, എല്ലാ ലൗകികാനുഗ്രഹങ്ങളെയും വിവേകത്തെയും. എല്ലാം ശൂന്യവും ബലഹീനവും ദൃശ്യഭ്രംശങ്ങളും മരീചികപോലെ പിടിയിലൊതുങ്ങാത്തതുമാണ്. നിങ്ങൾ അഭിമാനമുള്ളവരും ബുദ്ധിയുള്ളവരും സൗന്ദര്യമുള്ളവരുമാകാമെങ്കിലും, ഭൂഗർഭത്തിലെ എലികളെപോലെ മരണം ഒരുനാൾ നിങ്ങളെ ഈ ഭൂമുഖത്തുനിന്നും തുടച്ചുനീക്കും. നിങ്ങളുടെ ഭാവി തലമുറയും നിങ്ങളുടെ ചരിത്രവും നിങ്ങളുടെ പ്രതിഭാശാലികളുടെ അനശ്വരതയുമെല്ലാം ഉറഞ്ഞ ലോഹക്കട്ടിയായി മാറി ഭൂമണ്ഡലത്തോടൊപ്പം എരിഞ്ഞൊടുങ്ങിപ്പോകും."

"നിങ്ങൾക്ക് ഭ്രാന്താണ്, തെറ്റായ വഴിയേ പോയിരിക്കുന്നു. വ്യാജമായതിനെ സത്യമായിട്ടും വിലക്ഷണതയെ സൗന്ദര്യമായും ധരിക്കുന്നു. ആപ്പിൾ വൃക്ഷങ്ങളിലും ഓറഞ്ച് മരങ്ങളിലും പഴങ്ങൾക്ക് പകരം തവളകളും പല്ലികളുമാണ് പൊടുന്നനെ കായ്ക്കുന്നതെങ്കിൽ, റോസാപുഷ്പങ്ങൾ ഒരു വിയർക്കുന്ന കുതിരയുടെ ഗന്ധം ശ്വസിക്കുവാൻ തുടങ്ങുമെങ്കിൽ നിങ്ങൾ പുരികക്കൊടികൾ ഉയർത്തും. അതുപോലെ ഭൂമിക്കുവേണ്ടി സ്വർഗത്തെ മാറ്റക്കച്ചവടം ചെയ്ത നിങ്ങളെ നോക്കി ഞാൻ അതിശയപ്പെട്ടുപോകുന്നു. എനിക്ക് നിങ്ങളെ മനസ്സിലാക്കണമെന്നില്ല."

"ജീവിതത്തിൽ നിങ്ങൾ മുറുകെ പിടിക്കുന്നതിനോട് എനിക്കുള്ള അവജ്ഞ പ്രവൃത്തിയിൽ കാണിക്കുന്നതിനായി, സ്വർഗത്തെപോലെ ഞാൻ ഒരിക്കൽ സ്വപ്നം കാണുകയും ഇപ്പോൾ വെറുക്കുകയും ചെയ്യുന്ന ആ ഇരുപതുലക്ഷത്തെ ഞാനിതാ വേണ്ടെന്നു വയ്ക്കുന്നു.അതിനുള്ള എന്റെ അവകാശത്തെ ഇല്ലാതാക്കുന്നതിന് നിശ്ചിത സമയത്തിനും അഞ്ചുമിനിറ്റ് മുമ്പ് ഞാൻ ഇവിടെനിന്ന് പുറത്തുവരികയും

അങ്ങനെ ഉടമ്പടി ലംഘിക്കുന്നതുമായിരിക്കും."

വായിച്ചുകഴിഞ്ഞിട്ട് ബാങ്കർ ആ കടലാസ് മേശപ്പുറത്തുവച്ചു. പിന്നീട് വിചിത്രനായ ആ മനുഷ്യന്റെ ശിരസിൽ ചുംബിച്ചുകൊണ്ട് കരയാൻ തുടങ്ങി. അദ്ദേഹം അവിടെനിന്നും പുറത്തേക്കിറങ്ങി. അപ്പോൾ തന്നോടുതന്നെ അയാൾക്കുണ്ടായ അവജ്ഞ മുമ്പൊരിക്കലും, സ്റ്റോക് എക്സ്ചേഞ്ചിൽ ഭയങ്കരമായ നഷ്ടങ്ങൾ ഉണ്ടായപ്പോൾ പോലും, അയാൾ അനുഭവിച്ചിട്ടുണ്ടായിരുന്നില്ല. വീട്ടിലേക്കു മടങ്ങിവന്ന് അദ്ദേഹം കിടക്കയിലേക്ക് വീണു. പക്ഷേ തനിക്കുണ്ടായ ക്ഷോഭവും കണ്ണുനീരും ഉറങ്ങുന്നതിൽനിന്നും അദ്ദേഹത്തെ വളരെനേരം തടഞ്ഞു...

ഗാർഡൻ വിംഗിൽ കഴിയുകയായിരുന്ന ആ മനുഷ്യൻ ജനാലയിലൂടെ തോട്ടത്തിലേക്ക് ഇറങ്ങുന്നത് കണ്ടതായി അടുത്ത ദിവസം രാവിലെ പാവപ്പെട്ട കാവൽക്കാരൻ ഓടിവന്ന് അദ്ദേഹത്തോട് പറഞ്ഞു. ഗെയ്റ്റിനടുത്തേക്ക് ചെന്ന് അയാൾ അപ്രത്യക്ഷനായി. ബാങ്കർ ഉടൻതന്നെ തന്റെ ജോലിക്കാരുമായി വിംഗിലേക്കുചെന്ന് തടവുകാരൻ രക്ഷപ്പെട്ടത് സ്ഥിരീകരിച്ചു. അനാവശ്യമായ കിംവദന്തികൾ ഒഴിവാക്കുന്നതിന് അദ്ദേഹം പരിത്യാഗപൂർവം ആ കടലാസ് മേശപ്പുറത്തുനിന്നും എടുത്ത് മടങ്ങിവന്ന് സെയ്ഫിനകത്തുവച്ച് പൂട്ടി.

റഷ്യൻ കഥ

ആന്റൺ ചെഖോവ്

നാടകത്തിനുശേഷം

യൂജീൻ അന്യേഗിനിൽ അഭിനയിച്ചുകഴിഞ്ഞ് നദ്യാസെലെനിനും അവളുടെ അമ്മയും മടങ്ങിയെത്തിയിട്ടുണ്ടായിരുന്നു. തന്റെ മുറിയിലേക്കു കയറി ആ പെൺകുട്ടി. വസ്ത്രങ്ങളെല്ലാം ഒന്നൊന്നായി തുരുതുരെ ഊരിയെറിഞ്ഞിട്ട് മുടിയഴിച്ച് താഴേക്കിട്ടു. എന്നിട്ട് പെറ്റിക്കോട്ടും വെള്ള ബോഡീസും മാത്രമിട്ടുകൊണ്ട് തിടുക്കത്തിൽ മേശയ്ക്കരികിലിരുന്നു. തത്യാനയുടേതുപോലൊരു കത്തെഴുതാൻ.

"ഞാൻ നിന്നെ സ്നേഹിക്കുന്നു," അവൾ എഴുതി, "പക്ഷേ നീ എന്നെ സ്നേഹിക്കുന്നില്ല, നീ എന്നെ സ്നേഹിക്കുന്നില്ല!"

അതെഴുതിക്കഴിഞ്ഞിട്ട്, അവൾ ചിരിച്ചു.

അവൾക്കു പതിനാറ് വയസ്സുമാത്രമേ പ്രായമുണ്ടായിരുന്നുള്ളൂ. അവൾ ഇനിയും ആരെയും ഒരിക്കൽപ്പോലും പ്രേമിച്ചിട്ടുമുണ്ടായിരുന്നില്ല. ഗോർണിയും (ഒരു പട്ടാള ഉദ്യോഗസ്ഥൻ) ഗ്രസ്ദ്യോവും (ഒരു വിദ്യാർഥി) — അവർ രണ്ടുപേരും അവളുമായി പ്രേമത്തിലായിരുന്നുവെന്ന് അവളറിഞ്ഞു. എന്നാലിപ്പോൾ ഓപ്പറായ്ക്കുശേഷം അവൾക്ക് അവരുടെ പ്രേമത്തെ സംശയിക്കണമെന്നായിരിക്കുന്നു. സ്നേഹിക്കപ്പെടാതെ ദീനമായ അസന്തുഷ്ടിയിൽ കഴിയുക: എത്ര നല്ലൊരു ആശയമാണത്! എ, ബി യെ പ്രേമിക്കുകയും ബി യ്ക്ക് എ യിൽ താൽപ്പര്യമില്ലാതെ വരികയും ചെയ്യുക എന്നതിൽ സുന്ദരവും ഹൃദയസ്പൃക്കും കാൽപ്പനികവുമായ എന്തോ ഒന്നുണ്ട്. ഒട്ടും തന്നെ സ്നേഹിച്ചിരുന്നില്ല എന്നതിൽ ഒന്യേഗിൻ ആകർഷണീയനായിരുന്നു. എന്നാൽ കൂടുതലായി സ്നേഹിച്ചുവെന്ന കാരണത്താൽ തത്യാനയാകട്ടെ വല്ലാതെ മോഹിപ്പിക്കുന്നവ

ളും. പരസ്പരം തുല്യമായി സ്നേഹിക്കുകയും ഒരുപോലെ സന്തുഷ്ട രുമായിരുന്നെങ്കിൽ അവർ മടുപ്പുളവാക്കുന്നവരാകുമായിരുന്നു.

"എന്നെ സ്നേഹിക്കുന്നുവെന്ന് പറയുന്നത് നിർത്തൂ. കാരണം ഞാൻ നിങ്ങളെ വിശ്വസിക്കുന്നില്ല.'' സൈനികോദ്യോഗസ്ഥനായ ഗോർണിയെ മനസിൽ വച്ചുകൊണ്ട് നദ്യാ എഴുതി. "നിങ്ങൾ വളരെ ധിഷണാശാലിയാണ്. നല്ല വിദ്യാഭ്യാസം കിട്ടിയവനും ഗൗരവബുദ്ധി ക്കാരനും. നിങ്ങൾ വളരെ സമർഥനാണ്. അങ്ങേയറ്റം ശോഭനമായ ഒരു ഭാവിയുമുണ്ട്. ഞാനാകട്ടെ മന്ദബുദ്ധിയായ ആരുമല്ലാത്ത ഒരുവൾ. താങ്കൾക്ക് നല്ലവണ്ണം അറിയാവുന്നതുപോലെ, ഞാൻ നിങ്ങൾക്ക് ഒരു ഭാരമായിരിക്കുകയേ ഉള്ളൂ. അതേ, താങ്കൾക്ക് എന്നോട് ഇഷ്ടം തോന്നി യിട്ടുണ്ടെന്നത് ശരി. നിങ്ങളുടെ ആദർശവനിതയെ കണ്ടെത്തിയെന്നാണ് നിങ്ങൾ കരുതിയത്. പക്ഷേ, അതു തെറ്റായിരുന്നു. ഇങ്ങനെയൊരു പെൺകുട്ടിയെ കണ്ടുമുട്ടിയതെങ്ങനെയെന്ന് അതിശയിക്കാൻ തുടങ്ങി യിരിക്കയാണ് നിങ്ങൾ വാസ്തവത്തിൽ. അത്രയും സമ്മതിക്കുന്നതിൽ നിന്നും നിങ്ങളെ തടയുന്നത് നിങ്ങളുടെ സ്വഭാവഗുണമൊന്നുമാത്രം."

നദ്യായ്ക്ക് തന്നോട് കഷ്ടം തോന്നാൻ തുടങ്ങി. അവൾ പൊട്ടിക്ക രഞ്ഞു.

"എന്റെ അമ്മയെയും സഹോദരനെയും വിട്ടേച്ചു പോകുന്നത് എനിക്കു താങ്ങാവുന്നതല്ല,'' അവൾ തുടർന്നു. "ഇല്ലെങ്കിൽ ഞാൻ കന്യാസ്ത്രീയുടെ വേഷം സ്വീകരിച്ച് കന്യാമഠത്തിലേക്ക് പൊയ്ക്കൊ ള്ളാം. അപ്പോൾ മറ്റാരെയെങ്കിലും സ്നേഹിക്കുവാനുള്ള അവസരസ്വാ തന്ത്ര്യം നിങ്ങൾക്ക് ഉണ്ടാവുകയും ചെയ്യും. ഹൊ! ഞാനങ്ങ് മരിച്ചെ ങ്കിൽ മതിയായിരുന്നു!"

നദ്യാ എഴുതിയതിനെ കണ്ണുനീർ മറച്ചു. അതേസമയം അവൾ ഒരു പ്രിസത്തിൽ കൂടിയാണ് നോക്കുന്നതെന്ന് തോന്നിപ്പിച്ചുകൊണ്ട് മഴ വിൽ തിളക്കങ്ങൾ മേശപ്പുറത്തും തറയിലും തട്ടിൻമേലും മിന്നിത്തെളി ഞ്ഞു. എഴുതുക എന്നത് അസാധ്യമായിരുന്നു. അതുകൊണ്ട് അവൾ കസേരയിൽ അലസമായി പുറംചാരിയിരുന്നുകൊണ്ട് ഗോർണിയെക്കു റിച്ച് ചിന്തിക്കാൻ തുടങ്ങി.

ആണുങ്ങൾ അത്ര ആകർഷണീയരും പിഴപ്പിക്കുന്നവരുമായിരു ന്നെങ്കിൽ, എന്റെ ദൈവങ്ങളേ! സംഗീതത്തെ സംബന്ധിച്ച് ആരെങ്കിലും ഗോർണിയോട് ചർച്ച ചെയ്തിരുന്നപ്പോൾ അദ്ദേഹത്തിനുണ്ടായിരുന്ന മനോഹരമായ ഭാവങ്ങളെ — വാദപ്രതിവാദം നടത്തുന്നതിന്റെ, അപ രാധ ബോധത്തിന്റെ, മാന്യതയുടെ, മൃദുത്വത്തിന്റെ — നദ്യാ ഓർത്തു. തന്റെ ഭാഷണത്തിൽ പ്രസരിപ്പിന്റേതായ അന്തരീക്ഷമുണ്ടാക്കാൻ അയാൾ നടത്തിയ ശ്രമങ്ങളെയും അവൾ മനസിൽ ധ്യാനിച്ചു. നിർവി കാരതയും ഗർവും ഉദാസീനതയും, കുലമഹിമയുടെയും നല്ലപെരുമാ റ്റങ്ങളുടെയും മാനദണ്ഡങ്ങളാകുന്ന ഒരു സമൂഹത്തിൽ ഒരാൾ തന്റെ വികാരങ്ങളെ ഒളിപ്പിച്ചുവയ്ക്കണം. തീർച്ചയായും അയാൾ അവയെല്ലാം ഒളിച്ചുവയ്ക്കുന്നുണ്ട്. പക്ഷേ, അതിൽ വിജയിക്കുന്നില്ല. സംഗീതത്തിന്റെ

കാര്യത്തിൽ ഉന്മാദം ബാധിച്ചവരെപോലെയാണയാളെന്ന് എല്ലാവർക്കും അറിയുകയും ചെയ്യാം. സംഗീതത്തെക്കുറിച്ചുള്ള അന്തമില്ലാത്ത വാദ പ്രതിവാദങ്ങൾ, അജ്ഞൻമാരുടെ ചിന്താശൂന്യമായ വിധിതീർപ്പുകൾ – അവയെല്ലാം അദ്ദേഹത്തെ എപ്പോഴും ഉദ്വേഗത്തിൽ നിർത്തി. വിരണ്ട വനും ഭീരുവും മൗനിയുമാക്കി. അയാൾ ഉജ്ജ്വലമായി പിയാനോ വായി ക്കും. പിയാനോ വായന തൊഴിലാക്കിയ ഒരുവനെപോലെ, പട്ടാളത്തി ലല്ലായിരുന്നുവെങ്കിൽ ഒരുപക്ഷേ, അയാൾ പ്രശസ്തനായ ഒരു സംഗീ തജ്ഞനാകുമായിരുന്നു.

നദ്യായുടെ കണ്ണുനീർ ഉണങ്ങി. ഗോർണി അവളോട് സ്നേഹം പ്രഖ്യാപിക്കുന്നത് അവൾ ഓർത്തു. ഒരു സിംഫണിക്കു വന്നപ്പോഴായി രുന്നു അത്. പിന്നീട് താഴത്തെനിലയിൽ കോട്ടുകൾ തൂക്കുന്നേടത്ത് വെച്ച്. അപ്പോൾ ഒരിളംകാറ്റ് എല്ലാ ദിശകളിലേക്കും വീശുന്നുണ്ടായി രുന്നു.

"ഒടുവിൽ എന്റെ വിദ്യാർഥി സുഹൃത്തായ ഗ്രസ്ദ്യോവിനെ നിങ്ങൾ കണ്ടുമുട്ടിയെന്നതിൽ എനിക്ക് അതിയായ സന്തോഷമുണ്ട്," അവൾ തുടർന്നെഴുതി. "അവൻ വളരെ മിടുക്കനാണ്. താങ്കൾ തീർച്ചയായും അവനെ ഇഷ്ടപ്പെടും. ഇന്നലെ അവൻ ഞങ്ങളെ കാണാൻ വന്നിരുന്നു. വെളുപ്പാൻകാലത്ത് രണ്ടുമണിവരെ ഇവിടെ ഉണ്ടാവുകയും ചെയ്തു. ഞങ്ങളെല്ലാം അങ്ങേയറ്റം സന്തോഷിച്ചു. താങ്കൾ ഒപ്പമില്ലായിരുന്നല്ലോ എന്നോർത്ത് വിഷമമുണ്ട്. അതിശയകരമായ നിരവധി പരീക്ഷണങ്ങൾ അവൻ നടത്തുകയുണ്ടായി."

കൈകൾ മേശപ്പുറത്ത് വച്ചുകൊണ്ട് നദ്യാ അവയിലേക്ക് തലചാ യ്ച്ചു. അവളുടെ തലമുടി എഴുത്ത് മറയ്ക്കുകയും ചെയ്തു. ഗ്രസ്ദ്യോ വും അവളെ സ്നേഹിക്കുന്നുവെന്ന കാര്യം അവളോർത്തു. ഗോർണി യെപോലെ ഒരു കത്തിനുള്ള അവകാശം അത്രതന്നെ അവനുമുണ്ട്. സത്യത്തിൽ ഗ്രസ്ദ്യോവിന് എഴുതുക എന്നതല്ലേ താരതമ്യേന മെച്ച മായിരിക്കുക? സന്തോഷം അവളുടെ മാറിടങ്ങളിൽ താനേ ഇളകിത്തു ള്ളി. ആദ്യം അത് ചെറുതും ഒരു റബ്ബർ പന്തുപോലെ ഉരുണ്ടതുമായിരു ന്നു. പിന്നീടത് വീർത്തുവിശാലമായി വലുതായി ഒരു തിരമാലയെ പ്പോലെ ഇളകിമറിഞ്ഞു. അവളിപ്പോൾ ഗോർണിയെയും ഗ്രസ്ദ്യോവി നെയും മറന്നുകഴിഞ്ഞിരിക്കുന്നു. അവളുടെ ആനന്ദമാകട്ടെ ഏറിയേറി വരുകയും ചെയ്തു. മാറിടങ്ങളിൽ നിന്നും അത് കൈകളിലേക്കും കാലു കളിലേക്കും നീങ്ങി. തണുത്ത് ലോലമായ ഒരിളം കാറ്റ് അവളുടെ തലയെ വീശിക്കൊടുക്കുന്നതും തലമുടിയെ ഇളക്കിമറിക്കുന്നതും പോലെ അവൾക്ക് അനുഭവപ്പെട്ടു. നിശ്ശബ്ദമായ ചിരിയിൽ അവളുടെ തോളു കൾ കുലുങ്ങി. കത്തുകളിൽ അങ്ങിങ്ങ് കണ്ണുനീർത്തുള്ളികൾ വീഴു കയും ചെയ്തു. ചിരിയടക്കാൻ കഴിയാതെ, വെറുതെയല്ല ചിരിക്കുന്ന തെന്ന് തെളിയിക്കുവാൻ രസകരമായ വല്ലതുമുണ്ടോ എന്ന് ഉടനെതന്നെ ആലോചിക്കുകയും ചെയ്തു.

"എന്തു തമാശയാണീ പട്ടിക്കുട്ടി!" ചിരിയടക്കാൻ കഴിയാതെ

വാക്കുകൾ പുറത്തേക്ക് പൊട്ടിയൊഴുകുംപോലെ അവൾ പറഞ്ഞു. “എത്ര രസമുള്ളതായിരുന്നു ആ അരുമ നായ.”

ഇന്നലെ ചായസൽക്കാരത്തിനുശേഷം കുടുംബത്തിലെ ഓമനപ്പട്ടിയായ മാക്സിമിനോടൊത്ത് ഗ്രസ്ദ്യോവ് ആർത്തുവിളിച്ച് ഓടിനടന്നത് അവളോർത്തു. ഏതോ തോട്ടത്തിൽവച്ച് ബുദ്ധിമാനായ ഒരു നായ ഒരു ബലിക്കാക്കയെ തുരത്തിയോടിച്ചതിന്റെ കഥയും അപ്പോൾ അവൻ പറഞ്ഞിരുന്നു. ആ ബലിക്കാക്ക തിരിഞ്ഞുനിന്ന് ഇങ്ങനെ പറഞ്ഞുവത്രേ! “ഹൊ! താനൊരു നികൃഷ്ട ജന്തുവാണല്ലോ, കൊച്ചുപട്ടീ.” താൻ ചെന്നു വീണത് ഒരു സംസാരിക്കുന്ന കാക്കയുടെ അടുത്താണെന്നറിയാതെ ആ പട്ടിക്കുട്ടി തീർത്തും അന്ധാളിച്ചുപോയി. പിൻവാങ്ങിക്കൊണ്ട് ആകെ കുഴഞ്ഞുമറിഞ്ഞ അവസ്ഥയിൽ അതു കുരയ്ക്കാനും തുടങ്ങി.

“ഇല്ല, ഞാൻ ഗ്രസ്ദ്യോവിനെയാണ് സ്നേഹിക്കുക,” കത്തുവലിച്ചുകീറിക്കൊണ്ട് നദ്യാ തീരുമാനിച്ചു.

ആ വിദ്യാർഥിയെക്കുറിച്ചും അവന്റെ പ്രേമത്തെക്കുറിച്ചും അവൾ ചിന്തിക്കാൻ തുടങ്ങി. പക്ഷേ, ഫലമെന്താണെന്നോ — അവളുടെ തല അങ്ങിങ്ങ് നീന്തിത്തുടിക്കുകയും അവൾക്ക് എല്ലാറ്റിനെയും കുറിച്ച് ഒരേ സമയം ചിന്തിക്കേണ്ടിവരികയും ചെയ്തു. അമ്മയെക്കുറിച്ച് തെരുവിനെ പറ്റി, പെൻസിലിനെയും പിയാനോവിനെയും കുറിച്ച്...

സന്തോഷത്തോടെ അവൾ ചിന്തിച്ചു. എല്ലാം സരളമാംവിധം അതിശയകരമാണെന്ന് കണ്ടെത്തുകയും ചെയ്തു. ഇത് വെറുമൊരു തുടക്കം മാത്രമാണ്. സന്തോഷം അവളോട് മന്ത്രിച്ചു. അധികനാൾ ചെല്ലുംമുമ്പ് കാര്യങ്ങളൊക്കെ ഇനി ഇതിനെക്കാൾ നന്നാകുകയും ചെയ്യും. വസന്തകാലം ഉടനെ വരാൻ പോകുന്നു. പിന്നെ വേനലും. അമ്മയും അവളും ഗോർണിയുടെ അടുത്തേക്കു പോകും. ഗോർണിക്ക് അവധി കിട്ടുകയും അദ്ദേഹം അവളോടൊപ്പം നൃത്തം ചെയ്തുകൊണ്ട് പൂന്തോട്ടത്തിൽ ചുറ്റി നടക്കുകയും ചെയ്യും. ഗ്രസ്ദ്യോവും വരും. അവർ ഒരുമിച്ച് പന്തടിച്ച് കളിക്കും. രസകരവും ഞെട്ടിപ്പിക്കുന്നതുമായ എന്തെല്ലാം പരാമർശങ്ങളായിരിക്കും അപ്പോൾ അവൻ നടത്തുക. പൂന്തോട്ടം, ഇരുട്ട്, തെളിഞ്ഞ ആകാശം, നക്ഷത്രങ്ങൾ... അവയ്ക്കെല്ലാം വേണ്ടി അവൾ അത്യധികമായ ഉൾതാപത്തോടെ ആഗ്രഹിച്ചു. ഒരിക്കൽക്കൂടി അവളുടെ തോളുകൾ ചിരികൊണ്ട് കുലുങ്ങി. മുറിക്കുള്ളിൽ കാഞ്ഞിരത്തിന്റെ മണം അനുഭവപ്പെടുന്നതായി അവൾക്കുതോന്നി. ഒരു മരക്കൊമ്പ് ജനാലയ്ക്കുമേൽ വന്നടിക്കുന്നതിന്റെ ശബ്ദം കേൾക്കുന്നതായും.

അവൾ ചെന്ന് അവളുടെ കിടക്കമേലിരുന്നു. അവളിൽ അമർന്നു താഴ്ന്ന അപാരമായ ആനന്ദത്തോട് താദാത്മ്യം പ്രാപിക്കേണ്ടതെങ്ങനെയെന്നറിയാതെ കിടക്കയുടെ അഗ്രഭാഗത്ത് തൂങ്ങിക്കിടന്ന ബിംബത്തിലേക്ക് അവൾ നോക്കിയിരുന്നു.

“പ്രഭോ, എത്ര വിസ്മയകരമായിരിക്കുന്നു!”

അവൾ പറഞ്ഞു.

റഷ്യൻ കഥ

മിഖായീൽ സോഷെൻകോ

കുളിമുറി

__മിഖായീൽ സോഷെൻകോ__ 1895-ൽ ഉക്രെയ്നിൽ ജനിച്ചു. റഷ്യൻ ആഭ്യന്തരയുദ്ധത്തിൽ പങ്കെടുത്തിട്ടുണ്ട്. 1920 കളിലും 30 കളിലുമായി സോഷെൻകോ നിരവധി ചെറുകഥകൾ പ്രസിദ്ധപ്പെടുത്തി. അദൃഷ്ടവിധാനത്തിന് (irony) ഊന്നൽ കൊടുത്തുകൊണ്ടുള്ള അദ്ദേഹത്തിന്റെ രചനകൾ നർമം നിറഞ്ഞവയാണ്. "പ്രത്യയശാസ്ത്രപരമായ തെറ്റുകളുടെ" പേരിൽ 1964-ൽ ശിക്ഷാനടപടികൾക്ക് വിധേയനായ സോഷെൻകോ 1958-ൽ അന്തരിച്ചു.

ഞങ്ങളുടെ കുളിമുറികൾ അത്ര മോശമല്ല. ഒരുവന് സുഖമായി കുളിച്ചുകയറാം. ഞങ്ങളുടെ കുളിമുറികൾക്ക് എന്തെങ്കിലും പ്രശ്നമുണ്ടെങ്കിൽ അത് ടിക്കറ്റുകളുടെ കാര്യത്തിൽ മാത്രമാണ്. കഴിഞ്ഞ ശനിയാഴ്ച ഞാൻ ഒരു കുളിമുറിയിൽ പോയി. അവർ എനിക്ക് രണ്ട് ടിക്കറ്റ് തന്നു. ഒന്ന് എന്റെ അഴുക്ക് വസ്ത്രങ്ങൾ വയ്ക്കുന്നതിനുള്ളത്. മറ്റേത് എന്റെ തൊപ്പിയും കോട്ടും സൂക്ഷിക്കുന്നതിനും.

നഗ്നനായ ഒരു മനുഷ്യൻ, പക്ഷേ, ടിക്കറ്റുകൾ എവിടെ വയ്ക്കും? നേരെചൊവ്വേ പറഞ്ഞാൽ — സ്ഥലമില്ല, പോക്കറ്റുകളില്ല. ചുറ്റും നോക്കൂ — വയറും കാലുകളും മാത്രം. ടിക്കറ്റുകളുടെ കാര്യത്തിൽ മാത്രമാണ് കുഴപ്പം. താടിയിൽ കെട്ടിവയ്ക്കാനും കഴിയില്ല.

ശരി രണ്ടും ഒരേസമയം നഷ്ടപ്പെടാതിരിക്കാൻവേണ്ടി ഓരോ

കാലിലും ഓരോ ടിക്കറ്റ് കെട്ടിവച്ചു ഞാൻ കുളിമുറിയിൽ കയറി.

എന്റെ കാലുകൾക്ക് ചുറ്റുമിരുന്ന് ടിക്കറ്റുകളിപ്പോൾ ചിറകനക്കുകയാണ്. അങ്ങനെ നടക്കുന്നത് അരോചകം തന്നെ. പക്ഷേ നടന്നേ തീരൂ. എന്തുകൊണ്ടെന്നാൽ, ബക്കറ്റെടുക്കണമല്ലോ. ബക്കറ്റില്ലാതെ എങ്ങനെ കുളിക്കാൻ പറ്റും? അതാണ് ഒരേയൊരു കുഴപ്പം.

ഞാൻ ഒരു ബക്കറ്റ് തിരയുകയാണ്. ഒരു പൗരൻ മൂന്ന് ബക്കറ്റുകളുമായി കുളിക്കുന്നത് ഞാൻ കാണുന്നു. ഒരെണ്ണത്തിൽ അയാൾ നിൽക്കുകയാണ്. രണ്ടാമത്തേതിൽ തല കഴുകുകയാണ്. ആരും എടുത്തുകൊണ്ടുപോകാതിരിക്കാൻ മൂന്നാമത്തേത് ഇടതുകൈയിൽ പിടിച്ചിരിക്കുകയുമാണ്.

ഞാൻ ആ മൂന്നാമത്തെ ബക്കറ്റിൽ പിടിച്ചുവലിച്ചു. എനിക്കതു വേണമായിരുന്നുവെന്നതത്രെ പ്രധാനം. പക്ഷേ അയാൾ അത് വിടില്ല.

"ഹേ, എന്തുവേണം നിങ്ങൾക്ക്" അയാൾ ഒച്ചയുണ്ടാക്കി. "മറ്റുള്ളവരുടെ ബക്കറ്റുകൾ മോഷ്ടിക്കുകയാണോ?" ഞാൻ വലിക്കുമ്പോൾ അങ്ങേർ പറയുന്നു. "കണ്ണുകൾക്കിടയിൽ ഞാൻ നിങ്ങൾക്ക് ഒരു *ബക്കറ്റ്* തരും. പിന്നെ നിങ്ങൾക്കത്ര സുഖമായിരിക്കില്ല."

"ഇത് സാർ ചക്രവർത്തിയുടെ ഭരണമല്ല"ഞാൻ പറഞ്ഞു. "ചുറ്റും നടന്ന് ആളുകളെ ബക്കറ്റുകൊണ്ടിടിക്കാൻ! അഹന്ത! വെറും അഹന്ത. മറ്റുള്ളവർക്കും കുളിക്കണം. നിങ്ങളിപ്പോൾ നാടകവേദിയിലൊന്നുമല്ല, കേട്ടോ."

പക്ഷേ അയാൾ പുറം തിരിച്ചുകൊണ്ട് പിന്നെയും കുളി തുടങ്ങുകയായി.

"അയാളുടെ തൃപ്തിയും പ്രതീക്ഷിച്ച് എനിക്കിങ്ങനെ കറങ്ങി നിൽക്കാൻ കഴിയില്ല. അടുത്ത മൂന്ന് ദിവസത്തേക്ക് അയാൾ ഇങ്ങനെ കുളിച്ചുകൊണ്ടിരിക്കാനാണ് സാധ്യത." അങ്ങനെ ചിന്തിച്ചുകൊണ്ട് ഞാൻ മുന്നോട്ടു നീങ്ങി.

ഒരു മണിക്കൂർ കഴിഞ്ഞ്, വാ പൊളിച്ചുനിൽക്കുന്ന ഒരു വയസ്സൻ കോമാളിയെ ഞാൻ കാണുന്നു. അയാളുടെ കൈകൾ ബക്കറ്റിൽ പിടിച്ചിട്ടില്ല. സോപ്പ് തിരയുകയാണോ, അതോ സ്വപ്നം കാണുകയാണോ അയാൾ? – എനിക്കറിയില്ല. അയാളുടെ ബക്കറ്റുമെടുത്തുകൊണ്ട് ഞാൻ ഓടി.

അങ്ങനെ ഇപ്പോൾ ഒരു ബക്കറ്റുകിട്ടി. പക്ഷേ, ഇരിക്കാൻ സ്ഥലമില്ല. നിന്നുകൊണ്ട് കുളിക്കുക – എന്തുതരം കുളിയാണത്? അതു മാത്രമാണ് ഒരു കുഴപ്പം.

ശരി ഞാൻ നിൽക്കുന്നു. ബക്കറ്റ് എന്റെ കൈയിൽ പിടിച്ചുകൊണ്ട് ഞാൻ എന്നെ കഴുകുകയാണ്.

എന്നാൽ, എനിക്കുചുറ്റും എല്ലാവരും ഭ്രാന്ത് പിടിച്ചതുപോലെ വസ്ത്രങ്ങൾ ഉരസി കഴുകുകയാണ്. ഒരുവൻ അയാളുടെ കാലുറകൾ കഴുകുന്നു. വേറൊരുവൻ അങ്ങേരുടെ അടിവസ്ത്രം ഉരച്ച് കഴുകുക

യാണ്. മൂന്നാമനാകട്ടെ എന്തോ പിഴിഞ്ഞ് കളയുകയാണ്. നല്ലവണ്ണം കുളിച്ച് തീരുമ്പോഴേക്കും അതാ പിന്നെയും അഴുക്ക് പുരളുന്നു. അവർ എന്റെ പുറത്ത് തെറിപ്പിക്കുകയാണ്. തന്തയില്ലാത്തവൻമാർ. ഉരച്ചും തിരുമ്മിയും കഴുകുന്നതിൽ നിന്നുള്ള ആ ശബ്ദമുണ്ടല്ലോ — അത് കുളിക്കുന്നതിന്റെ സന്തോഷം മുഴുവൻ എടുത്തുകളയുന്നു. സോപ്പ് എവിടെയാണ് ശബ്ദമുണ്ടാക്കുന്നത് എന്നുപോലും കേൾക്കാനാകുന്നില്ല. അതാണൊരു കുഴപ്പം.

"അവന്മാര് പോയി തുലയട്ടെ" ഞാൻ വിചാരിക്കുന്നു. "വീട്ടിൽ ചെന്ന് ഞാൻ കുളിച്ചുകരേറും."

ഞാൻ പൂട്ടുമുറിയിലേക്ക് ചെല്ലുന്നു. ഒരു ടിക്കറ്റ് അവിടെ കൊടുക്കുമ്പോൾ അവർ എനിക്ക് വസ്ത്രങ്ങൾ മടക്കിത്തരുന്നു. നോക്കുമ്പോൾ എല്ലാം എന്റേതുതന്നെ. പക്ഷേ കാലുറകൾ എന്റേതല്ല. "പൗരന്മാരെ," ഞാൻ പറയുന്നു, "എന്റേതിന് ഇവിടെ ദ്വാരമില്ലായിരുന്നു. എന്റേതിന്റെ ദ്വാരം അതാ അവിടെയാണ്."

പക്ഷേ സൂക്ഷിപ്പുകാരൻ പറയുന്നു :"ഞങ്ങളിവിടെ ഇരിക്കുന്നതേ, നിങ്ങളുടെ ദ്വാരങ്ങൾ നോക്കാനല്ല. ഇതെന്താ നാടകവേദിയോ മറ്റോ ആണോ?"

"ശരി. ഞാനീ കാലുറകൾ എടുത്തിടുകയാണ്. എന്റെ കോട്ട് മേടിക്കുവാൻ ഞാനിതാ പോകുന്നു. അവർ എനിക്ക് എന്റെ കോട്ട് തരില്ല. അവർക്ക് ടിക്കറ്റ് വേണം. ടിക്കറ്റ് ഞാൻ കാലിൽവച്ച് മറന്നിരുന്നു. ഇനി ഞാൻ തുണിയൂരണം. പാന്റ്സ് ഊരിമാറ്റി, ഞാൻ ടിക്കറ്റ് തിരയുകയാണ്. ടിക്കറ്റ് ഇല്ല. കാലിനുചുറ്റും കെട്ടിയിരുന്ന ചരടുണ്ട്. പക്ഷേ ടിക്കറ്റില്ല. ടിക്കറ്റ് കുളിക്കിടയിൽ നഷ്ടപ്പെട്ടു പോയിരുന്നു!

സൂക്ഷിപ്പുകാരന് ഞാനാ ചരട് കൊടുത്തു. അയാൾക്ക് അത് വേണ്ട.

"ഒരു ചരട് കൊടുത്താൽ ഒന്നും കിട്ടില്ല. ഒരു കഷ്ണം ചരട് മുറിച്ചുകൊണ്ടുവരാൻ ആർക്കും കഴിയും" അയാൾ പറയുന്നു.

"എല്ലാവർക്കും കൊടുത്തുതീർക്കാൻ മതിയായ കോട്ടുകളുണ്ടാവില്ല. എല്ലാവരും പോകുന്നതുവരെ കാത്തുനിൽക്കൂ. അവശേഷിക്കുന്നത് നിങ്ങൾക്ക് തരാം."

ഞാൻ പറയുന്നു: "നോക്കൂ, സഹോദരാ, അവശേഷിക്കുന്നത് മലിനമായിട്ടുള്ളത് വല്ലതുമാണെങ്കിലോ? ഇത് നാടകശാലയൊന്നുമല്ലല്ലോ? ഞാനത് നിങ്ങൾക്കായി തെരഞ്ഞുപിടിച്ച് തരാം. ഒരേ ഒരു കീശ, കീറിയതാണ്, വേറെ കീശയില്ല. ബട്ടണുകളുടെ കാര്യമാണെങ്കിൽ, മുകളിലത്തേത് അവിടെത്തന്നെയുണ്ട്. പിന്നെയുള്ളത് കാണാനില്ല." ഏതായാലും അയാൾ കുപ്പായം എനിക്കുതന്നു. പക്ഷേ, ചരട് എടുത്തില്ല.

ഞാൻ വസ്ത്രം ധരിച്ചു. തെരുവിലേക്ക് ചെന്നു. പെട്ടെന്ന് ഓർത്തു. സോപ്പ് മറന്നു!

ഞാൻ വീണ്ടും മടങ്ങിചെന്നു. കോട്ടുമിട്ടുകൊണ്ട് അകത്തുകടക്കാൻ അവർ എന്നെ അനുവദിക്കില്ല.

"തുണിയഴിച്ചുവെക്കൂ," അവർ പറയുന്നു.

"നോക്കൂ, പൗരൻമാരെ. മൂന്നാമതൊരിക്കൽക്കൂടി തുണിയഴിക്കാൻ എനിക്കുപറ്റില്ല. ഇത് നാടകവേദിയൊന്നുമല്ല," ഞാൻ പറയുന്നു. "സോപ്പിന്റെ വിലയെങ്കിലും നൽകൂ, കുറഞ്ഞപക്ഷം."

ഒന്നും ചെയ്യുന്നില്ല.

ഒന്നും ചെയ്യുന്നില്ല — ശരി. സോപ്പില്ലാതെ ഞാൻ പോന്നു.

ലോകാചാരമൊക്കെ പരിചയിച്ച വായനക്കാരന് തീർച്ചയായും കാര്യമറിയാൻ ജിജ്ഞാസയുണ്ടാകും. എന്തുതരം കുളിയായിരുന്നു ഇത്? എവിടെയായിരുന്നു അതിന്റെ സ്ഥാനം? മേൽവിലാസമെന്ത്?

എന്തുതരം കുളിമുറിയെന്നോ? സാധാരണ തരത്തിലുള്ളത്. അതിനകത്ത് കയറാൻ പത്ത് *കോപെക്സ്** കൊടുക്കണം.

---

* റഷ്യൻ നാണയം.

റഷ്യൻ കഥ

വാർലോം ഷാലമോവ്

രാത്രിയിൽ

*തടവറജീവിതത്തെക്കുറിച്ചുള്ള **വാർലോം ഷാലമോവി**ന്റെ (1907-1982) കഥകൾ സോവിയറ്റ് യൂണിയനിൽ സ്വകാര്യമായിട്ടായിരുന്നു പ്രചരിച്ചത്. Kolyama Tales എന്ന പേരിലാണ് അവ പടിഞ്ഞാറൻ നാടുകളിൽ ഇറക്കിയത്.*

അത്താഴം കഴിഞ്ഞു. ഗ്ലെബോവ് പതുക്കെ കിണ്ണം നക്കിത്തുടച്ചു. മേശപ്പുറത്തുനിന്നും റൊട്ടിപ്പൊടി ക്രമത്തിൽ ഇടതുകൈയിലേക്കു തൂത്തിട്ടു. ഉമിനീരിന്റെ കട്ടിയുള്ള പാളിയിൽ ആർത്തിയോടെ പൊതിയപ്പെട്ട് വായ്ക്കകത്ത് വിഴുങ്ങാതെ കിടന്ന റൊട്ടിയുടെ പൊട്ടും പൊടിയും അയാൾ സ്പർശിച്ചനുഭവിച്ചു. അതിന്റെ രുചി കൊള്ളാമായിരുന്നെന്നോ ഇല്ലെന്നോ ഗ്ലെബോവിന് പറയാൻ കഴിയുമായിരുന്നില്ല. രുചി എന്നത് തികച്ചും വ്യത്യസ്തമായ ഒരു കാര്യമായിരുന്നു. എല്ലാറ്റിനെയും വിസ്മൃതിയിലേക്കു തള്ളിയ ഉൾത്താപതീക്ഷ്ണമായ വികാരക്ഷോഭത്തോട് അതിനെ താരതമ്യം ചെയ്യുക വയ്യ. ഗ്ലെബോവിന് വിഴുങ്ങാൻ ധൃതിയൊന്നുമില്ലായിരുന്നു. വായ്ക്കുള്ളിലിരുന്നലിഞ്ഞുകൊണ്ട് റൊട്ടി താനെ അപ്രത്യക്ഷമായി.

കുഴികൾക്കുള്ളിൽ കിടന്നു തിളങ്ങിയ ബാഗ്രെറ്റ്സോവിന്റെ കണ്ണു

കൾ ഗ്ലെബോവിന്റെ വായ്ക്കുള്ളിലേക്കു തടസ്സമൊന്നും കൂടാതെ തുറിച്ചുനോക്കി. മറ്റൊരാളുടെ വായ്ക്കുള്ളിൽ അപ്രത്യക്ഷമാകുന്ന ഭക്ഷണത്തിൽ നിന്നും കണ്ണുകളെ പിന്തിരിപ്പിക്കാനുള്ള ശക്തി അവർക്കാർക്കുമുണ്ടായിരുന്നില്ല. ഗ്ലെബോവ് ഉമിനീരു വിഴുങ്ങി. ബാഗ്രെറ്റ്സോവ് തന്റെ നോട്ടം ഉടനെതന്നെ ചക്രവാളത്തിലേക്കു തിരിച്ചു– അവിടെ ഓറഞ്ച് നിറത്തിലുള്ള വലിയ ചന്ദ്രൻ ആകാശത്തേയ്ക്കു ഇഴഞ്ഞിഴഞ്ഞ് വരുന്നുണ്ടായിരുന്നു.

"സമയമായി," ബാഗ്രെറ്റ്സോവ് പറഞ്ഞു: വലിയ ഒരു പാറയിലേക്കുള്ള പാതയിലൂടെ പതുക്കെ അവർ പുറപ്പെട്ടു. എന്നിട്ട് മല ചുറ്റിപോകുന്ന ചെറിയ ഒരു മുകപ്പിലേക്ക് കയറി. സൂര്യൻ അസ്തമിച്ചിട്ട് അധികനേരമായിരുന്നില്ല. എങ്കിലും, പകൽസമയത്ത്, റബ്ബർപാദുകങ്ങൾക്കുള്ളിലെ നഗ്നമായ കാലടികളെപോലും പൊള്ളിച്ച പാറകളിൽ തണുപ്പിറങ്ങിയിരുന്നു. ഗ്ലെബോവ് തന്റെ പതുപതുത്ത ജാക്കറ്റിന്റെ ബട്ടണുകളിട്ടു. നടത്തയിൽനിന്നും ചൂടൊന്നും കിട്ടിയിരുന്നില്ല.

"അത് വളരെ അകലെയാണോ?" അയാൾ പിറുപിറുത്തുകൊണ്ട് ചോദിച്ചു.

"കുറച്ച്," ബാഗ്രെറ്റ്സോവ് ശാന്തമായി മറുപടി പറഞ്ഞു.

അവർ വിശ്രമിക്കാനായി ഇരുന്നു. പറയാനും ചിന്തിക്കാനുമായി അവർക്ക് യാതൊന്നുമുണ്ടായിരുന്നില്ല – എല്ലാം വ്യക്തവും ലളിതവുമായിരുന്നു. ആ മുകപ്പിന്റെ ഒരറ്റത്ത് നിരപ്പായ സ്ഥലത്ത് കുഴിച്ചെടുത്ത കല്ലുകൾ കൂനകളായി കിടന്നു. തടത്തിൽ നിന്നു പറിച്ചുമാറ്റിയ, ഉണങ്ങുന്ന പായലും അവിടെ ഉണ്ടായിരുന്നു.

"എനിക്കുതന്നെ കൈകാര്യം ചെയ്യാവുന്നതായിരുന്നു ഇത്," ബാഗ്രെറ്റ്സോവ് ചുണ്ടുകൾ കോട്ടി ചിരിച്ചു. "പക്ഷേ നമ്മൾ രണ്ടുപേരുണ്ടെങ്കിൽ പണി കൂടുതൽ ഉല്ലാസപ്രദമായിരിക്കും. പിന്നെ, നീ പഴയ ഒരു ചങ്ങാതിയാണല്ലോ എന്ന് നിനയ്ക്കുകയും ചെയ്തു."

പോയവർഷം അവരെ രണ്ടുപേരെയും ഒരു കപ്പലിൽ തന്നെയായിരുന്നു കൊണ്ടുവന്നിരുന്നത്.

ബാഗ്രെറ്റ്സോവ് നിന്നു: "ഇറങ്ങൂ, ഇല്ലെങ്കിൽ അവർ നമ്മെ കാണും."

കിടന്നിട്ട് അവർ കല്ലുകൾ വശത്തേക്കു മാറ്റുവാൻ തുടങ്ങി. അവർക്ക് രണ്ടുപേർക്കുംകൂടി എടുത്തുമാറ്റാൻ കഴിയാത്തത്ര വലുപ്പമുള്ളതായിരുന്നില്ല പാറകളൊന്നുപോലും. അന്നുരാവിലെ അവയെല്ലാം അവിടെ കൂനകൂട്ടിയവർ ഗ്ലെബോവിനെക്കാൾ ശക്തരായിരുന്നില്ലല്ലോ.

ബാഗ്രെറ്റ്സോവ് പതിയെ ശപിച്ചു. അയാളുടെ വിരൽ മുറിഞ്ഞ് ചോര ഒഴുകുന്നുണ്ടായിരുന്നു.

അയാൾ മുറിവിൽ മണൽ വിതറിയിട്ട് ജാക്കറ്റിൽ സൂക്ഷിച്ചിരുന്ന തുണിയിൽനിന്നും അൽപ്പം ചീന്തിയെടുത്ത് മുറിവിൽ അമർത്തിപ്പിടിച്ചു. പക്ഷേ രക്തം നിന്നില്ല.

"നല്ലവണ്ണം കട്ടപിടിക്കുന്നില്ല." ഗ്ലെബോവ് അലക്ഷ്യമായി പറഞ്ഞു.

"താൻ ഡോക്ടറാണോ?" മുറിവ് ഊറിക്കുടിച്ചുകൊണ്ട് ബാഗ്രെറ്റ്സോവ് ചോദിച്ചു.

ഗ്ലെബോവ് നിശ്ശബ്ദനായി ഇരുന്നു. അയാൾ ഒരു ഡോക്ടറായിരുന്ന കാലം വളരെ അകലെയാണെന്ന് തോന്നി. അത് എപ്പോഴെങ്കിലും ഉണ്ടായിരുന്നുവോ? മലകൾക്കും കടലിനും അപ്പുറത്തുള്ള ലോകം മിക്കവാറും, സ്വപ്നത്തിൽ നിന്നുള്ള എന്തോ ഒന്നുപോലെ, അയഥാർഥമായി തോന്നി. നിമിഷവും മണിക്കൂറും ദിവസവുമായിരുന്നു യഥാർഥം — ആദ്യത്തെ സൈറൺ മുഴങ്ങുന്നതു മുതൽ പണി അവസാനിക്കുന്നതുവരെ. അതിനപ്പുറമൊന്നും അയാൾ ഊഹിച്ചില്ല. ഊഹിക്കാനുള്ള ശക്തി ഉണ്ടായിരുന്നില്ല താനും. മറ്റാർക്കുംതന്നെ ഉണ്ടായിരുന്നില്ല.

തനിക്കു ചുറ്റും കൂടിയവരുടെ കഴിഞ്ഞകാലം അയാൾ അറിഞ്ഞില്ല. അറിയണമെന്നും ഇല്ലായിരുന്നു. നാളെ ബാഗ്രെറ്റ്സോവ് തനിക്ക് ഗവേഷണബിരുദമുണ്ടെന്നോ വ്യോമയാന വകുപ്പിൽ മാർഷലാണെന്നോ പ്രഖ്യാപിക്കുകയാണെങ്കിൽ രണ്ടാമതൊന്ന് ചിന്തിക്കാതെ ഗ്ലെബോവ് അയാളെ വിശ്വസിക്കും. താൻ ശരിക്കും ഒരു ഡോക്ടർ തന്നെയായിരുന്നുവോ? വിധി തീർപ്പിനുള്ള ശീലം മാത്രമല്ല നിരീക്ഷണ ശീലവും നഷ്ടമായിരുന്നു. മുറിവിൽ നിന്നും ബാഗ്രെറ്റ്സോവ് രക്തം ഊറ്റിക്കുടിക്കുന്നത് ഗ്ലെബോവ് നോക്കിയിരുന്നുവെങ്കിലും ഒന്നും പറഞ്ഞില്ല. സാഹചര്യം അയാളുടെ ബോധമണ്ഡലത്തിന് കുറുകെ തെന്നിയകന്നു. എന്നാൽ പ്രതികരിക്കുവാനുള്ള ഇച്ഛയെ തന്റെ ഉള്ളിൽ തിരയുവാനോ കണ്ടെത്തുവാനോ അയാൾക്ക് കഴിഞ്ഞില്ല. ഉള്ളിൽ അവശേഷിച്ച ബോധത്തിന് — ഒരുവേള മാനുഷികമെന്ന് പറയാനാകാത്ത ബോധത്തിന് — വളരെ കുറച്ച് മുഖങ്ങളെ ഉണ്ടായിരുന്നുള്ളൂ. ഇപ്പോൾ ഇത് ഒരേയൊരു ലക്ഷ്യത്തിലേക്ക് നീങ്ങിയിരിക്കുകയാണ്. കല്ലുകൾ എത്രയും വേഗം നീക്കംചെയ്യുക എന്ന ലക്ഷ്യത്തിലേക്ക്.

"അതിന് ആഴമുണ്ടോ?" വിശ്രമത്തിനായി നിർത്തിയപ്പോൾ ഗ്ലെബോവ് ചോദിച്ചു.

"അതിനെങ്ങനെ ആഴമുണ്ടാകും?" ബാഗ്രെറ്റ്സോവ് മറുപടി നൽകി.

തന്റെ ചോദ്യം അർഥശൂന്യമാണെന്ന് ഗ്ലെബോവ് തിരിച്ചറിഞ്ഞു. ആ ദ്വാരത്തിന് തീർച്ചയായും ആഴം കാണില്ല.

"ഇതാ അവൻ," ബാഗ്രെറ്റ്സോവ് പറഞ്ഞു. ഒരു മനുഷ്യന്റെ കാൽവിരലിൽ തൊടാനായി അയാൾ മുന്നോട്ടാഞ്ഞു. കാലിലെ വലിയ പെരുവിരൽ പാറകൾക്കിടയിൽനിന്നും പുറത്തേക്കു തുറിച്ചുനിന്നു. നിലാവെളിച്ചത്തിൽ അത് വളരെ വ്യക്തമായി കാണുവാൻ കഴിയുമായിരുന്നു. ഗ്ലെബോവിന്റെയും ബാഗ്രെറ്റ്സോവിന്റെയും കാലുകളിലെ പെരുവിരലിൽ നിന്നും വ്യത്യസ്തമായിരുന്നു ആ പെരുവിരൽ. — എന്നാൽ ജീവനറ്റ് മരവിച്ചതായിരുന്നു ആ പെരുവിരൽ എന്നതിൽ അവയ്ക്കിട

യിൽ വലിയ ഭിന്നതയൊന്നുമുണ്ടായിരുന്നില്ല. മരിച്ച പെരുവിരലിന്റെ നഖം മുറിച്ചിരുന്നു. ആ പെരുവിരലാണെങ്കിൽ ഗ്ലെബോവിന്റേതിനെക്കാൾ തടിച്ച് മാർദ്ദവമേറിയതായിരുന്നു. മൃതശരീരത്തിനുമേൽ കൂനകൂട്ടിയിരുന്ന കല്ലുകൾ അവർ വേഗത്തിൽ എടുത്തു മാറ്റിയിട്ടു.

"അവൻ യുവാവാണ്," ബാഗ്രെറ്റ്സോവ് പറഞ്ഞു. അവർ രണ്ടുപേരുംകൂടി ശവം കല്ലറയിൽനിന്നു പുറത്തേക്കു വലിച്ചിട്ടു.

"തടിച്ച് ആരോഗ്യവാനാണല്ലോ ഇവൻ," ഗ്ലെബോവ് കിതച്ചുകൊണ്ട് പറഞ്ഞു.

"അവൻ അത്രയ്ക്കു കൊഴുത്തിട്ടില്ലായിരുന്നുവെങ്കിൽ, നമ്മെ മറവുചെയ്യുമ്പോലെ മാത്രമേ അവർ അവനെയും മറവുചെയ്യുമായിരുന്നുള്ളൂ. പിന്നെ നമുക്ക് ഇന്ന് ഇവിടെ വരേണ്ടി വരികയുമില്ലായിരുന്നു." ബാഗ്രെറ്റ്സോവ് പറഞ്ഞു.

അവർ ആ ശവത്തെ നിവർത്തി നേരെയാക്കി. എന്നിട്ട് ഉടുപ്പ് വലിച്ചൂരിയെടുത്തു.

"അടിവസ്ത്രം പുത്തൻ പോലിരിക്കുന്നു, കേട്ടോ," ബാഗ്രെറ്റ്സോവ് സംതൃപ്തിയോടെ പറഞ്ഞു.

ആ അടിവസ്ത്രം ഗ്ലെബോവ് തന്റെ ജാക്കറ്റിനടിയിൽ ഒളിപ്പിച്ചു.

"അതു ധരിക്കുന്നതാണ് നല്ലത്," ബാഗ്രെറ്റ്സോവ് പറഞ്ഞു.

"ഇല്ല, വേണ്ട," ഗ്ലെബോവ് പിറുപിറുത്തു.

ശവം കല്ലറയിൽ തിരികെ വച്ചശേഷം അവരതിനെ കല്ലുകൾകൊണ്ടു മൂടി.

ഉയർന്നുപൊങ്ങിക്കൊണ്ടിരുന്ന ചന്ദ്രന്റെ നിലാവെളിച്ചം പാറകളിലും ചെറിയ പൈൻമരക്കാടുകളിലും പതിച്ചു. ഉന്തിനിന്നിരുന്ന പാറകളോരോന്നും വെളിച്ചത്തിൽ തെളിഞ്ഞു. പകൽ സമയത്ത് കണ്ടതിൽനിന്നും വ്യത്യസ്തമായ മറ്റൊരു ഛായയിൽ ഓരോ മരവും കാണായി. എല്ലാം യഥാർഥമായി തോന്നിയെങ്കിലും പകൽ സമയത്തിലേതിനെക്കാൾ ഭിന്നമായിരുന്നു അവ. ലോകത്തിന് ഒരു രണ്ടാം മുഖമുള്ളതുപോലെയായിരുന്നു, ഒരു നിശാമുഖം.

മരിച്ചയാളുടെ അടിവസ്ത്രം, ഗ്ലെബോവിന്റെ ജാക്കറ്റിനടിയിൽ, ഊഷ്മളമായിരുന്നു. അത് അയാൾക്ക് അന്യമായി തോന്നിയില്ല.

"എനിക്കൊന്നു പുകവലിക്കണം," ഗ്ലെബോവ് പറഞ്ഞു, സ്വപ്നത്തിലെന്നപോലെ.

"നാളെ നിനക്ക് പുകവലിക്കാം."

ബാഗ്രെറ്റ്സോവ് പുഞ്ചിരിച്ചു. നാളെ അവർ ആ അടിവസ്ത്രം വിൽക്കും. അതായത് അതുകൊടുത്ത് റൊട്ടിയും സാധിച്ചാൽ ഇത്തിരി പുകയിലയും അവർ വാങ്ങിക്കും.

ഇറ്റാലിയൻ കഥ

ലൂയി പിരാന്ദെലോ

തൃണദലമൃദുസ്പർശം

*ഇറ്റാലിയൻ നാടകകർത്താവും നോവലിസ്റ്റും ചെറുകഥാകൃത്തുമായ **ലൂയി പിരാന്ദെലോ** 1867-ൽ ജനിച്ചു. കുടുംബാന്തരീക്ഷത്തിൽ അടിക്കടിയുണ്ടായ ദൗർഭാഗ്യങ്ങളാണ് അദ്ദേഹത്തെ തീവ്രമായ സാഹിത്യരചനാ പ്രവർത്തനത്തിന് പ്രേരിപ്പിച്ചത്. കവിതകൾ, ചെറുനോവലുകൾ, ചെറുകഥകൾ, നാടകങ്ങൾ, നിരൂപണലേഖനങ്ങൾ ഇങ്ങനെ പലതും ആ തൂലികയിൽനിന്നും വാർന്നുവീണു. **ഗ്രന്ഥകർത്താവിനെതേടി ആറ് കഥാപാത്രങ്ങൾ (Six Characters in Search of an Author)** എന്ന നാടകമാണ് പിരാന്ദെലോവിനെ വിശ്വവിഖ്യാതനാക്കിയത്. തുടർന്ന് പ്രസിദ്ധപ്പെടുത്തിയ **Each in His Own Way** (1925), **Tonight We Improvise** (1932) എന്നീ നാടകങ്ങളുംകൂടി ചേർന്നതാണ് പിരാന്ദെലോയുടെ പ്രസിദ്ധമായ നാടകത്രയം. വ്യക്തിത്വത്തിന്റെ നിഗൂഢതകൾ, സത്യത്തെയും യാഥാർഥ്യത്തേയും സംബന്ധിച്ച സന്ദേഹങ്ങൾ, സാമൂഹികവും വൈയക്തികവുമായ മിത്തുകൾ സ്വയം സൃഷ്ടിച്ച് അതനുസരിച്ച് ജീവിക്കാനുള്ള മനുഷ്യവാസനകൾ — ഇതൊക്കെ അദ്ദേഹത്തിന്റെ പ്രമേയങ്ങളാണ്.*

അടുത്ത മുറിയിൽ ഒരു വലിയ കസേരയിലിരുന്ന് ഉറങ്ങുകയായിരുന്നു അയാൾ. അവർ അതിനകത്തേക്കു ചെന്നു. ശവപ്പെട്ടിയുടെ മൂടി ഇടുന്നതിനുമുമ്പ് അവസാനമായി അവളെ ഒന്നുകാണുന്നുവോ എന്നു ചോദിക്കുവാൻ.

"ഇരുട്ടാണല്ലോ, സമയമെന്തായി?" അയാൾ ചോദിച്ചു.

നേരം പുലർന്ന് മണി ഒൻപതുമുപ്പതായിരുന്നു. പക്ഷേ ആകാശം മേഘാവൃതവും വെളിച്ചം മങ്ങിയതും. ശവസംസ്കാരം പത്തുമണിക്കെന്നു നിശ്ചയിച്ചിരുന്നു.

ചത്തകണ്ണുകളുയർത്തി സീന്യോർപാർഡി അവരെ തുറിച്ചുനോക്കി. രാത്രി മുഴുവനും സുഖത്തോടെ സുദീർഘമായി ഉറങ്ങുവാൻ കഴിയുമായിരുന്നു അയാൾക്ക് എന്നുതോന്നിയില്ല. ഈ അവസാന ദിവസങ്ങളിലെ ദുഃഖത്താലും ഉറക്കംകൊണ്ടും അയാൾ അപ്പോഴും മരവിച്ചിരുന്നു. നേർത്ത വെളിച്ചത്തിൽ തന്റെ കസേരയ്ക്കുചുറ്റും കൂടിയിരിക്കുന്ന അയൽക്കാരുടെ മുഖങ്ങളിൽനിന്നും തന്റെ മുഖം കൈപൊത്തി മറയ്ക്കണമെന്നയാൾക്കു തോന്നി. എന്നാൽ ഉറക്കം അയാളുടെ ശരീരത്തിൽ ഈയക്കട്ടിപോലെ കനത്തുതൂങ്ങിയിട്ടുണ്ടായിരുന്നു. എഴുന്നേൽക്കുവാനായി കാൽവിരലുകൾ തരിച്ചുവെങ്കിലും ഉടനെതന്നെ അതടങ്ങി. ഇനിയും ദുഃഖത്തിന് വഴിമാറിക്കൊടുക്കണമോ? അയാൾ ഉറക്കെ പറഞ്ഞുപോയി, "എപ്പോഴും..." പുതപ്പുകൾക്കിടയിൽ ഉറക്കത്തിലേക്കു മടങ്ങുവാൻ അടങ്ങിക്കൂടുന്ന ഒരാളെപ്പോലെയാണ്, പക്ഷേ, അയാൾ അതു പറഞ്ഞത്. ചോദ്യരൂപേണ അവരെല്ലാവരും അയാളെനോക്കി. "എപ്പോഴും എന്ത്?"

'എപ്പോഴും ഇരുട്ടാണ്, പകലുപോലും' എന്നയാൾക്ക് പറയണമായിരുന്നു. എന്നാൽ അതിൽ അർഥമുണ്ടെന്ന് തോന്നിയില്ല. അവളുടെ മരണത്തിനുശേഷമുള്ള ദിവസത്തെ അവളുടെ ശവസംസ്കാരത്തിന്റെ ദിവസത്തെ ഈ വിളറിയ വെളിച്ചവും അടുത്തമുറിയിൽ അവൾ മരിച്ചുകിടക്കവെയുള്ള തന്റെ കടുത്ത ഉറക്കവുമെല്ലാം അയാൾ എപ്പോഴും ഓർമ്മിക്കും. ഒരുവേള ജനാലകൾ...

"ജനാലകൾ?"

അതെ, അവയെല്ലാം അപ്പോഴും അടഞ്ഞുകിടക്കുകയായിരുന്നു. രാത്രി അവയൊന്നും തന്നെ തുറന്നിരുന്നില്ല. ഇറ്റുവീഴുന്ന ആ വലിയ മെഴുകുതിരികളുടെ ഊഷ്മളമായ ജ്വലനം അപ്പോഴും തങ്ങിനിൽപ്പുണ്ടായിരുന്നു. കിടക്ക എടുത്തുമാറ്റിയിരുന്നു. അവളാകട്ടെ ആ ശവപേടകത്തിന്റെ പതുപതുത്ത ഉള്ളറയിൽ ക്രീം നിറമുള്ള സാറ്റിൻ തുണിയുടെ പശ്ചാത്തലത്തിൽ ചാരനിറമാർന്ന് പരുഷഭാവത്തോടെ കിടന്നു.

ഇല്ല. മതി. അവളെ അയാൾ കണ്ടതാണല്ലോ.

അയാൾ കണ്ണുകളടച്ചു. അടുത്ത ദിവസങ്ങളിൽ ശരിക്കും കരഞ്ഞിരുന്നതിനാൽ അവ രണ്ടും പൊള്ളിനീറുന്നുണ്ടായിരുന്നു. മതി. അയാൾക്ക് ഉറക്കം കിട്ടിയിരുന്നു. ആ ഉറക്കത്തോടൊപ്പം എല്ലാം ഒഴുകിപ്പോവുകയും ചെയ്തിരിക്കുന്നു. ഇപ്പോൾ അയാൾക്ക് നല്ല വിശ്രമസുഖം അനുഭവപ്പെട്ടു. ഒപ്പം വിഷാദനിർഭരമായ ശൂന്യതയും. തന്റെ കഴിഞ്ഞകാല ജീവിതത്തിന്റെ എല്ലാം അടക്കം ചെയ്ത ശവപേടകമടച്ച് എടുത്തുകൊണ്ട് പോയിടട്ടെ.

പക്ഷേ, അവൾ അപ്പോഴും അവിടെ ഉണ്ടായിരുന്നതിനാൽ.....

അയാൾ ചാടിയെഴുന്നേറ്റുവെങ്കിലും കാലുകളുറച്ചില്ല. അവർ അയാളെപിടിച്ചു. തുറന്ന ശവപ്പെട്ടിയുടെ അടുത്തേക്ക് തന്നെ നയിച്ചുകൊണ്ട് പോകുവാൻ അപ്പോഴും അടഞ്ഞ് തന്നെയിരുന്ന കണ്ണുകളോടെ, അയാൾ അവരെ അനുവദിച്ചു. കണ്ണുതുറന്ന് അവളെ കണ്ടപ്പോൾ അയാൾ അവളെ പേരു ചൊല്ലി വിളിച്ചു. തനിക്കുവേണ്ടി മാത്രം ജീവിച്ച അവളുടെ ആ പേര്. അവർ ഒരുമിച്ച് പങ്കിട്ട ജീവിതത്തിന്റെ എല്ലാ തികവോടും കൂടി അയാൾ അവളെ അറിയുകയും കാണുകയും ചെയ്ത ആ പേര്. മരണത്തിൽ നിശ്ചലയായിക്കിടന്ന അവളെ തുറന്ന കണ്ണുകളോടെ നോക്കുവാൻ ധൈര്യപ്പെട്ട മറ്റുള്ളവരെ അയാൾ വിമ്മിട്ടത്തോടെ നോക്കി. അവർ അവളെപ്പറ്റി എന്തറിഞ്ഞു? അവളില്ലാതാകുന്നത് അയാളെ എങ്ങനെ ബാധിക്കുമെന്നതിനെക്കുറിച്ച് അവർക്ക് സങ്കൽപ്പിക്കുവാൻപോലും ആകുമായിരുന്നില്ല. അയാൾക്ക് ഉറക്കെ നിലവിളിക്കണമെന്നു തോന്നി. അക്കാര്യം വ്യക്തമാകുകയും ചെയ്തിരിക്കണം. അതുകൊണ്ടാണല്ലോ മകൻ അയാളെ ധൃതിയിൽ അകറ്റിക്കൊണ്ടുപോയത്. ഇതിന്റെ അർഥം മനസിലാക്കുവാൻ അയാൾ ഒട്ടും വൈകിയില്ല. വിവസ്ത്രനാക്കപ്പെട്ട ഒരനുഭവമുണ്ടാകുന്നതുപോലത്തെ തണുപ്പും വിറയലും അയാൾക്കനുഭവപ്പെടുകയും ചെയ്തു. നാണക്കേടിന് — ആ മൂഢൻ ആശയങ്ങൾ അവസാന നിമിഷം വരേക്കും, രാത്രി മുഴുവൻ നീണ്ട അയാളുടെ ഉറക്കത്തിനുശേഷം ഉണ്ടാകുന്നു. ഇനി അവർ ധൃതി കൂട്ടണം, ശവപേടകത്തെ കുരിശുപള്ളിവരെയ്ക്കും അനുഗമിക്കുവാൻ വന്ന സുഹൃത്തുക്കളെ ഇനിയും വിഷമിപ്പിച്ചുകൂടാ.

"വരൂ, പപ്പാ ബുദ്ധിമോശം കാണിക്കാതെ."

ദേഷ്യത്തോടെ, ദീനമായ കണ്ണുകളോടെ വിയോഗദുഃഖിതനായ അയാൾ അയാളുടെ തടിച്ച കസേരയിലേക്ക് മടങ്ങി.

ബുദ്ധിമോശം കാണിക്കരുത്, ശരിയാണ്, വാക്കുകളിലൂടെയോ പ്രവൃത്തികളിലൂടെയോ വിശദമാക്കാൻ കഴിയാത്ത, ഉള്ളിൽ നിറഞ്ഞുപൊന്തിയ വേദനയും വിഷമവും ഓർത്ത് കരഞ്ഞ് കണ്ണീരൊഴുക്കുന്നതിലർഥമില്ല. ഭാര്യയെ ഓർത്ത് ദാഹാർത്തനാകുന്ന ഒരാൾ ഒരു പ്രായത്തിൽ വിഭാര്യനാകുമ്പോഴനുഭവിക്കുന്ന നഷ്ടവും ഒരു പ്രായമൊക്കെ ആയതിനുശേഷം — ഒരു ഘട്ടത്തിൽ — സമയോചിതമെന്നുപോലും പറയാവുന്ന ഒരു പ്രായത്തിൽ -- മകൻ അനാഥനാകുമ്പോൾ അയാൾക്കുള്ള നഷ്ടവും — ഒരുപോലെയാകുമോ? അവൻ വിവാഹിതനാകുവാൻ പോകുന്നതുകൊണ്ട് സമയോചിതം തന്നെ. മൂന്നുമാസത്തെ ദുഃഖാചരണംകൂടി കഴിയുമ്പോൾ വീട്ടുകാര്യങ്ങളൊക്കെ നോക്കിക്കൊണ്ടുപോകുവാൻ അവർ രണ്ടുപേരെയും സംബന്ധിച്ച് ഒരു സ്ത്രീയുണ്ടാകുക എന്നത് ഏറ്റവും നല്ലതാണെന്ന അധികന്യായവും കൂടി അവനു പറയാനുണ്ടാകും.

"പാർഡി! പാർഡി!" പ്രവേശന മുറിയിൽ നിന്നും അവർ ഉറക്കെ വിളിച്ചു.

അവർ വിളിക്കുന്നത് തന്നെയല്ല തന്റെ മകനെയാണെന്ന് ആദ്യമായിട്ട് വ്യക്തമായി മനസിലാക്കിയപ്പോൾ അയാളുടെ വിറയൽ കൂടുതൽ തീക്ഷ്ണമായി. ഇനിമുതൽ അവരുടെ കുടുംബപ്പേര് തന്നെക്കാൾ തന്റെ മകന് അവകാശപ്പെട്ടതാണ്. അയാളാണെങ്കിലോ ഒരു വിഡ്ഢിയെപ്പോലെ, അവളുടെ ജീവിക്കുന്ന പേരുവിളിച്ച് കണ്ണീരൊഴുക്കുവാൻ അവിടെ പോകുകയും ചെയ്തിരുന്നു. ഒരു അശുദ്ധീകരണക്രിയപോലെ നാണക്കേടിന്! അതെ, തന്നെ എല്ലാത്തരം അശുദ്ധിയിൽനിന്നും കഴുകി ശുദ്ധിയാക്കിയ ആ നീണ്ട ഉറക്കത്തിനുശേഷം, നിഷ്പ്രയോജനങ്ങളും മണ്ടത്തരങ്ങളുമായ ആശയങ്ങളെ അയാൾ ഇപ്പോൾ തിരിച്ചറിഞ്ഞിരിക്കുന്നു.

അവരുടെ പുതിയ ഭവനം ക്രമീകരിക്കേണ്ടതെങ്ങനെയെന്ന ജിജ്ഞാസയാണ് ഇനി അയാളെ മുന്നോട്ട് നയിക്കുന്ന സുപ്രധാന വസ്തു. ഉദാഹരണത്തിന്, അവർ അയാളെ എവിടെയായിരിക്കും ഉറങ്ങാൻ അനുവദിക്കുക? ആ വലിയ ഡബിൾബഡ്സ് എടുത്തു മാറ്റിയിട്ടുണ്ടായിരുന്നു. അയാൾക്ക് ഒരു ചെറിയ കിടക്കയാകുമോ കൊടുക്കുക? അയാൾ അതിശയിച്ചു. അതേ, ചിലപ്പോൾ അയാളുടെ മകന്റെ സിംഗിൾബഡ്സ്. ഇനി അയാൾക്കുണ്ടാവുക ആ ചെറിയ കിടക്കയാകും. വലിയ കിടക്കയിൽ മകനിതാ കിടക്കുവാൻ പോകുന്നു. കൈയെത്തുന്ന ദൂരത്ത് അടുത്തുതന്നെ അവന്റെ ഭാര്യയുമുണ്ടാകും. തന്റെ കൊച്ചു കിടക്കയിൽ തനിച്ചുകിടന്നുകൊണ്ട് അയാൾ കൈകൾ നേർത്ത അന്തരീക്ഷത്തിലേക്കു നീട്ടും.

ചൈതന്യമറ്റ് അന്ധാളിച്ചവനായി അയാൾ നിന്നു. അയാളുടെ ഉള്ളിലും ചുറ്റിലുമായി നിശ്ശൂന്യതയുടെ ഒരു പ്രകമ്പനം ഉണ്ടായി. ദീർഘനേരം ഇരുന്നതിന്റെ മരവിപ്പിലായിരുന്നു അയാളുടെ ശരീരം. അപ്പോൾ എഴുന്നേറ്റിരുന്നുവെങ്കിൽ ആ ശൂന്യതയിൽ ഒരു തൂവൽപോലെ ഉയരുമായിരുന്നു താനെന്ന് അയാൾക്ക് ഉറപ്പായിട്ടും തോന്നി, ഇപ്പോൾ അയാളുടെ ജീവിതം ഒന്നുമല്ലാതായിത്തീർന്നിരിക്കുകയാണല്ലോ. ആ വലിയ കസേരയ്ക്കും അയാൾക്കും തമ്മിൽ വ്യത്യാസമേതുമില്ല. എന്നിട്ടും നാലു കാലുകളിൽ കസേര സുരക്ഷിതമാണെന്നു തോന്നി. അയാൾക്കാകട്ടെ തന്റെ കാലുകളും കാൽപ്പാദങ്ങളും എവിടെയാണെന്നറിയാൻ കഴിഞ്ഞില്ല. കൈകൾകൊണ്ട് എന്തു ചെയ്യണമെന്നും അയാൾ അറിഞ്ഞില്ല. തന്റെ ജീവിതത്തെപ്പറ്റി ഇനി എന്താണയാൾക്കൊരു ശ്രദ്ധ? മറ്റുള്ളവരുടെ ജീവിതത്തെപ്പറ്റിയും അയാൾ ശ്രദ്ധിച്ചില്ല. എന്നാൽ ഇപ്പോഴും ജീവിച്ചിരിക്കെ അയാൾക്കിനിയും മുമ്പോട്ട് പോകണം. വീണ്ടും തുടങ്ങുക — എങ്ങനെയുള്ള ജീവിതമാണതെന്ന് തനിക്കിനിയും ഒരു രൂപവുമില്ല. ഒക്കെ കടന്നുകൂടി തന്റേതായ ലോകത്തിൽ മാറ്റങ്ങളൊന്നും സംഭവിച്ചില്ലായിരുന്നുവെങ്കിൽ അങ്ങനെയൊന്നിനെക്കുറിച്ച് അയാൾ ചിന്തിക്കുകയും

ചെയ്യുമായിരുന്നില്ല. ഇപ്പോൾ പെട്ടെന്ന് സ്ഥാനഭ്രംശം സംഭവിച്ച തനിക്ക്, യൗവ്വനകാലം കഴിഞ്ഞ് അധികം പ്രായം ചെല്ലാത്ത തനിക്ക്.

അയാൾ ചിരിക്കുകയും നിഷേധഭാവത്തിൽ തോളുകൾ കുലുക്കുകയും ചെയ്തു. തന്റെ മകനെ സംബന്ധിച്ചാണെങ്കിൽ, പൊടുന്നനെ അയാൾ ഒരു കുട്ടിയായി മാറിയിരിക്കയാണ്. ലോകത്ത് സ്ഥാനമാനങ്ങൾ കാംക്ഷിക്കുന്ന, സുപ്രധാന പദവികളിൽ ചെന്നു പറ്റുന്നതിൽ പിതാക്കന്മാരെ വിജയകരമായി കടത്തിവെട്ടിയിരിക്കുന്ന പ്രായപൂർത്തിയായ ആൺമക്കൾക്ക് തങ്ങളുടെ അച്ഛൻമാർ കുട്ടികളെപോലെയാണെന്ന് എല്ലാവർക്കും അറിയുകയും ചെയ്യാം. പിതാക്കന്മാരെ ഒന്നും ചെയ്യാനനുവദിക്കാതെ ആലസ്യത്തിലിരുത്തിക്കൊണ്ട്, കുട്ടികളായപ്പോൾ തങ്ങൾ സ്വീകരിച്ചതെല്ലാം അവർ തിരിച്ച് നൽകുന്നു. അച്ഛൻമാർ അങ്ങനെ വീണ്ടും യുവപ്രായക്കാരാകുന്നു.

ആ സിംഗിൾ ബെഡ്ഡ്.....

തന്റെ മകൻ ഉറങ്ങാനുപയോഗിച്ചിരുന്ന ആ ചെറിയ മുറിപോലും, പക്ഷേ, അവർ അയാൾക്ക് കൊടുത്തില്ല. നടുമുറ്റത്ത് ആൾക്കാരുടെ കണ്ണിൽപ്പെടാതുള്ള മറ്റൊരു മുറിയാണ് പകരം അവർ അയാൾക്കുനൽകിയത്. അതിൽ അയാൾ കൂടുതൽ സ്വതന്ത്രനായിരിക്കുമത്രേ. ഇഷ്ടംപോലെ എന്തും ചെയ്യാനുള്ള സ്വാതന്ത്ര്യം അവിടെ അയാൾക്ക് ലഭിക്കുംപോലും. മുമ്പ് വേലക്കാരന്റെ മുറിയായിരുന്നു അതെന്നറിയാതിരിക്കാൻ ലഭ്യമായ ഏറ്റവും നല്ല വീട്ടുപകരണങ്ങളും മറ്റും കൊണ്ട് അതിന് വീണ്ടും ഭംഗി വരുത്തി. വിവാഹത്തിനുശേഷം മുൻവശത്തെ എല്ലാമുറികളും കൃത്രിമമായി മോടിപിടിപ്പിച്ചു. പുതിയ വീട്ടുപകരണങ്ങളിട്ട് അവയെല്ലാം അലങ്കരിച്ചു. പരവതാനികൾ വിരിക്കുന്ന ആഡംബരത്തോളം വരെചെന്നു കാര്യങ്ങൾ. പഴയവീട് എങ്ങനെയായിരുന്നുവെന്ന ഒരു സൂചനപോലും അവശേഷിച്ചില്ല. യുവജനങ്ങളുടെ നിലനിൽപ്പിന്റെ മുഖ്യധാരയിൽ നിന്നെല്ലാം അകറ്റി, – തന്റെ മരസാമാനങ്ങളെല്ലാം ആ ഇരുണ്ട കൊച്ചുമുറിയിൽ കൊണ്ടുവന്നു തള്ളിയതോടെ അയാൾക്ക് താൻ ആ വീട്ടിലുള്ളതാണെന്ന് തന്നെ തോന്നിയില്ല. എന്നിട്ടും, വിചിത്രമെന്നു തന്നെ പറയട്ടെ, ആ പഴയ വീട്ടുസാമാനങ്ങളോടൊപ്പം വന്നുചേർന്ന അവഗണനയിൽ അയാൾക്ക് നീരസമൊന്നും തോന്നിയില്ല. എന്തെന്നാൽ പുതിയ മുറികളെ അയാൾ പ്രശംസാപൂർവമാണ് നോക്കിക്കണ്ടത്. മകന്റെ വിജയത്തിൽ അയാൾക്ക് സംതൃപ്തിയും തോന്നി.

എന്നാൽ ഇനിയും അത്ര വ്യക്തമായിക്കഴിഞ്ഞിട്ടില്ലാത്ത, പക്ഷേ ഗഹനമായ മറ്റൊരു കാരണം ഉണ്ടായിരുന്നു. മുഴുവനും തിളക്കമാർന്നതും വർണാഭവുമായ മറ്റൊരു ജീവിതത്തിന്റെ വാഗ്ദാനമായിരുന്നു അത്. പഴയ ജീവിതത്തിന്റെ ഓർമ്മയെ മായ്ച്ചുകളഞ്ഞിരുന്നത് അതായിരുന്നു. തനിക്കും ഒരു പുത്തൻ ജീവിതം തുടങ്ങുമെന്ന ഗൂഢമായ ഒരു പ്രതീക്ഷ പോലും അയാൾ അതിൽ നിന്നും വലിച്ചെടുത്തു. തന്റെ പുറകിൽ ഒരു വാതിലിന്റെ പ്രകാശപൂർണമായ തുറക്കൽ നടക്കുന്നു

ണ്ടെന്ന ബോധശൂന്യമായ തോന്നൽ അയാൾക്കുണ്ടായി. അവിടെ നിന്നും ശരിയായ സമയത്ത് രക്ഷപ്പെടുമെന്നും അയാൾ അറിഞ്ഞു. "ഇഷ്ടമുള്ളത് ചെയ്തോളൂ" എന്ന നിർദേശത്തോടെ അയാളുടെ കൊച്ചുമുറിയുടെ രഹസ്യമായ അകത്തളത്തിൽ ഒരു ഒഴിവുകാലം ചെലവഴിക്കാനെന്ന മട്ടിൽ വിട്ടിരിക്കുന്ന അയാളെ ആരും അലട്ടുന്നില്ല എന്നതിനാൽ അത് എളുപ്പവുമാണ്. അന്തരീക്ഷവായുവിനെക്കാൾ ഭാരക്കുറവ് അയാൾക്കുതോന്നി. എല്ലാറ്റിനും നിറപ്പകർച്ച നൽകിയ ഒരു തിളക്കം അയാളുടെ കണ്ണുകളിലുണ്ടായിരുന്നു. വീണ്ടും താനൊരു കുട്ടിയായതുപോലെ തന്നെ അത്ഭുതങ്ങളിൽനിന്നും അത്ഭുതങ്ങളിലേക്ക് വഴിനടത്തിച്ച ഒരു തിളക്കം. ഒരു കുട്ടിയുടെ കണ്ണുകളായിരുന്നു അയാൾക്ക്, തികച്ചും നവ്യമായ ഒരു ലോകത്തിനുമേൽ മലർക്കെ തുറന്ന ജീവസുറ്റ കണ്ണുകൾ.

ജീവിച്ചിരിക്കുന്നിടത്തോളം കാലം നീണ്ടുനിൽക്കുന്ന തന്റെ ഒഴിവുകാലം രാവിലത്തെ നടത്തം കൊണ്ടാരംഭിക്കുക എന്നത് അയാൾ ശീലിച്ചുകഴിഞ്ഞു. ഉത്തരവാദിത്തങ്ങളിൽ നിന്നെല്ലാം മുക്തനായ അയാൾ തന്റെ പെൻഷൻ തുകയിൽനിന്നും മകന്റെ ചെലവിനുള്ളത് കൊടുക്കാമെന്ന് സമ്മതിച്ചു. അത് വളരെ കുറച്ചുമാത്രമായിരുന്നു. അയാൾക്ക് ഒന്നും തന്നെ വേണ്ടിയിരുന്നില്ലെങ്കിലും, വല്ല ചെലവും ഉണ്ടായാൽ നിറവേറ്റുന്നതിന് അച്ഛൻ കുറച്ച് പണം കരുതിയിരിക്കണമെന്ന് മകൻ വിചാരിച്ചു. പക്ഷേ, എന്ത് ആവശ്യമാണയാൾക്ക്? ജീവിതത്തെ വെറുതെ നോക്കിക്കാണുന്നതിൽ മാത്രം സംതൃപ്തനായിരിക്കുന്നു അയാളിപ്പോൾ.

അനുഭവങ്ങളുടെ ഭാരം കുടഞ്ഞുകളഞ്ഞ സ്ഥിതിക്ക് പ്രായം ചെന്നു മുതിർന്നവരോടൊത്ത് മുന്നോട്ട് പോകേണ്ടതെങ്ങനെയെന്ന് അയാൾക്കറിയാതായി. അയാൾ അവരെ ഒഴിവാക്കി. യുവജനങ്ങൾക്ക് അയാൾ പ്രായം കൂടിയവനായിപ്പോയി. അതുകൊണ്ട് അയാൾ കുട്ടികൾ കളിച്ചുല്ലസിക്കുന്ന പാർക്കിലേക്കുപോയി.

അങ്ങനെയാണയാൾ പുതുജീവിതം തുടങ്ങിയത്. പുൽത്തകിടിയിൽ തൃണങ്ങൾക്കിടയിലെ കുട്ടികളോടൊത്ത്. തൃണദലങ്ങളുടെ മണം എത്ര ആഹ്ലാദദായകമായിരുന്നു. ഇടതൂർന്ന് ഉയരത്തിൽ വളർന്നു നിന്നിടത്ത് അവയ്ക്കു വല്ലാത്ത നവോന്മേഷവുമുണ്ടായിരുന്നു. കുട്ടികൾ അവിടെ ഒളിച്ചുകളിച്ചു. എവിടെയോ മറഞ്ഞൊഴുകിയ കൊച്ചരുവിയുടെ കളകളാരവം തൃണദലങ്ങളുടെ മർമ്മരങ്ങൾക്കും മേലെയായിരുന്നു. കളിയൊക്കെ മറന്നുകൊണ്ട് കുട്ടികൾ അവരുടെ ഷൂസുകളും കാലുറകളുമെല്ലാം ഊരിമാറ്റി. നഗ്നമായ കാലുകൾകൊണ്ട് മൃദുവും ശാദ്വലവുമായ പുതുപുത്തൻ തൃണങ്ങളുടെ പതുപതുപ്പിലേക്ക് ആഴ്ന്നിറങ്ങാൻ അത്യാനന്ദദായകമായ എന്തൊരു അനുഭൂതിയായിരുന്നു അവർക്ക്!

അയാൾ തന്റെ ഒരു ഷൂ ഊരി. മറ്റേത് രഹസ്യമായി ഊരിമാറ്റുമ്പോൾ ഒരു പെൺകുട്ടി അയാൾക്കുമുമ്പിൽ പ്രത്യക്ഷയായി. അവളുടെ

മുഖം ജ്വലിക്കുന്നുണ്ടായിരുന്നു. "താനൊരു പന്നി തന്നെ!" അവൾ വിളിച്ചുപറഞ്ഞു. അവളുടെ കണ്ണുകൾ അപ്പോൾ വെട്ടിത്തിളങ്ങിയിരുന്നു.

അവളുടെ വസ്ത്രത്തിന്റെ മുൻഭാഗം ഒരു കുറ്റിച്ചെടിയിൽ കുടുങ്ങിയിട്ടുണ്ടായിരുന്നു. അവളെ നോക്കുകയായിരുന്നതിനാൽ ഉടൻ തന്നെ അവൾ വസ്ത്രം വലിച്ച് കാലുകൾക്ക് മീതെയിട്ടു.

അയാൾ ഞെട്ടിത്തരിച്ചുപോയി. അവൾ എന്താണ് സങ്കൽപ്പിച്ചിട്ടുണ്ടാവുക? അപ്പോഴേക്കും അവൾ അപ്രത്യക്ഷയായിക്കഴിഞ്ഞിരുന്നു. കുട്ടികളുടെ കളങ്കരഹിതമായ വിനോദം ആസ്വദിക്കുകമാത്രമായിരുന്നു അയാൾക്കു വേണ്ടിയിരുന്നത്. താഴേക്കു കുനിഞ്ഞ് അയാൾ കൈകൾ രണ്ടും തന്റെ നഗ്നമായ പരുക്കൻ പാദങ്ങൾക്കുമീതെ വച്ചു. എന്തോന്നാണ് അവൾ തെറ്റായി കണ്ടത്? പുല്ലിൽ നഗ്നപാദങ്ങളോടെ നടക്കുമ്പോൾ ഒരു കുട്ടി അനുഭവിക്കുന്ന ആഹ്ലാദം പങ്കിടാൻ കഴിയാത്തവിധം അവൾ വളർന്നുപോയിട്ടുണ്ടാകുമോ? അയാൾക്കു വയസായി എന്നുവച്ച് കണ്ടപാടെ ദുഷ്ടത വിചാരിക്കേണ്ടതുണ്ടോ? കുട്ടിയുടെ അവസ്ഥയിൽ നിന്ന് നൊടിയിടയ്ക്കുള്ളിൽ ഒരു മുതിർന്ന മനുഷ്യനാകുവാൻ, ഹോ, തനിക്ക് ആകുമെന്ന് അയാൾ അറിഞ്ഞു. വേണമെങ്കിൽ അയാളിപ്പോഴും ഒരു മുതിർന്ന മനുഷ്യൻ തന്നെ. പക്ഷേ, അയാൾ അതേക്കുറിച്ച് ചിന്തിക്കുവാൻ ഇഷ്ടപ്പെട്ടില്ല. ഒരു കുട്ടിയെന്ന നിലയ്ക്കാണ് അയാൾ ഷൂകൾ ഊരിയത്. കഷ്ടം! ആ വൃത്തികെട്ട പെൺകുട്ടി തന്നെയങ്ങനെ അപമാനിച്ചത് എത്ര തെറ്റായിപ്പോയി! അയാൾ പുല്ലിൽ മുഖമമർത്തിവീണു. തന്റെ വിഷാദവും നഷ്ടവും നിത്യേനയുള്ള ഏകാന്തതയുമാണ് ഇങ്ങനെയൊരു ഇംഗിതപ്രകടനത്തിന് തന്നെ ഒരുക്കിയത്. അതിനാകട്ടെ ഇപ്പോൾ ദുഷിച്ച ദുഷ്ടതയുടെ വ്യാഖ്യാനവും. അയാളുടെ ആമാശയത്തിൽ വെറുപ്പും കയ്പ്പും ഉയർന്നു. മണ്ടിപ്പെണ്ണ്! അതൊക്കെ വേണമായിരുന്നെങ്കിൽ — "കുറച്ച് ആഗ്രഹങ്ങളൊക്കെ" ആകാമെന്ന് അയാളുടെ മകൻപോലും സമ്മതിച്ചിട്ടുള്ളതാണ് — അത്തരം ആവശ്യങ്ങൾക്ക് അയാളുടെ കീശയിൽ ധാരാളം പണവുമുണ്ടായിരുന്നു.

ധർമരോഷത്തോടെ, അയാൾ തന്നെ വലിച്ചു നിവർത്തിയിരുത്തി. വ്രീളാവദനനായി വിറയ്ക്കുന്ന കൈകളോടെ അയാൾ വീണ്ടും ഷൂസുകൾ ധരിച്ചു. രക്തമെല്ലാം തലയിൽ കേറിയിരുന്നതുകൊണ്ട് കണ്ണുകൾക്ക് പിറകിലായി തപ്തമായ വേഗത്തോടെ നാഡികൾ സ്പന്ദിച്ചു. അതെ, അതിനായിട്ട് എവിടെയാണ് പോകേണ്ടതെന്ന് അയാൾ അറിഞ്ഞു. അയാൾ അതറിഞ്ഞു.

കൂടുതൽ ശാന്തനായി അയാൾ എഴുന്നേറ്റ് വീട്ടിലേക്കുമടങ്ങി. തന്നെ ഭ്രാന്തുപിടിപ്പിക്കാനായി മനഃപൂർവ്വം വെച്ചതെന്നു തോന്നിപ്പിച്ച വീട്ടുസാമാനങ്ങളുടെ കുഴഞ്ഞുമറിഞ്ഞ സ്ഥാനഭ്രംശങ്ങൾക്കിടയിൽ അയാൾ കിടക്കയിൽ ചെന്നുവീണു. എന്നിട്ടയാൾ മുഖം ഭിത്തിയുടെ നേർക്കു തിരിച്ചു.

ജാപ്പനീസ് കഥ

യുക്കിയോ മിഷിമ

ചോരക്കുഞ്ഞിനെ പൊതിയുന്ന തുണി

*ജപ്പാനിലെ ആധുനിക നോവലിസ്റ്റുകളിലും നാടകകർത്താക്കളിലുംപെട്ട ഒരു പ്രമുഖ എഴുത്തുകാരനായിരുന്ന **യുക്കിയോ മിഷിമ** 1925-ൽ ടോക്കിയോവിൽ ജനിച്ചു. **കൺഫഷൻസ് ഓഫ് എ മാസ്ക്, സൺ ആൻഡ് സ്റ്റീൽ, തേഴ്സ്റ്റ് ഫോർ ലവ്** എന്നിവ പ്രധാന രചനകളാണ്. ഹാരാകിരി എന്ന അനുഷ്ഠാന സ്വയംകൊല പരസ്യമായി നടത്തി മിഷിമ 1970-ൽ മരിച്ചു. **ഡെത്ത് ഇൻ മിഡ്സമ്മർ ആൻഡ് അദർ സ്റ്റോറീസ്** ആണ് പ്രധാന കഥാസമാഹാരം.*

അയാൾക്ക് എപ്പോഴും തിരക്കായിരുന്നു. തോഷിക്കോയുടെ ഭർത്താവിന്. അവളെ ടാക്സിയിൽ തനിച്ച് വീട്ടിൽ പോകാൻ വിട്ടിട്ട്, ഇന്നുരാത്രി തന്നെ അയാൾക്ക് മുൻകൂട്ടി നിശ്ചയിച്ചുവച്ച ഒരു കൂടിക്കാഴ്ചയ്ക്കുവേണ്ടി ഓടിപ്പോകേണ്ടിവന്നു. ഒരു അഭിനേതാവിനെ — അതും കാണാൻ കൊള്ളാവുന്ന ഒരുത്തനെ — വിവാഹംചെയ്ത ഒരു സ്ത്രീക്ക് വേറെ എന്തു പ്രതീക്ഷിക്കാനാവും? ആ വൈകുന്നേരം അയാൾ തന്നോടൊത്ത് ചെലവഴിക്കുമെന്ന് പ്രതീക്ഷിച്ച അവൾ ഒരു മണ്ടിപ്പെണ്ണാണെന്നതിന് സംശയമില്ല. അവരുടെ വീട്ടിലേക്ക് മടങ്ങിപ്പോകുന്നതോർക്കുമ്പോൾ അവൾക്ക് ഭയമായിരുന്നുവെന്ന കാര്യം, പക്ഷേ, അയാൾക്കറിയാമായിരുന്നിരിക്കണം. പാശ്ചാത്യശൈലിയിലുള്ള വീട്ടുസാമാനങ്ങളും തറയിൽ അപ്പോഴും കാണാമായിരുന്ന ചോരപ്പാടുകളും ചേർന്ന് വീടിനെ വീടല്ലാതാക്കിത്തീർത്തിരുന്നുവല്ലോ.

തോഷിക്കോ എന്ന പെൺകുട്ടി ബാല്യം മുതൽക്കുതന്നെ തൊട്ടാൽ പൊട്ടുന്ന പ്രകൃതക്കാരിയായിരുന്നു. ആ സ്വഭാവം അവൾക്ക് അല്പം കൂടുതലായിരുന്നുവെന്ന് പറയുന്നതാണ് ശരി. അതായിരുന്നു അവളുടെ സ്വഭാവം. എപ്പോഴും ദുഃഖിച്ചും വിഷമിച്ചും കഴിഞ്ഞിരുന്നതിനാൽ അവളൊരിക്കലും വണ്ണം വച്ചതുമില്ല. പ്രായമെത്തിയ ഒരു സ്ത്രീയാണിപ്പോളവൾ. എങ്കിലും, രക്തവും മാംസവുമുള്ള ഒരു ജീവിയെക്കാൾ സുതാര്യമായ ഒരു ചിത്രത്തെപോലെയാണവൾ കാണപ്പെട്ടത്. തികച്ചും ആകസ്മികമായുണ്ടാകുന്ന കൂട്ടുകെട്ടുകൾക്കുപോലും അവളുടെ തൊട്ടാൽ തെറിക്കുന്ന പ്രകൃതം സുവ്യക്തമായിരുന്നു.

അന്നു വൈകുന്നേരം ആദ്യം തന്നെ ഒരു നിശാക്ലബ്ബിൽവച്ച് അവൾ ഭർത്താവിനെ സന്ധിച്ചു. അപ്പോൾ 'ആ സംഭവത്തിന്റെ' ഒരു വിവരണം നൽകിക്കൊണ്ട് അയാൾ സുഹൃത്തുക്കളെ രസിപ്പിക്കുന്നതുകണ്ട് അവൾ ഞെട്ടിപ്പോയി. അമേരിക്കൻ ശൈലിയിലുള്ള സ്യൂട്ട് ധരിച്ച് സിഗരറ്റ് വലിച്ചൂതി പുകവിട്ടുകൊണ്ട് അയാൾ അവിടെ ഇരിക്കുന്നതു കണ്ടപ്പോൾ താൻ ഒരു അപരിചിതനെയാണ് കാണുന്നതെന്നാണ് അവൾക്ക് തോന്നിയത്.

"വിചിത്രമായൊരു കഥയാണത്," പ്രകടനപരമായ അംഗവിക്ഷേപങ്ങൾ നടത്തിക്കൊണ്ടായിരുന്നു അയാൾ അതു പറഞ്ഞത്. നൃത്തസംഘത്തിന്റെ ആകർഷണ വിശേഷങ്ങളെ കവച്ചുവയ്ക്കുമാറായിരുന്നു അദ്ദേഹത്തിന്റെ പ്രകടനം. "ഞങ്ങളുടെ കുഞ്ഞിനെ നോക്കാനായിട്ട് ഈ നഴ്സിനെ എംപ്ലോയ്മെന്റ് എക്സ്ചേഞ്ചിൽ നിന്നാണയച്ചത്. ഏറ്റവും ഒന്നാമതായി ഞാൻ ശ്രദ്ധിച്ചത് അവളുടെ വയറാണ്. അവളുടെ കിമോണോയുടെ അടിയിൽ ഒരു തലയണ വെച്ചാൽ എത്രയുണ്ടാകുമോ അത്രയ്ക്ക് വലുതായിരുന്നു അത്. ഞാൻ അങ്ങനെ ചിന്തിച്ചതിൽ അത്ഭുതമില്ല. നാമെല്ലാവരുംകൂടി കഴിക്കുന്നതിനെക്കാൾ അവൾ കഴിക്കുമായിരുന്നുവെന്നാണ് കണ്ടത്. ഞങ്ങളുടെ ചോറ്റുപാത്രത്തിലുണ്ടായിരുന്നത് മുഴുവനും അവൾ വൃത്തിയാക്കിയിരുന്നത് അങ്ങനെയായിരുന്നു..." അയാൾ വിരലുകളൊടിച്ചു. " 'വായു കോപം' അങ്ങനെയാണവൾ തന്റെ വണ്ണത്തെയും വിശപ്പിനെയും വിശദീകരിച്ചത്. ശരി, ശരി, മിനിഞ്ഞാന്ന് നഴ്സറിയിൽനിന്നും ഞരക്കവും കരച്ചിലും കേട്ടിരുന്നു. ഓടിച്ചെന്നു നോക്കിയപ്പോൾ അവൾ തറയിൽ കുത്തിയിരിക്കുന്നതാണ് ഞങ്ങൾ കണ്ടത്. രണ്ടുകൈകൊണ്ടും വയർ താങ്ങിപ്പിടിച്ചിട്ട് ശരിക്കും ഒരു പശുവിനെപോലെ അവൾ മോങ്ങുകയായിരുന്നു. അവളുടെ അടുത്തുതന്നെ കട്ടിലിൽ കിടക്കുകയായിരുന്നു ഞങ്ങളുടെ കുഞ്ഞുമകൻ. യാതൊരു ബോധവുമില്ലാതെ ശ്വാസം പിടിച്ച് പേടിച്ച് ഉച്ചത്തിൽ നിലവിളിക്കുകയായിരുന്നു അവൻ. നല്ല രംഗം തന്നെ, ഞാൻ പറയട്ടെ"!

"അങ്ങനെ പൂച്ച പുറത്തായി?" തോഷിക്കോയുടെ ഭർത്താവിനെ പോലെതന്നെ സിനിമാനടനായ അവരുടെ ഒരു സുഹൃത്ത് ചോദിച്ചു.

"ശരിക്കും അങ്ങനെ തന്നെ! എന്റെ ജീവിതത്തിലെ ഏറ്റവും വലിയ

ഞെട്ടലാണതെനിക്ക് നൽകിയത്. ആ 'വായു കോപ'ത്തിന്റെ കഥ ഞാൻ പൂർണമായും വിശ്വസിച്ചിരുന്നു കേട്ടോ. ശരി, ഞാൻ സമയമൊന്നും പാഴാക്കിയില്ല. ഞങ്ങളുടെ ആ നല്ല പരവതാനി എടുത്തു മാറ്റിയിട്ട് പകരം അവൾക്ക് കിടക്കാനായി ഒരു പുതപ്പ് തറയിൽ വിരിച്ചുകൊടുത്തു. ആ സമയമത്രയും ആ പെൺകുട്ടി കുത്തേറ്റ ഒരു പന്നിയെപോലെ നിലവിളിക്കുകയായിരുന്നു. മെറ്റേർണിറ്റി ക്ലിനിക്കിൽനിന്നും ഡോക്ടർ എത്തുമ്പോഴേക്കും കുഞ്ഞ് ജനിച്ചുകഴിഞ്ഞിരുന്നു. പക്ഷേ ഞങ്ങളുടെ ഇരിപ്പുമുറിയാകെ തകിടം മറിഞ്ഞ് കുഴയുകയും ചെയ്തു."

"ഓ അതെനിക്കു തീർച്ചയാണ്." അവരുടെ കൂട്ടുകാരിൽ മറ്റൊരാൾ പറഞ്ഞു. എല്ലാവരും പൊട്ടിച്ചിരിക്കുകയും ചെയ്തു.

തങ്ങൾക്ക് സാക്ഷിയാകേണ്ടിവന്ന ആ ഭയങ്കര സംഭവം തികച്ചും രസകരമായ ഒരു കാര്യത്തിനപ്പുറമൊന്നുമല്ല എന്ന നിലയിൽ തന്റെ ഭർത്താവ് ചർച്ച ചെയ്യുന്നതു കേട്ടിട്ട് തോഷിക്കോ സ്തബ്ധയായിപ്പോയി. ഒരു നിമിഷത്തേക്ക് അവൾ കണ്ണുകളടച്ചു. നവജാതശിശു തന്റെ മുമ്പിൽ കിടക്കുന്നത് അപ്പോൾ തന്നെ അവൾ കാണുകയും ചെയ്തു. പലകകൾ പാകിയ തറയിൽ ചോരപുരണ്ട വർത്തമാനപ്പത്രത്തിൽ പൊതിഞ്ഞ കുഞ്ഞിന്റെ ദുർബലമായ ശരീരം കിടന്നു.

ഒക്കെയും ആ ഡോക്ടർ ചെയ്തത് എന്തോ അനിഷ്ടം മൂലമാണെന്ന് തോഷിക്കോവിന് നിശ്ചയമുണ്ടായിരുന്നു. വൃത്തികെട്ട സാഹചര്യത്തിൽ ഒരു ജാരസന്തതിക്ക് ജന്മംകൊടുത്ത ഈ അമ്മയോട് തനിക്കുള്ള പുച്ഛം ഊന്നിക്കാണിക്കാനെന്നോണം, ശരിക്കുള്ള അണത്തുണിയിൽ പൊതിഞ്ഞ് കിടത്തുന്നതിന് പകരം, ഏതെങ്കിലും ദിനപ്പത്രത്താളുകളിൽ കുഞ്ഞിനെ പൊതിഞ്ഞാൽ മതിയെന്നാണ് അയാൾ തന്റെ സഹായിയോട് പറഞ്ഞിരുന്നത്. നവജാതശിശുവിനോടുള്ള ഈ വികാരശൂന്യമായ പെരുമാറ്റം തോഷിക്കോവിന്റെ വികാരങ്ങളെ വ്രണപ്പെടുത്തിയിരുന്നു. ആ രംഗം തന്നിലുളവാക്കിയ അവജ്ഞയെ അടക്കിക്കൊണ്ട് ചുവരലമാരയിൽനിന്നും അവൾ ഒരു പുതിയ കമ്പിളിത്തുണി പുറത്തെടുത്തു. കുഞ്ഞിനെ അതുകൊണ്ട് ശ്രദ്ധാപൂർവ്വം പൊതിഞ്ഞിട്ട് അവൾ അവനെ കൈകളുള്ള കസേരയിൽ കിടത്തി.

തന്റെ ഭർത്താവ് വീട്ടിൽനിന്നും പോയിക്കഴിഞ്ഞ് വൈകുന്നേരമാണ് ഇതെല്ലാം നടന്നത്. അതേക്കുറിച്ചൊന്നും തോഷിക്കോ ഭർത്താവിനോട് പറഞ്ഞില്ല. താൻ അത്രയ്ക്ക് മൃദുമാനസയെന്നോ ഏറെ വികാര ദൗർബല്യമുള്ളവളെന്നോ അദ്ദേഹം ധരിച്ചേക്കുമെന്നായിരുന്നു അവളുടെ ഭയം. എന്നിട്ടും ആ രംഗം മുഴുവനും തന്റെ മനസിൽ ആഴത്തിൽ കൊത്തിവച്ചതു പോലെയുണ്ട്. രാത്രി അവൾ അതേക്കുറിച്ചാലോചിച്ചുകൊണ്ട് നിശ്ശബ്ദയായിരുന്നു. അപ്പോൾ ജാസ് സംഗീതം അലറിപ്പെയ്യുകയായിരുന്നു. തന്റെ ഭർത്താവാകട്ടെ കൂട്ടുകാരോടൊത്ത് ഉല്ലാസപൂർവ്വം വാചകമടിച്ചുകൊണ്ടിരുന്നു. ഒരു കശാപ്പുകടയ്ക്ക് ചേർന്നതായിരുന്നു ആ രംഗം. ചോരപുരണ്ട വർത്തമാനപ്പത്രത്തിൽ പൊതിഞ്ഞ തറയിൽ കിടത്തിയി

രുന്ന കുഞ്ഞിനെ കണ്ട രംഗം. തനിക്ക് ഒരിക്കലും അത് മറക്കുവാൻ കഴിയില്ലെന്ന് അവൾ അറിഞ്ഞു. നല്ല സുഖസമൃദ്ധിയിൽ വളർന്ന തോഷിക്കോവിന് ആ ജാരസന്തതിയുടെ നികൃഷ്ടാവസ്ഥ ഉള്ളിൽ നൊമ്പരമായി.

ആ കുഞ്ഞിനേറ്റ കളങ്കത്തിന് സാക്ഷിയായ ഒരേയൊരു വ്യക്തി ഞാനാണ്, അവൾക്കാ ചിന്തയുണ്ടായി, പത്രത്തിൽ പൊതിഞ്ഞ കുഞ്ഞിനെ അമ്മ ഒരിക്കലും കണ്ടിരുന്നില്ല, കുഞ്ഞ് അക്കാര്യം അറിഞ്ഞതുമില്ലല്ലോ. ആ ഭയങ്കരരംഗം ഓർമ്മയിൽ സൂക്ഷിക്കുവാൻ ഞാൻ മാത്രം. കുഞ്ഞ് വളർന്നു കഴിയുമ്പോൾ തന്റെ ജനനത്തെക്കുറിച്ച് അറിയാൻ തുനിയുകയാണെങ്കിൽ, ഞാൻ നിശ്ശബ്ദത പാലിക്കുന്നിടത്തോളം അവനോട് അതേക്കുറിച്ച് പറയുവാൻ ആരും ഉണ്ടാകില്ല. എനിക്കങ്ങനെയൊരപരാധബോധമുണ്ടാകുകയെന്നത് എത്ര വിചിത്രമായിരിക്കുന്നു. അവനെ തറയിൽ നിന്നുമെടുത്ത് കമ്പിളിത്തുണിയിൽ ശരിയാംവണ്ണം പൊതിഞ്ഞ് കൈകളുള്ള കസേരയിൽ ഉറങ്ങാൻ കിടത്തിയത് ഞാനല്ലേ. അവർ നിശാക്ലബ്ബ് വിട്ടിറങ്ങി. ഭർത്താവ് തനിക്കുവേണ്ടി വിളിച്ച ടാക്സിയിൽ തോഷിക്കോ കയറി. "ഈ യുവതിയെ ഉഷിംഗോമിലേക്കു കൊണ്ടുപോകൂ" — അയാൾ ഡ്രൈവറോട് അങ്ങനെ പറഞ്ഞിട്ട് വാതിൽ പുറത്തുനിന്നും അടച്ചു. ജാലകത്തിലൂടെ തോഷിക്കോ ഭർത്താവിന്റെ ചിരിക്കുന്ന മുഖത്തേക്കു നോക്കി. അയാളുടെ ഉറപ്പുള്ള വെളുത്ത പല്ലുകൾ അവൾ ശ്രദ്ധിച്ചു. എന്നിട്ടവൾ സീറ്റിലേക്ക് പുറം ചാരിയിരുന്നു. അവരുടെ ഒത്തൊരുമിച്ചുള്ള ജീവിതം ഒരു തരത്തിൽ ക്ലേശരഹിതവും വേദനയില്ലാത്തതുമായിരുന്നുവെന്ന അറിവ് അപ്പോൾ അവളെ ഞെരുക്കി. തന്റെ ചിന്തകളെ വാക്കുകളിൽ പ്രകടിപ്പിക്കുവാൻ അപ്പോൾ അവൾക്ക് കഴിയുമായിരുന്നില്ല. ടാക്സിയുടെ പുറകിലെ ജാലകത്തിലൂടെ അവൾ ഭർത്താവിനെ അവസാനമായി ഒന്നുനോക്കി. അദ്ദേഹം തന്റെ നാഷ് കാറിന് നേർക്കു ഞെളിഞ്ഞു നടക്കുകയാണ്. അയാളുടെ തിളങ്ങുന്ന കട്ടിക്കമ്പിളിക്കോട്ട് ഉടൻതന്നെ വഴിയാത്രക്കാരുടെ രൂപങ്ങളിൽ അലിഞ്ഞു.

ടാക്സി ഓടിച്ചുപോയി. നിറയെ മദ്യശാലകളുള്ള ഒരു തെരുവിലൂടെയും പിന്നീട് ഒരു തീയേറ്ററിനകത്തുകൂടെയുമാണ് ടാക്സി കടന്നുപോയത്. തീയേറ്ററിനു മുമ്പിൽ നടപ്പാതയിൽ ആൾക്കൂട്ടം ഉന്തും തള്ളും നടത്തുന്നതു കാണാമായിരുന്നു. അവിടത്തെ പരിപാടി കഴിഞ്ഞിട്ടേ ഉണ്ടായിരുന്നുള്ളൂ. എങ്കിലും വിളക്കുകൾ അണച്ചിരുന്നു. പുറത്തെ അന്ധകാരത്തിൽ വിഷമുളവാക്കും വിധം ഒരു കാര്യം വ്യക്തമായിരുന്നു. തീയേറ്ററിന്റെ മുൻവശം അലങ്കരിച്ചിരുന്ന ചെറിപ്പൂവുകൾ വെളുത്ത കടലാസ് തുണ്ടുകൾ മാത്രമായിരുന്നുവെന്നതാണത്.

തന്റെ ജനനരഹസ്യമെന്തെന്ന് അറിയാതെയാണ് ആ കുഞ്ഞ് വളരുന്നതെങ്കിലും അവനൊരിക്കലും മാന്യനായ ഒരു പൗരനായി മാറുവാൻ കഴിയില്ല. തന്റെ നിനവുകളുടെ തുടർച്ചയെ പിൻപറ്റിക്കൊണ്ട് തോഷിക്കോ ചിന്തിച്ചു. അണത്തുണിയായി ഉപയാഗിച്ച അഴുക്കുപുരണ്ട ആ

പത്രത്താളുകൾ അവന്റെ മുഴുവൻ ജീവിതത്തിനും ഒരു പ്രതീകമായിരിക്കും. പക്ഷേ, ഞാൻ എന്തിനാണ് അവനെക്കുറിച്ച് ഇങ്ങനെ വിഷമിച്ചുകൊണ്ടിരിക്കുന്നത്? എന്റെ സ്വന്തം കുഞ്ഞിന്റെ ഭാവിയെക്കുറിച്ചോർമ്മിക്കുമ്പോഴുള്ള അസ്കൃത കൊണ്ടായിരിക്കുമോ അത്? ഇന്നേയ്ക്ക് ഇരുപതുകൊല്ലം കഴിഞ്ഞ് ഞങ്ങളുടെ മകൻ, നല്ല ശ്രദ്ധാപൂർവ്വം നൽകിയ വിദ്യാഭ്യാസം ലഭിച്ച ഒരു യുവാവായി മാറുമ്പോൾ, അപ്പോഴേക്കും അത്ര തന്നെ പ്രായമായിക്കഴിയുന്ന മറ്റേ കുട്ടിയെ വിധിവശാൽ അവൻ കാണാനിടയാകുന്നുവെന്നു വയ്ക്കുക. മറ്റേ കുട്ടി, അവനെതിരെയാണല്ലോ പാപം ചെയ്തത്, ഒരു കത്തികൊണ്ട് അവനെ മൃഗീയമായി കുത്തിപ്പരിക്കേൽപ്പിക്കുന്നുവെന്നും കരുതുക...

ഏപ്രിൽ മാസത്തെ മേഘാവൃതവും ഊഷ്മളവുമായ ഒരു രാത്രിയായിരുന്നു അത്. എന്നാൽ ഭാവിയെക്കുറിച്ചുള്ള ചിന്തകൾ അവളെ അസന്തുഷ്ടയും നിരുത്സാഹയുമാക്കി. കാറിന്റെ പുറകിലത്തെ സീറ്റിലിരുന്ന് അവൾ വിറച്ചു.

ഇല്ല, സമയമാകുമ്പോൾ എന്റെ മകന്റെ സ്ഥാനത്ത് ഞാനുണ്ടായിരിക്കും. അവൾ തന്നോട് തന്നെ പെട്ടെന്ന് അങ്ങനെ പറഞ്ഞു. ഇന്നേയ്ക്ക് ഇരുപതുകൊല്ലം കഴിയുമ്പോൾ എനിക്ക് നാൽപത്തിമൂന്ന് വയസാകും. ഞാൻ നേരെ ആ യുവാവിനടുത്തുചെന്ന് ഒട്ടും വളച്ചുകെട്ടില്ലാതെ എല്ലാമങ്ങുപറയും. അവനെ പത്രത്താളിൽ പൊതിഞ്ഞിരുന്നതും ഞാൻ അവനെ അപ്പോൾ പുത്തൻ കമ്പിളിത്തുണിയിൽ പൊതിഞ്ഞു കിടത്തിയതുമെല്ലാം.

ഇമ്പീരിയൽ പാലസിന്റെ കിടങ്ങും പാർക്കും അതിരിട്ട വീതിയേറിയ ഇരുണ്ട റോഡിലൂടെ കാർ ഓടി. ഉയരമുള്ള ഓഫീസ് കെട്ടിടങ്ങളിൽനിന്നു പുറത്തേക്കു ചിതറിയ വെളിച്ചത്തിന്റെ സൂചിമുനകൾ ദൂരെ തോഷിക്കോ കണ്ടു.

ഇന്നേയ്ക്ക് ഇരുപതുകൊല്ലം കഴിയുമ്പോൾ ഹീനനായ ആ കുട്ടി തീർത്തും വിഷമത്തിലാണ്ടിരിക്കും. ഏകാന്തവും ആശയറ്റതും ദാരിദ്ര്യദംശനമേറ്റതുമായ ഒരു ജീവിതമായിരിക്കും അവൻ ജീവിക്കുക. ഒരു ഏകാന്ത മൂഷികൻ. അങ്ങനെയൊരു ജനനത്തിനിരയായ ഒരു കുഞ്ഞിന് വേറെ എന്തുസംഭവിക്കാനാണ്? അച്ഛനെ ശപിച്ച് അമ്മയെ വെറുത്ത് തെരുവിലൂടെ അവൻ ഒറ്റയ്ക്ക് അലഞ്ഞുതിരിയുന്നുണ്ടാകും.

തന്റെ ഇരുണ്ട ചിന്തകളിൽനിന്നും ഒരു തരം സംതൃപ്തി തോഷിക്കോവിനുണ്ടായി എന്നതിന് സംശയമില്ല. ആ ചിന്തകൾകൊണ്ട് അവൾ തന്നെത്തന്നെ അവിരാമമായി പീഡിപ്പിച്ചുകൊണ്ടിരുന്നു. ഹൻസോമോന് അടുത്തെത്തിയ ടാക്സി ബ്രിട്ടീഷ് എമ്പസി കോമ്പൗണ്ട് കടന്നുപോയി. പ്രസിദ്ധമായ ചെറിമരനിരകൾ അവയുടെ എല്ലാ പരിശുദ്ധിയോടുംകൂടി അവിടെ തോഷിക്കോവിന്റെ മുമ്പിൽ തെളിഞ്ഞു. ആ നിമിഷത്തിന്റെ തള്ളലിൽ ഒറ്റയ്ക്കുപോയി ഇരുണ്ട രാത്രിയിൽ പൂക്കളെ നോക്കുവാൻ അവൾ തീരുമാനിച്ചു. ഭീരുവും അസാഹസികയുമായ ഒരു

യുവതിയെ സംബന്ധിച്ചിടത്തോളം അതൊരു വിചിത്രമായ തീരുമാനമായിരുന്നു. എന്നാൽ, അവൾ വിചിത്രമായ ഒരു മാനസികാവസ്ഥയിലായിരുന്നു അന്നേരം, വീട്ടിലേക്കു മടങ്ങുന്നതിന് ഭയവുമായിരുന്നു. എങ്ങും തങ്ങാത്ത തോന്നലുകൾ മുഴുക്കെ അന്നുവൈകുന്നേരം അവളുടെ മനസിൽ പൊട്ടിച്ചിതറിയിരുന്നു.

വീതിയേറിയ തെരുവുവീഥി അവൾ മുറിച്ചുകടന്നു. ഇരുട്ടിലെ മെലിഞ്ഞ ഏകാന്തമായ ഒരു രൂപം. തന്റെ കൂട്ടുകാരനെ പറ്റിച്ചേർന്നുമാത്രമേ തോഷിക്കോ വാഹനങ്ങൾക്കിടയിലൂടെ നടക്കാറുണ്ടായിരുന്നുള്ളൂ. എന്നാൽ അന്നുരാത്രി കാറുകൾക്കിടയിലൂടെ അവൾ ഒറ്റയ്ക്കാണ് തെന്നിയകന്നത്. കൊട്ടാരക്കിടങ്ങിനരികിലുള്ള നീണ്ടതും ഇടുങ്ങിയതുമായ പാർക്കിൽ അൽപ്പനേരത്തിനുശേഷം അവൾ എത്തിച്ചേരുകയും ചെയ്തു. ആയിരം പക്ഷികളുടെ ഗർത്തം എന്നർഥമുള്ള *ചിദോറിഗാഫുച്ചി* എന്നായിരുന്നു അതിന്റെ പേര്.

പൂക്കുന്ന ചെറിമരങ്ങളുടെ തോട്ടമായി മാറിയിരിക്കുകയാണല്ലോ പാർക്ക് ഇന്നുരാത്രി. പ്രശാന്തവും മേഘാവൃതവുമായ ആകാശത്തിന് താഴെ പൂക്കൾ വെണ്മയുടെ ഘനമേറിയ പിണ്ഡമായി മാറിയിരിക്കുന്നു. മരങ്ങൾക്കിടയിലെ വയറുകളിൽനിന്നും താഴേക്കുതൂങ്ങിക്കിടന്ന കടലാസ് റാന്തലുകൾ അണച്ചിരുന്നു. അവയുടെ സ്ഥാനത്ത് ചുവപ്പും മഞ്ഞയും പച്ചയുമായ ഇലക്ട്രിക് ബൾബുകൾ പൂക്കൾക്ക് താഴെ മന്ദമായി പ്രകാശിച്ചു. രാത്രി പത്തുമണി കഴിഞ്ഞിട്ടുണ്ടായിരുന്നു. പൂക്കൾ കാണാൻവന്ന ഒട്ടുമിക്കയാളുകളും വീട്ടിലേക്കു മടങ്ങി. വല്ലപ്പോഴുമൊരിക്കൽ മാത്രം കടന്നുവന്ന വഴിയാത്രക്കാരിൽ ചിലർ പാർക്കിലൂടെ നടന്നു. ഒഴിഞ്ഞ കുപ്പികളും മറ്റും സ്വമേധയാ തട്ടിത്തെറിപ്പിച്ചും പാഴ്ക്കടലാസുകൾ കാൽക്കീഴിലിട്ട് ചവിട്ടിഞെരിച്ചുമാണ് അവർ നടന്നത്.

വർത്തമാനപത്രങ്ങൾ! തോഷിക്കോ ചിന്തിച്ചു. അവളുടെ മനസ്സ് ഒരിക്കൽക്കൂടി ആ സംഭവങ്ങളിലേക്കു മടങ്ങിചെന്നു. ചോരപുരണ്ട വർത്തമാനപത്രങ്ങൾ. ദയനീയമായ ആ ജനനത്തെക്കുറിച്ച് ഒരുവൻ കേൾക്കാനിടയാവുകയും അവിടെ കിടന്നത് താനാണെന്ന് തിരിച്ചറിയുകയും ചെയ്താൽ, അതവന്റെ ജീവിതമാകെ നശിപ്പിക്കും. ഒരുവന്റെ അസ്തിത്വത്തെ മുഴുവനും സംബന്ധിച്ച ഒരു രഹസ്യം, ഇന്നു മുതൽ, തീർത്തും അപരിചിതയായ ഞാനൊരുത്തി സൂക്ഷിക്കണമെന്നതിനെക്കുറിച്ച് ചിന്തിക്കുകയെന്നാൽ...

ഈ ചിന്തകളിൽ മുഴുകി, തോഷിക്കോ പാർക്കിലൂടെ നടന്നുകൊണ്ടിരുന്നു. പാർക്കിൽ ഇനിയും അവശേഷിച്ചിരുന്നവരിൽ മിക്കവരും ശാന്തരായ ദമ്പതികളായിരുന്നു. അവരാരുംതന്നെ അവളെ ശ്രദ്ധിച്ചില്ല. കിടങ്ങിനരികിലെ ഒരു കൽബഞ്ചിൽ രണ്ടുപേർ ഇരിക്കുന്നത് അവൾ ശ്രദ്ധിച്ചു. അവർ പൂക്കളെ നോക്കുന്നില്ല. വെള്ളത്തിൽ നോക്കി നിശ്ശബ്ദരായി ഇരിക്കുകയാണ്. കനത്ത നിഴലുകളിൽ മുങ്ങി അത് കീലുപോലെ കറുത്തിരുന്നു. കിടങ്ങിനുമപ്പുറം ഇമ്പീരിയൽ കൊട്ടാരത്തിന്റെ

ഇരുണ്ട കാടുകൾ അവളുടെ കാഴ്ചയ്ക്കു മറയിട്ടു. നിശാകാശത്തിന് കുറുകെ കനമേറിയ ഒരു പിണ്ഡമായി മരങ്ങൾ പരന്നുനിന്നു. മുകളിൽ കനത്ത് തൂങ്ങിനിന്ന പൂങ്കുലകൾക്ക് താഴെയുള്ള വഴിയിൽക്കൂടി തോഷിക്കോ പതുക്കെ നടന്നു.

മറ്റുള്ളവയിൽ നിന്നും കുറച്ചകലെ മറ്റൊരു കൽബഞ്ചിൽ അവൾ ഒരു വിളറിയ വസ്തുകണ്ടു. ആദ്യം വിചാരിച്ചപോലെ അത് ചെറിപ്പൂങ്കുലകളുടെ ഒരു കൂമ്പാരമായിരുന്നില്ല. പാർക്ക് സന്ദർശകരിലാരോ മറന്നേച്ച് പോയ വസ്ത്രവുമല്ലത്. ബഞ്ചിൽ കിടന്നിരുന്നത് ഒരു മനുഷ്യരൂപമായിരുന്നുവെന്ന് അടുത്തുചെന്നപ്പോഴാണ് അവൾ മനസിലാക്കിയത്. കള്ളുകുടിച്ച് ലക്കുതെറ്റിയിട്ട് പൊതുസ്ഥലത്ത് കിടന്നുറങ്ങുന്ന ഹീനന്മാരാരെങ്കിലുമായിരിക്കുമോ അത്? അവൾ അതിശയപ്പെട്ടു. വ്യക്തമായിട്ടും അല്ല. എന്തെന്നാൽ ആ ശരീരമാകെ ദിനപ്പത്രത്താളുകൾകൊണ്ട് പൊതിഞ്ഞിരുന്നു. അടുക്കും ചിട്ടയുമോടെ. ആ കടലാസുകളുടെ വെണ്മയാണ് തോഷിക്കോവിന്റെ ശ്രദ്ധയെ ആകർഷിച്ചത്. ബഞ്ചിനടുത്തുനിന്ന് ആ ഉറങ്ങുന്ന രൂപത്തെ അവൾ നോക്കി.

വർത്തമാനപത്രങ്ങൾ നിരത്തിയിട്ട് അതിനുമുകളിൽ കിടന്നുറങ്ങുകയായിരുന്നു തവിട്ട് ജെഴ്സിയണിഞ്ഞ ഒരു മനുഷ്യൻ. വർത്തമാനപത്രങ്ങൾ കൊണ്ട് അയാൾ മൂടിയിട്ടുമുണ്ട്. ഇപ്പോൾ വസന്തകാലമെത്തിയിരിക്കുകയാണല്ലോ. അതുകൊണ്ട് ഇവിടം അയാൾ തന്റെ നിശാവാസസ്ഥാനമാക്കിയിരിക്കുകയാണ്. സംശയമില്ല. ആ മനുഷ്യന്റെ അഴുക്കുപുരണ്ടതും പാറിപ്പറന്നതുമായ തലമുടിയിലേക്കു തോഷിക്കോ നോക്കി. അയാളുടെ തലമുടി ചില ഇടങ്ങളിൽ ജടപിടിച്ചിട്ടുപോലുമുണ്ടായിരുന്നു. വർത്തമാനപത്രങ്ങളിൽ പൊതിഞ്ഞ നിലയിൽ അവിടെ ഉറങ്ങിക്കിടന്നിരുന്ന ആ രൂപത്തെ നോക്കിനിന്നപ്പോൾ വൃത്തിഹീനവും നികൃഷ്ടവുമായ അണത്തുണിയിൽ പൊതിഞ്ഞ് നിലത്തുകിടത്തിയിരുന്ന ആ കുഞ്ഞിനെ അവൾ അനിവാര്യമായും ഓർമ്മിച്ചു. ജെഴ്സിയണിഞ്ഞ മനുഷ്യന്റെ തോളുകൾ അയാളുടെ ഭാരിച്ച ശ്വാസവേഗത്തിനനുസരിച്ച് ഇരുട്ടിൽ ഉയർന്നുതാണു.

തന്റെ ഭീതികളും മുൻവിചാരങ്ങളുമെല്ലാം പെട്ടെന്ന് മൂർത്തരൂപമാർന്നതുപോലെ തോഷിക്കോവിന് തോന്നി. ഇരുട്ടിൽ ആ മനുഷ്യന്റെ വിളറിയ നെറ്റിത്തടം എഴുന്നുനിന്നു. ദീർഘനാളത്തെ ദാരിദ്ര്യത്തിന്റെയും കഷ്ടപ്പാടുകളുടെയും ചുളിവുകൾ വീണതായിരുന്നുവെങ്കിലും അതൊരു യുവ നെറ്റിത്തടമായിരുന്നു. അയാളുടെ കാക്കിക്കാലുറകൾ അൽപ്പം മുകളിലേക്കു കയറ്റിവച്ചിരുന്നു.

കീറിപ്പറിഞ്ഞ ഒരു ജോഡി ഷൂസായിരുന്നു സോക്സുകളില്ലാത്ത കാൽപ്പാദങ്ങളിൽ അണിഞ്ഞിരുന്നത്. അവൾക്ക് അയാളുടെ മുഖം കാണുവാൻ കഴിഞ്ഞില്ല. അത് ഒരുനോക്കു കാണുവാനുള്ള അദമ്യമായ ഒരാഗ്രഹം അവൾക്ക് പൊടുന്നനെ ഉണ്ടാവുകയും ചെയ്തു.

ബഞ്ചിന്റെ ശരീരഭാഗത്തേക്കു നടന്നുചെന്നിട്ട് അവൾ താഴോട്ടു

നോക്കി. കൈകൾ കൊണ്ടു പകുതിമറച്ച നിലയിലായിരുന്നു അയാളുടെ തല. ആരെയും അത്ഭുതപ്പെടുത്തുമാറ് അയാൾ ചെറുപ്പമായിരുന്നുവെന്ന് അവൾ കണ്ടു. ഇടതൂർന്ന കൺപുരികങ്ങളും മൂക്കിന്റെ സുന്ദരമായ പാലവും അവൾ ശ്രദ്ധിച്ചു. അയാളുടെ അൽപ്പം തുറന്നിരുന്ന വായ യുവത്വംകൊണ്ട് ജീവസ്സുറ്റതായിരുന്നു.

പക്ഷേ, തോഷിക്കോ വളരെയങ്ങ് അടുത്തുപോയി. നിശ്ശബ്ദമായ ആ രാത്രിയിൽ ദിനപ്പത്രക്കിടക്ക മർമരമുതിർത്തു. പൊടുന്നനെ അയാൾ കണ്ണുകൾ തുറന്നു. തൊട്ടരികിൽ തന്നെയായി ഒരു യുവതി നിൽക്കുന്നതുകണ്ടിട്ട് അയാൾ ചാടിപ്പിടഞ്ഞെഴുന്നേറ്റു. അയാളുടെ കണ്ണുകൾ കത്തിത്തെളിഞ്ഞു. ഒരു നിമിഷത്തിനുശേഷം ബലിഷ്ഠമായ ഒരു കൈ നീണ്ടുവന്ന് തോഷിക്കോവിന്റെ മൃദുവായ കൈത്തണ്ടയിൽ പിടിച്ചു.

അവൾക്ക് അൽപ്പംപോലും ഭയം തോന്നിയില്ലെന്ന് മാത്രമല്ല സ്വതന്ത്രയാകുവാൻ അവൾ ഒട്ടും ശ്രമിച്ചതുമില്ല. ഒരു മിന്നിമറയലിൽ ആ ചിന്ത അവളിൽ പതിച്ചു. ങ്ഹാ! ആ ഇരുപതുവർഷങ്ങൾ കടന്നുപോയിരിക്കുന്നു. ഇമ്പീരിയൽ കൊട്ടാരത്തിലെ കാടുകൾ കീലുപോലെ കറുത്തതും അങ്ങേയറ്റം നിശ്ശബ്ദവുമായിരുന്നു.

പേൾ എസ് ബക്ക്

നെൽപ്പാടം

പേൾ എസ് ബക്ക് (1892–1973). *ലോകപ്രശസ്തയായ അമേരിക്കൻ എഴുത്തുകാരി. 1938-ൽ നോബൽ സമ്മാനം നേടി. ചൈനീസ് കാർഷിക ജീവിതം ചിത്രീകരിക്കുന്ന* ***The Good Earth*** *എന്ന നോവൽ പ്രസിദ്ധമാണ്.*

ആ യുവാവ് പറയുന്നതൊക്കെ സാൻ ലി വാൻസെ ഗ്രാമത്തിന്റെ തലവനായ വാങ്സാൻ സശ്രദ്ധം കേട്ടുനിന്നു. നല്ല ഗൗരവബുദ്ധിയുള്ള യുവാവായിരുന്നു അയാൾ. നല്ലവനായ ഒരു യുവാവും തന്നെ. എന്നാൽ അയാളുടെ അജ്ഞത ദയനീയമായിരുന്നു. താൻ അജ്ഞനാണെന്നറിയാൻ ആവാത്തത്ര അജ്ഞനായിരുന്നു അയാൾ എന്ന തെളിവായിരുന്നുവത്രേ തീരെ കഷ്ടം. പക്ഷേ, തലപ്പത്തുള്ളവർ അങ്ങ് പീക്കിങ്ങിൽ നിന്നും അയച്ച ആൾ എന്ന നിലയ്ക്ക് അയാൾക്ക് പറയുവാനുള്ളത് കേൾക്കുന്നതാണ് നല്ലതെന്ന് എല്ലാവർക്കും അറിയാം. സാധിക്കുമെങ്കിൽ പ്രതികരണമേതും കൂടാതെ. അതുവരെ വാങ്സാൻ സ്വയം നിയന്ത്രിച്ചുനിർത്തിയിരിക്കുകയായിരുന്നു. ഗ്രാമത്തിലെ മെതിനിലത്ത് മൂകരായ തന്റെ അയൽവാസികളാൽ ചുറ്റപ്പെട്ട് നിൽക്കുമ്പോൾ പക്ഷേ, തികച്ചും അപ്രതിരോധ്യമായ ഒരു തീരുമാനം അയാളുടെ ഉള്ളിൽ ഇരമ്പി ഉയരുന്നതായി തോന്നി. കടുത്ത ആശാഭംഗത്തോളം എത്തുന്ന ഒരുതരം ലക്കുംലഗാനുമില്ലായ്മ. ചെയർമാൻ മാവോ എത്ര നല്ല മനുഷ്യനായിരുന്നുവെന്നും അമേരിക്കക്കാർ അങ്ങേയറ്റം വഷളന്മാരാണെന്നുമൊക്കെയുള്ള

സംഭാഷണം കേൾക്കുന്നതിന് കുഴപ്പമൊന്നുമില്ല. ചെയർമാൻ മാവോയെയോ ഒരു അമേരിക്കക്കാരനെയോ അയാൾ കണ്ടിട്ടുണ്ടായിരുന്നില്ല. പക്ഷേ നെല്ല് എന്തെന്ന് അയാൾക്ക് അറിയാമായിരുന്നു. അതേ, നെല്ലിനെപ്പറ്റി അയാൾക്ക് എല്ലാമറിയാമായിരുന്നു. പ്രത്യേക വിത്ത് ശേഖരിച്ചു സൂക്ഷിക്കൽ, ഫലഭൂയിഷ്ഠമായ മണ്ണിലെ ചെറിയ ഞാറ്റടികളിൽ അത് നടുന്നത്, വെള്ളം കെട്ടിക്കിടക്കുന്ന പാടങ്ങളിലേക്ക് അത് മാറ്റി പറിച്ചു നടുന്നത്, ഒടുവിൽ വിള കൊയ്തെടുക്കുന്നത്... എല്ലാം. നെല്ലിനെപ്പറ്റി ആർക്കും അയാളോട് ഒന്നും പറയുവാൻ കഴിഞ്ഞില്ല. അയാൾ ശബ്ദമുയർത്തി.

"സഖാവ് ലീ!"

പ്രസംഗം നിർത്തിയിട്ട് ആ യുവാവ് ശബ്ദം എവിടെനിന്നാണെന്നറിയാൻ ചുറ്റും തിരഞ്ഞു.

"ഇതു ഞാനാണ്," വാങ്സാൻ പറഞ്ഞു. ഗ്രാമീണരുടെ ഇടയിലൂടെ അയാൾ തള്ളിക്കയറി.

"താങ്കൾക്കെന്താ പറയേണ്ടത്?" സഖാവ് ലീ ചോദിച്ചു. നെഞ്ചിൽ കൈകെട്ടി കാലുകളകറ്റി വാങ്സാൻ നിന്നു. നീലനിറത്തിലുള്ള അയാളുടെ കോട്ടൺജാക്കറ്റും കാലുറകളും വൃത്തിയുള്ളതായിരുന്നുവെങ്കിലും പലേടത്തും കണ്ടം വെച്ച് തയ്ച്ചതായിരുന്നു. വർഷത്തിലൊരിക്കൽ നീല പരുത്തിത്തുണികൊണ്ടുള്ള ഒരു ജോടി സൂട്ട് മാത്രമേ ഇക്കാലത്ത് പ്രതീക്ഷിക്കുവാനുള്ളൂ. കഴിഞ്ഞകൊല്ലത്തേത് ഇക്കൊല്ലത്തേക്ക് കണ്ടംവച്ച് തയ്ക്കുവാൻ പോവുകയും ചെയ്തു. ഏതായാലും ഒരു ജോടി മതിയായിരുന്നില്ല. രണ്ടുജോടി ആവശ്യമാണെന്ന് പറഞ്ഞുകേൾക്കാൻ തുടങ്ങി. സ്വന്തം ഉടുതുണിക്ക് അവനവൻ തന്നെ ഉത്തരവാദിയായിരുന്ന കാലത്ത്, പണ്ട്, ഒരേസമയം ഒന്നിലധികം സൂട്ടുകൾ ഉണ്ടായിരിക്കുക എളുപ്പമായിരുന്നു. അന്നൊക്കെ തന്നെയും തന്റെ കുടുംബത്തെയും പറ്റി മാത്രം ചിന്തിച്ചാൽ മതിയായിരുന്നു അവന്. ഇന്നിപ്പോൾ അത് സാധ്യമേ അല്ലാതായിരിക്കുന്നു. ഒരാൾ വർഷത്തിൽ രണ്ട് ജോടി സൂട്ടുകൾ ആവശ്യപ്പെടുകയാണെങ്കിൽ, അത് കോടിക്കണക്കിന് സൂട്ടുകളാണെന്നർഥം. കാരണം അയാൾക്ക് രണ്ടെണ്ണം നൽകണമെന്നുണ്ടെങ്കിൽ മറ്റുള്ളവർക്കെല്ലാം അതുപോലെ രണ്ടുജോടി വീതം കൊടുക്കണം. സ്ത്രീകളുടെയും കുട്ടികളുടെയും കാര്യം പിന്നെ പറയുകയും വേണ്ട. അത് അസാധ്യമായിരുന്നു.

സ്വതസിദ്ധവും വ്യക്തവുമായ ശബ്ദത്തിൽ ഉച്ചത്തിൽ വാങ്ലങ് സഖാവ് ലീക്ക് മറുപടി നൽകി. "ഈ നവീനരീതിയിലുള്ള നെല്ല് നടീൽ നമ്മുടെ പാടങ്ങളെ നശിപ്പിക്കുമെന്ന് പറയാൻ ഞാൻ ആഗ്രഹിക്കുന്നു."

ഉയരം കൂടി മെലിഞ്ഞ ഒരു യുവാവായിരുന്നു സഖാവ് ലീ. നീണ്ട് ഒട്ടിയ മുഖമായിരുന്നു അയാൾക്ക്. ചുണ്ടുകളും കണ്ണുകളുമാണെങ്കിൽ തീരെ നേർത്തതും. "സഖാവ് വാങ്," അയാൾ നിർവികാരനായി പറഞ്ഞു: "നമ്മുടെ ചെയർമാൻ മാവോയെക്കാൾ താങ്കൾക്കറിയാമെന്ന് താങ്കൾക്ക് വിശ്വാസമുണ്ടോ?"

തന്റെ ജാക്കറ്റിന്റെ പുറകിൽ ശക്തിയായ ഒരു വലി അനുഭവപ്പെട്ടു, വാങ്ലങ്ന്. തന്റെ ഭാര്യയുടെ താക്കീത് നൽകുന്ന കൈയുടെ വലി അയാൾ തിരിച്ചറിഞ്ഞു. അപ്പോൾ, അവൾ അവനെ പിന്തുടർന്നിരിക്കുന്നു. പതുക്കെ അവൾ അവനോട് പറയാൻ ശ്രമിക്കുകയായിരുന്നു. നമ്മുടെ ഗ്രാമത്തിലെ തലമുതിർന്നവരെ ഇതിനെക്കാൾ കുറഞ്ഞതിനാണ് വെടിവച്ച് കൊന്നിട്ടുള്ളതെന്നോർക്കുക! അവൻ അവളെ ഗൗനിച്ചില്ല. മുതിർന്ന ഗ്രാമീണരെക്കൂടാതെ അവർക്ക് ജീവിക്കുവാൻ കഴിഞ്ഞിരുന്നു. എന്നാൽ നെല്ലില്ലാതെ പറ്റില്ല. അയാൾ കൈകൾ വശങ്ങളിലേക്ക് താഴ്ത്തിയിട്ടു. അയാൾ തന്റെ ശബ്ദം മൃദുവും ബുദ്ധിപൂർവവുമാക്കി. പക്ഷേ, അയാൾ തുടർന്നു:

“സഖാവ് ലീ! എനിക്ക് അറിഞ്ഞുകൂടാത്ത ഒരുപാട് കാര്യങ്ങളുണ്ട് ചെയർമാൻ മാവോയ്ക്ക് അറിയാവുന്നതായിട്ട്. എന്നാൽ നെല്ല് നമ്മുടെ ജീവിതമാർഗമാണ്. അദ്ദേഹത്തിന്റേതായിരിക്കില്ല, ഒരു പക്ഷേ. അദ്ദേഹം മാന്യനായ ദേഹം, ഞാനാകട്ടെ അതല്ല താനും. അദ്ദേഹത്തിന്റെ അച്ഛൻ ഒരു ഭൂവുടമയായിരുന്നു. എന്റേതാകട്ടെ ഒരു കൃഷിക്കാരനും. എന്റെ അപ്പൂപ്പനും ഒരു കൃഷിക്കാരനായിരുന്നു. അതിനും മുമ്പ് എന്റെ പിതാമഹന്മാരും. ഈ പാടശേഖരങ്ങളിൽ സഹസ്രാബ്ദങ്ങളായി നെല്ല് നടുന്നുണ്ട്. ഏതെങ്കിലും നെല്ലിനമല്ല. മറിച്ച് നമ്മുടെ ഈ മണ്ണിൽ നമ്മുടെ കാൽചുവട്ടിൽ നല്ലവണ്ണം വളരുന്ന ആ പ്രത്യേക ഇനം നെൽച്ചെടി.”

അയാൾ തന്റെ വലതുകാൽ മണ്ണിൽ ചവുട്ടി. ഒരു നേർത്ത ചിരിയിൽ താഴേക്കുവളഞ്ഞ വായുമായി സഖാവ് ലീ കേട്ടുനിൽക്കുകയായിരുന്നു.

“തുടർന്നോളൂ, സഖാവ് വാങ്,” അങ്ങേയറ്റം പ്രകടമായ ക്ഷമയോടെ അയാൾ പറഞ്ഞു.

ഒരിക്കലും താണുകൊടുത്തേക്കരുതെങ്കിലും ഗ്രാമീണരായ ഈ ആളുകളോട് ക്ഷമയുള്ളവനായിരിക്കേണ്ടതാണെന്ന് അയാൾ പഠിപ്പിക്കപ്പെട്ടിട്ടുണ്ടായിരുന്നു. അവർ സംസാരിക്കട്ടെ. അവരുടെ ഹൃദയങ്ങൾ തുറക്കട്ടെ. ദയാഹീനമായ വിധി പ്രസ്താവം പിന്നെയല്ലേ ഉണ്ടാവുക. കണ്ണുകൾ താഴ്ത്തി ജനക്കൂട്ടം നിശ്ശബ്ദതയിൽ മുങ്ങിനിന്നു. ഒരു സ്ത്രീയുടെ നിലവിളിയാണ് മൂകത ഭഞ്ജിച്ചത്. അത് വാങ്സാന്റെ ഭാര്യയായിരുന്നു. ആൾക്കൂട്ടത്തിനിടയിലൂടെ അവൾ തിരിഞ്ഞോടിയത് അവർ അപ്പോഴും താമസിച്ചിരുന്ന അവരുടെ മൺപുരയിലേക്കായിരുന്നു. മരപ്പലകകൊണ്ടുള്ള കതക് വലിച്ചടയ്ക്കുന്നതിന്റെയും അതിന് കുറുകെ കമ്പി വലിച്ചിടുന്നതിന്റെയും ശബ്ദം കേട്ടു.

“തുടർന്നോളൂ സഖാവ് വാങ്,” സഖാവ് ലീ പിന്നെയും പറഞ്ഞു.

അതുകൊണ്ട് വാങ്സാൻ തുടർന്നു. ഭീതിയുടെ തണുത്ത വിറങ്ങലിപ്പ് അവന്റെ നെഞ്ചിൽനിന്നും പുറത്തേക്ക് ഇഴഞ്ഞു ചാടിയെങ്കിലും അവൻ ചുണ്ടുകൾ നനച്ചു.

"അമേരിക്കക്കാർ നിലം ആഴത്തിൽ ഉഴുവുന്നുവെന്നും അവർക്ക് നല്ല വിളവ് കിട്ടുന്നുവെന്നും നിങ്ങൾ പറയുന്നു. ഉഴുവുന്ന യന്ത്രങ്ങൾ അവർക്കുണ്ടെന്നും ഇപ്പോൾ ചെയർമാൻ മാവോ അത്തരം യന്ത്രങ്ങൾ നമ്മുടെ റഷ്യൻ സഹോദരന്മാരിൽ നിന്നും വാങ്ങിച്ചുവെന്നും നിങ്ങൾ പറയുന്നു. ഈ യന്ത്രങ്ങൾ ഉപയോഗിച്ച് നമ്മുടെ നിലങ്ങൾ ആഴത്തിൽ ഉഴുവണം എന്നാണ് ഇപ്പോൾ നമ്മോട് പറയുന്നത്. എന്നാൽ ആഴത്തിൽ ഉഴുത നിലത്തിൽ അമേരിക്കക്കാർ നെല്ല് നടാറുണ്ടോ എന്നതാണ് ചോദ്യം? പ്രശ്നമെന്താണെന്നു വച്ചാൽ—"

സഖാവ് ലീയുടെ ക്ഷമ പൊടുന്നനെ പൊട്ടി. "പറയുന്നതുപോലെ താൻ പ്രവർത്തിക്കുമോ എന്നതാണ്, വാങ്സാൻ, യഥാർഥ പ്രശ്നം. തനിക്കുവേണ്ടി ഞാൻ ഈ ചോദ്യത്തിന് ഉത്തരം പറയാം. പറയുന്നതുപോലെ തന്നെ താൻ പ്രവർത്തിക്കും. പറയുന്നതുപോലെ തന്നെ നിങ്ങളെല്ലാവരും ചെയ്യും. അറിവില്ലാത്ത മനുഷ്യരാണ് നിങ്ങൾ. നിങ്ങളുടെ പേര് എഴുതുന്നതിനുപോലും നിങ്ങൾക്ക് കഴിവില്ല. നിർദ്ദേശങ്ങൾ വായിക്കുവാൻ നിങ്ങൾക്കാവില്ല. അതുകൊണ്ട്, നിങ്ങൾക്ക് വായിക്കുവാനാവാത്തത് നിങ്ങളോട് പറയുവാനാണ് ഞാൻ നിങ്ങളുടെ ഈ ചെറിയ ഗ്രാമത്തിൽ വന്നിരിക്കുന്നത്. ഈ പ്രദേശം മുഴുവനും, വാൻ ലീ സിയാങ് മുതൽ സാൻ ലി വാൻ സെ, വരെ ഒരു വലിയ നെൽപ്പാടമാകേണ്ടതുണ്ട്. എല്ലാ അതിരുകളും നീക്കണം. മുഴുവൻ ആളുകളും ചേർന്ന് ജോലി ചെയ്തു തീർക്കുകയും വേണം. സ്വന്തം വീടുകളിൽ നിങ്ങളെല്ലാവരും തൽക്കാലത്തേക്ക് താമസിച്ചുകൊള്ളൂ. പക്ഷേ, ഭൂമി മേലിൽ നിങ്ങളുടേതായിരിക്കില്ല. അത് എല്ലാവർക്കുമുള്ളതാണ്. കൃഷിയിൽ വിദേശത്ത് നിന്നും പരിശീലനം കിട്ടിയവരിൽനിന്നും നിങ്ങൾക്ക് നിർദ്ദേശങ്ങൾ ലഭിക്കും. നമ്മുടെ വിലയേറിയ മണ്ണ് അജ്ഞാനികളുടെ കൈയിൽ വിട്ടുകൊടുക്കാൻ ഇനി മേലിൽ നമുക്ക് കഴിയില്ല. തന്റെ ചോദ്യത്തിനുത്തരം കിട്ടിയോ, സഖാവ് വാങ്?"

ആ ഇടുങ്ങിയ കണ്ണുകളിലേക്ക് വാങ്സാൻ തുറിച്ചുനോക്കി. അയാളുടെ മനസിൽ അനിശ്ചിതത്വം ഭീതിയുമായി കലർന്നു. ആ യുവാവ് ശരിയായിരിക്കാം പറയുന്നത്. ആഴത്തിൽ ഉഴുവുക എന്നത് ഒരിക്കലും പരീക്ഷിച്ച് നോക്കിയിട്ടില്ല. അത് നല്ലതല്ലായിരിക്കാം. എന്നാലും നെൽപ്പാടങ്ങൾ ആഴത്തിൽ ഉഴുവേണ്ടവയല്ലെന്ന് അയാളുടെ അച്ഛൻ തന്നെ അയാളോട് പറഞ്ഞിട്ടുണ്ടായിരുന്നില്ലേ? നെൽച്ചെടികൾക്ക് തലപ്പുകൾ പുറത്തുകാണിച്ച് വെള്ളത്തിൽ നിൽക്കുവാൻ വേണ്ടതിൽ കവിഞ്ഞതൊട്ടും പാടില്ലെന്നായിരുന്നു അയാളുടെ അച്ഛൻ പറഞ്ഞത്. അതും വിത്തുകൾ സശ്രദ്ധം തെരഞ്ഞെടുക്കുന്നതുമായിരുന്നു നിറഞ്ഞ വിളവ് നൽകിയിരുന്നത്. "സ്ത്രീയെപോലെ ശാഠ്യക്കാരിയാണ് നെല്ല്," വെള്ളം കെട്ടിയ പാടങ്ങളിലേക്ക് ഞാറ് പറിച്ചുനടുമ്പോൾ മിക്കപ്പോഴും അയാളുടെ അച്ഛൻ പറയുമായിരുന്നു. "അതിനെ വേണ്ട രീതിയിൽ ഏറ്റവും നല്ലവണ്ണം പരിപാലിക്കുക, പിന്നെ ഒരിക്കലും പട്ടിണിയുണ്ടാവില്ല. അതിന് വേണ്ടതെ

ന്താണെന്ന് മറന്നു നോക്കൂ. വിളവൊന്നും കൂടാതെ അതാ അത് വാടുകയായി. വിത്തുകൾ പരിശുദ്ധമാക്കി വെച്ചിരിക്കണം. ഓരോ പ്രദേശത്തിനും അതിന്റെ സ്വന്തം നെല്ലുണ്ട്. വിത്തുകൾ തമ്മിൽ കലർത്തരുത്."

അച്ഛന്റെ ഈ വാക്കുകൾ ഓർത്തിട്ട്, അവയെ സഖാവ് ലീയിലേക്ക് തള്ളുവാൻ വാങ്സാന് ധൃതിയായി. ഗ്രാമീണരാകെ ഭയന്നുപോയിട്ടില്ലായിരുന്നുവെങ്കിൽ അയാൾ അങ്ങനെ തന്നെ ചെയ്യുമായിരുന്നു. അവർ അവനുചുറ്റുംകൂടി അവനെ ഉന്തിത്തള്ളി കൊണ്ടുപോയി. പേര് വെളിപ്പെടുത്താതെ അപ്പോൾ അവൻ വിളിച്ചുപറയുന്നുണ്ടായിരുന്നു-- വാങ്സാൻ അനുസരിക്കും. അവരെല്ലാം അനുസരിക്കും. സഖാവ് ലീ നിർദ്ദേശങ്ങൾ നൽകിക്കൊണ്ടിരിക്കട്ടെ അവയെല്ലാം നടപ്പിലാക്കപ്പെടും.

അങ്ങനെ സഖാവ് ലീ തുടർന്നു. "പുതിയ കലപ്പകൾ സമയത്തു തന്നെ എത്തും. അവ ഉപയോഗിക്കേണ്ടതെങ്ങനെയെന്ന് നിങ്ങളെ പഠിപ്പിക്കാനുള്ളവരും അവയോടൊപ്പം വരും. അപ്പോഴേക്കും പാടങ്ങൾക്കിടയിലെ നടവരമ്പുകളെല്ലാം കിളച്ചുമറിച്ച് ചെറിയ തുണ്ടുപാടങ്ങളെ മുഴുവനും അതിവിശാലമായ ഒന്നാക്കി മാറ്റണം. ഉഴുതു മറിക്കാൻ പാകത്തിൽ മുമ്പൊരിക്കലും നിങ്ങൾ കണ്ടിട്ടില്ലാത്ത വിളവാണ് കാണുവാൻ പോകുന്നത്."

വാങ്സാൻ അപ്പോൾ ആൾക്കൂട്ടത്തിന്റെ വക്കിലായിരുന്നു. അപ്പോഴും അവർ അയാളെ തള്ളിനീക്കുന്നുണ്ടായിരുന്നു. പിടിച്ചു നിൽക്കാൻ അയാൾ അവസാനമായി ഒരു ശ്രമം നടത്തി. "വിത്തുകൾ," ജനക്കൂട്ടത്തിന്റെ ശിരസ്സുകൾക്കു മീതെ അയാൾ വിളിച്ചുചോദിച്ചു. "നമുക്ക് വിത്തുകൾ എവിടെ കിട്ടും?"

"വിത്തുകൾ തരും," സഖാവ് ലീ ഉറക്കെ വിളിച്ചുപറഞ്ഞു.

"പക്ഷേ— പക്ഷേ—" വാങ്സാന് കൂടുതലൊന്നും പറയാൻ കഴിഞ്ഞില്ല. ബലിഷ്ഠങ്ങളായ കൈകൾ അയാളുടെ വായ്ക്കുമേൽ അമർന്നു. നിരത്തിനു കുറുകെ പാടങ്ങളിലൂടെ വീടുകൾക്കു പുറകിലേക്ക് അവർ അയാളെ ധൃതിയിൽ തള്ളിക്കൊണ്ടുപോയി.

"വിഡ്ഢി" ഗ്രാമീണർ അയാളുടെ നേർക്ക് സീൽക്കാരമുതിർത്തു. "നീ കാരണം ഞങ്ങളെല്ലാവരും കൊല്ലപ്പെടണമെന്നാണോ?"

"നിങ്ങൾ പട്ടിണിയിലാകും," അയാൾ പിറുപിറുത്തു.

"നാളെയാവില്ലത്," തിരിച്ചടിച്ചുകൊണ്ട് അവർ അയാളെ അവിടെ തനിച്ചു വിട്ടു.

വീട്ടിൽ മുതുക് ചാരി ഉപ്പൂറ്റിയിന്മേൽ അയാൾ കുത്തിയിരുന്നു. എന്നിട്ട് കണ്ണുകൾ തുറിച്ച് നെൽപ്പാടങ്ങളിലേക്കു നോക്കി. നിലമൊരുക്കി ഉടനെ നെല്ല് നടണം. അയാൾക്ക് സ്വന്തമായ വിത്തുശേഖരം ഉണ്ടായിരുന്നു. ഒരു ജാറിലിട്ട് വീട്ടിറമ്പിനടിയിൽ ഒരിടത്ത് ഒളിപ്പിച്ചു വച്ചിരിക്കുകയാണത്. അത് അവിടെ ഇരിക്കട്ടെ. ആർക്കും അത് കൊടുക്കില്ല. ഒരുകൊല്ലം രണ്ടുകൊല്ലം പത്തുകൊല്ലം അത് അവിടെ അങ്ങനെ തന്നെ ഇരുന്നുകൊള്ളും. അയാൾ തന്നെ ഒരിക്കലതു നടുംവരെ. ആയിരക്ക

ണക്കിന് വർഷങ്ങളായി കർഷകരായിട്ടുള്ള നാട്ടുമ്പുറത്തുകാർ. വിത്തിന്റെ ഗുണമേൻമ തൊട്ടുനോക്കി പറയാൻ കഴിയുന്ന നാടൻ കർഷകർ. സ്വന്തം മാംസം പോലെ തന്നെ മണ്ണിനെയും അറിയുന്നവർ പറയുന്നത് കേൾക്കാൻ കൂട്ടാക്കാത്ത സഖാവ് ലീയും അതുപോലുള്ള മറ്റെല്ലാ സഖാക്കളും പട്ടിണിയിലാകട്ടെ. ഇന്നല്ലെങ്കിൽ നാളെ പട്ടിണിയിൽനിന്നും അവർ പാഠം പഠിക്കും.

സഖാവ് ലീ പട്ടിണി കിടക്കുന്നതിനെക്കുറിച്ചാലോചിച്ചപ്പോൾ അയാൾക്ക് അയാളോടൊരു വലിയ അനുകമ്പ തോന്നി. ആ യുവാവ് ഒരു ചീത്ത യുവാവായിരുന്നില്ല. മറിച്ച് അവൻ കൊള്ളാവുന്നവനായിരുന്നു. ഒക്കെ അവൻ തെറ്റിദ്ധരിച്ചിരിക്കയാണെന്നു മാത്രം. ശരിയാണ് ചെയ്യുന്നതെന്നാണ് അവൻ വിചാരിച്ചിരിക്കുന്നത്. പക്ഷേ, അവൻ തെറ്റ് ചെയ്യുകയായിരുന്നു. മുകളിലുള്ള ആരോ അവനെ തെറ്റിദ്ധരിപ്പിച്ചിരിക്കുകയാണ്. കഴിയാറായ മഞ്ഞുകാലത്തെ ഒരു ദിവസത്തെ ഇളവെയിലിലിരുന്നുകൊണ്ട്, ശരിക്കു പറഞ്ഞാൽ വസന്താഗമനത്തോടടുത്ത ഒരു ദിവസം, അവൻ ചെയർമാൻ മാവോയെ വിലയിരുത്തി. ഒരു കാളയ്ക്കോ പോത്തിനോ പുറകിൽ നിന്നുകൊണ്ട് ചെയർമാൻ മാവോ എപ്പോഴെങ്കിലും ഒരു നിലം ഉഴുതിട്ടുണ്ടോ? ഭൂവുടമകളുടെ മകനെന്ന നിലയ്ക്ക് പോട്ടെ, വിളവെടുത്തുകൊണ്ടുവരുന്ന ധാന്യമെങ്കിലും അദ്ദേഹം കണ്ടിട്ടുണ്ടോ? അദ്ദേഹത്തിന്റെ അച്ഛന്റെ കലവറകളിലെ പത്തായങ്ങളിൽ നെല്ല് നിറയ്ക്കുന്നതും മരത്തൊട്ടികളിൽ ഗോതമ്പ് നിറയുന്നതും കണ്ടിട്ടുണ്ടോ? മഞ്ഞുകാലത്തേക്കുള്ള മാംസത്തിനായി പന്നികളെ കൊല്ലുന്നതും പച്ചക്കറികൾ ഹൃദ്യമായി സൂക്ഷിക്കുന്നതിനായി അകം മിനുസപ്പെടുത്തിയ കളിമൺ ജാറുകളിൽ കാബേജ് ഉപ്പിട്ട് സൂക്ഷിക്കുന്നതും അദ്ദേഹം കണ്ടിട്ടുണ്ടോ? ഒരാൾ എങ്ങനെ പഠിച്ചുവെന്നത് വളരെ വ്യത്യാസമുണ്ടാക്കുന്ന കാര്യമാണ്. ആ പാശ്ചാത്യരെയും അവരുടെ ആഴത്തിലുള്ള നിലം ഉഴുവലിനെയും കുറിച്ച് പറയുകയാണെങ്കിൽ അവർ ഭക്ഷിക്കുന്നതും കൃഷി ചെയ്തുണ്ടാക്കുന്നതും എന്താണെന്ന് ആർക്കറിയാം? ആർക്കെങ്കിലും അവയെക്കുറിച്ച് എന്തെങ്കിലും അറിയുമോ? അമേരിക്കക്കാർ ഘോരന്മാരാണെന്നാണ് ഈയിടെയായി കേൾക്കാറുള്ളത്. അപ്പോൾ അമേരിക്കക്കാർ അവിടെ ആഴത്തിലാണ് നിലം ഉഴുവുന്നതെങ്കിൽ നമ്മളും ഇവിടെ അതുതന്നെ ചെയ്യേണ്ടതെന്തിന്? എന്നിരുന്നാലും ഇതൊന്നും സഖാവ് ലീയുടെ കുറ്റമല്ല. ആ യുവാവ് ഒരു ദേശസ്നേഹിയാണ്. തെറ്റിദ്ധരിക്കേണ്ട. ഏതെങ്കിലും നഗരത്തിലെ സുഖകരമായ ഓഫീസിലിരിക്കാമായിരുന്നു അയാൾക്ക്. പകരം അയാളിവിടെ നാട്ടിൻപുറത്തെത്തി നാടൻ ഭക്ഷണവും കഴിച്ച് പലകകളിൽ കിടന്നുറങ്ങി ഗ്രാമത്തിന്റെ തണുപ്പും ദുർഗന്ധവും സഹിക്കുകയാണ് രാജ്യത്തെ സേവിക്കുവാനായി. അഥവാ അയാൾ അങ്ങനെ കരുതി. പക്ഷേ, കൃഷിയെപ്പറ്റി അയാൾക്കൊന്നും അറിയില്ലെന്നത് തീർച്ചയാണ്.

നിനച്ചിരിക്കെ വാങ്സാൻ ഒരു ശ്രമംകൂടി നടത്തിനോക്കാൻ തീരു

മാനിച്ചു. രാത്രിയാകുന്നതുവരെ കാക്കുക. പിന്നീട് ഗ്രാമം ഉറങ്ങിക്കഴിയുമ്പോൾ സ്കൂൾ മാഷിന്റെ പാവപ്പെട്ട വീട്ടിലെ കൊച്ചുമുറിയിൽ സഖാവ് ലീയെ തെരെഞ്ഞുപിടിക്കുക. വാദ പ്രതിവാദത്തെ തകർക്കുവാൻ ഗ്രാമീണരാരുമില്ലാത്തപ്പോൾ, എന്നിട്ട്, അയാളോട് കാര്യകാരണസഹിതം സംഗതികൾ വിശദീകരിക്കുക. അന്നേദിവസത്തെ ജോലിയുടെ റിപ്പോർട്ട് എഴുതിക്കൊണ്ട് സഖാവ് ലീ അന്നുരാത്രി മേശയ്ക്കരികിൽ ഇരിക്കുമ്പോൾ തുറന്നുകിടക്കുന്ന വാതിലിന് പുറത്ത് വാങ്സാൻ ചുമച്ചു. സഖാവ് ലീ മുഖമുയർത്തി നോക്കി. “ഉം” എടുത്തടിച്ചപോലെ ലീ. “താങ്കൾ വലിയ തിരക്കിലാണല്ലോ,” വാങ്സാൻ സൗമ്യമായി പറഞ്ഞു. “ഞാൻ എപ്പോഴും തിരക്കിലാണ്,” സഖാവ് ലീ പറഞ്ഞു. “തനിക്കെന്തുവേണം?”

വാങ്സാൻ മുറിക്കുള്ളിലേക്ക് പതിയെ ചുവടുകൾ വെച്ചു. അത് ഒരു ചെറിയ മുറിയായിരുന്നു. താൻ വലുതാണെന്ന് അയാൾക്കുതോന്നി. അസന്തുഷ്ടമായി അയാൾ ചിരിച്ചു. തലചൊറിഞ്ഞു.

“നെൽപ്പാടങ്ങളെക്കുറിച്ച്” അയാൾ പറയാനാരംഭിച്ചു.

പേന മേശപ്പുറത്തേക്ക് വലിച്ചെറിഞ്ഞു സഖാവ് ലീ. “നെൽപ്പാടങ്ങളെക്കുറിച്ച് എന്താണ്,” അയാൾ കുരച്ചുചാടി. വാങ്സാൻ അറച്ചു. എന്തിന് അയാൾ നെൽപ്പാടം കൊണ്ടുതുടങ്ങി. സഖാവ് ലീയുടെ വീടിനെപ്പറ്റിയും അയാളുടെ ആരോഗ്യത്തെക്കുറിച്ചും അയാളുടെ അച്ഛനമ്മമാരുടെ സൗഖ്യത്തെക്കുറിച്ചും അയാൾക്ക് കുശലാന്വേഷണം നടത്താമായിരുന്നു. അയാൾ വീണ്ടും തുടങ്ങി.

“സഖാവ് ലീ, എവിടെയാണാവോ താങ്കളുടെ മഹനീയ ഗേഹം?”

സഖാവ് ലീ അയാളെ തുറിച്ചുനോക്കി. “തനിക്ക് അത് എന്താണ്?” വാങ്സാൻ ധൈര്യത്തോടെ തുടർന്നു. “താങ്കളുടെ മഹത്തായ ആരോഗ്യം എങ്ങനെ?”

“എന്നെ കളിയാക്കുകയാണോ?” സഖാവ് ലീ തറപ്പിച്ചു ചോദിച്ചു. “ബൂർഷ്വാ ചോദ്യങ്ങളും ചോദിച്ച് താനീ രാത്രിയിൽ ഇവിടെ എന്തിന് വന്നു?”

“ഈ ചോദ്യങ്ങൾ ചോദിക്കാൻ പാടില്ലേ?” വാങ്സാൻ തിരക്കി.

“തീർച്ചയായും പാടില്ല” സഖാവ് ലീ പൊടുന്നനെ പറഞ്ഞു. “ഞാൻ ജോലി ചെയ്യുന്നിടമാണ് എന്റെ വീട്. ഇപ്പോൾ അത് ഈ മുറിയാണ്. എന്നിൽനിന്നും ആവശ്യപ്പെടുന്ന ജോലി ചെയ്യുവാൻ കഴിയുന്നിടത്തോളം എന്റെ ആരോഗ്യം ഒരു പ്രശ്നമല്ല.

“താങ്കളുടെ അച്ഛനമ്മമാർ—”

“എനിക്ക് അച്ഛനമ്മമാരില്ല,” സഖാവ് ലീ നിർവികാരനായി പറഞ്ഞു.

“എന്നു വച്ചാൽ”

“എനിക്ക് അച്ഛനമ്മമാരില്ലെന്ന്, അത്രതന്നെ.”

വാങ്സാൻ ആകെ ചകിതനായി. സഖാവ് ലീയുടെ അത്ര ചെറു

പ്പമായ ഒരാൾക്ക് എങ്ങനെയാണ് അച്ഛനമ്മമാരില്ലാതാവുന്നത്. അയാളുടെ അച്ഛൻ മരിച്ചത് പനി പിടിച്ചായിരുന്നു. വൃദ്ധയായ അമ്മ ഇപ്പോഴും ജീവിച്ചിരിക്കുന്നു.

“അവർ എങ്ങനെയാണ് മരിച്ചത്?” അയാൾ മൃദുവായി ചോദിച്ചു.

സഖാവ് ലീ മറുപടി പറഞ്ഞില്ല. അയാൾ മുഖം തിരിച്ച് ദൂരെ മൺഭിത്തിയിലേക്ക് തുറിച്ചുനോക്കി. വാങ്സാൻ സഹതാപാർദ്രമായി നിശ്വസിച്ചു. “താങ്കളുടെ അവസ്ഥ ഇപ്പോൾ എന്താണെന്ന് എനിക്കറിയാം, സഖാവ് ലീ. മാതാപിതാക്കളില്ലാത്ത മനുഷ്യൻ വേരുകളില്ലാത്ത വൃക്ഷമാണ്. ഒരു അനാഥനാകേണ്ടുന്നത്ര പ്രായമൊന്നും താങ്കൾക്കില്ല! താങ്കൾ കഠിനമായി അധ്വാനിക്കുന്നു. താങ്കൾ വളരെ മെലിഞ്ഞു വിളറിയിരിക്കുന്നു. അച്ഛനമ്മമാരെ ഓർത്ത് ദുഃഖിക്കുകയാണ് താങ്കൾ.”

സഖാവ് ലീ ആ സുഖസ്പർശം നിരസിച്ചു. “ഞാൻ ദുഃഖിക്കുന്നില്ല.” അയാൾ പിറുപിറുത്തു. “അത് എന്റെ കുറ്റമായിരുന്നില്ല. അതായത് അവർ – അത് ഞാനൊന്നുമായിരുന്നില്ല – അവർക്ക് അവസരം നൽകിയിരുന്നു.”

വാങ്സാൻ മിക്കവാറും വികാരാധീനനായി. അപ്പോഴത്തെ ജീവിതത്തിൽനിന്നും അൽപ്പമതാ അയാൾ കണ്ടിരിക്കുന്നു. “എന്നുവച്ചാൽ അവർ...”

അയാൾ അൽപ്പമൊന്നു നിറുത്തിയപ്പോൾ സഖാവ് ലീ അയാൾക്കു നേരെ തിരിഞ്ഞു. “എന്റെ അച്ഛൻ ഒരു ബിനാമി ഭൂവുടമയായിരുന്നു. ഞങ്ങൾ നഗരത്തിലാണ് താമസിച്ചിരുന്നത്. ഞങ്ങൾ ധനികരായിരുന്നു. അദ്ദേഹം പരിഷ്കരണത്തിന് വഴങ്ങിയില്ല. അദ്ദേഹം കുറ്റസമ്മതം നടത്തുകയുമില്ല. മാറുന്നതിനായി അദ്ദേഹം ഒന്നും തന്നെ ചെയ്തില്ല. അദ്ദേഹം ചിരിക്കുക മാത്രം ചെയ്തു. തനിക്ക് ജീവിക്കേണ്ടതില്ലെന്നാണ് അദ്ദേഹം പറഞ്ഞത്. ശരി – അദ്ദേഹം മരിച്ചു. എന്റെ അമ്മയോ – തൂങ്ങിമരിച്ചു.”

വാങ്സാൻ ഞെട്ടിത്തരിച്ചുപോയി. “എത്ര ദുഃഖകരം, എത്ര ദുഃഖകരം!” അയാൾ രോദനമുതിർത്തു.

“അദ്ദേഹം താനെ വരുത്തിവച്ചതാണ്, ഞാൻ പറയാം,” സഖാവ് ലീ പൊടുന്നനെ ഉഗ്രമായി തിരിച്ചടിച്ചു. “അവർ മരിക്കേണ്ട ആവശ്യമില്ലായിരുന്നു. എന്നെക്കുറിച്ച്, അവരുടെ മകനെക്കുറിച്ച്, അവർ ചിന്തിക്കാതിരുന്നത് ക്രൂരമായിപ്പോയി. ഞാൻ അവരോട് കെഞ്ചി. ഞാൻ മുട്ടുകുത്തിപ്പോയി. അതേക്കുറിച്ച് ചിന്തിക്കുവാൻ എനിക്ക് ലജ്ജയുണ്ട്.”

“ലജ്ജിക്കേണ്ടതില്ല” വാങ്സാൻ പറഞ്ഞു. “അച്ഛനമ്മമാരോട് മുട്ടുകുത്തിക്കെഞ്ചിയത് ശരിതന്നെ.”

“അത് ശരിയായിരുന്നില്ല” സഖാവ് ലീ വിളിച്ചു പറഞ്ഞു. “അത് ബൂർഷ്വാ നടപടിയായിപ്പോയി. ഞാനതിന് പ്രായശ്ചിത്തം ചെയ്തു. ഞാൻ പോയി – ഞാൻ അധികാരികളോട് പറഞ്ഞു. ഞാൻ എന്റെ അച്ഛനെ അപലപിച്ചു. അവർ വന്ന് അദ്ദേഹത്തെ പിടികൂടി.”

"തടവറ?" വാങ്സാൻ ചോദിച്ചു.

"അല്ല," സഖാവ് ലീ പറഞ്ഞു. "എല്ലാം കുറെ നിമിഷങ്ങൾക്കുള്ളിൽ കഴിഞ്ഞു. വിചാരണ ഞങ്ങളുടെ സ്വന്തം വീട്ടിൽ വെച്ചുതന്നെയായിരുന്നു — പിന്നെ — മുറ്റത്തുവച്ചുതന്നെ അദ്ദേഹത്തെ വെടിവച്ചുകൊന്നു."

"വെറുതെയല്ല താങ്കൾ മെലിഞ്ഞിരിക്കുന്നത്," വിഷാദിച്ചുകൊണ്ട് വാങ്സാൻ പറഞ്ഞു. "താങ്കൾക്ക് തിന്നാൻ കഴിയില്ല. താങ്കൾ എപ്പോഴും അദ്ദേഹത്തെക്കുറിച്ച് ചിന്തിക്കുകയാണ്."

"നിങ്ങൾക്കു തെറ്റി" സഖാവ് ലീ പൊട്ടിത്തെറിച്ചു. "ഞാൻ ഒരിക്കലും അദ്ദേഹത്തെ വിചാരിക്കാറില്ല. സംഭവിച്ചത് ശരിയായിരുന്നു. ഞാൻ എന്റെ ജോലി ചെയ്തു. എന്റെ ജോലി തുടരാൻ വിട്ടേച്ചുകൊണ്ട് ഒന്നിപ്പോൾ പോകാമോ?"

താൻ ചെയ്യാനുദ്ദേശിച്ച് വന്ന കാര്യം പൂർത്തിയാക്കിയില്ലെന്ന് വാങ്സാന് തോന്നി. അയാൾ വീണ്ടും ആരംഭിച്ചു.

"നെൽപ്പാടങ്ങളെപ്പറ്റി."

ഈ കുറഞ്ഞ വാക്കുകൾക്ക് എന്തു ചെയ്യാനാകുമെന്ന് കണ്ട് അയാൾ ഞെട്ടി. സഖാവ് ലീ ചാടിയെഴുന്നേറ്റ് മുഷ്ടി ചുരുട്ടി വാങ്സാന്റെ നേർക്ക് പാഞ്ഞടുത്തു. "അതാ അവിടെ മെതിസ്ഥലത്തുവച്ച് നിനക്കു വെടിയേറ്റുമരിക്കണമോ?" ഗംഭീരമായൊരു മുഴക്കമായിരുന്നു അയാളുടെ ശബ്ദം. അയാൾ തുടർന്നപ്പോൾ അത് പുളഞ്ഞുപൊട്ടി. അത്രയ്ക്ക് ഉച്ചത്തിലായിരുന്നു ആ ശബ്ദം. "ഒരു കാര്യം, എടാ പട്ടി, നിന്നെയും അവർ ഭിത്തിയോട് ചേർത്തുനിർത്തും! നീ എന്റെ ഉത്തരവാദിത്തമാണ്. നീ കൽപ്പന പാലിക്കുന്നുണ്ടോ ഇല്ലയോ എന്നുനോക്കേണ്ടത് എന്റെ ജോലിയാണ് — എന്റെ ജോലി — എന്റെ ജോലി."

വാങ്സാൻ ഇരുട്ടിലേക്ക് ഓടിമറഞ്ഞു. അയാൾക്ക് അധികമൊന്നും ചെയ്യുവാൻ കഴിഞ്ഞില്ല. സഖാവ് ലീയെ മാറ്റുവാൻ കഴിയില്ലെന്ന് അത്രയ്ക്ക് വ്യക്തം. അയാൾ പറഞ്ഞതുപോലെ, അയാൾ അയാളുടെ ജോലി ചെയ്യുകയായിരുന്നു. ഈ ജോലിക്കാര്യം അപകടം പിടിച്ചതുതന്നെ. തന്റെ ജോലിയാണെന്ന് കരുതാമെങ്കിൽ ഒരാൾക്ക് എന്ത് കുറ്റകൃത്യവും ചെയ്യാനാകും. അതെ, സഖാവ് ലീ ഉള്ളിൽ നല്ലവനായ ഒരു യുവാവായിരുന്നു. ഈ നവയുഗത്തിൽ ഒരു ദേശസ്നേഹി. തനിക്കാവുന്നത് അങ്ങേയറ്റം വൃത്തിയായി അദ്ദേഹം ചെയ്യുമായിരുന്നു. സ്വന്തം അച്ഛനെ ഒറ്റുകൊടുത്തപ്പോഴും അയാൾ തനിക്കാവുന്നത് അങ്ങേയറ്റം ഭംഗിയായിതന്നെ ചെയ്യുകയായിരുന്നുവെന്നത് തീർത്തും സാധ്യമായിട്ടുള്ളകാര്യം. തന്റെ ജോലി എന്തായിരുന്നുവെന്ന് ഒരുവനെ പഠിപ്പിക്കപ്പെട്ടതിനെ ആശ്രയിച്ചായിരുന്നു അതെല്ലാം. ജോലി — അപകടകരമായ ഒരു വാക്ക്! ഭാരമേറിയ ഒരു വാളുപോലെ അത് ഒരുവനിൽ വന്നുപതിക്കുകയും അവനെ അവസാനിപ്പിക്കുകയും ചെയ്തേക്കാം. താൻ ശരി, മറ്റുള്ളവർ തെറ്റ് എന്ന് എപ്പോഴും ചിന്തിക്കുന്ന ഒരവസ്ഥയിൽ അത് അവനെ ഭ്രാന്തിലേക്കു

പോലും തള്ളിവിട്ടേക്കാം. നെൽപ്പാടങ്ങൾ ആഴത്തിൽ ഉഴുവുക എന്ന പ്രശ്നവും ഉദാഹരണത്തിന് — വാങ്സാൻ തലകുലുക്കി. അയാൾ നിശ്വസിച്ചു. അയാളുടെ ചൈതന്യം ചോർന്നു. ആരോടെങ്കിലും പ്രതിഷേധിക്കുവാനായി ഇനി ആരും തന്നെയില്ല. ദൈവങ്ങൾപോലും പോയിരിക്കുന്നു. ദേവാലയം ദൈവശൂന്യമായിരിക്കുന്നു. പകരം അതിൽ പട്ടാളക്കാരെ നിറച്ചിരിക്കുകയാണ്.

അതിൽപ്പിന്നെ, വാങ്സാനും അയാളുടെ ഗ്രാമീണർക്കുമിടയിൽ ഒരു നേരിയ വ്യത്യാസംപോലും കണ്ടെത്തുവാൻ ആർക്കും കഴിയുമായിരുന്നില്ല. എന്നും നേരം പുലരുമ്പോൾ തന്നെ ഉണർന്ന് വയലുകളിലേക്ക് മാർച്ച് ചെയ്തുകൊണ്ട് എല്ലാവരും ഒറ്റക്കെട്ടായി വരമ്പുകൾ തട്ടിനിരപ്പാക്കുന്ന പണി തുടങ്ങുകയായി. മൺവെട്ടിയും മൺകോരിയുംകൊണ്ട് അവർ വിശ്രമമില്ലാതെ പണിയെടുത്തു. അവരെ ആട്ടിത്തെളിച്ചുകൊണ്ട് സഖാവ് ലീയും അയാൾക്ക് പുറകിലായി പട്ടാളക്കാരും.

“ശരി, ഞാറ് പറിച്ചുനടുന്നതിനായി തയ്യാറായിക്കൊള്ളൂ.” സഖാവ് ലീ അവരെ നോക്കി വിളിച്ചുപറഞ്ഞു.

ഞാറ്റടികളൊക്കെ നല്ല നിലയിലായിരുന്നു. നെല്ല് നേരത്തെ വിതച്ചിരുന്നു, വസന്താഗമനം നേരത്തെ തന്നെ ഉണ്ടായതിനാൽ. നാടൻവളത്തിനു പുറമെ വിദേശനിർമിത വളങ്ങൾകൂടി ചേർത്തതായിരുന്നു ഞാറ്റടികൾ. സത്യം പറയട്ടെ, വിത്തുകൾ തമ്മിൽ കലർത്തിയിരുന്നു. അതായത് അവ ശുദ്ധമായ നാടൻ വിത്തുകൾ മാത്രമായിരുന്നില്ലെന്ന്. ഉപയോഗിച്ച നാടൻവിത്തുകൾക്കൊപ്പം രാജ്യത്തിന്റെ മറ്റുഭാഗങ്ങളിൽ നിന്നുള്ള വിത്തുകളും ചേർത്തിരുന്നു. കേന്ദ്രസ്ഥാനങ്ങളിലുള്ള വലിയ പത്തായങ്ങളിലാണ് വിത്തുകൾ സൂക്ഷിച്ചിരുന്നതുതന്നെ. ഓരോ കർഷകന്റെയും കൈവശമുള്ള വിത്തുകൾ എല്ലാം അധികൃതർക്ക് കൈമാറണം. തന്റെ കൈവശമുണ്ടായിരുന്ന വിത്തുശേഖരത്തിന്റെ പകുതി മാത്രം കൊടുത്തുകൊണ്ട് വാങ്സാൻ അനുസരണക്കേട് കാണിച്ചിരുന്നു. തന്റെ ഗ്രാമീണരിൽ എത്രപേർക്കുണ്ട് അതുപോലൊരു രഹസ്യമെന്നയാൾ അതിശയിച്ചു. രഹസ്യം പങ്കിടാൻ, പക്ഷേ ആരും ധൈര്യപ്പെട്ടില്ല. ഒരു സുഹൃത്തിനെയോ അയൽക്കാരനെയോ വിശ്വസിക്കാവുന്ന പഴയ കാലമല്ലിത്. കുറ്റമേൽക്കേണ്ടുന്ന കാര്യമല്ല. ശിക്ഷയുടെയും മർദ്ദനത്തിന്റെയും കാര്യമാണ്. ഒരുവന് ആവുന്നതുപോലെ ജീവിക്കുക. സ്വന്തം രഹസ്യങ്ങൾ പുറത്താക്കാതിരിക്കുന്നതാണ് നല്ലത്.

എങ്കിലും നാടൻ വിത്തുകൾ ആവോളം നട്ടിരുന്നു. അതുകൊണ്ട് ഞാറ്റടികൾ നല്ല പച്ചയായി കാണപ്പെട്ടു. വിശാലമായ ഞാറ്റടികളായിരുന്നു അതെല്ലാം. വെള്ളം കെട്ടിനിറുത്തി ഞാറ് പറിച്ച് നടേണ്ടതിനും അതിവിശാലമായ പാടമാണുണ്ടായിരുന്നത്. വരമ്പുകളെല്ലാം തട്ടിനിരപ്പാക്കിയപ്പോൾ കണ്ണെത്തുവോളവും പിന്നെ ചക്രവാളത്തിനുമപ്പുറവുമായി നിലം വിശാലമായി കിടന്നു. അത്രയുമായപ്പോൾ വിദേശ നിർമിത

കലപ്പകൾ ട്രക്കുകളിൽ കൊണ്ടുവന്നു. അവയെല്ലാം വിദേശ നിർമിത ട്രാക്ടറുകളുമായി ബന്ധിച്ചിരുന്നു. ചെറുപ്പക്കാർ ട്രാക്ടറുകൾ ഓടിച്ച് വലിയ നിലത്തിൽ പണിക്കിറങ്ങി. ഗ്രാമീണർക്ക് അകന്നുമാറിനിന്നു നോക്കിക്കാണുവാനേ കഴിഞ്ഞുള്ളൂ. അവരുടെ മുഖങ്ങളിൽ അതിശയവും ആകാംക്ഷയും.

"അയ്യോ," അവർ വേദനകൊണ്ട് പതിയെ കരഞ്ഞു. "അയ്യോ—അയ്യോ—"

എന്തെന്നാൽ നിലത്തിന് സംഭവിക്കുന്നതെന്തോ അത് അവരുടെ ശരീരത്തിന് തന്നെ ഏൽക്കുകയായിരുന്നു. മനുഷ്യന്റെ കൈകൾ പരിലാളിച്ച ഈ നിലം, അങ്ങനെ സഹസ്രാബ്ദങ്ങളോളം പരിലാളിച്ച ഈ നിലം യന്ത്രങ്ങൾ തല്ലിച്ചതച്ച് കീറുകയാണ്. സമൃദ്ധമായ മേൽമണ്ണിനെ അങ്ങോട്ടുമിങ്ങോട്ടുമിട്ട് തട്ടുകയാണ്. ചെറിയ നെൽച്ചെടികൾക്ക് പോഷണം നൽകുന്ന വെള്ളത്തെ താങ്ങിനിർത്തുന്ന അടിത്തട്ടായി വർത്തിച്ച മേൽമണ്ണിനടിയിലെ പശിമകൂടിയ ആറിഞ്ച് കളിമണ്ണാണിപ്പോൾ പാളികളായി അങ്ങിങ്ങ് മുറിച്ചുകീറുന്നത്. കളിമണ്ണിനടിയിലാണ് അരിപ്പപോലത്തെ അടിമണ്ണ്.

"ഭൂമിയുടെ ചർമ്മത്തെ ഒരിക്കലും കഷ്ണിച്ചുകളയരുത്." പഴയ കർഷകർ അവരുടെ മക്കളോട് പറഞ്ഞു, തലമുറ തലമുറയായി. "ഭൂമിയുടെ ചർമം നമ്മുടെ ശരീരചർമങ്ങൾ പോലെയാണ്. നമ്മുടെ ചർമങ്ങൾ രക്തത്തേയും അസ്ഥികളെയും ഒരുമിപ്പിച്ച് താങ്ങിനിറുത്തുംപോലെ മണ്ണിനെ ഒറ്റയായി നിർത്തുന്നത് അതിന്റെ ചർമമാണ്.

ഇപ്പോഴാ ചർമമിതാ കീറി ഉപയോഗശൂന്യമായിരിക്കുന്നു. വെളുത്തമണ്ണും കല്ലും അടിമണ്ണും പുറത്തേക്കുതള്ളി. ഉള്ളിൽ ആലംബഹീനരായി ഗ്രാമീണർ നോക്കിനിൽക്കുന്നു. എന്തു സംഭവിക്കുമെന്ന് അവർക്ക് അറിയാമായിരുന്നു. അവരുടെ പിതാമഹർ അവരോട് പറഞ്ഞതുപോലെ തന്നെയാകും എല്ലാം. പക്ഷേ, ഒരു ഗ്രാമീണനും ഒരു വാക്കുപോലും പറഞ്ഞില്ല. വാങ്സാൻ പോലും ശാന്തനായിരുന്നു. ഏറ്റവും ഹീനമായിട്ടുള്ളത് ചെയ്തുകഴിഞ്ഞ സ്ഥിതിക്ക് ഇനിയിപ്പോൾ സംസാരിച്ചിട്ടെന്തു കാര്യം?

ഗ്രാമീണർ ചൈതന്യരഹിതരായി കൽപ്പനകൾ നിറവേറ്റിക്കൊണ്ടിരുന്നു. വാങ്സാനെക്കാൾ വാശിയോടെ ആരും പണിയെടുത്തതുമില്ല.

"അതെ, സഖാവ് ലീ," അയാൾ ദിവസം ഒരു നൂറുപ്രാവശ്യം പറഞ്ഞു. സഖാവ് ലീ അയാളെ മിക്കവാറും അംഗീകരിക്കുംവരെ. ഒരു വിശ്വസ്തനായ മനുഷ്യൻ. ഈ ഗ്രാമമുഖ്യൻ. തന്റെ പാഠം പഠിച്ചവൻ.

"വാങ്സാൻ, ഞാൻ താങ്കളെ ശുപാർശ ചെയ്യും," ഒടുക്കം അയാൾ പറഞ്ഞു.

"നന്ദി സഖാവ് ലീ," വാങ്സാൻ പറഞ്ഞു, ഉണർവില്ലാതെ, ഭാവിയെപ്പറ്റിയുള്ള എല്ലാ പ്രതീക്ഷകളും അയാൾ കൈവിട്ടിരുന്നു. ഏറ്റവും

മോശമായിട്ടുള്ളത് അറിഞ്ഞുകഴിയുമ്പോൾ സഖാവ് ലീക്ക് എന്തുസംഭവിക്കുമെന്നതാണ് ഒരേയൊരു ചോദ്യം.

ഇത്രയും നല്ലൊരു വസന്തകാലം മുമ്പൊരിക്കലുമുണ്ടായിട്ടില്ല. മഴ പെയ്തു നദി നിറഞ്ഞു. വേനലാരംഭത്തിൽ ഞാറ്റടികൾ സമൃദ്ധമായ പച്ചയോടെ നിറഞ്ഞുനിന്നു. പറിച്ചുനടാൻ സമയമായിരുന്നു. പണ്ടുകാലത്ത് പുഴവെള്ളം കൈ കൊണ്ടാണ് പാടങ്ങളിലേക്ക് തിരിച്ചുവിട്ടിരുന്നത്. നെൽച്ചെടികൾക്കുവേണ്ട വെള്ളത്തിന്റെ നിരപ്പ് നിലനിറുത്തുന്നതിനായി കളിമണ്ണുകൊണ്ട് ഉയർത്തിക്കെട്ടും. ഇപ്പോൾ കൈകളുടെയൊന്നും ആവശ്യമില്ല. ഭാരമേറിയ മൂന്ന് ഇരുമ്പുപമ്പുകൾ ട്രക്കുകളിൽ കൊണ്ടുവന്നു. പുഴയോരത്ത് മൂന്ന് വ്യത്യസ്ത സ്ഥലങ്ങളിൽ അവ സ്ഥാപിച്ചു. അവയിൽനിന്നും വിശാലമായ നെൽപ്പാടത്തേക്ക് പുഴവെള്ളം കുതിച്ചുചാടി. രണ്ടുദിവസത്തിനുള്ളിൽ നാട്ടിൻപുറം മുഴുവനും ഒരു തടാകം പോലെയായി. നടുവിൽ ഒരു ദ്വീപുപോലെ ഗ്രാമം ഇരുന്നു. ഉയർത്തിയുണ്ടാക്കിയ റോഡ് മാത്രമായിരുന്നു കരയുമായിട്ടുള്ള ബന്ധത്തിന്. ഈ തടാകത്തിലേക്ക് നൂറുകണക്കിന് ജോലിക്കാർ കൂട്ടത്തോടെ വന്നിറങ്ങി. ഇവരെയും ട്രക്കുകളിലാണ് കൊണ്ടുവന്നത്. നീല ധരിച്ച ജോലിക്കാർ ഞാറ് നടുന്നതിനായി എല്ലായിടത്തും കുനിഞ്ഞുനിന്നു. അവരുടെ പണി കഴിഞ്ഞപ്പോൾ തടാകം ഇളംനെൽച്ചെടികളാൽ ഇളംപച്ചയായി കാണപ്പെട്ടു. സഖാവ് ലീക്ക് സന്തോഷവും അഭിമാനവും തോന്നി. പുതിയ ഭൂദൃശ്യം നോക്കി അയാൾ ഒരുപാട് സമയം ചെലവിട്ടു. അയാൾ വാങ്സാനോട് സംസാരിക്കുവാൻ കൂട്ടാക്കിയില്ല.

നദി കാരണമായിരുന്നില്ലെങ്കിൽ എല്ലാം നന്നാകുമായിരുന്നു. നദിയായിരുന്നു കുഴപ്പം. അത് തീരെ ചെറുതായിരുന്നു. വസന്തകാല വെള്ളപ്പൊക്കം അടങ്ങിയപ്പോൾ അത് മണൽത്തിട്ടകൾക്കിടയിലൂടെ വളഞ്ഞുപുളഞ്ഞു പോകുന്ന ഒരു ചെറു കൈവഴി മാത്രമായി. പമ്പുകൾ മണലും ചെളിയും നിറഞ്ഞ വെള്ളം കുരച്ചുതുപ്പി. അവയുടെ ഉൾഭാഗങ്ങൾ തടസ്സപ്പെട്ടിരുന്നു. എങ്കിൽതന്നെ, മഴ പെയ്തപ്പോൾ പാടത്ത് വെള്ളം കെട്ടിനിന്നിരുന്നുവെങ്കിൽ എല്ലാം നന്നായിത്തീരുമായിരുന്നു. മേൽമണ്ണിനടിയിലെ ഉറച്ച കളിമൺ ഭാഗമുണ്ടായിരുന്നപ്പോൾ പണ്ടുകാലത്ത് ഓരോ ചെറിയ പാടവും ഓരോ കിണ്ണംപോലെയായിരുന്നു. മഴ ഉണ്ടായിരിക്കട്ടെ, ഇല്ലാതിരിക്കട്ടെ, പുഴയുണ്ടാവട്ടെ, ഇല്ലാതിരിക്കട്ടെ; നെൽച്ചെടികൾക്ക് വളർന്നു മുറ്റുവാൻ പാകത്തിൽ നിലങ്ങളിൽ വെള്ളം നിൽപ്പുണ്ടാവും. വേനലിന്റെ ഒടുക്കം വരൾച്ചയുണ്ടാകുമ്പോൾ പാടങ്ങൾ പതിയെ വറ്റിവരളും. നെൽച്ചെടികൾക്ക് അപ്പോൾ വെള്ളത്തിന്റെ ആവശ്യം ഉണ്ടായിരിക്കില്ല. വേരുകൾ അപ്പോഴേക്കും ശക്തിയാർജിച്ചിട്ടുണ്ടാകും. നെല്ല് വിളഞ്ഞ് പഴുക്കുംവരെ അവ ചെടികളെ താങ്ങിനിർത്തും.

ഇപ്പോൾ കളിമണ്ണിന്റെ അടിത്തട്ട് ഇല്ലാതായിരിക്കുന്നു. വരണ്ടകാലത്തിനു മുമ്പുതന്നെ മണ്ണ് ഉണങ്ങി. നെൽച്ചെടികളെ വെള്ളത്തിൽ നിർത്താൻ മഴ മതിയായില്ല. ആറാം മാസത്തിൽ മഴ പെയ്തുവീണ

അത്രയും വേഗത്തിൽ തന്നെ അത് ഇളകിയ അടിമണ്ണിലേക്ക് ഒലിച്ചിറങ്ങിപ്പോയി. ഒന്നോ രണ്ടോ ദിവസത്തേക്ക് വെള്ളം പൊങ്ങിയെങ്കിൽ തന്നെ നെൽച്ചെടികൾക്കു വേണ്ട നിരപ്പ് പാലിക്കുവാൻ അതിന് കഴിഞ്ഞില്ല. പൊട്ടിയ മണ്ണിലേക്ക് ഓടിയിറങ്ങിയ വെള്ളം ഉപയോഗശൂന്യമായി എങ്ങോ ഒഴുകിപ്പോയി. കതിരെടുക്കാൻ കഴിയുംമുമ്പെ ചെടികൾ വാടി വീഴാൻ തുടങ്ങി.

ഇനിയിപ്പോൾ എന്തു ചെയ്യാനൊക്കും? ഗ്രാമീണർ മൂകരായി. അവർ തലകുലുക്കി. ഗ്രാമീണരുടെ നേർക്ക് അലറി വിളിക്കാൻ മാത്രം സഖാവ് ലീ തന്നെത്തന്നെ മറന്നു.

“എന്തുകൊണ്ട് നിങ്ങൾ എന്നോട് പറഞ്ഞില്ല? മരത്തലയന്മാർ! രാജ്യദ്രോഹികൾ! മനഃപൂർവമാണ് നിങ്ങൾ മൂകരായിരിക്കുന്നത്!”

അവരിലൊരാൾപോലും മറുപടിക്കായി ശബ്ദമുയർത്തിയില്ല. പറഞ്ഞുവെങ്കിലും അയാൾ വിശ്വസിക്കാതിരിക്കുന്നതാണെന്ന് അവരിലൊരാൾപോലും സഖാവ് ലീയെ ഓർമ്മിപ്പിച്ചില്ല. ആഴത്തിൽ ഉഴവുന്നത് വിദേശഭൂമികൾക്ക് നന്നായിരിക്കും. എന്നാൽ ഈ പുരാതന മണ്ണിന് അത് ചേർന്നതല്ല. അയാളുടെ കോപത്തെ അവർക്ക് ഭയമായിരുന്നു. എന്നാലും അയാളെ ഓർത്ത് അവർക്ക് ദുഃഖം തോന്നി. തന്റെ കഴിവിനുമപ്പുറത്ത് അയാൾ കഠിനാദ്ധ്വാനം ചെയ്തു. ഈ മെലിഞ്ഞ യുവാവ്. ആവുന്നത്ര ഭംഗിയായി അയാൾ അദ്ധ്വാനിച്ചു. തന്റെ മേലധികാരികളെ അയാൾ അനുസരിച്ചു. അവർ ചെയ്യുന്നത് അവർക്ക് അറിയാമായിരുന്നുവെന്ന് വിശ്വസിച്ചുകൊണ്ട് അയാളെ ശകാരിക്കാൻ ഗ്രാമവാസികൾക്ക് മനസുവന്നില്ല. ശകാരിക്കപ്പെടേണ്ട മറ്റുള്ളവരാണെങ്കിൽ, അവർ എവിടെ? അവരെ എങ്ങും തന്നെ കണ്ടില്ല. പിന്നെ സഖാവ് ലീ മാത്രമുണ്ടിവിടെ.

അയാൾക്കും നിശ്ശബ്ദനായിമാത്രമിരിക്കാവുന്ന ദിവസം വന്നു: പറയാനെന്തുണ്ട്? അയാൾക്കു തെറ്റി. അയാൾക്കത് സമ്മതിക്കാനായില്ലെങ്കിലും അയാൾക്കതറിയാമായിരുന്നുവെന്ന് ഗ്രാമീണർക്കെല്ലാം അറിയാമായിരുന്നു. അയാളുടെ അടുത്തേക്ക് പോകുവാൻ ഒടുവിൽ വാങ്സാൻ തന്നെ ധൈര്യം സംഭരിച്ചു. എന്നാൽ വരണ്ട ഭൂമിയിൽ ഉണങ്ങിയ വയ്ക്കോലായി നെൽച്ചെടികൾ നിലംപൊത്തുംവരെ അയാൾ ഒന്നും പറഞ്ഞില്ല. മുമ്പത്തെപോലെ അയാൾ ഒരു ദിവസം വൈകുന്നേരം സഖാവ് ലീയുടെ അടുത്തേക്കുചെന്നു. ചായമടിക്കാത്ത മേശയ്ക്കു മുമ്പിൽ അവിടെ പതിവുപോലെ സഖാവ് ലീ ഇരിപ്പുണ്ടായിരുന്നു. റിപ്പോർട്ടുകൾ എഴുതിക്കൊണ്ട്. വാങ്സാനെ കണ്ടപ്പോൾ അയാൾ മുഖമുയർത്തി നോക്കി.

“ഉം?” അയാൾ തിരക്കി. പക്ഷേ, ശബ്ദത്തിന്റെ മൂർച്ചയെല്ലാം പോയിരുന്നു.

കൈകൊണ്ട് മറച്ച് വാങ്സാൻ ചുമച്ചു. “പണ്ടുകാലത്ത്” അയാൾ പറഞ്ഞു. “പത്തിരുപത് കൊല്ലത്തിലൊരിക്കലോ മറ്റോ വിളവ് നശിക്കും. വെള്ളം കാരണമായിരുന്നില്ല. പക്ഷേ, അത് സംഭവിച്ചു.”

ഒരുപാട് ആഴ്ചകൾക്കുശേഷം ആദ്യമായി സഖാവ് ലീ താൽപര്യം കാണിച്ചു. “ഉം” അയാൾ വീണ്ടും ശബ്ദിച്ചു.

വാങ്സാൻ തുടർന്നു. “അങ്ങനെ വരുമ്പോൾ ഞങ്ങൾക്ക് തിന്നുവാനൊന്നും ഉണ്ടാവില്ല. തെക്കോട്ട് ഏതെങ്കിലും വലിയ നഗരത്തിലേക്കു പോയില്ലെങ്കിൽ ഞങ്ങൾക്ക് പട്ടിണി തന്നെ.”

“ഏതെങ്കിലും നഗരത്തിലേക്ക് ഇനിയിപ്പോൾ പോകാനാവില്ല,” സഖാവ് ലീ പറഞ്ഞു. “നഗരങ്ങളിലുള്ളവർ ഭക്ഷണത്തിനായി നിങ്ങൾ കർഷകരെയാണ് ആശ്രയിക്കുന്നത്. ഒരു ചെറുസമൂഹത്തിനും മേലിൽ അവരെക്കുറിച്ചുമാത്രം ചിന്തിക്കുവാനാവില്ല. ആകെയുള്ളതിനെക്കുറിച്ച് നമ്മൾ ചിന്തിക്കണം. മതിയായ ഭക്ഷണമില്ലെങ്കിൽ നമുക്കെല്ലാം ഒരുപോലെ വിശക്കും.”

“മറ്റു സ്ഥലങ്ങളിൽ വിളവെങ്ങനെ?” വാങ്സാൻ തിരക്കി.

“നല്ലതല്ല,” സഖാവ് ലീ ചുരുക്കിപ്പറഞ്ഞു.

“വിത്തു നല്ലതായിരുന്നില്ല.”

ഈ പുതിയ പ്രഹരവും വാങ്സാൻ ഏറ്റുവാങ്ങി. വിത്ത്! രാജ്യത്തിന്റെ എല്ലാഭാഗത്തുനിന്നും സംഭരിച്ച വിത്തുകൾ ഒരുമിച്ച് ശേഖരിച്ചു സൂക്ഷിക്കുകയായിരുന്നു. പ്രതീക്ഷയറ്റു പോകുമാറ് കൂട്ടിയും കുഴച്ചും കലർത്തിയിട്ട്. പക്ഷേ, നെല്ല്. അയാളുടെ അച്ഛൻ എപ്പോഴും പറയുമായിരുന്നു: നെല്ല് സ്ത്രീയെപോലെ ശാഠ്യക്കാരിയാണ്. ഓരോ ഇനം നെല്ലും വിത്തിൽത്തന്നെ പരിശുദ്ധമായി സൂക്ഷിക്കണം. ഇല്ലെങ്കിൽ വിളവില്ല.

“ജനങ്ങൾ എല്ലായിടത്തും പട്ടിണിയിലാണ്” അതൊരു ചോദ്യമായിരുന്നു. വാങ്സാന് ഉത്തരവുമറിയാമായിരുന്നു. സഖാവ് ലീ സംസാരിച്ചില്ല.

വാങ്സാൻ അറച്ചു. അയാൾ ധൈര്യപ്പെട്ടോ? നെല്ല് നശിച്ചാൽ, പക്ഷേ, ജീവിതം പിന്നെ ഒന്നിനും കൊള്ളുകയില്ല തന്നെ. മറ്റാരും അവിടെ ഉണ്ടായിരുന്നില്ലെന്ന മാതിരി സഖാവ് ലീ അയാളുടെ റിപ്പോർട്ടുകൾ എഴുതുകയായിരുന്നു. വാങ്സാൻ ശ്വാസമടക്കിപ്പിടിച്ച് പറയാൻ പാടില്ലാത്ത, പറയാൻ ആവാത്ത ഒരു കാര്യം പറയാൻ തുടങ്ങി.

“പണ്ടുകാലത്ത്” അയാൾ പറഞ്ഞു. തൊണ്ടയിൽനിന്നും പാരുഷ്യത്തോടെയായിരുന്നു അയാളുടെ ശബ്ദം.

ഇടുങ്ങിയ കണ്ണുകളിൽ നിറയെ വെറുപ്പുമായി സഖാവ് ലീ അയാളെ നോക്കി. “പഴയ കാലത്തെക്കുറിച്ച് ഒന്നും പറയരുത്,” അയാൾ അലറി.

പക്ഷേ വാങ്സാന് നിർത്താനായില്ല. അയാൾ അത് പറയണം. “പണ്ടുകാലത്ത്,” ഉച്ചത്തിലും വേഗത്തിലുമായി അയാൾ പറഞ്ഞു. “നമുക്ക് ഭക്ഷണമില്ലാതിരുന്നപ്പോൾ അമേരിക്കക്കാർ ഗോതമ്പും മറ്റ് ധാന്യങ്ങളും അയച്ചുതരുമായിരുന്നു.”

അയാൾ അധികം മുമ്പോട്ടുപോയില്ല. സഖാവ് ലീ തന്റെ ജാക്ക

റ്റിനടിയിൽനിന്നും അയാളുടെ കൈയേക്കാളും വലിപ്പമില്ലാത്ത ഒരു ചെറിയ ആയുധമെടുത്തു. കാഞ്ചിയിൽ വിരൽ വച്ചുകൊണ്ട് അയാൾ അത് വാങ്സാന് നേരെ തിരിച്ചു. വാങ്സാൻ ഭയന്നു ഞെട്ടി നിവർന്ന് അനക്കമറ്റു നിന്നു. മരണത്തിന്റെ നിമിഷമായിരുന്നു അത്! അപ്പോൾ സഖാവ് ലീ കൈയുയർത്തിയതു പോലെ തന്നെ അത് താഴ്ത്തി, പൊടുന്നനെ.

"ഞാൻ എന്തിന് തന്നെ കൊല്ലണം" അയാൾ പിറുപിറുത്തു. അയാൾ ആ ചെറിയ ആയുധം സ്വന്തം വലതു ചെകിടിലേക്കു ചേർത്തു.

അയാൾക്കു കാഞ്ചി വലിക്കാൻ കഴിയുംമുമ്പ് വാങ്സാൻ മുമ്പോട്ടുചാടി. അത് ചിന്തയുടെ കാര്യമായിരുന്നില്ല. വർഷങ്ങൾ പഴക്കമുള്ള വെറും സഹജവാസനയായിരുന്നു അത്. തീ തുപ്പി ജ്വാല ചീറ്റിപ്പൊട്ടിയ ആ ആയുധം അയാൾ പിടിച്ചെടുത്തു. അയാൾ അലറിവിളിച്ചു.

"താൻ എന്തിന് സ്വയം കൊല്ലണം? താനും ചീനനല്ലേ!"

ആയുധം തറയിലേക്കുവീണു. ഇരുവരും കണ്ണുകളിലേക്കു നോക്കിക്കൊണ്ട് മുഖത്തോടു മുഖം നിന്നു.

അമേരിക്കൻ കഥ

ഷെർവുഡ് ആൻഡേഴ്സൺ

കടലാസ് ഗുളികകൾ

ഷെർവുഡ് ആൻഡേഴ്സൺ (1876–1941) പ്രമുഖനായ അമേരിക്കൻ നോവലിസ്റ്റും ചെറുകഥാകൃത്തുമായിരുന്നു. വിശദാംശങ്ങൾക്ക് പ്രതീകാത്മകതയുടെ നിറം ചാർത്തുകയെന്ന ഇദ്ദേഹത്തിന്റെ സവിശേഷമായ രചനാതന്ത്രം പിൽക്കാലത്ത് ഹെമിംഗ്‌വേ, ഫോക്നർ എന്നീ മഹാസാഹിത്യകാരൻമാരെ സ്വാധീനിക്കുകയുണ്ടായി.

വെള്ളത്താടിയും തടിച്ചമൂക്കും കൈകളുമുള്ള ഒരു വൃദ്ധനായിരുന്നു അയാൾ. വളരെ മുമ്പ്, അതായത് ഇപ്പോൾ നാം അദ്ദേഹത്തെ പരിചയപ്പെടാൻ പോകുന്നതിനും വളരെ മുമ്പ് തന്നെ അയാൾ ഒരു നാട്ടുഭിഷഗ്വരനായിരുന്നു. ഒരു പഴയ കുതിരയെ പൂട്ടിയ വണ്ടിയും തെളിച്ച് വൈൻസ്ബെർഗ്ഗിലെ തെരുവുകളിലെ വീടുവീടാന്തോറും കയറി ഇറങ്ങുമായിരുന്നു അയാൾ. ധനികയായ ഒരു പെൺകുട്ടിയെ പിന്നീടയാൾ വിവാഹം ചെയ്തു. മങ്ങിയ നിറവും നല്ല ഉയരമുള്ള ശാന്തപ്രകൃതക്കാരിയായ ആ പെൺകുട്ടി പലരുടെ കണ്ണിലും സുന്ദരിയായിരുന്നു. വൈൻസ്ബർഗ്ഗിലെ എല്ലാവരും അതിശയിച്ചു, അവൾ ആ ഡോക്ടറെ വിവാഹം ചെയ്തതിൽ. വിവാഹത്തിനുശേഷം അവൾ മരിച്ചുപോവുകയും ചെയ്തു.

ഡോക്ടറുടെ കൈവിരലിന്റെ മുട്ടുകൾ അവിശ്വസനീയമാംവിധം വലുത്, കൈകൾ പൂട്ടിമുറുക്കുമ്പോൾ, അവ ഉരുക്ക് കമ്പിയിൽ കോർത്ത വാൾനട്ടുകളുടെ അത്ര വലുപ്പമാർന്നു. അവ ചായംപുരട്ടാത്ത തടിപ്പ

ന്തുകളുടെ നിരപോലെ കാണപ്പെട്ടു. ഒരു കളിമൺ പൈപ്പ് പുകച്ചിരുന്ന അയാൾ, ഭാര്യയുടെ മരണത്തിനുശേഷം തന്റെ ഒഴിഞ്ഞ ആപ്പീസുമുറിയിൽ മാറാല കെട്ടിയ ജനാലയ്ക്കടുത്ത് പകൽ മുഴുവൻ ഇരിക്കും. ജനാല അയാൾ ഒരിക്കലും തുറന്നിരുന്നില്ല. ഒരിക്കൽ, ആഗസ്റ്റ് മാസത്തെ ചൂടുള്ള ഒരുദിവസം, അയാൾ ഒന്നുശ്രമിച്ചുനോക്കി. എന്നാൽ അതുനല്ലവണ്ണം ഉറച്ചുറഞ്ഞ് പോയിരുന്നതുകൊണ്ട് പിന്നെ അതേക്കുറിച്ച് എല്ലാം മറക്കുകയായിരുന്നു.

വൃദ്ധനായ ആ മനുഷ്യനെ വൈൻസ്ബെർഗ്ഗുകാർ മറന്നു. എന്നിരുന്നാലും ഡോക്ടർ റീഫിയുടെ ഉള്ളിന്റെയുള്ളിൽ സൂക്ഷ്മമായ എന്തിന്റെയോ വിത്തുകൾ കിടന്നിരുന്നു. പാരീസ് ഡ്രൈ ഗുഡ്സ് കമ്പനിയുടെ സ്റ്റോറിന് മുകളിലെ ഹെഫ്നർ ബ്ലോക്കിൽ പൊടിയും ദുർഗന്ധവും നിറഞ്ഞ തന്റെ ആപ്പീസുമുറിയിൽ ഒറ്റക്കിരുന്നു അയാൾ. താൻതന്നെ നശിപ്പിച്ചു കളഞ്ഞ എന്തോ ഒന്നിന്റെ നിർമ്മാണത്തിനുവേണ്ടി അവിശ്രമം പാടുപെട്ടു. യാഥാർത്ഥ്യത്തിന്റെ കൊച്ചുകൊച്ച് പിരമിഡുകൾ അയാൾ കെട്ടിയുയർത്തുകയും പിന്നീട് തട്ടിത്തകർത്തിടുകയും ചെയ്തു. വേറെ പിരമിഡുകൾ തീർക്കാൻ ഈ കൊച്ചുകൊച്ച് സത്യങ്ങളെല്ലാം വീണ്ടും ഉപയോഗിക്കാമല്ലോ!

പത്തുകൊല്ലത്തോളമായി ഒരൊറ്റജോടി സൂട്ടുകൊണ്ടുമാത്രം വസ്ത്രധാരണം നടത്തിവന്നിരുന്ന പൊക്കംകൂടിയ ഒരു മനുഷ്യനായിരുന്നു ഡോക്ടർ റീഫി. കോട്ടിന്റെ കൈകളുടെ അറ്റം കീറിപ്പറിഞ്ഞിരുന്നു. കാലുറയുടെ മുട്ടിലും കൈമുട്ടുകളുടെ സ്ഥാനത്തുമൊക്കെ ചെറിയ ദ്വാരങ്ങളും വീണിരുന്നു. ആപ്പീസിലായിരിക്കുമ്പോൾ ഇടുന്ന ലിനന്റെ മേൽക്കുപ്പായത്തിന്റെ കീശകളിൽ കടലാസുതുണ്ടുകൾ കുത്തിനിറയ്ക്കുകയാണ് അദ്ദേഹത്തിന്റെ ഒരു പ്രധാനശീലം. കുറേ ആഴ്ചകൾ കഴിയുമ്പോൾ ഈ കടലാസ് തുണ്ടുകൾ ഉരുണ്ട് ഗുളികകൾ പോലെയായി കീശകളിൽ നിറയും. അപ്പോൾ അതുമുഴുവൻ അയാൾ പുറത്തേക്ക് വാരിയിടും. പത്തുകൊല്ലത്തോളമായി അദ്ദേഹത്തിന് ഒരേയൊരു കൂട്ടുകാരനെ ഉണ്ടായിരുന്നുള്ളൂ. വൃക്ഷത്തൈ നഴ്സറി ഒരെണ്ണം സ്വന്തമായി ഉണ്ടായിരുന്ന വൃദ്ധനായ ജോൺ സ്പാനിയാർഡ്. വൃദ്ധനായ ഡോക്ടർ റീഫി തന്റെ കീശകളിൽനിന്നും കൈനിറയെ കടലാസ്ഗുളികകൾ വാരിയെടുത്ത് ചിലപ്പോഴൊക്കെ ഒരു രസത്തിന് നഴ്സറിക്കാരൻ കിഴവന്റെ നേർക്ക് എറിയും. അപ്പോൾ കുലുങ്ങിച്ചിരിച്ചുകൊണ്ടും അലറിവിളിച്ചുകൊണ്ടും ഡോക്ടർ റീഫി ഇങ്ങനെ പറയുന്നുണ്ടാകും : "ഇതു നിങ്ങളെ കുഴക്കുവാനാണ്. ശൂന്യം പിടിച്ചവനും വികാരതരളനും വൃദ്ധനുമായ നിങ്ങളെ." ഡോക്ടർ റീഫിയും അയാൾക്ക് ആ ഉയരം കൂടിയ, മങ്ങിയ നിറമുള്ള പെൺകുട്ടിയോടുള്ള അടുപ്പവും അവൾ അയാളുടെ ഭാര്യയായതും അവളുടെ പണം മുഴുവനും അയാൾക്കുവേണ്ടി നീക്കിവച്ചതുമൊക്കെ കൗതുകമുണർത്തുന്ന കഥകൾക്ക് വിഷയങ്ങളാണ്. വൈൻസ് ബർഗ്ഗിലെ പഴത്തോട്ടങ്ങളിൽ വളരുന്ന പിണഞ്ഞ് മുഴച്ചു

ന്തിയ ചെറിയ ആപ്പിളുകൾപോലെ അവയ്ക്കു മാധുര്യമുണ്ട്. ശിശിര കാലത്ത് മഞ്ഞുവീണുറഞ്ഞ നിലം കാലുകൾക്കിടയിൽ കടുപ്പമുള്ളതായിരിക്കുമ്പോൾ, ഒരാൾ പഴത്തോട്ടത്തിൽ നടക്കുന്നു. പഴം പറിക്കാനെത്തിയവർ മരങ്ങളിൽനിന്നും ആപ്പിളുകൾ മുഴുവൻ ശേഖരിച്ചു കഴിഞ്ഞിരിക്കുകയാണ്. അവയെല്ലാം വീപ്പകളിലാക്കി നഗരങ്ങളിലേക്ക് അയച്ചു കഴിഞ്ഞു. അവിടെ, പുസ്തകങ്ങളും മാസികകളും വീട്ടുപകരണങ്ങളും മനുഷ്യരും നിറഞ്ഞ മുറികളിൽ അവ ഭക്ഷിക്കപ്പെടുന്നു. പഴം പറിക്കാനെത്തിയവർ ഉപേക്ഷിച്ചുപോയ, മുഴച്ചുപിണഞ്ഞ് വികൃതമായ ഏതാനും ആപ്പിളുകൾ മാത്രമേ മരങ്ങളിലുള്ളൂ. ഡോക്ടർ റീഫിയുടെ കൈവിരൽ മുട്ടുകളെപ്പോലെയാണ് അവ കാണപ്പെടുക. ഒന്നു കടിച്ചുനോക്കൂ! അവയ്ക്കും മധുരമുണ്ട്. ആപ്പിളിന്റെ ഒരു വശത്തെ ഒരു ചെറിയ വൃത്തത്തിലേക്ക് അതിന്റെ മധുരമെല്ലാം ഒതുങ്ങിക്കൂടിയിരിക്കുന്നു. മഞ്ഞുറഞ്ഞ നിലത്തൂടെ, മരങ്ങളിൽനിന്നും മരങ്ങളിലേക്ക് ഓടിയോടി, മുഴച്ച് വികൃതമായ, പിണഞ്ഞ ആപ്പിളുകൾ പറിച്ച് ഒരാൾ കീശകളിൽ നിറയ്ക്കുന്നു. വളരെക്കുറച്ചു പേർക്കുമാത്രമേ പിണഞ്ഞ ആപ്പിളുകളുടെ മധുരം അറിയാൻ കഴിയുന്നുള്ളൂ.

ആ പെൺകുട്ടിയും, ഡോക്ടർ റീഫിയും അവരുടെ പ്രണയബന്ധം തുടങ്ങിയത് ഒരു ഗ്രീഷ്മാപരാഹ്നത്തിലായിരുന്നു. അന്ന് അയാൾക്ക് വയസ് നാൽപ്പത്തഞ്ച്. കീശകളിൽ കടലാസ് തുണ്ടുകൾ കുത്തിനിറച്ച് അവ പിന്നീട് ഉരുണ്ട് ഗോലികളാവുമ്പോൾ എറിഞ്ഞുകളയുന്ന ശീലം അപ്പോഴേക്കും അദ്ദേഹം തുടങ്ങിയിരുന്നു. വെളുത്ത കുതിരയെ പൂട്ടിയ ആ പഴയ വണ്ടിയിലിരുന്ന് നാട്ടുവഴികളിലൂടെ പതുക്കെ സഞ്ചരിച്ചുകൊണ്ടിരുന്നപ്പോൾ രൂപപ്പെട്ടതായിരുന്നു ഈ ശീലം. ചിന്താശകലങ്ങളോ, ചിന്തകളുടെ അന്ത്യങ്ങളോ, ആരംഭങ്ങളോ ആയിരുന്നു കടലാസുതുണ്ടുകളിൽ എഴുതപ്പെട്ടിരുന്നത്. ഒന്നിനുപുറകെ ഒന്നായി, ഡോക്ടർ റീഫിയുടെ മനസ്സ് ആ ചിന്തകൾ മെനഞ്ഞെടുക്കുമായിരുന്നു. അത്തരം നിരവധി ചിന്തകളിൽനിന്നും അദ്ദേഹം പിന്നെ തന്റെ മനസ്സിൽ ഗൗരവാവഹമായി ഉയർന്നുപൊങ്ങിയ ഒരു സത്യം കണ്ടെടുത്തു. ആ സത്യം ലോകത്തെ മേഘാവൃതമാക്കി. പിന്നീട് അത് ഭയാനകമായി പതുക്കെപ്പതുക്കെ തേഞ്ഞുമാഞ്ഞ് പോവുകയും ചെയ്തു. എന്നാൽ ആ കൊച്ചുകൊച്ചു നിനവുകൾ പിന്നെയും തുടങ്ങുകയായി.

മങ്ങിയ നിറവും ഉയരവുമുള്ള ആ പെൺകുട്ടി, ഡോക്ടർ റീഫിയെ കാണാൻവന്നു. അവൾ ഗർഭം ധരിച്ചിരിക്കുകയായിരുന്നു. അതിനാൽത്തന്നെ ഭയപ്പെടുകയും ചെയ്തിരുന്നു. കൗതുകകരമായ സാഹചര്യപരമ്പരകളിലൂടെയാണ് അവൾ ആ അവസ്ഥയിലായത്.

ആ പെൺകുട്ടിയുടെ അച്ഛനും അമ്മയും മരണമടയുകയും ഏക്കർകണക്കിന് സമ്പന്നമായ ഭൂമി തന്റെ കൈവശം വന്നുചേരുകയും ചെയ്തതോടെ വിവാഹാഭ്യർഥനക്കാരുടെ ഒരു നീണ്ടനിരതന്നെ അവളുടെ കാലുപിടിക്കാനെത്തി. രണ്ട് കൊല്ലത്തേക്കു ഏതാണ്ടെല്ലാവൈ

കുന്നേരങ്ങളിലും വിവാഹാഭ്യർഥനക്കാരെ കാണുകതന്നെയായിരുന്നു അവൾക്ക് ജോലി. രണ്ടുപേരൊഴികെ അവരെല്ലാം ഒരേതരക്കാരായിരുന്നു. പ്രേമപാരവശ്യത്തെക്കുറിച്ച് മാത്രമേ അവർക്ക് സംസാരിക്കുവാനുണ്ടായിരുന്നുള്ളൂ. അവരുടെ ശബ്ദങ്ങളുടെ ഗുണവിശേഷം കൃത്രിമമായ ജിജ്ഞാസയുടേത്. പരസ്പരം നോക്കിയപ്പോൾ കണ്ണുകളിലും അതുതന്നെ. വ്യത്യസ്തരായ രണ്ടുപേരാകട്ടെ, തമ്മിൽ തമ്മിലും വ്യത്യസ്തരായിരുന്നു. വെളുത്തകൈകളും, ഇളം ശരീരപ്രകൃതിയും ഉള്ള, വൈൻസ്ബർഗ്ഗിലെ ഒരു സ്വർണ്ണവ്യാപാരിയുടെ മകനായ അവരിൽ ഒരുവൻ തുടർച്ചയായി സംസാരിച്ചുകൊണ്ടിരുന്നത് കന്യകാത്വത്തെക്കുറിച്ചാണ്. അവളോടൊപ്പമിരിക്കുമ്പോൾ വിഷയത്തിൽനിന്നും അയാൾ അൽപ്പംപോലും വ്യതിചലിച്ചിരുന്നില്ല. കറുത്ത തലമുടിയും വലിയ ചെവികളുമുള്ള അപരനാകട്ടെ ഒന്നും സംസാരിച്ചിരുന്നില്ലെന്ന് മാത്രമല്ല അവളെ ഇരുട്ടുള്ള സ്ഥലത്തേക്ക് കൊണ്ടുപോകുവാനും അവിടെവച്ച് ചുംബിക്കുവാനുമാണ് ശ്രദ്ധിച്ചത്. താൻ ആ ആഭരണവ്യാപാരിയുടെ മകനെ വേൾക്കുമെന്നാണ്, കുറേ നാളത്തേക്കെങ്കിലും അവൾ കരുതിയത്. തന്നോട് അയാൾ സംസാരിക്കുന്നത് അവൾ മണിക്കൂറുകളോളം കേട്ടിരിക്കും. അവൾ പിന്നെ എന്തിനെയോ ഭയപ്പെടാൻ തുടങ്ങി. മറ്റുള്ളവർക്ക് ഉണ്ടായിരുന്നതിനെക്കാൾ എത്രയോ ഇരട്ടി കാമമാണ് അയാളുടെ കന്യകാത്വഭാഷണത്തിന് പുറകിലെന്ന് അവൾക്കുതോന്നി. സംസാരിക്കുന്ന വേളയിൽത്തന്നെ തന്റെ ശരീരം അയാൾ തന്റെ കൈകളിൽ പിടിച്ചിരിക്കയാണെന്നും അവൾക്ക് ചിലപ്പോഴെങ്കിലും തോന്നിയിരുന്നു. തന്റെ വെളുത്ത കൈകളിൽവച്ച് അത് അയാൾ പതുക്കെ തിരിക്കുന്നതായും പിന്നെ, തന്നെ അയാൾ തറച്ചുനോക്കുന്നതായും അവൾ ദർശിച്ചു. തന്റെ ശരീരത്തിന് അയാളുടെ ദംശനമേറ്റുവെന്നും, അയാളുടെ വക്ത്രത്തിൽനിന്നും രക്തം വാർന്നുവീഴുന്നുവെന്നും രാത്രി അവൾ സ്വപ്നം കണ്ടു. മൂന്നുതവണ അവൾക്ക് ഈ സ്വപ്നദർശനമുണ്ടായി. പിന്നീട്, ഒന്നും കാര്യമായി ഉരിയാടാത്ത മറ്റേയാൾക്ക്, അവൾ ഗർഭിണിയായി. അയാളാകട്ടെ തന്റെ വികാരത്തള്ളിച്ചയുടേതായ നിമിഷത്തിൽ അവളുടെ തോൾ കടിച്ചുമുറിക്കുകയും ചെയ്തിരുന്നു. അയാളുടെ പല്ലുകളുടെ പാടുകൾ ദിവസങ്ങളോളം കാണുവാനുമുണ്ടായിരുന്നു.

ഡോക്ടർ റീഫിയെ അടുത്തറിഞ്ഞതിനു ശേഷം അവൾക്ക് അയാളെ വേർപിരിയണമെന്ന് തോന്നിയില്ല. ഒരു സുപ്രഭാതത്തിൽ അവൾ അദ്ദേഹത്തിന്റെ ഔദ്യോഗിക മുറിയിലേക്ക് കയറിച്ചെന്നു. ഒന്നും പറയാതെതന്നെ, തനിക്ക് എന്തുസംഭവിച്ചു എന്ന് അയാൾ അറിഞ്ഞുകഴിഞ്ഞ മട്ടിൽ.

ഡോക്ടറുടെ മുറിയിൽ മറ്റൊരു സ്ത്രീയുമുണ്ടായിരുന്നു. വൈൻസ്ബർഗ്ഗിലെ പുസ്തകക്കടയുടമയുടെ ഭാര്യ. പഴഞ്ചൻമാരായ എല്ലാ നാട്ടുഭിഷഗ്വരൻമാരെയുംപോലെ ഡോക്ടർ റീഫി അവരുടെ പല്ലു പിടിച്ച് വലിച്ചു. ആ സ്ത്രീയാകട്ടെ കൈലേസ് ചേർത്തുപിടിച്ചുകൊണ്ട്

ഉച്ചത്തിൽ കരയാൻ തുടങ്ങി. പല്ല് വലിച്ചെടുത്തപ്പോൾ അവരുടെ ഭർത്താവ് അടുത്തുനിൽപ്പുണ്ടായിരുന്നു. അവർ രണ്ടുപേരും വാവിട്ടുകരഞ്ഞു. ആ സ്ത്രീയുടെ വെളുത്ത വസ്ത്രത്തിലൂടെ ചോര ഒലിച്ചിറങ്ങി. ഇരുണ്ടുനീണ്ട ആ പെൺകുട്ടി അതൊന്നും ശ്രദ്ധിച്ചില്ല. ആ സ്ത്രീയും പുരുഷനും പോയിക്കഴിഞ്ഞപ്പോൾ, ഡോക്ടർ ചിരിച്ചു. "ഞാൻ നിന്നെ വണ്ടിയിൽ നാട്ടിൻപുറത്തേക്ക് കൊണ്ടുപോകും," അയാൾ പറഞ്ഞു.

പിന്നീട് ആഴ്ചകളോളം, ഏതാണ്ടെല്ലാ ദിവസവും, ഡോക്ടറും പെൺകുട്ടിയും ഒത്തൊരുമിച്ചായിരുന്നു കഴിഞ്ഞത്. തന്നെ ഡോക്ടറുടെ അടുത്ത് എത്തിച്ച അവസ്ഥ ഒരു അസുഖത്തിൽ കലാശിച്ചു. പക്ഷേ, മുഴച്ച് വികൃതമായ ആപ്പിളുകളുടെ മധുരം കണ്ടെത്തിയ ഒരുവളെപ്പോലെയായി മാറിക്കഴിഞ്ഞിരുന്ന അവൾക്ക്, നഗരമുറികളിൽ ഭക്ഷിക്കപ്പെടുന്ന വടിവുറ്റ, സുന്ദരമായ പഴങ്ങളിൽ മനസ്സ് ഉറപ്പിക്കുവാൻ കഴിഞ്ഞില്ല. ഡോക്ടറെ പരിചയപ്പെട്ടതിന്റെ അടുത്ത ശിശിരകാലത്ത് അവൾ അയാളെ വിവാഹം ചെയ്തു. തുടർന്നുവന്ന വസന്തത്തിൽത്തന്നെ അവൾ മരിച്ചു. ഇടയ്ക്കു ഹേമന്തത്തിൽ, താൻ കടലാസുതുണ്ടുകളിൽ കുറിക്കുമായിരുന്ന, ചിന്തകളുടെ അരികും മൂലയും അയാൾ അവളെ വായിച്ചുകേൾപ്പിച്ചു. അവളെ വായിച്ചുകേൾപ്പിച്ചതിനു ശേഷം ഉറക്കെ ചിരിച്ചുകൊണ്ട് അയാൾ ആ കടലാസുതുണ്ടുകൾ കീശകളിൽ കുത്തിനിറച്ചു. ഉരുണ്ട് കട്ടിയുള്ള ചെറിയ ഗോളങ്ങളാകാൻ വേണ്ടി.

വില്യം കാർലോസ് വില്യംസ്

ബലപ്രയോഗം

*അമേരിക്കൻ ഇമേജിസ്റ്റ് സിംബലിസ്റ്റ് കവിയായ **വില്യം കാർലോസ് വില്യംസ്** (1883–1963) തൊഴിൽകൊണ്ടൊരു ഭിഷഗ്വരനായിരുന്നു. അദ്ദേഹത്തിന്റെ ചെറുകഥകൾ **ദി ഫാർമേഴ്സ് ഡോട്ടേഴ്സ്** എന്ന ഗ്രന്ഥത്തിലാണ് സമാഹരിച്ചിട്ടുള്ളത്.*

അവർ എനിക്ക് പുതിയ രോഗികളായിരുന്നു. *ഓൾസൺ* എന്ന പേരുമാത്രമാണ് എനിക്ക് അറിയാമായിരുന്നത്. എന്റെ മകൾക്ക് തീരെ സുഖമില്ല. പുറപ്പെട്ടാലുടൻ താങ്കൾ ഇങ്ങോട്ടുപോരണം, ദയവായി.

ഞാനെത്തിച്ചേർന്നപ്പോഴേക്കും എതിരേറ്റത് അമ്മയായിരുന്നു. അമ്പരന്ന ഭാവത്തിലുള്ള ഒരു തടിച്ച സ്ത്രീ. അവർക്ക് നല്ല വൃത്തിയുമുണ്ടായിരുന്നു. ക്ഷമാപണസ്വരത്തിൽ അവർ ഇത്രമാത്രം ചോദിച്ചു, ഇതാണോ ഡോക്ടർ? പിന്നെ എന്നെ അകത്തേക്കു കടത്തിവിട്ടു. “പുറകിലാണ്” അവർ കൂട്ടിച്ചേർത്തു. ഞങ്ങളോട് പൊറുക്കണം, ഡോക്ടർ, അടുക്കളയിലെ ഊഷ്മളമായ അന്തരീക്ഷത്തിൽ ഞങ്ങളവളെ കിടത്തിയിരിക്കുകയാണ്. ഇവിടെ ചിലപ്പോൾ നല്ല ശൈത്യമാണ്.

നല്ലവണ്ണം വസ്ത്രങ്ങളൊക്കെ ധരിച്ച കുട്ടി അച്ഛന്റെ മടിയിൽ ഇരിക്കുകയായിരുന്നു. അടുക്കളമേശയ്ക്കരികെ. അയാൾ എഴുന്നേൽക്കാൻ ഭാവിച്ചു. വിഷമിക്കേണ്ടതില്ലെന്ന് ഞാൻ ആംഗ്യം കാണിച്ചു. എന്നിട്ട് ഓവർക്കോട്ടൂരി സംഗതികൾ നോക്കാനാരംഭിച്ചു. അവരെല്ലാവരും ആകെ ഭയന്നിരിക്കുന്നതായി ഞാൻ കണ്ടു. അവിശ്വാസത്തോടെ അവർ എന്നെ

അടിമുടി നോക്കുന്നുമുണ്ടായിരുന്നു. ഇത്തരം കേസുകളിൽ മിക്കപ്പോഴുമെന്നപോലെ പറയേണ്ടതിൽ കൂടുതലായൊന്നും അവർ എന്നോട് പറയുന്നുണ്ടായിരുന്നില്ല. ഞാൻ അവരോട് എല്ലാം പറയണമായിരുന്നു. അതുകൊണ്ടാണ് അവർ എനിക്കായിട്ട് മൂന്നു ഡോളർ ചെലവാക്കിയത്.

ആ കുട്ടി അവളുടെ തണുത്തതും അചഞ്ചലവുമായ കണ്ണുകൾ കൊണ്ടെന്നെ തിന്നുതീർക്കുകയായിരുന്നുവെന്നുതന്നെ പറയട്ടെ, അവളുടെ മുഖത്തിനാകട്ടെ പ്രത്യേകിച്ച് ഭാവമൊന്നും ഉണ്ടായിരുന്നില്ല. അവൾ അനങ്ങിയില്ലെന്നു മാത്രമല്ല ഉള്ളിൽ ശാന്തി അനുഭവിക്കുന്നതായും തോന്നി. അസാധാരണമാംവിധം ആകർഷകമായൊരു കൊച്ചു കമനീയത. പ്രത്യക്ഷത്തിൽ കുസൃതിക്കിടാവായൊരു പശുക്കുട്ടിയെപോലെ ബലിഷ്ഠവും. പക്ഷേ, അവളുടെ മുഖം നല്ലവണ്ണം ചുവന്നിരുന്നു. വേഗത്തിൽ ശ്വസിക്കുന്നുമുണ്ടായിരുന്നു. അവൾക്ക് നല്ല പനിയുണ്ടെന്ന് ഞാൻ തിരിച്ചറിഞ്ഞു. തിളക്കമാർന്നതും സുന്ദരവുമായ തലമുടി അവൾക്ക് സമൃദ്ധമായിട്ടുണ്ടായിരുന്നു. പരസ്യലഘുലേഖകളിലും ദിനപ്പത്രങ്ങളുടെ ഞായറാഴ്ചപ്പതിപ്പുകളിൽ ഫോട്ടോസെഷനുകളിലും കാണാറുള്ള കുട്ടികളുടെ നല്ല ചിത്രങ്ങളിലൊന്ന്.

മൂന്നുദിവസമായി അവൾക്ക് പനിയാണ്. അച്ഛൻ പറഞ്ഞുതുടങ്ങി. എന്തിൽ നിന്നാണെന്ന് അറിയാനും മേലാ. ആളുകൾ സാധാരണ ചെയ്യുമ്പോലെ എന്റെ ഭാര്യ അവൾക്ക് ചിലതെല്ലാം കൊടുത്തു, കേട്ടോ, പക്ഷേ അതുകൊണ്ടൊന്നും ഫലമില്ല. ഇപ്പോൾ ഇവിടങ്ങളിലൊക്കെ അസുഖമാണ്. അതുകൊണ്ട് താങ്കൾ അവളെ പരിശോധിച്ചശേഷം എന്താണ് കാര്യമെന്ന് പറയട്ടെയെന്ന് ഞങ്ങൾ കരുതി.

സാധാരണയായി ഡോക്ടർമാർ ചെയ്യാറുള്ളതുപോലെ പരിശോധനാർഥവും വിഷയചംക്രമണത്തിനായും ഞാൻ ചോദിച്ചു: അവൾക്ക് തൊണ്ടവേദനയുണ്ടോ?

അച്ഛനമ്മമാർ ഒരുമിച്ചാണ് മറുപടി പറഞ്ഞത്. "ഇല്ല, ഇല്ല അവൾ പറയുന്നത് തൊണ്ടവേദന ഇല്ലെന്നാണ്."

"തൊണ്ടവേദനിക്കുന്നുണ്ടോ?" അമ്മ കുട്ടിയോട് തുടർന്ന് ചോദിക്കുകയും ചെയ്തു. പക്ഷേ, ആ കൊച്ചുപെൺകുട്ടിയുടെ മുഖഭാവം മാറിയില്ലെന്ന് മാത്രമല്ല അവൾ നോട്ടം എന്നിൽ നിന്ന് പിൻവലിച്ചതുമില്ലായിരുന്നു.

നിങ്ങൾ നോക്കിയോ?

ഞാൻ ശ്രമിച്ചുനോക്കി, അമ്മ പറഞ്ഞു. പക്ഷേ ഒന്നും കാണാൻ കഴിഞ്ഞില്ല.

ഇവൾ പഠിക്കുന്ന സ്കൂളിൽ കുറേ കുട്ടികൾക്ക് ഡിഫ്തീരിയാ പിടിച്ചിരുന്നു. രോഗമുണ്ടായിരുന്ന നാളുകളിൽ അവൾ സ്കൂളിൽ പോയിട്ടുമുണ്ടായിരുന്നു. ഞങ്ങളുടെയെല്ലാം ചിന്ത ഇപ്പോൾ വ്യക്തമായും അതേപ്പറ്റിയാണ്. ആരും അക്കാര്യം സൂചിപ്പിച്ച് പുറമേ സംസാരിച്ചിട്ടില്ലെങ്കിലും.

ശരി, ഞാൻ പറഞ്ഞു, ആദ്യമായി നമുക്ക് തൊണ്ട തന്നെ നോക്കിയാലെന്താ. എന്റെ തൊഴിലിന് ചേരുംവിധം ഏറ്റവും നന്നായി ചിരിച്ചുകൊണ്ടും കുട്ടിയുടെ പേരെന്താണെന്ന് ചോദിച്ചുകൊണ്ടും മറ്റിൽഡാ മടിക്കാതെ വായൊന്ന് തുറന്നാട്ടെ, ഞങ്ങൾക്ക് നിന്റെ തൊണ്ടയൊന്ന് നോക്കണം, എന്നുപറഞ്ഞു.

ഒന്നും സംഭവിക്കുന്നില്ല.

ആ, വന്നാട്ടെ, അനുനയസ്വരത്തിൽ ഞാൻ പറഞ്ഞു. വായൊന്ന് മലർക്കെ തുറന്നാൽ മതി. എനിക്കൊന്ന് നോക്കാൻ മാത്രം. നോക്കൂ, കൈകൾ രണ്ടും മലർക്കെതുറന്ന് കാണിച്ചുകൊണ്ട് ഞാൻ പറഞ്ഞു, ഇതാ എന്റെ കൈകളിലൊന്നുമില്ല. വായൊന്നുവലിച്ചുതുറക്കൂ. ഞാൻ നോക്കട്ടെ.

എത്ര നല്ല മനുഷ്യനാണിത്, അമ്മയുടെ വാക്കുകൾ വന്നുവീണു. നോക്കൂ നിന്നോട് എത്ര ദയവുണ്ടദ്ദേഹത്തിന്. വാശി പിടിക്കാതെ, അദ്ദേഹം പറയുന്നതുപോലെ ചെയ്യൂ. അദ്ദേഹം നിന്നെ ഒന്നും ചെയ്യില്ല; ഒരുപദ്രവവും.

അത്രയും കേട്ടപ്പോഴേക്കും ഞാൻ അവജ്ഞയാൽ പല്ലുകൾ കടിച്ചു. 'ഉപദ്രവ'മെന്നെല്ലാമുള്ള പദങ്ങൾ ഉപയോഗിക്കാതിരുന്നാലേ എനിക്കെവിടെങ്കിലും എത്താൻ കഴിയൂ. പക്ഷേ, ഞാൻ ധൃതി കൂട്ടുകയോ അസ്വസ്ഥത പ്രകടിപ്പിക്കുകയോ ചെയ്യാതെ വീണ്ടും കുട്ടിയെ സമീപിച്ചു.

എന്റെ കസേര അവളുടെ അരികിലേക്ക് കുറച്ചുകൂടി വലിച്ചിട്ടപ്പോൾ പെട്ടെന്ന് പൂച്ചയെപോലെ അവൾ എന്റെ കണ്ണുകൾ അള്ളിപ്പറിക്കാനായി മുന്നോട്ടാഞ്ഞു. സഹജാവബോധത്താൽ പ്രേരിതയായിട്ടെന്നപോലെ എന്റെ കണ്ണട അപ്പോൾ അവൾ തട്ടിത്താഴെയിടുക തന്നെ ചെയ്തു. ഉടഞ്ഞില്ലെങ്കിലും എന്നിൽനിന്നും ഏതാനും വാരകൾ അകലെ അടുക്കളത്തറയിൽ അത് ചെന്നുവീണു.

അച്ഛനുമമ്മയും ആകെ അന്ധാളിച്ച് ക്ഷമാപണംകൊണ്ട് അടിമുടിയിളകി. ചീത്തക്കുട്ടീ, അങ്ങനെ വിളിച്ചുകൊണ്ട് അമ്മ അവളെയെടുക്കുകയും ഒരു കൈപിടിച്ച് കുലുക്കുകയും ചെയ്തു. നീ ചെയ്തതെന്താണെന്നു നോക്കൂ, ആ നല്ല മനുഷ്യൻ....

ദൈവത്തെയോർത്ത്... ഞാൻ ഇടയ്ക്കുകയറിപ്പറഞ്ഞു. ഒരു നല്ല മനുഷ്യൻ എന്നുപറഞ്ഞ് എന്നെ അവൾക്ക് പരിചയപ്പെടുത്തരുത്. അവൾ ഡിഫ്ത്തീരിയ പിടിച്ചു മരിക്കാൻ പോകുകയാണോ എന്ന് അവളുടെ തൊണ്ട നോക്കി തീർച്ചപ്പെടുത്തുവാനാണ് ഞാനിവിടെ വന്നത്. ഇതാ, ഇവിടെ നോക്കൂ, ഞാൻ കുട്ടിയോടായി പറഞ്ഞു. ഞങ്ങൾ നിന്റെ തൊണ്ടയിൽ നോക്കുവാൻ പോകുകയാണ്. ഞാൻ പറയുന്നത് മനസ്സിലാക്കാനുള്ള പ്രായമൊക്കെ നിനക്കുണ്ട്. നീയത് താനെ തുറക്കുമോ അതല്ല ഞങ്ങളത് നിനക്കായി തുറക്കണമോ?

ഒരനക്കവുമില്ല. അവളുടെ മുഖഭാവംപോലും മാറിയിട്ടുണ്ടായിരുന്നില്ല. പക്ഷേ അവളുടെ ശ്വസനവേഗം കൂടിക്കൂടി വന്നു. പിന്നെ യുദ്ധം

തുടങ്ങി. എനിക്കതു ചെയ്യേണ്ടിവന്നു. അവളുടെ സ്വന്തം രക്ഷക്കായി എനിക്കൊരു ത്രോട്ട്കൾച്ചർ ചെയ്യേണ്ടതുണ്ട്. പക്ഷേ അക്കാര്യം നിങ്ങൾ തന്നെ തീരുമാനിക്കൂ എന്ന് ഞാൻ ആദ്യമേ തന്നെ അവളുടെ അച്ഛനമ്മ മാരോട് പറഞ്ഞു. അതിലെ അപകടത്തെക്കുറിച്ച് വിശദീകരിച്ചശേഷം അവർ ഉത്തരവാദിത്തം എടുക്കുന്നില്ലെങ്കിൽ തൊണ്ടപരിശോധിക്കുന്ന തിന് നിർബന്ധം ഉണ്ടാകില്ലെന്നും ഞാൻ അറിയിച്ചു.

ഡോക്ടർ പറയുന്നത് കേൾക്കുന്നില്ലെങ്കിൽ നിനക്ക് ആശുപത്രി യിൽ പോകേണ്ടിവരും. അമ്മ അവളെ ശക്തമായ ഭാഷയിൽ ഉപദേശിച്ചു.

ഓ അതേയോ? ഞാനെന്നോടു തന്നെ പുഞ്ചിരിച്ചു. മെരുങ്ങാത്ത ആ കുസൃതിക്കുട്ടിയുമായി ഞാൻ സ്നേഹത്തിലായിക്കഴിഞ്ഞിരുന്നു. അച്ഛനമ്മമാരോടാവട്ടെ വെറുപ്പും. തുടർന്ന് അവളുമായുള്ള പോരാട്ട ത്തിൽ അവർ കൂടുതൽക്കൂടുതൽ നിന്ദ്യരും വികാരശൂന്യരും ക്ഷീണി തരുമായിമാറി. അവളാവട്ടെ എന്നെ സംബന്ധിച്ച പേടികാരണം ഭ്രാന്ത മായ ക്ഷോഭത്തിന്റെ ഗംഭീരമായ ഉയരങ്ങളിലേക്ക് കയറുകയും ചെയ്തു.

അച്ഛൻ അയാൾക്ക് ആവുന്നതു മുഴുവൻ ചെയ്തുനോക്കി. അയാൾ തടിച്ചൊരു മനുഷ്യനായിരുന്നുവെങ്കിലും മകളുടെ പെരുമാറ്റത്തിൽ നാണിച്ചും അവളെ പരിക്കേൽപ്പിച്ചേക്കുമെന്ന് ഭയന്നും തന്റെ മകളാ ണവളെന്ന വസ്തുതയോർത്തും വായ്തുറപ്പിക്കുന്ന കാര്യത്തിൽ ഏതാ ണ്ട് വിജയിക്കാറാകുമ്പോൾ ഡോക്ടറെക്കൊണ്ട് പിടിവിടുവിക്കും. എനി ക്കയാളെ കൊല്ലണമെന്നുപോലും തോന്നി. എന്നാൽ മകൾക്ക് ഡിഫ്തീ രിയ പിടിപെട്ടിട്ടുണ്ടാകുമെന്ന സംശയത്താൽ എന്നോട് മുന്നോട്ട് പോകു വാൻ പറയുകയും ചെയ്തു. അച്ഛൻ മോഹാലസ്യത്തിന്റെ വക്കോളമെ ത്തിയിരുന്നു. അമ്മയാകട്ടെ മനോവിഷമത്താലും സംശയത്താലും കൈ കളുയർത്തുകയും താഴ്ത്തുകയും ചെയ്തുകൊണ്ട് ഞങ്ങൾക്ക് പിറകിൽ അങ്ങോട്ടുമിങ്ങോട്ടും നടന്നു.

അവളെ നിങ്ങളുടെ മുമ്പിൽ മടിയിലിരുത്തൂ, ഞാൻ കൽപ്പിച്ചു. രണ്ട് മണിബന്ധങ്ങളിലും പിടിച്ചിരിക്കുകയും വേണം.

പക്ഷേ, അയാൾ അങ്ങനെ ചെയ്തയുടൻ തന്നെ കുട്ടി ഉറക്കെ നിലവിളിച്ചു. അരുത്, നിങ്ങളെന്നെ ക്ഷതമേൽപ്പിക്കുകയാണ്. എന്റെ കൈകൾ രണ്ടും വിട്ടേക്കൂ, എന്നാണ് ഞാൻ പറയുന്നത്. പിന്നീടവൾ ഭയാനകമാംവിധം വികാരതീവ്രതയോടെ നിലവിളിച്ചു. നിർത്തൂ! നിർത്തൂ! നിങ്ങളെന്നെ കൊല്ലുകയാണ്!

അവൾക്കിത് സഹിക്കുവാൻ കഴിയുമോ, ഡോക്ടർ! അമ്മ പറ ഞ്ഞു.

നീ പുറത്തുപോകൂ, ഭർത്താവ് ഭാര്യയോട് പറഞ്ഞു. അവൾ ഡിഫ്തീരിയ പിടിച്ചു മരിക്കണമെന്നാണോ നീ വിചാരിക്കുന്നത്.?

ശരി, ഇപ്പോൾ അവളെ പിടിക്കൂ, ഞാൻ പറഞ്ഞു.

പിന്നീട് കുട്ടിയുടെ തല ഇടതുകൈകൊണ്ട് പിടിച്ചിട്ട് നാവമർത്തി പ്പിടിക്കാനുള്ള മരക്കരണ്ടി പല്ലുകളുടെ ഇടയിലേക്ക് കയറ്റാൻ നോക്കി.

പല്ലുകൾ കൂട്ടി കടിച്ചുപിടിച്ച് അവൾ ആവുന്നത്ര പൊരുതി. ഇപ്പോളെനിക്കും വല്ലാതെ ദേഷ്യം തോന്നി – എന്നെ നിയന്ത്രിച്ചു നിർത്താൻ ഞാൻ ശ്രമിച്ചു. പക്ഷേ കഴിഞ്ഞില്ല. പരിശോധനക്കായി ഒരു തൊണ്ട തുറക്കാൻ എനിക്കറിയാം. എത്രനന്നായി അത് ചെയ്യുവാൻ കഴിയുമോ അത്ര നന്നായി ശ്രമിക്കുകയും ചെയ്തു. മരക്കരണ്ടി പുറകിലെ പല്ലുകൾക്കും അപ്പുറത്ത് തൊണ്ടക്കുഴിയിലേക്ക് കടത്തുന്നതിന് വിജയിച്ചു കഴിഞ്ഞുവെങ്കിലും ഒരു നിമിഷത്തേക്കുമാത്രം വായ നല്ലവണ്ണം തുറന്നിട്ട് എനിക്കെന്തെങ്കിലും കാണാൻ കഴിയുന്നതിന് മുമ്പായി ആ മരക്കഷ്ണം അണപ്പല്ലുകൾക്കിടയിൽ വച്ച് അവൾ കടിച്ചുപൊട്ടിച്ച് ചീളുകളാക്കിക്കളഞ്ഞു. അത് പുറത്തേക്കെടുക്കുവാൻ എനിക്ക് കഴിഞ്ഞതുമില്ല.

നിനക്ക് നാണമില്ലേ, അമ്മ അവളുടെ നേർക്കലറി. ഡോക്ടറുടെ മുമ്പിൽവച്ച് അങ്ങനെ പെരുമാറാൻ നിനക്കു ലജ്ജയില്ലേ?

മിനുസമായ കൈപ്പിടിയുള്ള ഒരു സ്പൂണോ മറ്റോ കൊണ്ടുവരൂ, ഞാൻ അമ്മയോട് പറഞ്ഞു. നമ്മളേതായാലും ഈ പണി പൂർത്തിയാക്കാൻ പോകുകയാണ്. കുട്ടിയുടെ വായിൽനിന്നും ചോരയൊലിക്കുന്നുണ്ടായിരുന്നു. അവളുടെ നാക്ക് മുറിഞ്ഞിരുന്നു. ആവേശപൂർവ്വം കുട്ടി നിലവിളിച്ചുകൊണ്ടിരുന്നു. കൃത്യത്തിൽനിന്നും പിന്തിരിഞ്ഞിട്ട് ഒന്നോ രണ്ടോ മണിക്കൂർ കഴിഞ്ഞ് എനിക്ക് തിരിച്ചുവരാമായിരുന്നു. അത് കുറച്ചുകൂടി നന്നാകുമായിരുന്നുവെന്ന് സംശയമില്ല. അവഗണന മൂലം രണ്ടു കുട്ടികൾ മരിച്ച കാര്യമോർത്തപ്പോൾ തന്നെ നടത്തേണ്ടതാണെന്നു തോന്നി. ഞാൻ വീണ്ടും ശ്രമം തുടരുകയായിരുന്നു. സൽബുദ്ധിയുടെ അപ്പുറത്തേക്ക് പക്ഷേ ഞാനും പോയിരുന്നു എന്നതായിരുന്നു ഇതിലെ ഏറ്റവും മോശമായ സംഗതി. എന്റെ രോഷാഗ്നിയിൽ ആ കുട്ടിയെ രണ്ടായി വലിച്ചുകീറി ആ രംഗം ആസ്വദിക്കുകയായിരുന്നു ഞാൻ. അവളെ ആക്രമിക്കുകയെന്നത് സന്തോഷമുള്ള കാര്യമായിരുന്നു. എന്റെ മുഖം അതുകൊണ്ട് ജ്വലിക്കുകയായിരുന്നു. ആ നശിച്ച കുട്ടിയെ അവളുടെ തന്നെ വിഡ്ഢിത്തത്തിൽ നിന്നും രക്ഷിക്കേണ്ടതുണ്ട്. അത്തരം സന്ദർഭങ്ങളിൽ ഒരാൾ തന്നോടുതന്നെ പറഞ്ഞുപോകുന്നു. മറ്റുള്ളവർ അവളിൽനിന്നും സംരക്ഷിക്കപ്പെടണം. അതൊരു സാമൂഹികമായ ആവശ്യമാണ്. ഇവയെല്ലാം ശരിയുമാണ്. ഒരു കുട്ടിയുടെ മുമ്പിൽ തോൽക്കുന്നതിൽ പ്രായമായ ഒരാൾക്കുണ്ടാകുന്ന ലജ്ജയും ശാരീരികമായ ആക്രമണത്തിലൂടെ പ്രകടിതമാവുന്ന അന്ധമായ കോപവുമൊക്കെയാണിവിടുത്തെ പ്രേരകഘടകങ്ങൾ. അങ്ങനെ ഒരാൾ അന്ത്യം വരെപോകുന്നു.

അവസാനത്തെ രണ്ടും കല്പിച്ചുള്ള ആക്രമണത്തിൽ ആ കുട്ടിയുടെ കഴുത്തും താടിയെല്ലുകളും ഞാൻ കീഴ്പ്പെടുത്തിയിരുന്നു. വലിയൊരു വെള്ളിക്കരണ്ടിയുടെ കൈപ്പിടി അവളുടെ പല്ലുകൾക്കു പുറകിൽ തൊണ്ടക്കുഴിയിലേക്ക് അവൾക്ക് ശ്വാസതടസം ഉണ്ടാകുംവരെ ഞാൻ തള്ളിക്കടത്തി. അതാ അവിടെയുള്ളത് – രണ്ട് ടോൺസിലുകളും ചർമ്മ

ത്താൽ മൂടപ്പെട്ടിരുന്നു. അവളുടെ രഹസ്യം അറിയുന്നതിൽനിന്നും എന്നെ തടയുവാൻ അവൾ സധീരം പോരാടി. അച്ഛനമ്മമാരിൽനിന്ന് മൂന്നുദിവസത്തോളമായി അവൾ തൊണ്ടവേദന മറച്ചുവയ്ക്കുകയായിരുന്നു. ഇതുപോലുള്ള ഒരു പരിണതി ഒഴിവാക്കുന്നതിനുവേണ്ടി മാത്രം. ഇപ്പോൾ അവൾ ശരിക്കും കോപിഷ്ഠയാണ്. പ്രതിരോധത്തിലായിരുന്ന അവൾ ഇതാ ആക്രമണം തുടങ്ങി. അച്ഛന്റെ മടിയിൽനിന്നും കുതറിമാറിക്കൊണ്ട് എന്റെ നേർക്ക് പാഞ്ഞടുക്കുവാൻ ശ്രമിച്ചു. അപ്പോൾ പരാജയത്തിന്റെ കണ്ണുനീർ അവളുടെ കാഴ്ചയെ മറയ്ക്കുകയായിരുന്നു.

അമേരിക്കൻ കഥ

ജോൺ ഷീവർ

ദ ഫോർത്ത് അലാം

__ജോൺ ഷീവർ__ (1912-1982) മസാച്യൂസറ്റ്സിലെ (അമേരിക്ക) കിൻസിയിൽ ജനിച്ചു. ആദ്യ നോവലായ __വോപ്ഷോട്ട് ക്രോണിക്ക്ൾ__ (1958) അമേരിക്കൻ നാഷണൽ ബുക്ക് അവാർഡ് നേടി. Falconer എന്ന നോവൽ പ്രശസ്തമാണ്. രണ്ടാംലോകമഹായുദ്ധത്തിൽ സേവനമനുഷ്ഠിച്ച ഷീവർ __ദ വേൾഡ് ഓഫ് ആപ്പിൾസ്__ എന്ന ചെറുകഥാസമാഹാരത്തോടെയാണ് സാഹിത്യലോകത്ത് തന്റെ മുദ്രപതിപ്പിച്ചത്.

ജിൻ കുടിച്ചുകൊണ്ട് ഞാൻ വെയിലിൽ ഇരിക്കുന്നു. രാവിലെ പത്തുമണി. ഞായറാഴ്ച. മിസ്സിസ് അക്സ്ബ്രിഡ്ജ് കുട്ടികളുമൊത്ത് ദൂരെയെങ്ങോ ആണ്. മിസ്സിസ്സ് അക്സ്ബ്രിഡ്ജാണ് വീട് സൂക്ഷിപ്പുകാരി. പാചകം ചെയ്യുന്നതും പീറ്ററിന്റെയും ലൂയ്സിയുടെയും കാര്യങ്ങൾ നോക്കുന്നതും അവരാണ്.

ശിശിരകാലമാണ്. ഇലകളുടെ നിറം പകർന്നിരിക്കുന്നു. കാറ്റില്ലാത്ത പ്രഭാതം. പക്ഷേ, ഇലകൾ നൂറുകണക്കിന് വീഴുന്നു. എന്തെങ്കിലും കാണണമെന്നുണ്ടെങ്കിൽ — ഒരിലയോ ഒരു പുൽത്തലപ്പോ — സ്നേഹത്തിന്റെ സൂക്ഷ്മതയെന്തെന്ന് നിങ്ങൾ അറിഞ്ഞിരിക്കണമെന്നാണ് എനിക്കുതോന്നുന്നത്. മിസ്സിസ്സ് അക്സ്ബ്രിഡ്ജിന് വയസ്സ് അറുപത്തിമൂന്നായി. എന്റെ ഭാര്യ അകലെയാണ്. പട്ടണത്തിന്റെ മറുവശത്ത് താമസിക്കുന്ന മിസ്സിസ്സ് സ്മിത് സോണിയനാണെങ്കിൽ ഈയിടെയായി നല്ല മൂഡിലുമല്ല. അതുകൊണ്ട്, എനിക്കു കടന്നുപോകാൻ മേലാത്ത ഒരു

വാതിൽപ്പടിയോ വാതിൽപ്പടികളുടെ ഒരു പരമ്പരയോ ഉള്ളതുപോലെ, പ്രഭാതവേളയുടെ ചില വശങ്ങൾ എനിക്ക് നഷ്ടമായിരിക്കുന്നു. ഫുട്ബാൾ തട്ടിയുരുട്ടുന്നത് നല്ല ഏർപ്പാടായിരിക്കുമായിരുന്നു. എന്നാൽ, പീറ്റർ തീരെ ചെറുത്. ഫുട്ബോൾ കളിക്കുന്ന എന്റെ ഒരേയൊരു അയൽ ക്കാരൻ പള്ളിയിൽ പോവുകയും ചെയ്യുന്നു.

എന്റെ ഭാര്യയായ ബേർത്തയെ തിങ്കളാഴ്ച പ്രതീക്ഷിക്കുന്നു. അവൾ നഗരത്തിൽ നിന്നും തിങ്കളാഴ്ച വന്ന് ചൊവ്വാഴ്ച മടങ്ങുകയാണ് പതിവ്. കാണാൻ കൊള്ളാവുന്ന ഒരു യുവതിയാണ് ബേർത്ത. നല്ല വടിവും ചന്തവുമുള്ളതാണ് അവളുടെ രൂപം. അവളുടെ കണ്ണുകൾ കുറച്ച് അടുത്തിട്ടാണെന്ന് എനിക്കുതോന്നുന്നു. ചിലപ്പോഴൊക്കെ അവൾ ശുണ്ഠി പിടിക്കുകയും ചെയ്യും. കുട്ടികൾ ചെറുതായിരുന്നപ്പോൾ അവൾക്ക് അവരെ ദേഷ്യത്തിന്റെ വിറയോടെ അച്ചടക്കം പഠിപ്പിക്കുന്ന ഒരു രീതിയുണ്ടായിരുന്നു. “മമ്മി നിങ്ങൾക്കായി ഉണ്ടാക്കിയ ഈ നല്ല പ്രാതൽ ഞാൻ മൂന്നെന്ന് എണ്ണുന്നതിനുമുമ്പ് നിങ്ങൾ കഴിക്കുന്നില്ലെ ങ്കിൽ,” അവൾ പറയും “ഞാൻ നിങ്ങളെ കിടക്കയിലേക്ക് മടക്കി അയ ക്കും. ഒന്ന്, രണ്ട്, മൂന്ന്...” പിന്നീട് അത്താഴവേളയിലും ഞാനതു കേട്ടു: “മമ്മി നിങ്ങൾക്കായി ഉണ്ടാക്കിയ ഈ നല്ല അത്താഴം ഞാൻ മൂന്നെന്ന് എണ്ണുംമുമ്പ് നിങ്ങൾ കഴിക്കുന്നില്ലെങ്കിൽ, അത്താഴം തരാതെ ഞാൻ നിങ്ങളെ ഉറങ്ങാൻ വിടും. ഒന്ന്, രണ്ട്, മൂന്ന്..” ഞാനത് വീണ്ടുംകേട്ടു. “മമ്മി മൂന്നെന്ന് എണ്ണും മുമ്പ് നിങ്ങൾ കളിപ്പാട്ടങ്ങൾ എടുക്കുന്നില്ലെ ങ്കിൽ മമ്മി അവയെല്ലാം പെറുക്കി ദൂരെയെറിയും. ഒന്ന്, രണ്ട്, മൂന്ന്..” കുളിമുറിയിലും ഉറക്കവേളയിലും അത് അങ്ങനെ തുടർന്നു. ഒന്ന്, രണ്ട്, മൂന്ന് ആയിരുന്നു അവരുടെ താരാട്ടുപാട്ട്. ഒരു ശിശുവായിരുന്നപ്പോഴേ അവൾ എണ്ണാൻ പഠിച്ചിരുന്നതായി എനിക്ക് ചിലപ്പോഴൊക്കെ തോന്നി യിരുന്നു. അവസാനം മരിക്കാൻനേരം മരണദേവനുവേണ്ടി അവൾ ഒരു കൗണ്ട്ഡൗൺ തന്നെ നടത്തുമായിരിക്കുമെന്നും കരുതിപ്പോയി. ക്ഷമി ക്കണേ, ഞാൻ ഒരു ഗ്ലാസ്സ് ജിൻകൂടി എടുത്തോട്ടെ.

കുട്ടികൾ സ്കൂളിൽ പോകാൻ പ്രായമായപ്പോൾ, ആറാംതര ക്കാർക്ക് സോഷ്യൽ സ്റ്റഡീസ് പഠിപ്പിക്കാനുള്ള ഒരു ജോലി ബേർത്ത യ്ക്കു കിട്ടി. അവൾക്കൊരു തൊഴിലായി. അങ്ങനെ സന്തുഷ്ടയും. ഒര ധ്യാപികയാകണമെന്നത് തന്റെ എന്നത്തെയും അഭിലാഷമായിരുന്നു വെന്ന് അവൾ പറയുമായിരുന്നു. അവൾ കാർക്കശ്യത്തിന് പേരുകേട്ടി രുന്നു. ഇരുണ്ട നിറത്തിലുള്ള വസ്ത്രങ്ങളാണ് അവൾ അണിഞ്ഞിരുന്ന ത്. അനലംകൃതമായിട്ടായിരുന്നു തലമുടി വച്ചിരുന്നത്. തെറ്റുകൾ തിരു ത്തിക്കൊണ്ടുള്ള പെരുമാറ്റവും അനുസരണയും കുട്ടികളിൽനിന്നും അവൾ പ്രതീക്ഷിച്ചു. ജീവിതത്തിൽ ഒരു മാറ്റത്തിനുവേണ്ടി അവൾ ഒരു ആമറ്റർ നാടകസംഘത്തിൽ ചേർന്നു. *ഏയ്ഞ്ചൽ സ്ട്രീറ്റിൽ* അവൾ തോഴിയുടെ ഭാഗമാണ് അഭിനയിച്ചത്., *ഡെസ്മണ്ട്സ് ഏക്കേഴ്സിൽ* പടു കിഴവിയുടേതും. നാടകസംഘത്തിൽ അവളുണ്ടാക്കിയ സൗഹൃദങ്ങ

ളൊക്കെ ഹൃദ്യമായതായിരുന്നു. അവരുടെ ചായസൽക്കാരങ്ങൾക്ക് അവളെകൊണ്ടുപോകുന്നത് ഞാനാസ്വദിച്ചു. ബേർത്ത കുടിക്കാറില്ലെന്ന കാര്യം അറിഞ്ഞിരിക്കേണ്ടത് പ്രധാനമാണ്. ഒരു ഡ്യൂബോനെ അവൾ ഭവ്യതയോടെ കഴിച്ചേക്കുമെങ്കിലും അവൾ മദ്യപാനം ആസ്വദിക്കാറില്ല.

ഓസമാനൈഡീസ് എന്ന പേരിൽ ഒരു നഗ്നപ്രദർശനം അണിയിച്ചൊരുക്കാനുള്ള പദ്ധതിയെക്കുറിച്ച് നാടകസംഘത്തിലെ സുഹൃത്തുക്കളിൽനിന്നും അവൾ മനസിലാക്കി. ഇക്കാര്യം മാത്രമല്ല തുടർന്നുള്ളതു മുഴുവനും അവൾ എന്നോടു പറഞ്ഞു. അധ്യാപകജോലി, കരാറനുസരിച്ച്, അവൾക്ക് പത്തുദിവസത്തെ അസുഖാവധി നൽകിയിരുന്നു. അസുഖമാണെന്ന് പറഞ്ഞുകൊണ്ട് ഒരു ദിവസം അവൾ ന്യൂയോർക്കിലേക്കുപോയി. നഗരമധ്യത്തിലുള്ള നിർമാതാവിന്റെ ഓഫീസിലായിരുന്നു *ഓസമാനൈഡീസ്* അണിയിച്ചൊരുക്കിയത്. അവിടെ നൂറിൽപ്പരം സ്ത്രീകളും പുരുഷന്മാരും ഇന്റർവ്യൂവിനായി വരിയിൽ കാത്തുനിൽക്കുന്നത് അവൾ കണ്ടു. പണമൊടുക്കിയിട്ടില്ലാത്ത ഒരു രസീത് പോക്കറ്റുബുക്കിൽനിന്നുമെടുത്തു വീശി, “ക്ഷമിക്കണം, ക്ഷമിക്കണം... ഒരു കൂടിക്കാഴ്ചയ്ക്ക് ഞാൻ സമയം വാങ്ങിയിട്ടുണ്ട്.” എന്നുപറഞ്ഞുകൊണ്ട് അവൾ ക്യൂ ചാടി മുന്നിലെത്തി. ആരും പ്രതിഷേധിച്ചില്ല. ക്യൂവിന്റെ തലപ്പത്ത് ഒരു സെക്രട്ടറി അവളുടെ പേരും സോഷ്യൽ സെക്യൂരിറ്റി നമ്പറും മറ്റും കുറിച്ചെടുത്തു. ഒരു ചെറിയ മുറിയിലേക്കു കയറ്റി വസ്ത്രങ്ങൾ ഊരിയിട്ട് വരാൻ അവളോട് പറഞ്ഞു. നാല് പുരുഷന്മാർ ഇരിക്കുന്ന ഒരു ഓഫീസിലേക്ക് പിന്നെ അവൾക്ക് വഴികാണിച്ചു. സാഹചര്യങ്ങൾ പരിഗണിച്ച്, അവധാനതയോടെയായിരുന്നു ഇന്റർവ്യൂ. പരിപാടിയിൽ ആദ്യന്തം നഗ്നയായിരിക്കുമെന്ന് അവളോടു പറഞ്ഞിരുന്നു. അഭിനയവേളയിൽ രണ്ടുതവണ സംഭോഗം അനുകരിക്കുകയോ കാണിക്കുകയോ വേണം. പ്രേക്ഷകരുംകൂടി ഉൾപ്പെടുന്ന ‘കാമക്കൂന’യിൽ ഒരു തവണ പങ്കെടുക്കുകയും വേണം.

ഇതെല്ലാം അവൾ എന്നോടുപറഞ്ഞ ആ രാത്രി ഞാൻ ഓർക്കുന്നു. ഞങ്ങളുടെ സ്വീകരണമുറിയിലായിരുന്നു അത്. കുട്ടികളെ ഉറക്കാൻ കിടത്തിയിരുന്നു. അവൾ അങ്ങേയറ്റം സന്തുഷ്ടയായിരുന്നു. അതേപ്പറ്റി ചോദ്യമുദിക്കുന്നില്ല. “ഞാനവിടെ നഗ്നയായിരുന്നു,” അവൾ പറഞ്ഞു. “പക്ഷേ, ഞാനൊട്ടും അന്ധാളിച്ചിരുന്നില്ല. കാൽപ്പാദങ്ങളിൽ അഴുക്കുപുരളുമല്ലോ എന്ന കാര്യം മാത്രമാണ് എന്നെ വിഷമിപ്പിച്ചത്. പഴയ മട്ടിലുള്ള ഒരു സ്ഥലമായിരുന്നു അത്. നാടകരംഗങ്ങൾ ഫ്രെയിംചെയ്ത് ഭിത്തിയിൽ തൂക്കിയിരുന്നു. കൂടാതെ എഥൽ ബാരിമോറിന്റെ ഒരു വലിയ ചിത്രവും. ഈ അപരിചിതരുടെ മുമ്പിൽ അവിടെ ഞാൻ പൂർണ നഗ്നയായി ഇരുന്നു. ജീവിതത്തിൽ ആദ്യമായി എന്നെ ഞാൻ കണ്ടെത്തിയതായി എനിക്കുതോന്നി. നഗ്നതയിൽ ഞാൻ സ്വയം കണ്ടെത്തി. ഒരു പുതിയ സ്ത്രീയെപോലെ എനിക്കുതോന്നി. കൂടുതൽ മെച്ചപ്പെട്ട ഒരു സ്ത്രീ. നഗ്നയായിരിക്കുകയും അപരിചിതരുടെ മുമ്പിൽ ലജ്ജയറ്റവളാ

യിരിക്കുകയും ചെയ്യുക എന്നത് ജീവിതത്തിലെ ഏറ്റവും പുളകോദ്ഗമമായ അനുഭവങ്ങളിലൊന്നായി... ”

എന്തുചെയ്യണമെന്ന് എനിക്ക് അറിയില്ലായിരുന്നു. ഈ ഞായറാഴ്ച രാവിലെ, ഇതാ ഇപ്പോഴും എനിക്കറിയില്ല. ഞാൻ എന്താണ് ചെയ്യേണ്ടിയിരുന്നതെന്ന്. അവളെ അടിക്കേണ്ടതായിരുന്നുവെന്നാണ് എനിക്കുതോന്നുന്നത്. അതൊക്കെ ചെയ്യാൻ അവൾക്ക് കഴിയേണ്ടിയിരുന്നില്ലെന്ന് ഞാൻ പറഞ്ഞു. എനിക്കവളെ തടയാൻ കഴിഞ്ഞില്ലെന്ന് അവൾ പറഞ്ഞു. കുട്ടികളുടെ കാര്യം ഞാൻ സൂചിപ്പിച്ചു. ഈ അനുഭവം അവളെ നല്ലൊരു അമ്മയാക്കുമെന്ന് ഞാൻ പറഞ്ഞു. “എന്റെ ഉടുപുടവകളെല്ലാം ഞാൻ ഊരിക്കളഞ്ഞപ്പോൾ,” അവൾ പറഞ്ഞു, “ചെറുതും മോശമായതുമായ എല്ലാറ്റിലും നിന്ന് സ്വയം മുക്തയാകുന്നതുപോലെയാണ് എനിക്ക് അനുഭവപ്പെട്ടത്.” അപ്പെൻഡിസൈറ്റിസ് മൂലം അവൾക്കുകിട്ടിയ ആ പാട് കാരണം ആ ജോലി അവൾക്ക് ഒരിക്കലും കിട്ടില്ലെന്ന് ഞാൻ പറഞ്ഞു. കുറച്ചുനിമിഷങ്ങൾ കഴിഞ്ഞ് ഫോൺ ശബ്ദിച്ചു. അവൾക്ക് ഒരു ഭാഗം ഓഫർ ചെയ്തുകൊണ്ട് പ്രൊഡ്യൂസർ ആയിരുന്നു അത് “ഓ, എനിക്ക് വളരെ സന്തോഷമുണ്ട്,” അവൾ പറഞ്ഞു. “അച്ഛനമ്മമാരും സുഹൃത്തുക്കളും നിങ്ങൾക്കായി എഴുതിയുണ്ടാക്കിയ ഭാഗങ്ങൾ അഭിനയിക്കുന്നത് നിറുത്തുമ്പോൾ ജീവിതം എത്രയ്ക്ക് ആശ്ചര്യഭരിതവും സമ്പന്നവും വിചിത്രവുമായിരിക്കുമെന്നോ. ആരും കടന്നുചെന്നിട്ടില്ലാത്ത ഇടങ്ങളിൽ ഉത്ഖനനം നടത്തുന്ന ഒരുവളെപ്പോലെയാണെനിക്കു തോന്നുന്നത്.”

ഞാനപ്പോൾ ചെയ്തതിന്റെയോ ചെയ്യാതെ വിട്ടതിന്റെയോ പൊരുത്തമോ പൊരുത്തക്കേടോ എന്നെ ഇപ്പോഴും കുഴയ്ക്കുന്നു. അധ്യാപന ജോലിക്കുള്ള കരാറുപേക്ഷിച്ച് അവൾ ഇകിറ്റിയിൽചെന്ന് റിഹേഴ്സൽ തുടങ്ങി. *ഓസമാനൈഡീസ്* കളിച്ചുതുടങ്ങിയതോടെ അവൾ മിസ്സിസ്സ് അക്സ്ബ്രിഡ്ജിനെ പണിക്കുവിളിക്കുകയും തീയേറ്ററിനടുത്ത് ഹോട്ടലിൽ മുറിയെടുക്കുകയും ചെയ്തു. ഞാൻ വിവാഹമോചനം ആവശ്യപ്പെട്ടു. വിവാഹമോചനത്തിന് കാരണമൊന്നും കാണുന്നില്ലെന്ന് അവൾ പറഞ്ഞു. ജാരവൃത്തിക്കും ക്രൂരതയ്ക്കുമെല്ലാം വ്യക്തമായ നടപടി മാർഗങ്ങളുണ്ട്. എന്നാൽ വേദിയിൽ നഗ്നയായി പ്രത്യക്ഷപ്പെടുകയാണ് ഒരാളുടെ ഭാര്യയ്ക്ക് വേണ്ടതെങ്കിൽ എന്തുചെയ്യാൻ കഴിയും? ഞാൻ കുറേക്കൂടി ചെറുപ്പമായിരുന്ന കാലത്ത് എനിക്ക് ചില തെറിച്ച പെൺപിള്ളേരെ അറിയാമായിരുന്നു. അവരിൽ ചിലർ വിവാഹിതരും കുട്ടികളുള്ളവരുമായിരുന്നു. ബേർത്ത ഇപ്പോൾ ചെയ്യാൻ പോകുന്നത് അവർ, പക്ഷേ ശനിയാഴ്ചത്തെ പാതിരാ പ്രദർശനവേളയിൽ മാത്രമേ ചെയ്തിരുന്നുള്ളൂ. അവരുടെ ഭർത്താക്കൻമാർ പക്ഷേ മൂന്നാംകിട ഹാസ്യനടന്മാരും അവരുടെ കുഞ്ഞുങ്ങൾ എപ്പോഴും വിശന്നുവലഞ്ഞ മുഖങ്ങളോട് കൂടിയവരുമായിരുന്നുവെന്നത് ഞാനോർക്കുന്നു.

ഒന്നോ രണ്ടോ ദിവസം കഴിഞ്ഞ് ഞാനൊരു വിവാഹമോചന വക്കീ

ലിനെ കാണാൻപോയി. ഒരു യോജിപ്പ് വിധി മാത്രമായിരുന്നു എന്റെ ഒരേയൊരു പ്രതീക്ഷ എന്നായിരുന്നു അദ്ദേഹം പറഞ്ഞത്. പരസ്യമായി സംഭോഗമഭിനയിക്കുന്നതിന്റെ പേരിൽ വിവാഹമോചനം നേടിയിട്ടുള്ള മുൻകാല സംഭവങ്ങളൊന്നും ന്യൂയോർക്ക് സ്റ്റേറ്റിലുണ്ടായിട്ടില്ല. മുൻകാല സംഭവമില്ലെങ്കിൽ ഒരു വക്കീലും വിവാഹമോചനക്കേസ് എടുക്കുകയുമില്ലത്രേ. ബേർത്തയുടെ പുതുജീവിതത്തിന്റെ കാര്യത്തിൽ എന്റെ സുഹൃത്തുക്കളിൽ മിക്കവരും കൗശലം പ്രയോഗിക്കുന്നതിൽ മിടുക്കുകാട്ടി. അവളെ കാണാൻ അവരിൽ മിക്കവരും പോയി എന്നാണ് എനിക്കുതോന്നുന്നത്. എന്നാൽ ഞാനാകട്ടെ അത് ഒന്നോ രണ്ടോ മാസത്തേക്ക് നീട്ടിവയ്ക്കുകയാണ് ചെയ്തത്. ടിക്കറ്റുകൾക്ക് വില വളരെ കൂടുതലും കിട്ടാൻ പ്രയാസവുമായിരുന്നു. തീയേറ്റർ അല്ലെങ്കിൽ തീയേറ്റർ എന്നു വിളിക്കാവുന്നതിലേക്ക് ഞാൻ പോയരാത്രിയിൽ മഞ്ഞുപെയ്യുകയായിരുന്നു. വേദിയിലെ കമാനം തകർത്തുമാറ്റിയ നിലയിലായിരുന്നു. ഉപയോഗിച്ച ടയറുകളുടെ ഒരു കൂനയായിരുന്നു സെറ്റിലുണ്ടായിരുന്നത്. സീറ്റുകളും അവയ്ക്കിടയിലെ വഴികളും മാത്രമായിരുന്നു പരിചിതമായ സവിശേഷതകൾ. തീയേറ്റർ പ്രേക്ഷകർ എന്നും എന്നെ കുഴച്ചിട്ടേയുള്ളൂ. തീർത്തും ഗാർഹികവും അങ്ങേയറ്റം അലംകൃതവുമായ ഒരു അകത്തളത്തിൽ സുഗ്രാഹ്യമല്ലാത്തതും വൈവിധ്യമാർന്നതുമായ കുറേ ടൈപ്പുകളെ കുത്തിനിറയ്ക്കുന്നതുകൊണ്ടാവണമിതെന്നാണ് എന്റെ അനുമാനം. എല്ലാത്തരത്തിലുള്ളവരും അവിടെ ആ രാത്രി ഉണ്ടായിരുന്നു. ഞാൻ അകത്തേക്ക് കടന്നുചെല്ലുമ്പോൾ റോക് സംഗീതം കേൾക്കുകയായിരുന്നു. ആർതേഴ്സ് പോലുള്ള ഇടങ്ങളിൽ അവർ കേൾപ്പിക്കാറുണ്ടായിരുന്ന ചെകിടടപ്പിക്കുന്ന പഴഞ്ചൻ മട്ടിലുള്ള റോക്ക് സംഗീതമായിരുന്നു അത്. എട്ടുമുപ്പതിന് ഗൃഹദീപങ്ങൾ മങ്ങി. നടീനടന്മാർ – പതിനാല് പേരുണ്ടായിരുന്നു അവർ – ഇരിപ്പിടങ്ങൾക്കിടയിലെ വഴിയിലൂടെ ഇറങ്ങിവന്നു. തീർച്ചയായും അവരെല്ലാവരും നഗ്നരായിരുന്നു. കിരീടം വച്ച *ഓസമാനൈഡീസ്* ഒഴികെ.

കളി വിവരിക്കാൻ എനിക്കു കഴിയില്ല. *ഓസമാനൈഡീസി*ന് രണ്ട് പുത്രന്മാരുണ്ടായിരുന്നു. അവരെ അയാൾ കൊന്നുകളഞ്ഞുവെന്നാണ് തോന്നുന്നത്. എനിക്കുതീർച്ചയില്ല. പൊതുവിലുള്ളതായിരുന്നു സെക്സ്. ആണും പെണ്ണും ഒന്നൊന്ന് ആലിംഗനം ചെയ്തു. *ഓസമാനൈഡീസ്* ഒരുപാടു പുരുഷന്മാരെ കെട്ടിപ്പുണർന്നു. എന്റെ വലതുവശത്തുള്ള സീറ്റിൽ ഇരിക്കുകയായിരുന്ന ഒരു അപരിചിതൻ ഒരു ഘട്ടത്തിൽ അയാളുടെ കൈ എന്റെ കാൽമുട്ടിൽ വച്ചു. ഒരു മനുഷ്യാവസ്ഥയുടെ പേരിൽ എനിക്ക് അയാളെ ചീത്തപറയണമെന്നില്ലായിരുന്നു, അയാളെ പ്രോത്സാഹിപ്പിക്കേണ്ടതിന്റെ ആവശ്യവും ഇല്ലായിരുന്നു. ഞാനയാളുടെ കൈ എടുത്തുമാറ്റിയിട്ട് യൗവനകാലത്തെ നിർദ്ദോഷമായ സിനിമാശാലകളുടെ ഗഹനമായ ഗൃഹാതുരത്വം അനുഭവിച്ചു. ഞാൻ വളർന്ന പട്ടണത്തിൽ ഒരെണ്ണമുണ്ടായിരുന്നു – *അൽഹംബ്ര*. എന്റെ ഇഷ്ടസിനിമയുടെ പേര്

ദ ഫോർത്ത് അലാം എന്നായിരുന്നു. ചൊവ്വാഴ്ച സ്കൂൾ കഴിഞ്ഞാണ് ഞാനത് ആദ്യമായി കണ്ടത്. വൈകുന്നേരത്തെ കളികൂടി കാണാൻ ചുറ്റിപ്പറ്റി നിൽക്കുകയും ചെയ്തു. അത്താഴത്തിന് വീട്ടിലെത്താതെ വന്നപ്പോൾ എന്റെ അച്ഛനും അമ്മയും വിഷമിച്ചു. അവരെന്നെ ശകാരിക്കുകയും ചെയ്തു. ബുധനാഴ്ച ഞാൻ ഹൂക്കി കളിച്ചിരുന്നു. അതിനാൽ പ്രദർശനം രണ്ടുവട്ടം കാണാൻ കഴിഞ്ഞുവെന്നു മാത്രമല്ല അത്താഴത്തിന് സമയത്തുതന്നെ എത്താനും സാധിച്ചു. വ്യാഴാഴ്ച ഞാൻ സ്കൂളിലേക്കുപോയി. പക്ഷേ ക്ലാസ് കഴിഞ്ഞ ഉടനെ സിനിമാശാലയിലേക്കു ചെന്ന് വൈകുന്നേരത്തെ ഷോയും കൂടി കാണാനിരിക്കും. എന്റെ അച്ഛനമ്മമാർ പോലീസിനെ വിളിച്ചിട്ടുണ്ടായിരിക്കണം. കാരണം ഒരു പട്രോൾ പോലീസുകാരൻ വന്ന് എന്നെ വീട്ടിൽ പറഞ്ഞുവിട്ടു. വെള്ളിയാഴ്ച സിനിമാശാലയിലേക്ക് പോകാൻ വിലക്കുണ്ടായിരുന്നു. എന്നാൽ ശനിയാഴ്ച മുഴുവനും ഞാൻ അവിടെത്തന്നെ ചെലവഴിച്ചു. പടത്തിന്റെ ഓട്ടം ശനിയാഴ്ച അവസാനിക്കുകയും ചെയ്തു. കുതിരകൾ വലിച്ചിരുന്ന ഫയർ എഞ്ചിനുകൾക്ക് പകരമായി ആട്ടോമൊബീൽ വന്നതിനെക്കുറിച്ചായിരുന്നു പടം. നാല് അഗ്നിശമന കമ്പനികൾ കഥയിൽ ഉണ്ടായിരുന്നു. സംഘങ്ങളിൽ മൂന്നെണ്ണത്തിൽ കുതിരകൾക്കുപകരം എഞ്ചിനുകൾ വന്നുകഴിഞ്ഞിരുന്നു. പാവപ്പെട്ട കുതിരകളെ കഠിനഹൃദയർക്ക് വിൽക്കുകയും ചെയ്തു. ഒരു സംഘം അവശേഷിച്ചെങ്കിലും അതിന്റെ ദിനങ്ങൾ എണ്ണപ്പെട്ടുകഴിഞ്ഞിരുന്നു. അതിലെ ജോലിക്കാരും കുതിരകളുമെല്ലാം ദുഃഖം പൂണ്ടു. അപ്പോഴാണ് വലിയൊരു അഗ്നിബാധയുണ്ടാകുന്നത്. അഗ്നിജ്വാലകൾ കത്തിക്കാളി നിന്നിടത്തേക്ക് ഒന്നാമത്തെയും രണ്ടാമത്തെയും എഞ്ചിനുകൾ പാഞ്ഞുപോകുന്നതുകണ്ടു. കുതിര വലിക്കുന്ന കമ്പനിയിൽ സംഗതികൾ ആകെ ഇരുളടഞ്ഞിരുന്നു. അപ്പോൾ നാലാമത്തെ അലാം മുഴങ്ങി – അവർക്കുള്ള വിളിയായിരുന്നു അത് – അവർ കർമ്മരംഗത്തേക്ക് കുതിച്ചു. കുതിരകളെ പൂട്ടി നഗരത്തിലൂടെ പാഞ്ഞു ചെന്ന് അവർ തീ അണച്ചു. നഗരത്തെ രക്ഷിച്ചു. നഗരപിതാവ് അവർക്ക് പൊതുമാപ്പ് നൽകി. ഇപ്പോൾ വേദിയിൽ *ഓസമാനൈഡീസ്* എന്റെ ഭാര്യയുടെ ചന്തിയിൽ അശ്ലീലമായതെന്തോ എഴുതുകയായിരുന്നു. നഗ്നത- അതിന്റെ ഹരം – അവളുടെ ഗൃഹാതുരത്വ ബോധത്തെ നശിപ്പിച്ചിട്ടുണ്ടായിരുന്നോ? ഇടുങ്ങിയടുത്ത കണ്ണുകളാണവൾക്കുണ്ടായിരുന്നതെങ്കിലും ഗൃഹാതുരത്വം അവളുടെ പ്രധാന ആകർഷണങ്ങളിലൊന്നായിരുന്നു. ഏതെങ്കിലുമൊരനുഭവത്തിന്റെ ഓർമ്മ സുഭഗതയോടെ മറ്റൊരു കാലഘട്ടത്തിലേക്ക് വഹിച്ചുകൊണ്ടുപോകുന്നതിൽ അവൾ അനുഗൃഹീതയായിരുന്നു. നഗ്നനായ ഒരപരിചിതൻ പരസ്യമായി പുറത്തുകയറിയപ്പോൾ, ഞങ്ങൾ ഇണചേർന്ന സ്ഥലങ്ങളെക്കുറിച്ച് അവൾ ഓർമ്മിച്ചിരുന്നുവോ? ഗ്രീഷ്മമഴയുടെ ശബ്ദങ്ങളിൽ സ്നേഹത്തിന്റെയും ശാന്തിയുടെയും സൗന്ദര്യത്തിന്റെയും ചരിത്രാതീത വാഗ്ദാനങ്ങൾ ശ്രവിച്ചിരുന്ന കടൽക്കരയിലെ വാടകവീടുകളെക്കുറിച്ച്? സ്നേഹം, നർമ്മം,

പ്രശാന്തി — അവയുടെയൊക്കെ പേരിൽ തീയേറ്ററിൽ എഴുന്നേറ്റുനിന്ന് മടങ്ങിവരൂ, മടങ്ങിവരൂ എന്ന് ഞാൻ അവളോട് വിളിച്ചുകൂവണമായിരുന്നുവോ? പാർട്ടികൾ കഴിഞ്ഞ് മഞ്ഞിലൂടെ കാറോടിച്ച് വീട്ടിലേക്കുപോകുന്നത് സുഖമുള്ള കാര്യമായിരുന്നു. ഞാൻ വിചാരിച്ചു. മഞ്ഞുപാളികൾ ഹെഡ്‌ലൈറ്റിലേക്ക് പറന്നുവീഴും. മണിക്കൂറിൽ നൂറുമൈൽ വേഗത്തിലാണ് സഞ്ചരിച്ചിരുന്നതെന്ന പ്രതീതിയുളവാകുമപ്പോൾ. കളിക്കാരെല്ലാവരുംകൂടി അപ്പോൾ, വസ്ത്രങ്ങളെല്ലാം ഊരിയെറിഞ്ഞ് ഞങ്ങളെയും അതോടൊപ്പം ചേരാൻ പ്രേരിപ്പിച്ചു — ഞങ്ങളോട് കൽപ്പിച്ചുവെന്നു പറയുന്നതാണ് ശരി.

അത് എന്റെ കർത്തവ്യമാണെന്നു തോന്നി. അല്ലാതെ ബേർത്തയെ എനിക്ക് എങ്ങനെ സമീപിക്കാനാവും? വസ്ത്രങ്ങളിൽനിന്നും പുറത്തുചാടുന്നത് എനിക്ക് എപ്പോഴും വേഗത്തിലുള്ള പണിയായിരുന്നു. ഞാനങ്ങനെ ചെയ്തു. പക്ഷേ, ഒരു കുഴപ്പമുണ്ടായിരുന്നു. എന്റെ പേഴ്സും വാച്ചും കാറിന്റെ താക്കോലുകളും ഞാൻ എന്തുചെയ്യണം? എന്റെ വസ്ത്രങ്ങളിൽ തന്നെ അതൊക്കെ സുരക്ഷിതമായി വച്ചുപോരുവാൻ എനിക്കു കഴിയുമായിരുന്നില്ല. അങ്ങനെ നഗ്നനായി, എന്റെ കൈമുതലുകൾ വലതുകൈയിലേന്തി ഞാൻ സീറ്റുകൾക്കിടയിലെ വഴിയിലൂടെ നടന്നിറങ്ങി. പരിപാടിയുടെ അടുത്തേക്ക് ഏതാണ്ട് എത്തിയപ്പോൾ നഗ്നനായ ഒരു യുവാവ് എന്നെ തടഞ്ഞുനിർത്തിയിട്ട് അലറി — അല്ല പാടി — "വായ്പകൾ താഴെയിടൂ, വായ്പകൾ അശുദ്ധങ്ങളാണ്."

"പക്ഷേ, ഇതെന്റെ പേഴ്സും വാച്ചും കാർ താക്കോലുകളുമാണ്," ഞാൻ പറഞ്ഞു.

"വായ്പകൾ താഴെയിടൂ," അവൻ പാടി.

"എനിക്ക് സ്റ്റേഷനിൽനിന്നും വീട്ടിലേക്ക് കാറോടിച്ചു പോകണം" ഞാൻ പറഞ്ഞു. "അറുപതോ എഴുപതോ ഡോളർ കാശായിട്ട് കൈവശമുണ്ടുതാനും."

"വായ്പകൾ താഴെയിടൂ."

"എനിക്കാവില്ല. സത്യത്തിൽ എനിക്കാവില്ല. എനിക്ക് തിന്നുകയും കുടിക്കുകയും വീട്ടിൽപോവുകയും വേണം."

"വായ്പകൾ താഴെയിടൂ."

പിന്നെ ഓരോരുത്തരായി, ബേർത്തയടക്കം ആ വായ്ത്താരി ഏറ്റുപിടിച്ചു. സംഘം മുഴുവൻ പാടാൻ തുടങ്ങി.

"വായ്പകൾ താഴെയിടൂ, വായ്പകൾ താഴെയിടൂ."

വേണ്ടാത്തവനായിരിക്കുന്നുവെന്ന ബോധം എന്നെ എന്നും അങ്ങേയറ്റം വേദനിപ്പിച്ചിട്ടുള്ളതാണ്. ഏതെങ്കിലും ഭിഷഗ്വരന് വിശദീകരണമെന്തെങ്കിലുമുണ്ടാകുമെന്ന് തോന്നുന്നു. അതുപോലുള്ള എല്ലാ അനുഭവങ്ങളുടെയും ശൃംഖലയിലെ അവസാനത്തെ കണ്ണിയായി സ്വയം ബന്ധിപ്പിക്കുന്ന ഒന്നായി സ്വയം തോന്നിക്കുമാറ് ധ്വനിമയമായ ഒന്നായിരിക്കുന്നു ആ അനുഭൂതി. അഭിനേതാക്കളുടെ സംഘത്തിൽ നിന്നുള്ള

ശബ്ദങ്ങൾ ഉച്ചത്തിലുള്ളതും പരിഹാസ്യവുമായിരുന്നു. പരിപൂർണ നഗ്നനായി, നഗരമധ്യത്തിലെവിടെയോ, ആർക്കും വേണ്ടാത്തവനായി, നഷ്ടപ്പെട്ട ഫുട്ബോൾ തന്ത്രങ്ങളും മൽപ്പിടിത്തങ്ങളും അപരിചിതരുടെ പുച്ഛവും അടഞ്ഞ വാതിലിനു പിറകിൽ നിന്നുയരുന്ന ചിരികളും ഓർത്തുകൊണ്ട് ഞാൻ നിൽക്കുകയായിരുന്നു — അവിടെ. എന്റെ വിലപിടിപ്പുള്ള വസ്തുക്കൾ ഞാൻ വലംകൈയിലേന്തി. അക്ഷരാർഥത്തിൽ എന്നെ തിരിച്ചറിയാനുള്ളവ. അവയിലൊന്നുപോലും പകരം വയ്ക്കാവുന്നവയല്ലാത്തവയായിരുന്നില്ല. പക്ഷേ, അവയെ ദൂരെയെറിയുക എന്നത് എന്റെ സത്തയെതന്നെ ഭീഷണിപ്പെടുത്തുന്നതുപോലെയായിരിക്കും. നിലത്തു കാണാമായിരുന്ന എന്റെ തന്നെ നിഴലിനെ, എന്റെ പേരിനെ.

ഞാൻ സീറ്റിലേക്ക് മടങ്ങിപ്പോയി വസ്ത്രമണിഞ്ഞു. അതുപോലെ ഞെരുങ്ങിയ സ്ഥലത്ത് അതുചെയ്യുക പ്രയാസമായിരുന്നു. നാടക സംഘം അപ്പോഴും അലറിവിളിക്കുകയായിരുന്നു. പഴകിയ തീയേറ്ററിലെ സീറ്റുകൾക്കിടയിലൂടെ ചരിഞ്ഞിറങ്ങുന്ന വഴിയിൽ നടന്നുകയറുന്നത് അങ്ങേയറ്റം അനുസ്മരണാത്മകമായിരുന്നു. *കിംഗ്ലിയറും ദ ചെറി ഓർച്ചാഡും* കണ്ടതിനുശേഷവും അത്തരമൊരു മൃദുവായ കയറ്റം ഞാൻ കയറിയിട്ടുണ്ട്. ഞാൻ പുറത്തിറങ്ങി.

അപ്പോഴും മഞ്ഞുപെയ്യുകയായിരുന്നു. അതൊരു മിന്നൽപെയ്ത്തുപോലുണ്ടായിരുന്നു. തീയേറ്ററിനുമുമ്പിൽ ഒരു കാറ് മഞ്ഞിൽ പുതഞ്ഞതുകണ്ടു. എന്റേത് മഞ്ഞിൽ ഓടാൻ പറ്റുന്ന ടയറുകളാണെന്ന് അപ്പോൾ ഞാൻ ഓർത്തു. അത് എനിക്കൊരു സുരക്ഷിതബോധവും *ഓസമാനൈ ഢീസി*ന്റെയും അയാളുടെ നഗ്നസഭയെയും മടുപ്പിക്കുമായിരുന്ന ഒരു പൂർണതയും നൽകി. എന്നാൽ എന്റെ മനോരോധങ്ങളെ ഞാൻ പുറത്തുകാണിച്ചതായി തോന്നിയില്ല. മറിച്ച് അതിശയകരമാംവിധം പ്രായോഗികവും കടുപ്പമേറിയതുമായ എന്റെ ഏതോ ഒരു വശത്ത് തട്ടി കാറ്റ് എന്റെ മുഖത്തേക്ക് മഞ്ഞെറിഞ്ഞു. കാറിന്റെ താക്കോലുകൾ കിലുക്കി പാട്ടുപാടി ഞാൻ ട്രെയിൻ സ്റ്റേഷനിലേക്കു നടന്നു.

റെയ്മണ്ട് കാർവർ

അടുപ്പം

റെയ്മണ്ട് കാർവർ (1938 - 1988). ഇരുപതാം നൂറ്റാണ്ടിലെ പ്രമുഖരായ അമേരിക്കൻ എഴുത്തുകാരിൽ ഒരാൾ. ചെറുകഥയ്ക്ക് 1980-കളിൽ പുതുജീവനും നവോന്മേഷവും നൽകിയ കാർവർ തന്റെ ആദ്യ കഥാസമാഹാരം 1976-ൽ ആണ് പ്രസിദ്ധപ്പെടുത്തിയത്.

എനിക്ക് അങ്ങ് പടിഞ്ഞാറേക്കുപോകേണ്ട കാര്യമുണ്ട്. എന്റെ മുൻഭാര്യ താമസിക്കുന്ന ഈ കൊച്ചുപട്ടണത്തിൽ ഞാൻ ഇറങ്ങുന്നു. നാലുവർഷമായി ഞങ്ങൾ പരസ്പരം കണ്ടിട്ടില്ല. പക്ഷേ, വല്ലപ്പോഴും എന്റേതെന്തെങ്കിലും പ്രത്യക്ഷപ്പെടുമ്പോൾ, അഥവാ മാസികകളിലും പത്രങ്ങളിലും എന്നെക്കുറിച്ച് എഴുതിയപ്പോൾ — ഒരു രേഖാചിത്രമോ ഒരു മുഖാമുഖമോ — ഞാൻ അവൾക്ക് അതൊക്കെ അയച്ചുകൊടുത്തിരുന്നു. അവൾക്ക് താൽപ്പര്യമുണ്ടാകാമെന്ന ചിന്തയൊഴിച്ച് എന്റെ മനസിൽ എന്തായിരുന്നുവെന്ന് എനിക്കറിയില്ല. ഏതായാലും അവൾ ഒരിക്കൽപ്പോലും പ്രതികരിച്ചിരുന്നില്ല.

രാവിലെ ഒൻപതുമണി. ഞാൻ അവളെ വിളിച്ചിട്ടില്ല. ഞാൻ എന്താണ് കാണാൻ പോകുന്നതെന്ന് എനിക്ക് അറിയില്ലെന്നതും സത്യമാണ്.

പക്ഷേ, അവളെന്നെ അകത്തേക്ക് കടത്തുന്നു. അവൾ അത്ഭുതപ്പെട്ടെന്ന് തോന്നുന്നില്ല. പരസ്പരം ചുംബിക്കുന്നില്ലെന്നതോ പോകട്ടെ, ഞങ്ങൾ കൈപിടിച്ച് കുലുക്കുന്നുമില്ല. സ്വീകരണമുറിയിലേക്ക് അവൾ

എന്നെ കൊണ്ടുപോകുന്നു. ഞാൻ ഇരിക്കുമ്പോഴേക്കും അവൾ എനിക്കൽപ്പം കാപ്പി കൊണ്ടുവരുന്നു. പിന്നീടവൾ മനസിലുള്ളതുമായി പുറത്തുവരുന്നു. ഞാനവൾക്ക് കടുത്ത മനോവിഷമത്തിന് ഹേതുവായിട്ടുണ്ടെന്ന് അവൾ പറയുന്നു. അപായത്തിനും അപമാനത്തിനും വിധേയയാണവളെന്ന് തോന്നിപ്പിച്ചു.

ഒട്ടും തെറ്റിദ്ധരിക്കേണ്ട, ഞാനിപ്പോൾ ഗൃഹത്തിൽ സ്വസ്ഥം.

അവൾ പറയുന്നു, പക്ഷേ നീ ആദ്യമേ തന്നെ വഞ്ചനയിലായിരുന്നു. വഞ്ചനയുമായി, നീ എപ്പോഴും സമരസപ്പെട്ടിരുന്നില്ലേ? ഇല്ല, അവൾ പറയുന്നു, അതുശരിയല്ല. തുടക്കത്തിലില്ല; എന്തായാലും നീ അന്നു വ്യത്യസ്തയായിരുന്നു.

ഞാനും വ്യത്യസ്തനായിരുന്നുവെന്ന് ഞാൻ കരുതുന്നു. എല്ലാം വ്യത്യസ്തമായിരുന്നു, അവൾ പറയുന്നു. “ഇല്ല, നിനക്ക് മുപ്പത്തഞ്ച് അല്ലെങ്കിൽ മുപ്പത്താറ് ആയപ്പോൾ ഏതായാലും അത് എപ്പോഴായിരുന്നുവോ അതിനോടടുത്ത് നിന്റെ മുപ്പതുകളുടെ മദ്ധ്യത്തിലെവിടെയോ, അപ്പോഴാണ് നീ ശരിക്കും തുടങ്ങിയത്. നീ എന്റെ നേർക്ക് തിരിഞ്ഞു. അന്നു നീ ഭംഗിയായിത്തന്നെ ചെയ്തു. നിനക്ക് സ്വയം അഭിമാനം തോന്നുന്നുണ്ടാകണം.”

അവൾ പറയുന്നു, ചിലപ്പോൾ എനിക്കു നിലവിളിക്കാൻ കഴിഞ്ഞു.

ആ കടുത്ത കാലങ്ങളെക്കുറിച്ച്, ആ ചീഞ്ഞ കാലങ്ങളെക്കുറിച്ച്, കഴിഞ്ഞതിനെക്കുറിച്ച് ഞാൻ സംസാരിക്കുമ്പോൾ, ഞാൻ മറന്നേക്കുമെന്ന് അവൾ ആഗ്രഹിക്കുന്നതായി അവൾ പറയുന്നു. കുറച്ചുസമയം നല്ല കാലത്തിനുമേൽ ചെലവഴിക്കൂ, അവൾ പറയുന്നു. നല്ലകാലം ഇല്ലായിരുന്നുവോ? ആ മറ്റേ വിഷയത്തിൽനിന്ന് ഞാൻ അകലുമെന്ന് അവൾ ആഗ്രഹിക്കുന്നു. അത് അവളെ ബോറടിപ്പിച്ചിരിക്കുന്നു. അതേക്കുറിച്ച് കേൾക്കുന്നത് അസുഖകരമാണ്. നിന്റെ സ്വകാര്യ കളിക്കുതിര, അവൾ പറയുന്നു. ചെയ്തതു ചെയ്തതുതന്നെ. പാലത്തിനടിയിലെ വെള്ളം, അവൾ പറയുന്നു. ഒരു ദുരന്തം. അതെ. ദൈവത്തിനറിയാം. അത് ദുരന്തമായിരുന്നുവെന്ന് പിന്നെ എന്തോ. പക്ഷേ എന്തിന് അത് തുടരണം? പഴയകാര്യങ്ങൾ കുഴിച്ചെടുക്കുന്നത് നിന്നെ ക്ഷീണിപ്പിക്കാറില്ലേ?

അവൾ പറയുന്നു, കഴിഞ്ഞതിനെ പോകാൻ അനുവദിക്കൂ. ക്രിസ്തുവിനെ വിചാരിച്ച്. പഴയതൊക്കെ നോവിക്കുന്നു. നിന്റെ ആവനാഴിയിൽ മറ്റു ചില അമ്പുകൾ നിനക്കുണ്ടായിരിക്കണം. അവൾ പറയുന്നു.

അവൾ പറയുന്നു, “ഒരു കാര്യം നിനക്കറിയുമോ? നിനക്ക് അസുഖമാണെന്നാണ് എനിക്കു തോന്നുന്നത്. ഒരു കിടക്കമൂട്ടയെപോലെ നിനക്ക് കിറുക്കാണെന്ന് എനിക്കുതോന്നുന്നു. ഹേയ്, അവർ നിന്നെക്കുറിച്ച് പറയുന്നതൊന്നും നീ വിശ്വസിക്കുന്നില്ല, അല്ലേ? അവരെ ഒരുനിമിഷംപോലും വിശ്വസിക്കരുത്,” അവൾ പറയുന്നു, “കേൾക്കൂ. അവരോട് ഒന്നോ രണ്ടോ കാര്യം പറയാൻ എനിക്കുകഴിയും. അവർക്ക് ഒരു കഥ കേൾക്കണമെന്നുണ്ടെങ്കിൽ അവർ എന്നോട് അതേക്കുറിച്ച് സംസാരിക്കട്ടെ.”

അവൾ പറയുന്നു, "ഞാൻ പറയുന്നത് കേൾക്കുന്നുണ്ടോ?"

"ഞാൻ കേൾക്കുന്നു, ഞാൻ പറയുന്നു, എന്റെ കാതുകൾ തുറന്ന നിലയിലാണ്. ഞാൻ പറയുന്നു."

അവൾ പറയുന്നു, അതുകേട്ട് സത്യത്തിൽ എന്റെ വയർ നിറഞ്ഞിട്ടുണ്ട്. അതിരിക്കട്ടെ, ഇന്നിവിടെ വരാൻ നിന്നോട് ആരാ ആവശ്യപ്പെട്ടത്? നരകത്തിനില്ലാത്ത തീർച്ച എനിക്കുണ്ട്. പ്രത്യക്ഷനായിട്ടിങ്ങ് കയറി വരികയല്ലേ നീ. എന്തുനാശമാണ് നിനക്കിപ്പോൾ എന്നിൽ നിന്നും വേണ്ടത്? രക്തം? കൂടുതൽ രക്തം വേണമോ നിനക്ക്? ഇപ്പോഴേക്കും നിനക്ക് മതിയായിട്ടുണ്ടാകുമെന്നാണ് ഞാൻ കരുതിയത്.

അവൾ പറയുന്നു, ഞാൻ ചത്തുപോയി എന്നുകരുതിക്കൊള്ളൂ. എന്നെ ഇനി വെറുതെ വിട്ടേക്കണമെന്നതാണ് എനിക്കുവേണ്ടത്. വിസ്മരിക്കപ്പെട്ടവളായി സമാധാനത്തിൽ വിട്ടേക്കുക എന്നതു മാത്രമാണ്, കൂടുതലൊന്നുമല്ല, എനിക്കുവേണ്ടത്.

ഹേയ്, എനിക്ക് നാൽപത്തിയഞ്ച് വയസ്സായി, അവൾ പറയുന്നു. നാൽപത്തിയഞ്ച് അമ്പത്തഞ്ചിലേക്ക് തുടരുന്നു, അല്ല അറുപത്തഞ്ചിലേക്ക് ഒന്നു പോകുമോ, ഇല്ലേ?

അവൾ പറയുന്നു, ബ്ലാക്ക് ബോർഡ് തുടച്ചുവൃത്തിയാക്കിയിട്ട് അതിൽപ്പിന്നെ താൻ അവശേഷിപ്പിച്ചതെന്തെന്ന് കാണാത്തതെന്താണ് നീ? ഒരു ക്ളീൻ സ്ലേറ്റിൽ നീ എന്തുകൊണ്ട് തുടങ്ങുന്നില്ല? അതുനിന്നെ എത്രത്തോളം കൊണ്ടുപോകുമെന്ന് നോക്കൂ, അവൾ പറയുന്നു.

ഇതിൽ അവൾക്ക് പരിഹസിച്ച് ചിരിക്കണം. ഞാനും ചിരിക്കുന്നു. എന്നാൽ അത് ധൈര്യം കൊണ്ടുമാത്രമാണ്.

അവൾ പറയുന്നു, ഒരു കാര്യം അറിയുമോ നിനക്ക്? ഒരിക്കൽ എന്റെ അവസരം വന്നതായിരുന്നു. പക്ഷേ ഞാനതുവിട്ടു കളഞ്ഞു. എപ്പോഴെങ്കിലും ഞാനത് നിന്നോട് പറഞ്ഞിട്ടുണ്ടെന്ന് തോന്നുന്നില്ല. പക്ഷേ ഇപ്പോൾ എന്നെ നോക്കൂ. നോക്കൂ! നോക്കുമ്പോൾ നല്ലവണ്ണം തന്നെ നോക്കൂ. നീ എന്നെ ദൂരെയെറിഞ്ഞു. നീ, നായിന്റെ മോൻ.

അവൾ പറയുന്നു, ഞാൻ അന്ന് ഏറെ ചെറുപ്പവും കൊള്ളാവുന്ന ആളുമായിരുന്നു. ഒരുപക്ഷേ നീയും അങ്ങനെ തന്നെ ആയിരുന്നിരിക്കാം. താരതമ്യേന കൊള്ളാവുന്ന ഒരാൾ. അതാണ് ഞാൻ ഉദ്ദേശിക്കുന്നത്. നിനക്ക് അങ്ങനെ ആകേണ്ടിയിരുന്നു. നീ അന്ന് ഏറെ കൊള്ളാവുന്നവനായിരുന്നു. ഇല്ലെങ്കിൽ നീയുമായിട്ട് എനിക്ക് ഒരിടപാടും ഉണ്ടാകുമായിരുന്നില്ല.

അവൾ പറയുന്നു, ഒരിക്കൽ ഞാൻ നിന്നെ ഒരുപാട് സ്നേഹിച്ചിരുന്നു. സ്വയം മതിമറന്നുപോകുന്നിടത്തോളം ഞാൻ നിന്നെ സ്നേഹിച്ചു. ഈ വലിയ വിശാലമായ ലോകത്ത് മറ്റെന്തിനെയുംകാളേറെ. സങ്കൽപ്പിച്ചുനോക്കൂ. കഷ്ടം ഇന്നത് ചിരിക്കു വകയായിരിക്കുന്നു. സങ്കൽപ്പിക്കാനാകുമോ നിനക്കത്? ഇപ്പോൾ എനിക്ക് വിശ്വസിക്കാനാവാത്തത്രയ്ക്ക് ഒരിക്കൽ, പണ്ടൊരിക്കൽ, നമ്മൾ ഗാഢബന്ധത്തിലായി

രുന്നു. എന്തിലും വച്ചേറ്റവും വിചിത്രമായ കാര്യം ഇപ്പോൾ ഇതാണെന്ന് എനിക്കു തോന്നുന്നു. ഒരാളോട് അത്രയ്ക്ക് ഗാഢബന്ധത്തിലായതിന്റെ ഓർമ്മ. നമ്മൾ അത്രയ്ക്ക് അടുപ്പത്തിലായിരുന്നുവെന്ന് ഞാൻ ഛർദ്ദിക്കട്ടെ. മറ്റാരോടെങ്കിലും അത്ര അടുപ്പമുണ്ടായിരുന്നതായി എനിക്കു ചിന്തിക്കുവാൻ കഴിയുന്നില്ല. ഞാൻ ഉണ്ടാക്കിയിട്ടില്ല.

അവൾ പറയുന്നു, സത്യമായും ഞാനത് ശരിക്കും അർഥമാക്കുകയും ചെയ്യുന്നു. എന്നെ അതിൽനിന്ന് വിട്ടേക്കണം. ഇവിടുന്നങ്ങോട്ട് തീർത്തും. ഇരിക്കട്ടെ നീ ആരാണെന്നാ നിന്റെ വിചാരം? നീ ദൈവമോ മറ്റോ ആണെന്നാ നിന്റെ ചിന്ത. ദൈവത്തിന്റെ ചെരുപ്പ് നക്കാൻതന്നെ നീ അർഹനല്ല. അഥവാ അക്കാരണത്താൽ മറ്റാരുടെയെങ്കിലും. മിസ്റ്റർ, അരുതാത്ത ആളുകളുമായി ചുറ്റിത്തിരിഞ്ഞു നടക്കുകയായിരുന്നല്ലോ നീ. പക്ഷേ എനിക്ക് എന്തറിയാം? ഇനിയെന്തറിയാം എന്നതുപോലും എനിക്കറിയില്ല. നീ വിളമ്പിക്കൊണ്ടിരിക്കുന്നത് എനിക്ക് ഇഷ്ടമല്ലെന്ന് എനിക്കറിയാം. അത്രയ്ക്ക് എനിക്കറിയാം. ഞാൻ എന്തിനെപ്പറ്റിയാണ് സംസാരിക്കുന്നതെന്ന് നിനക്കറിയാം, ഇല്ലേ? ശരിയല്ലേ?

ശരി, ഞാൻ പറയുന്നു. മഴപോലെ ശരി.

അവൾ പറയുന്നു. നീ എന്തും സമ്മതിക്കും, ഇല്ലേ? വളരെ എളുപ്പത്തിലാണ് നീ വഴങ്ങുക. എപ്പോഴുമതേ. നിനക്ക് ഒരു ആദർശവുമില്ല. ഒന്നുപോലും. കുഴപ്പം ഒഴിവാക്കാൻ വേണ്ടി എന്തും ചെയ്യും. പക്ഷേ അത് ഇവിടെയുമില്ല. അവിടെയുമില്ല എന്നതാണ്.

അവൾ പറയുന്നു. നിന്റെ നേർക്ക് ഞാൻ കത്തി വലിച്ച സന്ദർഭം നീ ഓർക്കുന്നുവോ?

ഇടയ്ക്ക് പറയുന്നതുപോലെയാണ് അവൾ ഇത് പറയുന്നത്. അത് പ്രധാനമല്ലെന്ന മാതിരി.

അവ്യക്തമായി ഞാൻ പറയുന്നു. ഞാൻ അത് അർഹിച്ചിരുന്നിരിക്കണം. പക്ഷേ, അതേക്കുറിച്ച് കൂടുതലൊന്നും ഞാൻ ഓർക്കുന്നില്ല. ചെന്നാട്ടെ, എന്തുകൊണ്ടില്ല, എന്നോട് അതേക്കുറിച്ചൊന്നും പറയുകയും വേണ്ട.

അവൾ പറയുന്നു, എന്തോ ഞാനിപ്പോൾ മനസിലാക്കുവാൻ തുടങ്ങുകയാണ്. നീ ഇവിടെ എന്തുകൊണ്ട് വന്നുവെന്ന് എനിക്ക് അറിയാമെന്നു തോന്നുന്നു. അതെ, നീ ഇവിടെ എന്തുകൊണ്ട് വന്നുവെന്ന് എനിക്കറിയാം. നിനക്ക് അറിയില്ലെങ്കിലും. നീ കപടബുദ്ധിക്കാരനാണ്. നീ ഇവിടെ വന്നതെന്തിനെന്ന് നിനക്കറിയാം. നീ മത്സ്യവേട്ടയ്ക്ക് ഇറങ്ങിയതാ. നീ ദ്രവ്യത്തിനായി വേട്ടയാടുന്നു. ഞാൻ ഊഷ്മളമാകുന്നുവോ? ഞാൻ പറയുന്നത് ശരിയല്ലേ?

എന്നോടു കത്തിയെക്കുറിച്ചു പറയൂ, ഞാൻ പറയുന്നു.

അവൾ പറയുന്നു, നിനക്ക് അറിയണമെന്നാണെങ്കിൽ ആ കത്തി ഞാൻ ഉപയോഗിച്ചില്ലല്ലോ എന്നോർത്ത് എനിക്ക് വിഷമമുണ്ട്. ശരിക്കും, വാസ്തവത്തിൽ എനിക്ക്. ഞാനതേക്കുറിച്ച് വീണ്ടും വീണ്ടും ചിന്തിച്ചി

ട്ടുണ്ട്. അത് ഉപയോഗിച്ചില്ലല്ലോ എന്നോർത്ത് ഞാൻ ഖേദിക്കുന്നു. എനിക്ക് അവസരമുണ്ടായിരുന്നു. പക്ഷേ ഞാൻ അറച്ചു. ഞാൻ അറച്ചു. അങ്ങനെ എനിക്ക് എന്നെ നഷ്ടമായി. ആരോ മറ്റോ പറഞ്ഞതു പോലെ. പക്ഷേ ഞാൻ അത് ഉപയോഗിക്കേണ്ടതായിരുന്നു. എല്ലാറ്റിനും എല്ലാവർക്കും നാശം. അതുകൊണ്ട് ഞാൻ നിന്റെ കൈയിൽ ഒരു പോറ ലെങ്കിലും വീഴ്ത്തേണ്ടതായിരുന്നു. കുറഞ്ഞത് അതെങ്കിലും.

ശരി, നീ ചെയ്തില്ല, ഞാൻ പറയുന്നു. അതുകൊണ്ട് നീ എന്നെ മുറിവേൽപ്പിക്കുമെന്നാണ് ഞാൻ കരുതിയത്. പക്ഷേ നീ ചെയ്തില്ല. ഞാനത് നിന്നിൽ നിന്നും എടുത്തു.

അവൾ പറയുന്നു, ഭാഗ്യവാനായിരുന്നു നീ എപ്പോഴും. നീ അത് എന്നിൽ നിന്നും എടുക്കുകയും എന്നെ അടിക്കുകയും ചെയ്തു. അൽപ്പ മെങ്കിലും ആ കത്തി ഞാൻ ഉപയോഗിച്ചില്ലല്ലോ എന്ന് ഞാൻ ഇപ്പോഴും ഖേദിക്കുന്നു. അൽപ്പമെന്തെങ്കിലുമാണെങ്കിലും എന്നെ ഓർമ്മിക്കുവാൻ അത് എന്തെങ്കിലുമാകുമായിരുന്നു.

ഞാൻ ഒരുപാട് ഓർക്കുന്നു. ഞാൻ പറയുന്നു. ഞാൻ അതുപറ യുന്നു. എന്നിട്ട് അരുതായിരുന്നുവെന്നാശിക്കുന്നു.

അവൾ പറയുന്നു, ആമേൻ സഹോദരാ. അതാണ് ഇവിടെ തർക്ക വിഷയം. നീ ശ്രദ്ധിച്ചിട്ടില്ലായിരുന്നുവെങ്കിൽ അതാണ് മുഴുവൻ പ്രശ്ന വും. പക്ഷേ ഞാൻ പറഞ്ഞതുപോലെ എന്റെ അഭിപ്രായത്തിൽ നീ തെറ്റായ കാര്യങ്ങളാണ് ഓർമ്മിക്കുന്നത്. താണതും നാണംകെട്ടതുമായ കാര്യങ്ങളാണ് നീ ഓർമ്മിക്കുന്നത്. അതുകൊണ്ടാണ് ഞാൻ കത്തി തരപ്പെടുത്തി കൊണ്ടുവന്നപ്പോൾ നീ തൽപ്പരയായത്.

എന്തെങ്കിലും ഖേദം എപ്പോഴെങ്കിലും നിനക്ക് തോന്നിയിട്ടുണ്ടോ എന്ന് ഞാൻ അതിശയിക്കുകയാണ്. അവൾ പറയുന്നു, ഈ ദിനത്തിൽ കമ്പോളത്തിൽ ചെലവാകുന്ന എന്തിനെയെങ്കിലും ചൊല്ലി. കൂടുതലൊ ന്നുമില്ല, ഞാൻ ഊഹിക്കുന്നു. പക്ഷേ അതിൽ ഇപ്പോഴേക്കും പ്രത്യേക വൈദഗ്ധ്യം നേടിയിട്ടുണ്ടാകണം നീ.

ഖേദം ഞാൻ പറയുന്നു. അത് എന്നെ തൽപ്പരനാക്കുന്നില്ല. സത്യം പറയട്ടെ. ഞാൻ മിക്കപ്പോഴും ഉപയോഗിക്കുന്ന ഒരു വാക്കല്ല ഖേദം. പ്രധാനമായും എനിക്ക് അത് ഇല്ല എന്നാണ് ഞാൻ കരുതുന്നത്. സംഗ തികളുടെ ഇരുണ്ട ഭാവങ്ങളെക്കുറിച്ച് ഞാൻ സംസാരിക്കാറുണ്ടെന്ന് സമ്മതിക്കുന്നു. ചിലപ്പോഴൊക്കെ. പക്ഷേ ഖേദം? ഞാനങ്ങനെ കരുതു ന്നില്ല.

അവൾ പറയുന്നു, നീ ശരിക്കും ഒരു നായിന്റെ മോൻ തന്നെ, നിന ക്കതറിയാമായിരുന്നുവോ? നിർദ്ദയനും വികാരശൂന്യനുമായ ഒരു നായിന്റെ മോൻ. ആരെങ്കിലും തന്നോട് എപ്പോഴെങ്കിലും അത് പറഞ്ഞുവോ?

നീ പറഞ്ഞു, ഞാൻ പറയുന്നു. ഒരുപാടു തവണ.

അവൾ പറയുന്നു, ഞാൻ എപ്പോഴും സത്യം പറയുന്നു. അത് മനോ വിഷമം ഉണ്ടാക്കുമ്പോൾപോലും ഒരു കള്ളത്തിന്റെ പേരിൽ നീ ഒരി ക്കലും എന്നെ പിടിക്കുകയില്ല.

അവൾ പറയുന്നു, എന്റെ കണ്ണുകൾ വളരെ മുമ്പുതന്നെ തുറന്നു. അപ്പോഴേക്കും വളരെ വൈകിപ്പോയിരുന്നു. എനിക്ക് എന്റെ അവസരം ഉണ്ടായിരുന്നു. പക്ഷേ ഞാനത് വിരലുകൾക്കിടയിലൂടെ ഊർന്നുപോകാൻ അനുവദിച്ചു. നീ മടങ്ങിവരുമെന്ന് കുറച്ചുനാൾ ഞാൻ വിചാരിക്കപോലുമുണ്ടായി. ഏതിനും ഞാൻ എന്തുകൊണ്ട് അത് ചിന്തിക്കണം? എന്റെ മനസ്സ് തെറ്റിയിട്ടുണ്ടായിരുന്നിരിക്കണം. കരഞ്ഞ് കണ്ണുകൾ പുറത്തേക്കു ചാടിക്കുവാൻ എനിക്കിപ്പോൾ കഴിഞ്ഞേക്കും. പക്ഷേ നിനക്കാ സംതൃപ്തി ഞാൻ തരുന്നുണ്ടാവില്ല.

അവൾ പറയുന്നു, അറിയുമോ നിനക്ക്? ഇപ്പോൾ നിനക്ക് തീ പിടിച്ചാൽ, ഈ നിമിഷം നീ പൊടുന്നനെ ജ്വാലയായി പൊട്ടിപ്പിളർന്നാൽ ഒരു ബക്കറ്റ് വെള്ളം ഞാൻ നിന്നിലേക്ക് ഒഴിക്കില്ല.

അതാ അവൾ പരിഹസിച്ച് ചിരിക്കുന്നു. അവളുടെ മുഖം പിന്നെ വീണ്ടും അടയുന്നു.

അവൾ പറയുന്നു, എന്ത് നാശത്തിനാണാവോ നീ ഇവിടെ വന്നത്? കുറച്ചുകൂടി കേൾക്കണമോ നിനക്ക്? ദിവസങ്ങളോളം ഞാൻ തുടർന്നേക്കും. നീ ഇവിടെ വന്നതെന്തിനാണെന്ന് എനിക്കറിയാം എന്നാണ് എന്റെ വിചാരം. പക്ഷേ എനിക്കത് നിന്നിൽ നിന്നുതന്നെ കേൾക്കണം.

ഞാൻ ഉത്തരം പറയാതിരിക്കുമ്പോൾ, ഞാൻ അവിടെ വെറുതെ ഇരിപ്പ് തുടരുമ്പോൾ, അവൾ തുടരുന്നു.

അവൾ പറയുന്നു, അതിനുശേഷം, നീ അകന്നപ്പോൾ അതിൽ പിന്നെ വലുതായിട്ടൊന്നും കാര്യമായില്ല. കുട്ടികളോ ദൈവമോ മറ്റൊന്നും തന്നെ. എന്നെ ബാധിച്ചത് എന്തെന്ന് അറിയാത്തതുപോലെയായിരുന്നു. ഞാൻ ജീവിക്കൽ നിർത്തിയതുപോലെയായിരുന്നു. എന്റെ ജീവിതം മുമ്പോട്ടു പോകുകയായിരുന്നു. പിന്നെ അതങ്ങു നിന്നു. അത് ചുമ്മാതങ്ങു നിന്നതല്ല. അത് അലറിവിളിച്ച് നിലയ്ക്കുകയായിരുന്നു. ഞാൻ ചിന്തിച്ചു. അദ്ദേഹത്തിന് ഞാൻ ഒന്നിനും കൊള്ളാത്തവളാണെങ്കിൽ എനിക്കുതന്നെയും പിന്നെ മറ്റാർക്കെങ്കിലുമോ ഞാൻ ഒന്നിനും കൊള്ളാത്തവളാണ്. എനിക്കു തോന്നിയ ഏറ്റവും മോശപ്പെട്ട സംഗതി അതായിരുന്നു. എന്റെ ഹൃദയം പൊട്ടുമെന്ന് എനിക്കുതോന്നി. എന്താണ് ഞാൻ പറയുന്നത്? അത് പൊട്ടുകതന്നെ ചെയ്തു. തീർച്ചയായും അത് പൊട്ടി. അതു പൊട്ടി, അതാ അങ്ങനെ. നിനക്ക് അറിയണമെന്നുണ്ടെങ്കിൽ ഇപ്പോഴും അത് പൊട്ടിയ നിലയിൽ തന്നെയാണ്. ഇപ്പോൾ അതിന്റെ ചുരുക്കം നിനക്ക് കിട്ടി. (ബദലുകൾ മുഴുവൻ പരീക്ഷിച്ചുനോക്കാതെ ഒരേയൊരു തീരുമാനം നടപ്പിലാക്കാൻ നോക്കുകയായിരുന്നു.) മുട്ടകളെല്ലാം ഒരു കൂടയിൽ. കൂടയും കീടയും. എന്റെ ചീഞ്ഞ തീരുമാനങ്ങളുടെ മുട്ടകളെല്ലാം ഒരു കൂടയിൽ.

അവൾ പറയുന്നു, നീ നിനക്കായി മറ്റാരെയോ കണ്ടെത്തി ഇല്ലേ? അതിന് കൂടുതൽ സമയം വേണ്ടിവന്നില്ല. നീ ഇപ്പോൾ സന്തുഷ്ടനു

മാണ്. ഏതായാലും അവർ നിന്നെക്കുറിച്ച് പറയുന്നത് അതാണ്: "അയാളിപ്പോൾ സന്തുഷ്ടനാണ്." ഹേയ്, നീ അയയ്ക്കുന്നതെല്ലാം ഞാൻ വായിക്കാറുണ്ട്. ഞാൻ വായിക്കുന്നില്ലെന്നാണോ നീ വിചാരിക്കുന്നത്? കേൾക്കൂ, എനിക്ക് നിന്റെ ഹൃദയം അറിയാം. മിസ്റ്റർ... എനിക്ക് എപ്പോഴും അറിയാമായിരുന്നു. അപ്പോൾ എനിക്കതറിയാമായിരുന്നു. ഇപ്പോൾ എനിക്ക് അതറിയാം. എനിക്ക് നിന്റെ ഹൃദയത്തെ അകംപുറം അറിയാം. നീ അത് ഒരിക്കലും മറന്നേക്കരുത്. നിന്റെ ഹൃദയം ഒരു കാടാണ്. ഒരു ഇരുണ്ട വനം, അതൊരു കുപ്പത്തൊട്ടിയാണ്. നിനക്ക് അറിയണമെന്നുണ്ടെങ്കിൽ ആരോടെങ്കിലും എന്തെങ്കിലും ചോദിക്കണമെന്നുണ്ടെങ്കിൽ അവർ എന്നോട് സംസാരിക്കട്ടെ. നീ എങ്ങനെയാണ് പ്രവർത്തിക്കുന്നതെന്ന് എനിക്കറിയാം. അവർ ഇവിടെയൊന്നു വന്നാൽ മതി. ഞാനവർക്ക് കാതു നിറയെ കൊടുക്കും. ഞാനവിടെയുണ്ടായിരുന്നു. ഞാൻ സേവിച്ചു ചേട്ടാ. അപ്പോഴാണ് തന്റെയാ ജോലിയിൽ പ്രദർശനത്തിനും പരിഹാസത്തിനുമായി നീ എന്നെ ഉയർത്തിക്കാട്ടിയത്. ഏതു കാളനും കൂളനും കഷ്ടം തോന്നുവാനും വിധിപ്രസ്താവം നടത്തുവാനും ഞാൻ കാരണമായോ എന്നുചോദിക്കൂ. അത് എന്നെ ചിന്താക്കുഴപ്പത്തിലാക്കിയോ എന്നു ചോദിക്കൂ. ചെന്നാട്ടെ, ചോദിച്ചാട്ടെ.

ഇല്ല ഞാൻ പറയുന്നു. ഞാൻ അതു ചോദിക്കില്ല. അതിൽ ചെന്നു വീഴാൻ എനിക്ക് ഉദ്ദേശമില്ല.

നീ ചോദിക്കാത്തതിന് നാശം! അവൾ പറയുന്നു. എന്തുകൊണ്ടാണെന്നും നിനക്കറിയാം.

അവൾ പറയുന്നു, പ്രിയതമൻ, കുറ്റമൊന്നുമില്ല. പക്ഷേ എനിക്ക് നിന്നെ വെടിവയ്ക്കാമായിരുന്നുവെന്നും നീ കാലിട്ടടിക്കുന്നത് നോക്കി നിൽക്കാമായിരുന്നുവെന്നും എനിക്ക് ചിലപ്പോൾ തോന്നുന്നു.

അവൾ പറയുന്നു, നിനക്ക് എന്നെ എന്റെ കണ്ണുകളിൽ നോക്കാനാവില്ല. ആവുമോ?

അവൾ പറയുന്നു. ഇതാണ് അവൾ ശരിക്കും പറയുന്നതും. ഞാൻ നിന്നോട് സംസാരിക്കുമ്പോൾ നിനക്ക് എന്നെ എന്റെ കണ്ണുകളിൽ നോക്കാൻ പോലുമാവില്ല.

അങ്ങനെ ശരി. ഞാനവളെ കണ്ണുകളിൽ നോക്കുന്നു.

അവൾ പറയുന്നു, ശരി. ഓകെ, അവൾ പറയുന്നു. നമുക്കിപ്പോൾ ഇത്തിരി ഇടം കിട്ടുകയാണ്. ഒരുപക്ഷേ അത് ഏറെ നന്ന്. ഒരാൾ സംസാരിക്കുന്ന വ്യക്തിയെക്കുറിച്ച് അയാളുടെ കണ്ണുകളിൽ നിന്നും ഒരാൾക്ക് കൂടുതൽ പറയുവാൻ കഴിയും. എല്ലാവർക്കും അതറിയാം. പക്ഷേ മറ്റൊന്ന് നിനക്കറിയാമോ? ഈ വിശാലമായ വലിയ ലോകത്ത് ആരും അത് നിന്നോട് പറയില്ല. പക്ഷേ എനിക്ക് പറയുവാൻ കഴിയും. എനിക്ക് ആ അവകാശമുണ്ട്. ആ അവകാശം ഞാൻ നേടിയതാണ് മോനെ. മറ്റാരുമായോ നീ ആശയക്കുഴപ്പത്തിലായിരിക്കുകയാണ്. അതാണ് അതിനെക്കുറിച്ചുള്ള ശുദ്ധമായ സത്യം. പക്ഷേ എനിക്ക് എന്തറിയാം. ഒരു

നൂറ് കൊല്ലത്തിനുള്ളിൽ അവർ പറയും. അവർ പറയും. അതിരിക്കട്ടെ അവൾ ആരായിരുന്നു.

അവൾ പറയുന്നു, ഏതായാലും നാശം നീ എന്നെ മറ്റാരുമായോ കൂട്ടിക്കുഴച്ചിരിക്കുകയാണ്. ഹേയ്, എന്റെ പേര് ആ പേരു പോലുമല്ല. ഞാൻ ജനിച്ചപ്പോഴുള്ള പേരല്ല. എനിക്ക് രണ്ടുവർഷം മുമ്പുണ്ടായിരുന്ന പേരുപോലുമല്ല. എന്താണിത്? ഏതായാലും നരകം. എന്തിനെച്ചൊല്ലിയാണിതെല്ലാം? ഞാൻ ഒരു കാര്യം പറയട്ടെ. എന്നെ തനിച്ചുവിട്ടേക്കൂ. ദയവായി അതൊരു കുറ്റകൃത്യമല്ല.

അവൾ പറയുന്നു, നീയുണ്ടായിരിക്കേണ്ട വേറൊരിടമില്ലേ ഇപ്പോൾ? കയറിപ്പോകുവാൻ വിമാനം? ഈ നിമിഷം നീ ഇവിടെനിന്നും വളരെ അകലെ എവിടെയോ ആയിരിക്കേണ്ടതല്ലേ?

ഇല്ല, ഞാൻ പറയുന്നു. ഞാൻ അതുവീണ്ടും പറയുന്നു. ഇല്ല ഒരിടമില്ല. ഞാൻ പറയുന്നു. ഞാൻ ഉണ്ടായിരിക്കേണ്ട ഒരു സ്ഥലവുമില്ലെനിക്ക്.

എന്നിട്ട് ഞാൻ ഒരു കാര്യം ചെയ്യുന്നു. മുന്നോട്ടാഞ്ഞ് ഞാനവളുടെ ബ്ലൗസിന്റെ കൈ എന്റെ പെരുവിരലിനും ചൂണ്ടുവിരലിനുമിടയിൽ പിടിക്കുന്നു. അത്രതന്നെ. ഞാൻ അങ്ങനെ ചെയ്യുക മാത്രം ചെയ്യുന്നു. എന്നിട്ട് ഞാൻ എന്റെ കൈ പിൻവലിക്കുന്നു. അവൾ അകലുന്നില്ല. അവൾ ചലിക്കുന്നില്ല.

പിന്നെ ഞാൻ അടുത്തതായി ചെയ്യുന്ന കാര്യം ഇതാണ്. ഞാൻ മുട്ടുകുത്തി നിൽക്കുന്നു. എന്നെപ്പോലൊരു തടിയൻ. അവളുടെ വസ്ത്രത്തിന്റെ അരിക് കൈയിലെടുക്കുന്നു. തറയിൽ ഞാൻ എന്താണ് ചെയ്യാൻ പോകുന്നത്? പറയാൻ കഴിഞ്ഞെങ്കിൽ എന്ന് ഞാൻ ആഗ്രഹിച്ചുപോകുന്നു. പക്ഷേ, ആയിരിക്കേണ്ടിടത്ത് തന്നെയാണ് ഞാൻ എന്ന് എനിക്കറിയാം. മുട്ടുകളിൽ നിന്നുകൊണ്ട് ഞാൻ അവളുടെ വസ്ത്രത്തിന്റെ അരികിൽ പിടിച്ചിരിക്കുകയാണ്.

അവൾ ഒരുനിമിഷത്തേക്ക് നിശ്ചലയാകുന്നു. പക്ഷേ അടുത്ത നിമിഷത്തിൽ അവൾ പറയുന്നു. ഹേയ്, ശരി ശരി, മടയാ. നീ അത്രയ്ക്കു മൂകനാണ് ചിലപ്പോൾ. ഇനി എഴുന്നേൽക്കൂ. നിന്നോട് എഴുന്നേൽക്കാൻ പറയുകയാണ് ഞാൻ. കേൾക്കൂ, ഒരു കുഴപ്പവുമില്ല. എനിക്ക് അതിനെ കടന്നുപോകുവാൻ കുറച്ചുസമയം എടുക്കേണ്ടിവന്നു. നീ എന്തുവിചാരിക്കുന്നു? അത് കടന്നുപോവില്ലെന്ന് നീ കരുതിയോ? പിന്നീട് നീ ഇവിടെ കടന്നു കയറിവരികയും ആ പരുക്കൻ സംഗതി മുഴുവൻ പൊടുന്നനെ തിരിച്ചുവരികയുമായി. ശുദ്ധവായുവേൽക്കേണ്ടതിന്റെ ആവശ്യകത എനിക്കനുഭവപ്പെട്ടു. പക്ഷേ നിനക്കറിയാം. എനിക്കും അറിയാം. അതൊക്കെ കഴിഞ്ഞ് എല്ലാം ഇപ്പോൾ അവസാനിച്ചുവെന്ന്.

അവൾ പറയുന്നു, ഏറ്റവും ദീർഘമായ കാലം, പ്രിയനേ, ഞാൻ ആശ്വാസമറ്റവളായിരുന്നു. അവൾ പറയുന്നു. ആ വാക്ക് നിന്റെ കൊച്ചു നോട്ടുപുസ്തകത്തിൽ എഴുതിയിടൂ. ഇംഗ്ലീഷ് ഭാഷയിലെ ഏറ്റവും

വിഷാദപൂർണമായ വാക്കാണിതെന്ന് അനുഭവത്തിൽ നിന്ന് എനിക്ക് നിന്നോട് പറയാൻ കഴിയും. ഏതായാലും, അവസാനമായി ഞാനതിനെ തരണം ചെയ്തു. കാലം ഒരു മാന്യനാണ്. ഒരു ബുദ്ധിമാൻ പറഞ്ഞു. അല്ലെങ്കിൽ തീരാറായ ഒരു കിഴവി, ഒന്നല്ലെങ്കിൽ മറ്റേത് ഏതായാലും.

അവൾ പറയുന്നു, എനിക്ക് ഇപ്പോൾ ഒരു ജീവിതമുണ്ട്. നിന്റേതിൽ നിന്നു വ്യത്യസ്തമായ ഒരു ജീവിതമാണിത്. പക്ഷേ നമുക്ക് താരതമ്യം ചെയ്യേണ്ടതില്ലെന്നാണ് എനിക്കു തോന്നുന്നത്. അത് എന്റെ ജീവിതമാണ്. എനിക്ക് പ്രായമാകുന്തോറും ഞാൻ തിരിച്ചറിയേണ്ടുന്ന ഒരു പ്രധാന സംഗതിയാണിത്. ഏതായാലും അത്രയ്ക്ക് മോശമായി തോന്നേണ്ട, അവൾ പറയുന്നു. ഒരുപക്ഷേ കുറച്ചു മോശമായി തോന്നുന്നതിന് കുഴപ്പമില്ല. അതാണ് ഞാൻ ഉദ്ദേശിക്കുന്നത്. അത് നിന്നെ മുറിപ്പെടുത്തുകയില്ല. അതു പ്രതീക്ഷിക്കാവുന്നത് മാത്രമല്ലേ : ഖേദം തോന്നുമാറ് മനസ്സലിവ് നിനക്ക് ഉണ്ടായേക്കില്ലെങ്കിലും.

അവൾ പറയുന്നു. ഇനിയിപ്പോൾ നീ ഇവിടെനിന്നും എഴുന്നേറ്റ് പുറത്തുപോകണം. എന്റെ ഭർത്താവ് ഉച്ചഭക്ഷണത്തിനായി ഉടനെ ഇങ്ങെത്തും. ഇതുപോലൊരു കാര്യം ഞാൻ എങ്ങനെ വിശദീകരിക്കും?

ശുദ്ധഭ്രാന്താണത്. പക്ഷേ ഞാൻ ഇപ്പോഴും അവളുടെ വസ്ത്രത്തിന്റെ അരിക് പിടിച്ചിരിക്കയാണ്. ഞാൻ അതുവിടില്ല. ഞാൻ ഒരു ടെറി-യർ നായയെപോലെയാണ്. ഞാൻ തറയിൽ ഒട്ടിപ്പിടിച്ചതുപോലെ. എനിക്ക് ചലിക്കാൻ കഴിയാത്തതുപോലെ.

അവൾ പറയുന്നു. ഇനി എഴുന്നേൽക്കൂ. എന്താണിത്? എന്നിൽ നിന്നും ഇനിയും എന്തെങ്കിലും വേണമോ നിനക്ക്? എന്താണ് നിനക്ക് വേണ്ടത്? ഞാൻ നിന്നോട് പൊറുക്കണമോ? അതുകൊണ്ടാണോ നീ ഇതു ചെയ്യുന്നത്? അതാണ് അല്ലേ? അതുകൊണ്ടാണ് നീ നേരെ ഈ വഴിക്കുതന്നെ വന്നത്. ആ പിച്ചാത്തിക്കാര്യം നിന്നെ ഏതാണ്ടൊന്ന് ഉണർത്തിയതുപോലെയുമായി. നീ അതേക്കുറിച്ച് മറന്നിരുന്നുവെന്നാണ് ഞാൻ വിചാരിക്കുന്നത്. പക്ഷേ നിന്നെ അത് ഓർമ്മിപ്പിക്കുവാൻ നിനക്ക് എന്നെ വേണ്ടിവന്നു. ഓകെ, നീ ഇപ്പോഴൊന്നു പോകുമെങ്കിൽ ഞാനൊരു കാര്യം പറയാം.

അവൾ പറയുന്നു, ഞാൻ നിനക്ക് പൊറുത്തുതരുന്നു.

അവൾ പറയുന്നു, നിനക്കിപ്പോൾ തൃപ്തിയായോ? ഏത് ഏറെ നന്നല്ലേ? നീ സന്തുഷ്ടനാണോ? അയാളിപ്പോൾ സന്തുഷ്ടനാണ് അവൾ പറയുന്നു.

പക്ഷേ ഞാനിപ്പോഴും അവിടെയാണ്. മുട്ടുകൾ നിലത്ത്.

അവൾ പറയുന്നു, ഞാൻ പറഞ്ഞത് നീ കേട്ടുവോ? നീ ഇപ്പോൾ പോകണം. ഹേയ്, വിഡ്ഢീ. പ്രിയനേ, നിനക്ക് പൊറുത്തുതരുന്നുവെന്ന് ഞാൻ പറഞ്ഞു. ആ കത്തിയുടെ കാര്യം ഞാൻ നിന്നെ ഓർമ്മിപ്പിക്കുക പോലും ചെയ്തു. ഇനി വേറെ എന്തുചെയ്യാനാകുമെന്ന് എനിക്കു ചിന്തിക്കാനാവില്ല. നിഴലിൽ വച്ചാണല്ലോ നീ അത് തയ്യാർ ചെയ്തെടുത്തത്.

കുഞ്ഞേ. വന്നാട്ടെ. നീ ഇവിടുന്ന് പോകണം. എഴുന്നേൽക്കൂ. അതു ശരി. നീ ഇപ്പോഴും ഒരു തടിയൻതന്നെ അല്ലേ? ഇതാ നിന്റെ തൊപ്പി. നിന്റെ തൊപ്പി മറക്കരുത്. നീ തൊപ്പി ധരിക്കുക പതിവില്ലായിരുന്നു. എന്റെ ജീവിതത്തിൽ മുമ്പൊരിക്കലും നിന്നെ ഞാൻ തൊപ്പിയണിഞ്ഞു കണ്ടിട്ടില്ല.

അവൾ പറയുന്നു, ഇപ്പോൾ ഞാൻ പറയുന്നത് കേൾക്കൂ. എന്നെ നോക്കൂ. ഞാൻ നിന്നോട് പറയാൻ പോകുന്നത് ശ്രദ്ധാപൂർവ്വം കേൾക്കൂ.

അവൾ കൂടുതൽ അടുത്തേക്കു നീങ്ങുന്നു. അവൾ എന്റെ മുഖത്തിന് മൂന്നിഞ്ച് അടുത്തോളമെത്തി. ഒരു നീണ്ടകാലത്തിനുള്ളിൽ ഞങ്ങൾ ഇത്രയ്ക്കു അടുത്ത് വന്നിട്ടില്ല. എന്റെ അൽപ്പാൽപ്പമായ ശ്വാസോച്ഛ്വാസം അവൾക്ക് കേൾക്കുവാൻ ആവില്ല. ഞാൻ കാത്തു നിൽക്കുന്നു. വഴിയെ എന്റെ ഹൃദയം മന്ദീഭവിക്കുകയാണെന്ന് ഞാൻ കരുതുന്നു. ഞാൻ കരുതുന്നു.

അവൾ പറയുന്നു, നീ പറയേണ്ടതുപോലെ അതങ്ങ് പറഞ്ഞാൽമതിയെന്ന് ഞാൻ വിചാരിക്കുന്നു. ശേഷിക്കുന്നത് മറന്നേക്കൂ. എപ്പോഴത്തെയുംപോലെ. ഇപ്പോൾ വളരെക്കാലമായി. ഏതായാലും നീ അതുതന്നെ ചെയ്തുകൊണ്ടിരിക്കുകയാണല്ലോ. അതുകൊണ്ട് അത് നിനക്കത്ര പ്രയാസമുണ്ടാക്കേണ്ടതില്ല.

അവൾ പറയുന്നു, അതാ ഞാനതു ചെയ്തിരിക്കുന്നു. നീ സ്വതന്ത്രനാണ്, അല്ലേ? ആണെന്ന് കുറഞ്ഞത് നീ കരുതുകയെങ്കിലും ചെയ്യുന്നു. ഏതായാലും ഒടുവിൽ സ്വതന്ത്രൻ. അത് ഒരു തമാശയാകുന്നു. പക്ഷേ ചിരിക്കരുത്. ഏതായാലും നിനക്കിപ്പോൾ ഏറെ നന്നായി തോന്നുന്നില്ലേ?

അവൾ എന്നോടൊപ്പം ഹാളിലൂടെ നടക്കുന്നു.

അവൾ പറയുന്നു, എന്റെ ഭർത്താവ് ഈ നിമിഷം കടന്നുവരികയാണെങ്കിൽ ഇത് ഞാൻ എങ്ങനെ വിശദീകരിക്കുമെന്ന് എനിക്ക് സങ്കൽപ്പിക്കാനാവുന്നില്ല. പക്ഷേ ആരാ ശരിക്കുമിനി ഇതൊക്കെ കാര്യമാക്കുന്നത്? ശരിയല്ലേ? ഒടുവിലത്തെ നോട്ടത്തിൽ, ആരുമങ്ങോട്ട് ശാപമുതിർക്കുന്നില്ല. അതിനുപുറമെ, അങ്ങനെ സംഭവിക്കാവുന്നതുമുഴുവൻ സംഭവിച്ചുകഴിഞ്ഞിരിക്കുന്നതായും എനിക്കു തോന്നുന്നു. ഇടയ്ക്കു പറയട്ടെ, അദ്ദേഹത്തിന്റെ പേര് ഫ്രഡ് എന്നാണ്. വളരെ മാന്യനാണയാൾ. ജീവിക്കാൻ വേണ്ടി കഠിനാധ്വാനം ചെയ്യുകയും ചെയ്യുന്നു. അദ്ദേഹം ശ്രദ്ധിക്കുന്നുണ്ട്.

അങ്ങനെ അവൾ മുൻവാതിലിലേക്ക് നടക്കുന്നു. ഈ നേരമത്രയും അതുതുറന്നു കിടക്കുകയായിരുന്നു. വെളിച്ചവും ഈ രാവിലത്തെ ശുദ്ധവായുവും ദൂരെ തെരുവിലെ ശബ്ദങ്ങളും അതെല്ലാം ഞങ്ങൾ കാര്യമാക്കിയിട്ടുണ്ടായിരുന്നില്ല. അകത്തേക്കു കടത്തിവിട്ടിരുന്ന വാതിൽ. ഞാൻ പുറത്തേക്കു നോക്കുന്നു. ഈശോയെ, രാവിലത്തെ ആകാശത്തിൽ ഈ വെളുത്ത ചന്ദ്രൻ അതാ തൂങ്ങിക്കിടക്കുന്നു. അത്രയ്ക്കു വിസ്മയകര

മായതെന്തെങ്കിലും ഞാൻ മുമ്പു കണ്ടിട്ടുള്ളതായി എനിക്ക് ആലോചിക്കുവാൻ കഴിയുന്നില്ല. പക്ഷേ അതേക്കുറിച്ച് കൂടുതൽ പറയുവാൻ എനിക്കു ഭയാശങ്കയുണ്ട്. എന്തു സംഭവിച്ചേക്കുമെന്ന് എനിക്ക് അറിയില്ല. ഞാൻ പൊട്ടിത്തെറിക്കാനും മതി. ഞാൻ പറയുന്ന ഒരു വാക്കും ഞാൻ മനസിലാക്കിയേക്കില്ല.

അവൾ പറയുന്നു, ഒരിക്കൽ നീ വീണ്ടും വന്നേക്കാം. ഒരുപക്ഷേ വരില്ലെന്നുമാകും. ഇത് അഴിഞ്ഞുതേഞ്ഞില്ലാതാകും. നിനക്കറിയാം. ഉടൻ തന്നെ നിനക്ക് വീണ്ടും മോശത്തരം തോന്നും. ഒരുപക്ഷേ അത് നല്ലൊരു കഥയ്ക്ക് വകയാകും. അവൾ പറയുന്നു. പക്ഷേ അങ്ങനെയുണ്ടാകുന്നുവോ ഇല്ലയോ എന്നതിനെക്കുറിച്ച് എനിക്ക് അറിയണമെന്നില്ല.

ഞാൻ ഗുഡ്ബൈ പറയുന്നു. അവൾ കൂടുതലൊന്നും പറയുന്നില്ല. അവൾ അവളുടെ കൈകളിൽ നോക്കുന്നു. എന്നിട്ടവ അവളുടെ വസ്ത്രത്തിന്റെ കീശകളിൽ കയറ്റുന്നു. അവൾ തലകുലുക്കുന്നു. അവൾ അകത്തേക്കു പോകുന്നു. ഈ വേള അവൾ വാതിൽ അടയ്ക്കുന്നു.

നടപ്പാതയിലേക്ക് ഞാൻ നടന്നകലുന്നു. തെരുവിന്റെ അറ്റത്ത് ഏതാനും കുട്ടികൾ ഒരു ഫുട്ബാൾ തട്ടിക്കളിക്കുകയാണ്. പക്ഷേ അവർ എന്റെ കുട്ടികളല്ല. അവർ അവളുടെ കുട്ടികളുമല്ല. ഇലകൾ വീണുകിടക്കയാണ് എല്ലായിടത്തും, ഓടകളിൽപോലും. ഞാൻ നോക്കുന്നിടത്തൊക്കെ ഇലകളുടെ കൂനകൾ. ഞാൻ നടക്കുമ്പോൾ അവയൊക്കെ ചില്ലകളിൽ നിന്നു വീഴുകയാണ്. എന്റെ ഷൂ ഇലകളിലേക്ക് താഴ്ത്താതെ എനിക്ക് ഒരു ചുവട് വയ്ക്കുവാൻ കഴിയുന്നില്ല. ആരെങ്കിലും ഇവിടെ ഒരു ശ്രമം ചെയ്യണം. ആരെങ്കിലും ഒരു ചവറുമാന്തിയുമായി ഇതിന്റെ കാര്യം നോക്കണം.

ഐറിഷ്/ഇംഗ്ലീഷ് കഥ

ജെയിംസ് ജോയിസ്

ഈവ്‌ലീൻ

ജെയിംസ് ജോയിസ് 1882-ൽ ഡബ്ളിനിൽ ജനിച്ചു. *പൊട്രയറ്റ് ഓഫ് ദി ആർട്ടിസ്റ്റ് ആസ് എ യംഗ്മാൻ, യൂളിസസ്, ഫിനാഗെൻസ് വെയ്ക്ക്* എന്നിവയാണ് പ്രമുഖ നോവലുകൾ. *ഡബ്ളിനേഴ്സ്* കഥാസമാഹാരം. ജോയിസ് 1941-ൽ സ്വിറ്റ്സർലണ്ടിൽ അന്തരിച്ചു.

മരങ്ങൾ അതിരിട്ട തെരുവുവീഥിയിലേക്ക് സായാഹ്നം കടന്നുകയറുന്നത് നോക്കിക്കൊണ്ട് അവൾ ജനാലയ്ക്കരികിലിരുന്നു. ജാലകത്തിരശ്ശീലയ്ക്കെതിരെ ചെരിച്ചുവച്ചിരിക്കുകയായിരുന്നു അവളുടെ തല. പൊടിപുരണ്ട ക്രീട്ടൺ തുണിയുടെ ഗന്ധമായിരുന്നു അവളുടെ നാസാദ്വാരങ്ങളിൽ. അവൾ ക്ഷീണിതയായിരുന്നു.

ആളുകൾ വിരളമായിട്ടേ കടന്നുപോയുള്ളൂ. ഒടുവിലത്തെ വീട്ടിൽ നിന്നുള്ള മനുഷ്യൻ അയാളുടെ വീട്ടിലേക്കുള്ള വഴിയിലൂടെ കടന്നുപോയി. അയാളുടെ കാൽപ്പെരുമാറ്റം കോൺക്രീറ്റ് നടപ്പാതയിൽ ശബ്ദമുണ്ടാക്കുന്നത് അവൾ കേട്ടു. പിന്നീട് പുതിയ ചുവന്ന വീടുകൾക്കു മുന്നിലെ കൽക്കരി വിതാനിച്ച നടവഴിയിൽ പാദസരങ്ങൾ ഞെരിഞ്ഞമരുന്നതും. പണ്ട് അത് തുറസ്സായ ഒരു സ്ഥലമായിരുന്നു. മറ്റുള്ളവരുടെ കുട്ടികളുമൊത്ത് വൈകുന്നേരങ്ങളിൽ അവർ അവിടെ കളിച്ചു. പിന്നീട് ബെൽഫാസ്റ്റുകാരനായ ഒരു മനുഷ്യൻ ആ സ്ഥലം വിലയ്ക്കുവാങ്ങി അതിൽ വീടുകൾ പണിതു. തവിട്ടു നിറമാർന്ന അവരുടെ കൊച്ചുവീടുകൾ പോലത്തേതല്ല; മറിച്ച് മിനുസമേറിയതും തിളങ്ങുന്ന മേൽക്കൂരക

ളുള്ളതുമായ ഇഷ്ടികവീടുകൾ. തെരുവിലെ കുട്ടികൾ ആ സ്ഥലത്ത് ഒത്തൊരുമിച്ച് കളിക്കുമായിരുന്നു. ഡിവൈൻ, വാട്ടർ, ഡൺ തുടങ്ങിയ കുടുംബത്തിലെ കുട്ടികൾ, കൊച്ചു കെയോ എന്ന മുടന്തൻ, അവളും അവളുടെ ആങ്ങളമാരും അനിയത്തിമാരും. ഏർണസ്റ്റ് പക്ഷേ ഒരിക്കൽപോലും കളിച്ചിരുന്നില്ല. അവൻ അത്രയ്ക്ക് വളർന്നു പോയിരുന്നു. അവളുടെ അച്ഛൻ അദ്ദേഹത്തിന്റെ കരിമുള്ള് വടിയുമായി വന്ന് അവരെ കളിസ്ഥലത്തുനിന്നും വിരട്ടി പുറത്താക്കും. വെറുതെയിരിക്കുമായിരുന്ന മുടന്തനായ കൊച്ചു കെയോ പക്ഷേ, അവളുടെ അച്ഛൻ വരുന്നതുകാണുമ്പോൾ വിളിച്ചറിയിക്കും. എന്നാലും, താരതമ്യേന അവർ അന്ന് ഏറെ സന്തുഷ്ടരായിരുന്നുവെന്ന് തോന്നുന്നു. അച്ഛൻ അന്ന് അത്രക്ക് മോശമല്ലായിരുന്നു. തന്നെയുമല്ല അമ്മ ജീവിച്ചിരിപ്പുണ്ടായിരുന്നു താനും. അതൊക്കെ വളരെ മുമ്പായിരുന്നു. അവളും സഹോദരന്മാരും സഹോദരിമാരുമെല്ലാം വളർന്നുവലുതായിക്കഴിഞ്ഞു. അവളുടെ അമ്മ മരിച്ചുപോവുകയും ചെയ്തിരിക്കുന്നു. ടിസ്സീ ഡണും മരിച്ചുപോയി. വാട്ടർ കുടുംബം ഇംഗ്ലണ്ടിലേക്ക് മടങ്ങി. എല്ലാം മാറുന്നു. മറ്റുള്ളവരെപോലെ അവളും ഇതാ അകലുകയാണ്. അവളുടെ വീട് വിടാൻ പോകുന്നു.

വീട് ! അവൾ മുറിക്കു ചുറ്റും നോക്കി. ആഴ്ചയിലൊരിക്കൽ ഭൂമിയിലെവിടെ നിന്നാണാവോ ഈ പൊടിയെല്ലാം വന്നെത്തുന്നത് എന്നതിശയിച്ചുകൊണ്ട് വർഷങ്ങളോളം അവൾ പൊടി തൂത്തുവൃത്തിയാക്കി സൂക്ഷിച്ചിരുന്ന പരിചിതവസ്തുക്കളിലൂടെ കണ്ണോടിച്ചു. ആ പരിചിതവസ്തുക്കളെ ഇനി ഒരിക്കലും അവൾ കാണുകയില്ലായിരിക്കാം. അവയിൽ നിന്ന് താൻ ഒരിക്കലെങ്കിലും വിഘടിക്കപ്പെടുമെന്ന് സ്വപ്നം കണ്ടിട്ടുപോലുമുണ്ടായിരുന്നില്ല. വാഴ്ത്തപ്പെട്ട മാർഗരറ്റ് മേരി ആലക്കോഖിന് നൽകിയ വാഗ്ദാനങ്ങൾ വർണ്ണത്തിൽ അച്ചടിച്ചതിന് അരികിലുള്ള പൊട്ടിയ ഹാർമ്മോണിയത്തിനു മുകളിൽ തൂക്കിയിരുന്ന മഞ്ഞച്ച ഫോട്ടോയിലെ അച്ചന്റെ പേരെന്തെന്ന് അവൾ ആ വർഷങ്ങളിലൊരിക്കൽ പോലും അറിയാൻ ശ്രമിച്ചില്ല. അവളുടെ അച്ഛന്റെ ഒരു സ്കൂൾ ചങ്ങാതിയായിരുന്നു അദ്ദേഹം. വല്ലസന്ദർശകനെയും ആ ഫോട്ടോ കാണിച്ചിരുന്നപ്പോഴൊക്കെ അവളുടെ അച്ഛൻ ഇങ്ങനെയൊരു വേണ്ടാത്ത വാക്കോടെയാകും അത് കൈമാറുക – “അയാളിപ്പോൾ മെൽബണിലാണ്.”

വീട് വിട്ടുപോകുന്നതിന് അവൾ സമ്മതിച്ചിട്ടുണ്ടായിരുന്നു. അത് ബുദ്ധിപൂർവമായിരുന്നുവോ? ചോദ്യത്തിന്റെ ഓരോ വശവും അവൾ തൂക്കിനോക്കുവാൻ ശ്രമിച്ചു. അവളുടെ വീട്ടിൽ അവൾക്ക് അന്നവും അഭയവുമുണ്ടായിരുന്നു. ജീവിതത്തിൽ താൻ അറിഞ്ഞ എല്ലാവരും അവിടെ അവൾക്ക് ചുറ്റുമുണ്ടായിരുന്നു. വീട്ടിലും ബിസിനസ് സ്ഥലത്തും അവൾക്ക് കഠിനാധ്വാനം ചെയ്യേണ്ടിയിരുന്നുവെന്നത് തീർച്ച. ഒരുത്തനോടൊപ്പം അവൾ ഒളിച്ചോടിപോയി എന്ന് അറിയുമ്പോൾ കടയിൽ അവർ എന്തായിരിക്കും പറയുക? മണ്ടിപ്പെണ്ണെന്ന് പറയും, ഒരുപക്ഷേ. അവളുടെ ഒഴിവ് പരസ്യം മുഖാന്തരം നികത്തും. മിസ് ഗാവണ് സന്തോ

ഷമായിരിക്കും. അവൾ എപ്പോഴും ഗാവണേക്കാൾ ഒരളവ് മുന്നിലായിരുന്നുവല്ലോ, കേൾവിക്കാരായി ആളുകളുണ്ടായിരുന്നപ്പോൾ പ്രത്യേകിച്ചും.

-- ഈ സ്ത്രീകൾ കാത്തുനിൽക്കുന്നത് കാണുന്നില്ലേ, മിസ് ഹിൽ?

ദയവായി – ചുണയോടെ പ്രസരിപ്പോടെ നിൽക്കൂ, മിസ് ഹിൽ?

കടവിട്ട് പോരുന്നതിൽ അവൾ അത്രയ്ക്ക് കൂടുതലൊന്നും കരയുന്നുണ്ടാവില്ല.

എന്നാൽ വിദൂരവും അജ്ഞാതവുമായ ഒരു നാട്ടിൽ, അവളുടെ പുതിയ വീട്ടിൽ ഇതൊന്നും അങ്ങനെയായിരിക്കില്ലല്ലോ. പിന്നെ അവൾ വിവാഹിതയാകും – അവൾ, ഈവ്‌ലീൻ. ആളുകൾ അപ്പോൾ അവളോട് ആദരവോടെ പെരുമാറും. പത്തൊമ്പതുവയസ് കഴിഞ്ഞെങ്കിലും ഇപ്പോഴും അവൾ അവളുടെ അച്ഛന്റെ ആക്രമണം മൂലമുള്ള അപകടത്തിലാണെന്ന് അവൾക്ക് തോന്നി. ആ അതാണ് തനിക്ക് ഹൃദയമിടിപ്പുകൾ നൽകിയതെന്ന് അവൾ അറിഞ്ഞു. അവൾ വളർന്നുവരുന്ന കാലത്ത് അദ്ദേഹം ഒരിക്കലും ആക്രമിച്ചിരുന്നില്ല. ഹാരിയേയോ ഏണസ്റ്റിനെയോ അദ്ദേഹം ആക്രമിച്ചിരുന്നതുപോലെ. കാരണം അവളൊരു പെൺകുട്ടിയായിരുന്നു. എന്നാൽ പിൽക്കാലത്ത് അദ്ദേഹം അവളെ ഭീഷണിപ്പെടുത്താൻ തുടങ്ങി. എന്നല്ല അവളുടെ മരിച്ച അമ്മയെ ഓർത്തു താൻ എന്താണ് അവളോട് ചെയ്യാൻ പോകുന്നതെന്നും അദ്ദേഹം പറഞ്ഞു. ഇപ്പോഴാണെങ്കിൽ അവൾക്ക് സംരക്ഷണം നൽകുവാനാരുമില്ല. ഏണസ്റ്റ് മരിച്ചുപോയി. ക്രിസ്തീയ ദേവാലയങ്ങൾ അലങ്കരിക്കുന്ന തൊഴിലിൽ ഏർപ്പെട്ടിരിക്കുന്ന ഹാരിയാകട്ടെ എപ്പോഴും നാട്ടിൽ ദൂരെയെവിടെയെങ്കിലുമായിരിക്കും. മാത്രവുമല്ല, ശനിയാഴ്ച രാത്രികളിൽ പണത്തെച്ചൊല്ലി സ്ഥിരമായി ഉണ്ടാകാറുള്ള കശപിശ വാക്കുകൾക്ക് അതീതമാംവിധം അവളെ തളർത്താനും തുടങ്ങി. തന്റെ മുഴുവൻ വേതനമായ ഏഴ് ഷില്ലിംഗും അവൾ നൽകിവന്നു. ഹാരി അവന് കഴിയുന്നത് അയയ്ക്കും. പക്ഷേ അച്ഛനിൽനിന്നും പണമെന്തെങ്കിലും എടുക്കുക എന്നതാണ് പ്രശ്നം. അവൾ പണം വാരിക്കോരി ചെലവഴിക്കുന്നവളാണെന്നായിരുന്നു അദ്ദേഹം പറഞ്ഞത്. അവൾക്ക് തലയുമില്ല. താൻ കഷ്ടപ്പെട്ടുണ്ടാക്കിയ പണം തെരുവിൽ ചുറ്റിക്കറങ്ങി വാരിയെറിയുവാൻ അവൾക്ക് കൊടുക്കുവാൻ പോകുന്നില്ല. പിന്നെ പറയട്ടെ, ശനിയാഴ്ച രാത്രികളിൽ അദ്ദേഹം പതിവായി വളരെ മോശപ്പെട്ട നിലയിലായിരുന്നുതാനും. ഒടുവിൽ അദ്ദേഹം അവൾക്ക് പണം കൊടുക്കും. ഒപ്പം ഞായറാഴ്ചത്തെ അത്താഴവും. അവൾക്ക് ഉദ്ദേശ്യം വല്ലതുമുണ്ടോയെന്ന് ചോദിക്കുകയും ചെയ്യും. പിന്നീട് തനിക്ക് കഴിയുന്നത്ര വേഗത്തിൽ അവൾ പുറത്തേക്ക് ഓടുകയായി, കമ്പോളത്തിലേക്ക്, പലതും വാങ്ങിച്ചു കൂട്ടണമല്ലോ. കറുത്ത തുകൽപഴ്സ് കയ്യിൽ മുറുക്കി പിടിച്ചുകൊണ്ടാണ് ആൾക്കൂട്ടത്തിനിടയിലൂടെ അവൾ ഉന്തിക്കടന്ന് പോകുക. വീട്ടാവശ്യത്തിനുള്ള

സാധനസാമഗ്രികളുടെ വലിയൊരു ഭാരവുമായി രാത്രി വൈകിയായിരിക്കും അവൾ മടങ്ങി എത്തുക. വീട്ടിലുള്ളവരെ ഒരുമിച്ച് നിർത്തുക എന്ന കടുത്ത ജോലിയായിരുന്നു അവൾക്കുണ്ടായിരുന്നത്. തന്റെ ഉത്തരവാദിത്തത്തിൽ വിട്ടേച്ചുപോയ രണ്ട് കൊച്ചുകുട്ടികൾ സ്കൂളിൽ കൃത്യമായി ഭക്ഷണം കഴിക്കുന്നുണ്ടോ, പോകുന്നുണ്ടോ എന്നൊക്കെ നോക്കണം കടുത്ത ജോലിയായിരുന്നു – കഠിനമായ ജീവിതവും. എന്നാൽ എല്ലാം വിട്ടേച്ച് പോകുവാൻ ഇപ്പോൾ അവൾക്ക് സമയമായിരിക്കെ തീർത്തും അനഭിലഷണീയമായ ഒരു ജീവിതമായി അതവൾ കണ്ടില്ല.

ഫ്രാങ്കിനോടൊപ്പം മറ്റൊരു ജീവിതത്തിലേക്കിറങ്ങാൻ അവൾക്കിതാ സമയമായിരിക്കുന്നു. ഫ്രാങ്ക് വളരെ ദയാലുവും പൗരുഷമുള്ളവനും തുറന്ന ഹൃദയമുള്ളവനുമായിരുന്നു. രാത്രി ബോട്ടിൽ അവനോടൊത്ത് അവളിതാ പോകുവാൻ തുടങ്ങുകയാണ്. അവന്റെ ഭാര്യയായി അവനോടൊപ്പം ബ്യൂണസ് അയേഴ്സിൽ, അവിടെ അവന് അവന്റെ വീടുണ്ടായിരുന്നു, ജീവിക്കുവാൻ. അവൾ ആദ്യമായി അവനെ കണ്ടത് എത്ര നന്നായിട്ടാണെന്നോ അവൾ ഓർമ്മിച്ചത്? അവൾ പതിവായി സന്ദർശിച്ചുപോന്ന പ്രധാനവീഥിയിലെ ഒരു വീട്ടിൽ അവൻ താമസിക്കുകയായിരുന്നു. കുറച്ച് ആഴ്ചകൾക്ക് മുമ്പായിരുന്നു അതെന്നു തോന്നി. അവൻ ഗെയ്റ്റിൽ നിൽക്കുകയായിരുന്നു. അവന്റെ പൊങ്ങിയ തൊപ്പി തലയിൽ പിറകോട്ട് തള്ളിവച്ചിരുന്നു. അവന്റെ തലമുടി മുമ്പോട്ട് പിംഗലവർണ്ണമായ മുഖത്ത് വീണുകിടന്നു. പിന്നീട് അവർ പരസ്പരം അറിയാൻ ഇടയായി. ഷോപ്പിനുപുറത്തുവച്ച് എല്ലാ വൈകുന്നേരവും അവൻ അവളെ കണ്ടുമുട്ടി. പിന്നീട് വീട്ടിലേക്ക് യാത്രയാക്കും. അവൻ അവളെ *ബൊഹീമിയൻ ഗേൾ* കാണാൻ കൊണ്ടുപോയി. തീയേറ്ററിന്റെ പരിചിതമല്ലാത്ത ഒരു ഭാഗത്ത് അവനോടൊപ്പം ഇരുന്നപ്പോൾ അവൾക്ക് വല്ലാത്ത പ്രഹർഷം അനുഭവപ്പെട്ടു. അവന് സംഗീതം വലിയ ഇഷ്ടമായിരുന്നെന്ന് മാത്രമല്ല കുറച്ച് പാടുകയും ചെയ്യുമായിരുന്നു. അവർ പ്രണയജോഡികളായിരിക്കുന്നുവെന്ന് ജനം അറിഞ്ഞു. ഒരു നാവികനെ സ്നേഹിക്കുന്ന പെൺകുട്ടിയെക്കുറിച്ച് അവൻ പാടിയപ്പോൾ കലുഷമായ ഒരു സന്തുഷ്ടിയാണ് അവൾ അനുഭവിച്ചത്. ഒരു തമാശയ്ക്ക് അവൻ അവളെ *പോപ്പെൻസ്* എന്ന് വിളിക്കും. ഒരാൾ കൂടെയുണ്ടെന്നുള്ളത് ആദ്യമൊക്കെ അവൾക്കൊരു ഞെട്ടിത്തരിപ്പായിരുന്നു. പിന്നീട് അവൾ അവനെ ഇഷ്ടപ്പെടാൻ തുടങ്ങി. വിദൂരദേശങ്ങളിലെ കഥകൾ അവന് പറയാനുണ്ടായിരുന്നു. കാനഡയിലേക്കു പോയിവന്ന അലൻലൈനിന്റെ ഒരു കപ്പലിൽ പ്രതിമാസം ഒരു പൗണ്ട് ശമ്പളത്തിന് ഒരു ഡക്ബോയി ആയിട്ടാണ് അവൻ ജീവിതം തുടങ്ങുന്നത്. അവൻ ജോലി ചെയ്ത കപ്പലുകളുടെ പേരും അവന്റെ വിഭിന്നങ്ങളായ ജോലികളെക്കുറിച്ചുമെല്ലാം അവൻ അവളോട് പറഞ്ഞു. മഗെലൻ കടലിടുക്കിലൂടെ യാത്രചെയ്തതും പാറ്റഗോണിയന്മാരെക്കുറിച്ചുള്ള ഭീകരകഥകളുമെല്ലാം

അവൻ അവളോട് പറഞ്ഞു. ബ്യൂണസ് അയേഴ്സിലായിരുന്നു അവന്റെ ഭാഗ്യമുദിച്ചത്, അവൻ പറഞ്ഞു. ആ പഴയനാട്ടിൽ ഒരു ഒഴിവുകാലത്തിനുവേണ്ടിയായിരുന്നുവത്രേ അവൻ ചെന്നത്. അവളുടെ അച്ഛൻ അവരുടെ പ്രണയബന്ധം കണ്ടുപിടിക്കുക തന്നെ ചെയ്തു. അവനോട് എന്തെങ്കിലും സംസാരിക്കുക എന്നതിനെ അദ്ദേഹം വിലക്കുകയും ചെയ്തു. “ഈ നാവികർപയ്യന്മാരെ എനിക്കറിയാം,” അദ്ദേഹം പറഞ്ഞു.

ഒരു ദിവസം അദ്ദേഹം ഫ്രാങ്കുമായി ശണ്ഠകൂടി. അതിനുശേഷം അവൾക്ക് കാമുകനെ രഹസ്യമായി സന്ദർശിക്കേണ്ടിവന്നു.

തെരുവിലേക്ക് കടന്നുകയറിയ സായാഹ്നത്തിന് ആഴമേറി. അവളുടെ മടിത്തട്ടിലുണ്ടായിരുന്ന രണ്ട് കത്തുകളുടെയും വെണ്മ അവ്യക്തമായി. ഒന്ന് ഹാരിക്കുള്ളതായിരുന്നു. മറ്റേതാകട്ടെ അച്ഛനും. ഏണസ്റ്റ് ആയിരുന്നു അവൾക്ക് പ്രിയപ്പെട്ടവൻ. ഹാരിയെയും ഇഷ്ടപ്പെട്ടിരുന്നു. അവളുടെ അച്ഛന് വയസാകുന്നുണ്ടായിരുന്നു! അത് അവൾ ശ്രദ്ധിച്ചു. അവളുടെ അഭാവം അദ്ദേഹത്തിന് അനുഭവപ്പെടും. ചിലപ്പോഴൊക്കെ അദ്ദേഹം നല്ലവനാണ്. അധികകാലമായിട്ടില്ല, ഒരു ദിവസത്തേക്കൊന്ന് കിടപ്പിലായപ്പോൾ അദ്ദേഹം അവൾക്കൊരു പ്രേതകഥ വായിച്ചുകൊടുത്തിരുന്നു. റൊട്ടി ചുട്ട് ടോസ്റ്റുണ്ടാക്കി കൊടുക്കുകയും ചെയ്തു. അമ്മ ജീവിച്ചിരുന്നപ്പോൾ, മറ്റൊരു ദിവസം അവരെല്ലാവരുംകൂടി ഹൗഥ് കുന്നിലേക്ക് ഒരു വിനോദയാത്ര പോയിരുന്നു. കുട്ടികളെ ചിരിപ്പിക്കുന്നതിനായി അവളുടെ അച്ഛൻ അമ്മയുടെ ശിരോവസ്ത്രമെടുത്തണിഞ്ഞത് അവളോർത്തു.

അവളുടെ സമയം തീർന്നുകൊണ്ടിരിക്കുകയായിരുന്നു. എങ്കിലും ജാലകത്തിരശ്ശീലയ്ക്കെതിരെ തല ചെരിച്ചുവച്ച് പൊടിനിറഞ്ഞ ക്രീട്ടൺ തുണിയുടെ ഗന്ധം ശ്വസിച്ച് അവൾ ഇരിപ്പു തുടർന്നു. തെരുവിൽ ദൂരെ സ്ട്രീറ്റ് ഓർഗണിൽനിന്നും സംഗീതം ഉതിർന്നത് അവൾക്ക് കേൾക്കാൻ കഴിഞ്ഞു. ആ പ്രത്യേകമായ ഈണം അവൾ അറിഞ്ഞു. അമ്മയ്ക്ക് നൽകിയ വാഗ്ദാനത്തെ ഓർമ്മിപ്പിക്കുവാൻ ആ രാത്രിതന്നെ അതുണ്ടാകണമെന്നത് വിചിത്രമായിരിക്കുന്നു. തനിക്കാവുന്നിടത്തോളം വീട്ടിലുള്ളവരെ ഒരുമിപ്പിച്ച് നിർത്തുമെന്ന വാഗ്ദാനം. അമ്മയുടെ അസുഖത്തിന്റെ അവസാന രാത്രി അവൾ ഓർമ്മിച്ചു. ഹാളിന് മറുവശത്തുള്ള ആ ഇരുണ്ട മുറിയിലായിരുന്നു അവൾ വീണ്ടും; അപ്പോൾ ഒരു ഇറ്റാലിയൻ വിഷാദസംഗീതത്തിന്റെ ഈണം അവൾ പുറത്തുകേട്ടു. ആറ് പെൻസ് കൊടുത്തിട്ട് ആ ഓർഗൺ വായനക്കാരനെ പറഞ്ഞുവിട്ടിരുന്നു. അച്ഛൻ ശബ്ദമുണ്ടാക്കിക്കൊണ്ട് അസുഖമുറിയിലേക്കു ഞെളിഞ്ഞുകയറി വരുന്നത് അവൾ ഓർമ്മിച്ചു.

— നശിച്ച ഇറ്റാലിയൻസ്. ഇവിടെ കയറി വരുന്നു.

അവൾ ചിന്തയിൽ മുഴുകുമ്പോൾ അവളുടെ അമ്മയുടെ ജീവന്റെ ദയനീയമായ ചിത്രം അവളുടെ ഉണ്മയുടെ ഉയിരിൽ മയങ്ങി വീണു-തികച്ചും സാധാരണമായ ത്യാഗങ്ങളുടേതായ ഒരു ജീവിതം അതിന്റെ

അന്തിമമായ ഉന്മാദത്തിൽ അവസാനിക്കുന്നത്. അവളുടെ അമ്മയുടെ ശബ്ദം മൗഢ്യം നിറഞ്ഞ നിർബന്ധത്തോടെ സ്ഥിരമായി ഇങ്ങനെ പറയുന്നത് കേട്ടപ്പോൾ അവൾ വിറച്ചു :

* Derevaun Seraun ! Derevaun Seraun!

പെട്ടെന്നുള്ള ഒരു ഭയത്തിന്റെ തള്ളലിൽ അവൾ എഴുന്നേറ്റുനിന്നു. രക്ഷപ്പെടണം! അവൾ രക്ഷപ്പെടണം! ഫ്രാങ്ക് അവളെ രക്ഷിക്കും. അവൻ അവൾക്ക് ജീവിതം നൽകും. ഒരു വേള സ്നേഹവും. പക്ഷേ അവൾക്ക് ജീവിക്കണമായിരുന്നു. അവൾ എന്തുകൊണ്ട് അസന്തുഷ്ടയായിരിക്കണം? അവൾക്ക് സന്തുഷ്ടിക്ക് അവകാശമുണ്ടായിരുന്നു. ഫ്രാങ്ക് അവളെ അവന്റെ കൈകളിൽ എടുക്കും. അവന്റെ കരവലയങ്ങളിൽ ഒതുക്കും. അവൻ അവളെ രക്ഷിക്കും.

* * *

നോർത്ത്‌വോൾ സ്റ്റേഷനിലെ ഇളകിയാടുന്ന ആൾക്കൂട്ടത്തിനിടയിൽ അവൾ നിന്നു. അവൻ അവളുടെ കൈപിടിച്ചു. അവൻ അവളോട് സംസാരിക്കുന്നുണ്ടെന്നും അവൾ അറിഞ്ഞു. യാത്രയെപ്പറ്റി എന്തോ വീണ്ടും വീണ്ടും പറയുന്നു. തവിട്ടുനിറത്തിലുള്ള ബാഗേജുകളുമായി സ്റ്റേഷൻ നിറച്ചും പട്ടാളക്കാരായിരുന്നു. തുറമുഖഭിത്തിയുടെ ഒരു വശത്തേക്ക്, വിളക്കുതെളിഞ്ഞ വൃത്തവാതിലുകളുമായി കയറിക്കിടന്നിരുന്ന ബോട്ടിന്റെ ഇരുണ്ട ഘനപിണ്ഡത്തെ ഷെഡ്ഡുകളുടെ വീതിയേറിയ വാതിലുകളിൽക്കൂടി അവൾ ഒരുനോക്ക് കണ്ടു. അവൾ ഒന്നും പ്രതിവചിച്ചില്ല. തന്റെ കവിൾത്തടം വിളറിത്തണുത്തതായി അവൾക്ക് അനുഭവപ്പെട്ടു. അസ്വസ്ഥതയുടേതായ കാലുഷ്യത്തിൽ നിന്നുകൊണ്ട് തനിക്ക് വഴികാണിക്കണേയെന്നവൾ ദൈവത്തോട് പ്രാർഥിച്ചു. തന്റെ കർത്തവ്യം എന്തെന്ന് കാണിച്ചുതരണമെന്ന്. നീണ്ട, വിഷാദപൂർണ്ണമായ ഒരു വിസിൽ ബോട്ട് മൂടൽമഞ്ഞിലേക്ക് മുഴക്കി. പോയാൽ, നാളെ അവൾ ഫ്രാങ്കിനോടൊപ്പം കടലിലായിരിക്കും. ബ്യൂണസ് അയേഴ്സിലേക്ക് നീങ്ങുന്ന ആവിക്കപ്പലിൽ. അവരുടെ യാത്ര ബുക്കുചെയ്യപ്പെട്ടിട്ടുണ്ടായിരുന്നു. അവൻ അവൾക്കുവേണ്ടി എല്ലാം ചെയ്തുകഴിഞ്ഞതിനുശേഷം ഇപ്പോൾ അവൾ പിന്മാറണമോ? അവളുടെ അസ്വസ്ഥതയും വിഷമവും അവളിൽ ഒരു മനംപുരട്ടലുണ്ടാക്കി. തീവ്രവും നിശബ്ദവുമായ പ്രാർഥനയിൽ അവൾ ചുണ്ടുകൾ ചലിപ്പിച്ചുകൊണ്ടിരുന്നു.

അവളുടെ ഹൃദയത്തിനുമേൽ ഒരു മണിമുഴങ്ങി. അവൻ അവളെ പിടിക്കുന്നത് അവൾക്ക് അനുഭവപ്പെട്ടു.

— വരൂ!

ലോകത്തെ എല്ലാ കടലുകളും അവളുടെ ഹൃദയത്തിനുചുറ്റും ഇളകിമറിഞ്ഞു. അവൻ അവളെ അതിലേക്ക് പിടിച്ചുവലിക്കുകയായിരുന്നു.

---

* 'ആനന്ദത്തിന്റെ അവസാനം വേദന' എന്നർഥം വരുന്ന ഒരു ഗെയ്‌ലിക് പ്രയോഗം.

അവൻ അവളെ മുക്കിക്കൊല്ലും. ഇരുമ്പുവേലിയിൽ രണ്ട് കൈകൊണ്ടും അവൾ മുറുക്കിപ്പിടിച്ചു.

— വരൂ!

ഇല്ല! ഇല്ല! ഇല്ല! അത് അസാധ്യമായിരുന്നു. ഉന്മാദത്തോടെ അവളുടെ കൈകൾ ഇരുമ്പിൽ പിടിച്ചു. കടലുകൾക്കിടയിലേക്ക് അവൾ ഒരു ദീനരോദനം അയച്ചു.

— ഈവ്‌ലീൻ! ഈവീ!

അവൻ വേലിക്കുമപ്പുറത്തേക്ക് ധൃതിയിൽ നീങ്ങിക്കൊണ്ട് അവളോട് പിന്തുടരാൻ പറഞ്ഞു. പോകുവാൻ അവനോട് വിളിച്ചുപറഞ്ഞുവെങ്കിലും അവൻ അപ്പോഴും അവളെ വിളിച്ചു. നിസ്സഹായയായ ഒരു ജന്തുവെപ്പോലെ നിശ്ചേഷ്ടമായി അവൾ അവളുടെ വിളറിവെളുത്ത മുഖം അവന്റെ നേർക്ക് തിരിച്ചു. അവളുടെ കണ്ണുകൾ സ്നേഹത്തിന്റെയോ യാത്രാമൊഴിയുടെയോ തിരിച്ചറിയലിന്റെയോ ഒരടയാളവും അവന് നൽകിയില്ല.

ആഫ്രിക്കൻ കഥ (കോംഗോ)

ഇ ബി ഡോൻഗല

ആ മനുഷ്യൻ

*ആഫ്രിക്കയിലെ പുതുതലമുറ എഴുത്തുകാരിൽ തുടക്കത്തിലെതന്നെ ശ്രദ്ധേയനായ **ഇ ബി ഡോൻഗല** 1941-ൽ കോംഗോയിലാണ് ജനിച്ചത്. കവി, നോവലിസ്റ്റ്, ചെറുകഥാകൃത്ത് എന്നീ നിലകളിൽ പേരെടുത്ത അദ്ദേഹത്തിന്റെ മുനകൂർത്ത ആക്ഷേപസാഹിത്യം ഗൗരവമേറിയ വിമർശന പഠനങ്ങൾക്ക് വിധേയമായിട്ടുണ്ട്. ഫ്രഞ്ച് ഭാഷയിൽ എഴുതുന്ന ഡോൻഗലയുടെ **Jazz et Vin de Plume** എന്ന സമാഹാരത്തിൽ ചേർത്തിട്ടുള്ളതാണ് ഈ കഥ. ഈ പുസ്തകം കോംഗോയിൽ നിരോധിച്ചിരിക്കുകയാണ്.*

....ഇല്ല, ഇത്തവണ അവൻ രക്ഷപ്പെടില്ല! നാൽപ്പത്തിയെട്ട് മണിക്കൂറിന് ശേഷം അവൻ പിന്തുടരപ്പെട്ടിരിക്കുന്നു. അയാളുടെ നീക്കങ്ങളെക്കുറിച്ച് അറിയാമെന്നായി. അയാൾ ഒളിച്ചിരിക്കുന്ന ഗ്രാമം ഏതെന്ന് തിരിച്ചറിഞ്ഞിട്ടുമുണ്ട്. എത്ര തെറ്റായ സൂചനകളാണ് ലഭിച്ചുകൊണ്ടിരുന്നത്! ഒരേസമയം അവനെ എല്ലായിടത്തും കണ്ടുവത്രെ, അയാൾക്ക് സർവവ്യാപിയായിരിക്കുവാൻ കഴിവുണ്ടായിരുന്ന മാതിരി. അർപ്പിതരായ പോരാളികൾ അവനെ നഗരത്തിന്റെ ഹൃദയഭാഗത്തുവച്ച് ഏതാണ്ട് പിന്തുടർന്ന് വീഴ്ത്തി, പക്ഷെ അവർ അവനെ പിടികൂടാൻ കൂട്ടാക്കിയില്ല. വടക്കൻ പ്രദേശത്തെ ചതുപ്പുനിലങ്ങളിൽ പാരച്യൂട്ടിൽ കൊണ്ടുചെന്നിറക്കിയ പട്രോൾസംഘം അയാളെ ഗുരുതരമായി മുറിവേൽപ്പിച്ചുവെന്നാണ് അവകാശപ്പെട്ടത് — കുത്തനെ കിടക്കുന്ന താഴ്വാരത്തിലേക്ക് ഒലിച്ചു

പോയ ചോരയുടെ പാടുകളാണ് അവർക്ക് തെളിവായി നൽകുവാനുണ്ടായിരുന്നത്. നദിയിലൂടെ രക്ഷപ്പെടാൻ ശ്രമിക്കുമ്പോൾ വഞ്ചിയിൽവച്ച് അയാളെ വെടിവച്ചിട്ടു എന്നാണ് അതിർത്തിസൂക്ഷിപ്പുകാരായ ഗാർഡുകൾ ആണയിട്ടു പറഞ്ഞത് (നിർഭാഗ്യവശാൽ വഞ്ചി മുങ്ങിപ്പോയിരുന്നു). ഈ അവകാശവാദങ്ങളൊന്നും സൂക്ഷ്മമായ അന്വേഷണത്തെ അതിജീവിക്കുകയുണ്ടായില്ല. അഭേദ്യമായ പൊലീസ് വലയം ഒന്നുകൂടി സുശക്തവും കാർക്കശ്യമേറിയതുമാക്കി. പൊലീസ് ജോലിക്കു നിയോഗിക്കപ്പെട്ട പട്ടാളക്കാരുടെ പുതിയ സംഘങ്ങൾ സൃഷ്ടിക്കപ്പെട്ടു. സൈന്യത്തിന് പരിപൂർണ്ണ സ്വാതന്ത്ര്യമാണ് നൽകിയത്. അധ്വാനിക്കുന്ന ജനവിഭാഗങ്ങൾ നഗരത്തിൽ തിങ്ങിപ്പാർക്കുന്ന ഭാഗങ്ങളിൽ സൈന്യം കടന്നുകയറി. വീടുകളുടെ വാതിലുകൾ തകർത്തിട്ടു. പുല്ലും പഞ്ഞിയും നിറച്ച മെത്തകളിൽ ബയണറ്റ് കുത്തിയിറക്കി. *ഫ്ളൂ ഫ്ളൂ* നിറച്ച ചാക്കുകൾ കുത്തിക്കീറി. ചോദ്യങ്ങൾക്ക് പെട്ടെന്ന് മറുപടി പറയാത്തവരെയൊക്കെ തോക്കിന്റെ പാത്തികൊണ്ടടിച്ചു. വീടുകളിൽ കയറി അക്രമം നടത്തിയതിൽ പ്രതിഷേധിച്ചവരെ ചുമ്മാ അരിഞ്ഞിട്ടു. പക്ഷേ, ഈ മുഷ്കൻ നടപടികളൊന്നും ഒന്നും നേടുകയുണ്ടായില്ല. രാജ്യമാകട്ടെ ഒരു പരിഭ്രാന്തിയുടെ വക്കിലായിരുന്നു. അയാൾ എവിടെയായിരിക്കും ഒളിച്ചിട്ടുണ്ടാവുക?

മിക്കവാറും അസാധ്യമായ ഒരു കൃത്യമായിരുന്നു അത്. കാരണം, രാഷ്ട്രത്തിന്റെ സ്ഥാപക പിതാവ്, ജനങ്ങളുടെ പ്രബുദ്ധനായ വഴികാട്ടി, രക്ഷകൻ, മഹാ അമരക്കാരൻ, ആജീവനാന്ത പ്രസിഡന്റ്, സർവ്വ സൈന്യാധിപൻ, ജനങ്ങളുടെ പ്രിയ പിതാവ് താമസിച്ചിരുന്നത് സാധാരണ പൗരന് എത്തിപ്പെടാൻ കഴിയാത്ത വിശാലമായ ഒരു കൊട്ടാരത്തിലായിരുന്നു. യുദ്ധശാസ്ത്രത്തിലും ഭീകരവിരുദ്ധ പ്രവർത്തനത്തിലും ബിരുദങ്ങൾ നേടിയ ഒരു ഇസ്രയേലി പ്രൊഫസർ രൂപകൽപ്പന ചെയ്ത വലയം ചെയ്തുള്ള സെക്യൂരിറ്റി സംവിധാനം അഭേദ്യം തന്നെയായിരുന്നു. കൊട്ടാര പരിധിയിൽനിന്നും അഞ്ഞൂറ് യാർഡുകൾ അകലെ പത്ത് യാർഡുകൾ ഇടവിട്ട് സായുധരായ പട്ടാളക്കാർ കാവൽനിന്നു; രാവും പകലും. പരിധിയിൽനിന്നും ഇരുന്നൂറ് യാർഡും പിന്നീട് നൂറ് യാർഡും അകലത്തിൽ ഈ മാതൃകയിലുള്ള സെക്യൂരിറ്റി തന്നെയായിരുന്നു ആവർത്തിക്കപ്പെട്ടത്.

നിലയറ്റ ആഴത്തിൽ ജലം നിറച്ച കിടങ്ങിനാൽ ചുറ്റപ്പെട്ടതായിരുന്നു കൊട്ടാരം. ആഫ്രിക്കൻ മുതലകളും ഇന്ത്യൻ മുതലകളും മധ്യ അമേരിക്കയിൽനിന്നും ഇറക്കുമതി ചെയ്ത അമേരിക്കൻ മുതലകളും അതിനകത്ത് പുളഞ്ഞുപെരുകി. ചെറുമീനുകൾ മാത്രമായിരുന്നില്ല അവയ്ക്കു ഭക്ഷണമായത്. ഉള്ളതോ ഇല്ലാത്തതോ ആയ ഓരോ അധികാരം പിടിച്ചെടുക്കലിനും ശേഷം രാജ്യത്തിനുമേൽ വന്നുപതിച്ച അടിച്ചമർത്തൽ നടപടികളുടെ വേളകളിൽ പ്രത്യേകിച്ചും. ദംശനമേൽപ്പിച്ചാലുടൻ ഇരകളുടെ കഥകഴിക്കാൻ കഴിയുന്നത്ര ശക്തമായ വിഷമുള്ള കറുത്ത

മംബാപാമ്പുകളും പച്ച മംബാ പാമ്പുകളും നിറഞ്ഞ ഒരു കുഴിയായിരുന്നു കിടങ്ങിനു പുറകിൽ. കൊട്ടാരപരിധിയിലുള്ള മതില് തന്നെ – സിംബാബ്‌വേ അവശിഷ്ടങ്ങൾക്കിടയിലുള്ള കൂറ്റൻ മതിലിന്റെ അത്ര ഭീമാകാരനായ, ഇഷ്ടികയും കല്ലുംകൊണ്ട് പടുത്തുയർത്തപ്പെട്ട അറുപതടി പൊക്കമുള്ള ഒരു എടുപ്പായിരുന്നു അത് – നിരീക്ഷണ ഗോപുരങ്ങളും സെർച്ച് ലൈറ്റുകളും ആണികളും മുള്ളുകമ്പികളും കുപ്പിച്ചില്ലുംകൊണ്ട് നിറയ്ക്കപ്പെട്ടതായിരുന്നു. രണ്ട് പടുകൂറ്റൻ വാതിലുകൾ വഴിയായിരുന്നു മതിലിലൂടെ പ്രവേശനം. അകത്തുനിന്ന് മാത്രം നിയന്ത്രിക്കപ്പെട്ടിരുന്ന ആ വാതിലുകളാവട്ടെ വലിച്ചുമാറ്റാവുന്ന പാലങ്ങളായും പ്രവർത്തിച്ചിരുന്നു. അവസാനമായി ആ കൊട്ടാരത്തിന്റെ തന്നെ കാര്യം. പവിത്രങ്ങളിൽവച്ച് പവിത്രമായത്. അതിലായിരുന്നു ജനങ്ങളുടെ പ്രിയ പിതാവ് താമസിച്ചിരുന്നത്. എല്ലാറ്റിനെയും എല്ലാവരെയും പ്രതിബിംബിപ്പിച്ച നിരവധി കണ്ണാടികൾ ഉള്ള നൂറ്റമ്പത് മുറികളായിരുന്നു കൊട്ടാരത്തിന്. നിരവധി കണ്ണാടികൾ ഉണ്ടായിരുന്നതിനാൽ പ്രതിബിംബങ്ങളുടെ എണ്ണം അനന്തമായി പെരുകുകയോ കുറയുകയോ ചെയ്തിരുന്നു. എത്രത്തോളമെന്ന് വച്ചാൽ, തങ്ങളുടെ ഏറ്റവും ചെറിയ അംഗവിക്ഷേപങ്ങൾ പോലും നിരീക്ഷിക്കപ്പെടുന്നുണ്ട് എന്ന് ബോധ്യമുണ്ടായിരുന്ന സന്ദർശകരിൽ എപ്പോഴും അസ്വാസ്ഥ്യവും പീഡാനുഭവവും തോന്നിപ്പിക്കുമാറോളം. ഓരോ ചലനവും അവ എത്രതന്നെ ചെറുതായിക്കൊള്ളട്ടെ, മുറിയിൽനിന്നും മുറിയിലേക്കും കണ്ണാടിയിൽനിന്നും കണ്ണാടിയിലേക്കും ഒരു പ്രതിധ്വനിപോലെ കടന്നുചെന്നു – ആ പ്രപഞ്ചമഖിലം നിരീക്ഷിച്ചുകൊണ്ടിരിക്കുന്ന, കണ്ണാടികളുടെ കണ്ണാടിയായ ആചാര്യന്റെ കണ്ണിൽ ചെന്നുചേരും വരെ. സ്ഥാപകപ്രസിഡന്റ് ഏത് മുറിയിലാണ് ഉറങ്ങിയിരുന്നതെന്ന് ആർക്കും, തന്റെ അങ്ങേയറ്റം ബഹുതല സ്പർശിയായ സുഖങ്ങൾക്കുവേണ്ടി ഒറ്റയടിക്ക് അനേകരാത്രികളിലേക്കായി അദ്ദേഹം നിയോഗിച്ചിരുന്ന പരിചയസമ്പന്നകളായ വേശ്യകൾക്കുപോലും, അറിയുമായിരുന്നില്ല. തന്റെ അത്ഭുതങ്ങളുടെ കൊട്ടാരത്തിൽനിന്നും പുറപ്പെടുവിക്കുന്ന കൽപ്പനകൾക്കിടയിൽ അദ്ദേഹം കന്യാകത്വം കവർന്നെടുത്താസ്വദിച്ചിരുന്ന അകളങ്കിതരും സന്തുഷ്ടവതികളുമായ കൊച്ചു പെൺകുട്ടികൾക്കാണെങ്കിൽ അത് അറിയുവാനുള്ള സാധ്യത താരതമ്യേന കുറവുമായിരുന്നു. പ്രിയവത്സലനായ രാഷ്ട്രപിതാവ്, പ്രബുദ്ധനായ പരമോന്നത വഴികാട്ടി, സർവ്വസൈന്യാധിപൻ, മനുഷ്യവംശത്തിന്റെ ഔദാര്യവാനായ പ്രതിഭ ഒക്കെയായ അദ്ദേഹം തന്റെ ബഹുഭൂരിപക്ഷം പ്രജകൾക്കും നേരിൽക്കാണാനാവാത്ത വിധം അദൃശ്യനായിരുന്നുവെങ്കിലും എല്ലായിടവും സന്നിഹിതനായിരുന്നു താനും. അദ്ദേഹത്തിന്റെ ഛായാചിത്രം എല്ലാ മുറികളിലും തൂങ്ങണമെന്ന് ചട്ടപ്രകാരം അനുശാസിക്കപ്പെട്ടിരുന്നു. റേഡിയോവിലെ വാർത്താബുള്ളറ്റിനുകൾ അദ്ദേഹത്തിന്റെ ചിന്തോദ്ദീപകമായ ചിന്തകളിലൊരെണ്ണത്തോടുകൂടിയാണ് എപ്പോഴും തുടങ്ങുകയും അവസാനിക്കുകയും ചെയ്യുക.

ടെലിവിഷൻ വാർത്തകൾ തുടങ്ങിയതും തുടർന്നതും ഒടുങ്ങിയതും അദ്ദേഹത്തിന്റെ ചിത്രത്തെ സാക്ഷിയാക്കിയായിരുന്നു. പൗരന്മാർക്ക് അദ്ദേഹത്തോടുണ്ടായിരുന്ന മരിക്കാത്ത സ്നേഹം പ്രഖ്യാപിക്കുന്ന കത്തുകളുടെ നാല് പുറങ്ങളെങ്കിലും ഉൾപ്പെടുത്തിയാണ് സ്ഥലത്തെ ഒരേയൊരു ദിനപത്രം പുറത്തിറങ്ങിയിരുന്നത്. എല്ലായിടത്തും സാന്നിധ്യമുണ്ട്, പക്ഷേ, അനഭിഗമ്യൻ. അതുകൊണ്ടായിരുന്നു ആ കൃത്യം അസാധ്യമായിരുന്നുവെന്ന് പറഞ്ഞത്.

എന്നിട്ടും അവൻ അതു സാധിക്കുകതന്നെ ചെയ്തു: മുതലകളെയും മംബാകളെയും റോമൻ ഗാർഡുകളെയും വെട്ടിച്ച് അവൻ വിജയകരമായി കൊട്ടാരത്തിനുള്ളിൽ കടന്നു. കണ്ണാടികൾ ഒരുക്കിയ കെണിയും ബുദ്ധിപരമായി മറികടക്കുന്നതിൽ അവൻ വിജയിച്ചു. ഒരു സാധാരണ പ്രക്ഷോഭകനെയോ അധികാര അട്ടിമറിക്ക് പ്രേരണ കൊടുക്കുന്ന ഒരുവനെയോ കൊല്ലുംപോലെ അയാൾ രാഷ്ട്രപിതാവിനെ വധിക്കുകയും ചെയ്തു. എന്നിട്ടവൻ മടങ്ങിപ്പോന്നു. നിരീക്ഷണഗോപുരങ്ങളെയും വലിച്ചുമാറ്റാവുന്ന പാലത്തെയും പച്ചമംബാകളെയും കറുത്ത മംബാകളെയും മുതലകളെയും റോമൻ ഗാർഡുകളെയും ഒഴിവാക്കി അവൻ മടങ്ങിപ്പോന്നു. രക്ഷപ്പെട്ടു! നാൽപ്പത്തിയെട്ടു മണിക്കൂറുകൾക്ക് ശേഷവും അവൻ സ്വതന്ത്രനായിരുന്നു.

... അപ്പോഴാണ് കിംവദന്തി വന്നത്, എവിടെ നിന്നാണെന്ന് ആർക്കും അറിയില്ലായിരുന്നു: അയാൾ പിന്തുടരപ്പെട്ടിരിക്കുന്നു. അയാളുടെ നീക്കങ്ങൾ അറിഞ്ഞിരിക്കുന്നു. അയാൾ ഒളിച്ചിരിക്കുന്ന ഗ്രാമം തിരിച്ചറിയപ്പെട്ടിരിക്കുന്നു; അയാൾ വലയം ചെയ്യപ്പെട്ടിരിക്കുന്നു. ഇത്തവണ അവൻ കടന്നുകളയില്ലതന്നെ!

കവചിത വാഹനങ്ങളും ജീപ്പുകളും ലോറികളും പട്ടാളക്കാരെയും കുത്തിനിറച്ച് വെളുപ്പിന് മൂന്നുണിക്കുതന്നെ പുറപ്പെട്ടു. ടാങ്കുകൾ അവ കടന്നുപോയ ഗ്രാമങ്ങളിലെ വീടുകൾക്ക് ചുറ്റും കറങ്ങുവാൻ മെനക്കെട്ടില്ല. രണ്ട് സ്ഥാനങ്ങൾക്കിടയിലെ ഏറ്റവും ചെറിയ ദൂരം ഒരു നേർരേഖയായിരിക്കും എന്നതായിരുന്നു ന്യായം: ടാങ്കുകൾ കടന്നുപോയ ഗ്രാമങ്ങൾ കത്തുകയായിരുന്നു, ധാന്യവിളകൾ നാമാവശേഷമാക്കപ്പെട്ടു. ടാങ്കുകളുടെ കാറ്റർപില്ലർ ചക്രങ്ങൾ വീഴ്ത്തിയ ചാലുകളിൽ ശവങ്ങൾ കുന്നുകൂടി. തോൽപ്പിക്കപ്പെട്ട ഒരു രാജ്യത്തെ വിജിഗീഷുകൾ തന്നെയായ അവർ അവരുടെ ലക്ഷ്യസ്ഥാനത്ത് എത്തുകതന്നെ ചെയ്തു. അവർ ഗ്രാമീണരെ തോക്കിന്റെ പാത്തികൾകൊണ്ടുണർത്തി. അവർ എല്ലായിടവും തെരഞ്ഞു. ധാന്യക്കലവറകൾ ശൂന്യമാക്കി. മരങ്ങളിലും തട്ടുകളിലും നോക്കി. അവർ തിരയുകയായിരുന്ന മനുഷ്യനെ അവർ കണ്ടില്ല. സൈനികമുഖ്യൻ കോപിഷ്ഠനായി, തൊപ്പിയുമായി ബന്ധിച്ചിരുന്ന താടിവള്ളിക്കു കീഴിൽ അയാളുടെ കഴുത്ത് പൊട്ടിത്തെറിക്കുമെന്ന നിലയിലായി:

'അവൻ ഇവിടെയുണ്ടെന്ന് എനിക്കറിയാം. നമ്മുടെ അനശ്വര നായകന്മാരുടെ നിരയിൽ എന്നെന്നും ഉണ്ടായിരിക്കുവാൻ പോകുന്ന നമ്മുടെ പ്രിയ സ്ഥാപകപ്രസിഡന്റിനെ കൊലപ്പെടുത്താൻ ധൈര്യപ്പെട്ട ആ തന്തയില്ലാത്തവൻ. ആ നശിച്ച കഴുവേറിക്ക് താടിയുണ്ടെന്നും അവന്റെ ഒരു കണ്ണിന് കാഴ്ചയില്ലെന്നും എനിക്കറിയാം. അവൻ ഒളിച്ചിരിക്കുന്നത് എവിടെയാണെന്ന് പത്തുമിനിറ്റുകൾക്കുള്ളിൽ നിങ്ങൾ എന്നോട് പറയുന്നില്ലെങ്കിൽ നിങ്ങളുടെ വീടുകളെല്ലാം ഞാൻ ചുട്ടെരിക്കും. എനിക്കുതോന്നുംപോലെ നിങ്ങൾ ഓരോരുത്തരെയും പിടിച്ച് മർദ്ദിച്ച് വെടിവച്ച് കൊല്ലും!"

ലോകാരംഭത്തിന് മുമ്പുണ്ടായിരുന്ന നിശ്ശബ്ദതയുടെ അത്ര ആഴമുള്ള ഒരു പേടിച്ചരണ്ട നിശ്ശബ്ദതയിലൂടെ ആ പത്തുമിനിട്ടുകൾ കടന്നുപോയി. തിരിച്ചടികൾക്ക് തുടക്കമിടാൻ പട്ടാളമേധാവി കൽപ്പനയിട്ടു. അവർ ഗ്രാമീണരെ പൊതിരെ തല്ലി. ചിലരെ കാലുകൾ ബന്ധിച്ച് അടിച്ചവശരാക്കി. മറ്റു ചിലരുടെ പച്ചമുറിവുകളിൽ ചുവന്ന എരിവുപൊടി തേച്ചുകൊടുത്തു. ഇനിയും ചിലരെ നിർബന്ധിച്ച് ചുടുചാണകം തീറ്റിച്ചു... വേട്ടയാടപ്പെട്ട ആ മനുഷ്യനെ ഗ്രാമീണർ അപലപിച്ചില്ല. അങ്ങനെ അവർ ഗ്രാമത്തിലെ എല്ലാ വീടുകളും ചുട്ടെരിച്ചു. ധാന്യകൃഷികളും കത്തിച്ചുകളഞ്ഞു — ജനങ്ങൾക്ക് ഭക്ഷിക്കുവാൻ കാര്യമായിട്ടൊന്നും കിട്ടാനില്ലാത്ത ഒരു രാജ്യത്തിന്റെ ഒരു വർഷത്തെ അധ്വാനത്തിന്റെ ഫലങ്ങളായിരുന്നു അവയെല്ലാം. ഗ്രാമീണർ എന്നിട്ടും അവർക്ക് അവർ അന്വേഷിച്ച വിവരം നൽകിയില്ല. വാസ്തവത്തിൽ അവരുടെ നിശ്ശബ്ദതയ്ക്കുള്ള കാരണം വളരെ ലളിതമായിരുന്നു: ആ കൃത്യം നിർവ്വഹിച്ചതാരാണെന്ന് അവർക്ക് അറിഞ്ഞുകൂടായിരുന്നു.

അയാൾ തനിച്ചായിരുന്നു അത് ചെയ്തത്. വായിച്ചും പഠിച്ചും ആസൂത്രണം ചെയ്തും തന്റെ തയ്യാറെടുപ്പുകളുമായി അയാൾ മാസങ്ങളാണ് ചെലവഴിച്ചത്. പിന്നീട് അയാൾ ഒരു കള്ളത്താടി വച്ചു, ഇടതു കണ്ണ് ഒരു കഷ്ണം കറുത്ത തുണികൊണ്ട് മറച്ചു, ഒരു കടൽക്കൊള്ളക്കാരനെപ്പോലെ. ദുർഗ്ഗമമായ കൊട്ടാരം ഭേദിച്ചു കടന്നുചെല്ലേണ്ടതെങ്ങനെയെന്നും ആ മഹാസ്വേച്ഛാധിപതിയെ വധിക്കേണ്ടതെങ്ങനെയെന്നും അവൻ കണ്ടെത്തിയിരുന്നു. അവൻ അത് നിർവ്വഹിച്ച രീതി വളരെ ലളിതമായിരുന്നു. എത്രതന്നെ മർദ്ദനമേറ്റാലും അത് ഒരിക്കലും വെളിപ്പെടുത്തില്ലെന്ന് അയാൾ തന്നോടുതന്നെ പ്രതിജ്ഞ ചെയ്തിരുന്നു. എന്തെന്നാൽ, അത് ഇനിയും ഉപയോഗിക്കേണ്ടിവന്നേക്കാം. പക്ഷെ, പട്ടാളക്കാരെ തന്റെ ഗ്രാമത്തിൽ കണ്ടപ്പോൾ അയാൾ ഞെട്ടി. അയാളെ അവർ ശരിക്കും തിരിച്ചറിഞ്ഞിട്ടുണ്ടായിരുന്നുവോ അതോ അവർ വെറുതെ മടയരാക്കുകയായിരുന്നോ? അവർക്ക് അയാൾ ആരായിരുന്നുവെന്ന് അറിയുമായിരുന്നില്ലെന്ന് വ്യക്തം — അവർക്കുമുമ്പിൽ നിൽക്കുകയായിരുന്ന, താൻ ചെയ്തത് എന്ത് എന്നതിനെപ്പറ്റി തീർത്തും അജ്ഞരായിരുന്ന തന്റെ ഗ്രാമീണരുടെ ഇടയിൽ നിൽക്കുകയായിരുന്നു —

അയാൾ — വൃത്തിയായി ഷേവ് ചെയ്ത്. തന്റെ രണ്ടുകണ്ണുകളോടും കൂടി അടുത്തതായി എന്താണ് സംഭവിക്കുന്നതെന്ന് കാണുവാൻ കാത്തുകൊണ്ട് അവൻ അവിടെനിന്നു.

പട്ടാളക്കാരുടെ ചുമതലയുണ്ടായിരുന്ന ഉദ്യോഗസ്ഥൻ, ഒരു കമാണ്ടർ, തന്റെ ഇരകളുടെ നിശ്ശബ്ദതയ്ക്കുമുമ്പിൽ കൂടുതൽ രോഷാകുലനായി:

“അവസാനമായി ഞാൻ ആവർത്തിക്കുന്നു! അവൻ — നമ്മുടെ പ്രിയ ആജീവനാന്ത പ്രസിഡന്റിനെ, നമ്മുടെ പാർട്ടിയുടെ സ്ഥാപകനെ, രാഷ്ട്രനേതാവിനെ കൊന്ന ഈ തന്തയില്ലാത്ത, അരിയോ പറിയോ ഇല്ലാത്ത ഈ ഒറ്റക്കണ്ണൻ പുലയാടിമോൻ ഒളിച്ചിരിക്കുന്നത് എവിടെയാണെന്ന് നിങ്ങൾ എന്നോട് പറയുന്നില്ലെങ്കിൽ, ഓരോരുത്തരെയും എന്റെ ഇഷ്ടാനുസരണം വെടിവച്ച്കൊല്ലും! ഞാൻ നിങ്ങൾക്ക് അഞ്ച് മിനിട്ടുകൾ തരുന്നു!”

അദ്ദേഹം തന്റെ ക്വാർട്സ് വാച്ചിൽ വികാരതീക്ഷ്ണതയോടെ നോക്കി. രണ്ട് മിനിറ്റ്. ഒരു മിനിറ്റ്. മുപ്പത് സെക്കന്റ്.

“ഞാൻ തീർത്തു പറയുന്നു, കമാണ്ടർ,’ ഗ്രാമമുഖ്യൻ കേണു പറഞ്ഞു, “ഞങ്ങൾക്ക് അയാളെ അറിയില്ല. അയാൾ ഞങ്ങളുടെ ഗ്രാമത്തിൽ ഇല്ലെന്നും ഞങ്ങൾ തീർത്തുപറയുന്നു.”

“നിങ്ങൾക്കിത് വളരെ മോശം. എനിക്കുതോന്നുംപോലെ ഒരുത്തനെ ഞാൻ പിടിച്ച് നിങ്ങളുടെ മുമ്പിൽവച്ച് വെടിവച്ച് കൊല്ലാൻ പോവുകയാണ്. അതുകണ്ട്, ഒരുപക്ഷേ, നിങ്ങൾ മനസിലാക്കും. ദാ നീ, അവിടെ!”

കമാണ്ടർ അവന്റെ നേർക്ക് ചൂണ്ടുകയായിരുന്നു. എന്നും അത് പ്രതീക്ഷിച്ചിട്ടുണ്ടായിരുന്നവനെപ്പോലെ അവൻ അതുകണ്ട് ഞെട്ടിയില്ല. ഉള്ളിന്റെയുള്ളിൽ അതുതന്നെയാണ് അവന് വേണ്ടിയിരുന്നത്. എന്തെന്നാൽ, തന്റെ സ്ഥാനത്ത് മരിക്കുവാൻ മറ്റാരെയെങ്കിലും അനുവദിച്ചാൽ ശേഷിക്കുന്ന ജീവിതത്തിൽ സ്വസ്ഥമായ മനഃസാക്ഷിയുമായി ജീവിക്കാൻ ആവുമോ എന്ന് അയാൾക്ക് സംശയമായിരുന്നു. അയാൾ സന്തുഷ്ടനായിരുന്നു, ഉള്ളിലുള്ള രഹസ്യത്തോടൊപ്പം മരിക്കാമല്ലോ എന്ന സംതൃപ്തിയെക്കുറിച്ചോർത്ത്.

‘ഗ്രാമമുഖ്യന്റെയും കൂടെയുള്ള ഗ്രാമീണരുടെയും പിടിവാശി കാരണം ബലികഴിക്കപ്പെടുന്ന നിരപരാധിയായ ജാമ്യത്തടവുകാരനായിരിക്കും നീ. അവനെ ഒരു മരത്തോട് ചേർത്തുകെട്ടി വെടി വയ്ക്കൂ!”

അവർ അവനെ പിടിച്ച് ചവിട്ടുകയും തോക്കിന്റെ പാത്തികൾ കൊണ്ട് അടിക്കുകയും ചെയ്തു. അവർ അവനെ ബയണറ്റുകൾ കൊണ്ട് കീറിമുറിച്ചു. അവനെ തറയിലൂടെ വലിച്ചിഴച്ചുകൊണ്ടുപോയി ഒരു മാവിൽ കെട്ടി. അയാളുടെ ഭാര്യ വിളിച്ചലച്ചുകൊണ്ട് അവനിൽ പതിച്ചപ്പോൾ അവർ അവളെ ക്രൂരമായി പിടിച്ചു വലിച്ചുമാറ്റി. നാല് പട്ടാളക്കാർ ഉന്നം പിടിച്ചു.

'ഒരു അവസാന സമയം, ഘാതകൻ ഒളിച്ചിരിക്കുന്നത് എവിടെയാണെന്ന് ഞങ്ങളോട് പറയൂ.'

'എനിക്കറിയില്ല, കമാണ്ടർ,' ഗ്രാമമുഖ്യൻ കേണുപറഞ്ഞു.

'ഫയർ!'

അവന്റെ നെഞ്ച് മുന്നോട്ട് ചെറുങ്ങനെ തെറിച്ചു. പിന്നെ അവൻ ശബ്ദമൊന്നുമുയർത്താതെ കുഴഞ്ഞുവീണു.

അവർ ഇനി ഒരിക്കലും അയാളെ കണ്ടെത്തുകയില്ല!

പുക നീങ്ങി. പരുക്കൻ വടങ്ങളിൽ കുഴഞ്ഞുവലിഞ്ഞുനിന്ന ആ ശരീരം നോക്കി ഗഹനവും മൂർച്ഛിച്ചതുമായ ഒരു നിശ്ശബ്ദതയിൽ ആണ്ടുമുങ്ങി ഗ്രാമീണർ നിന്നു. തന്റെ ഭീഷണി നടപ്പിലാക്കിയിട്ട് കമാണ്ടർ അവരുടെ മുമ്പിൽ നിന്നു. അവരെ ഇനി എന്തുകൊണ്ട് ഭീഷണിപ്പെടുത്തും എന്ന് അത്ര തീർച്ചയില്ലാതെ അയാൾ അറച്ചു. തന്റെ ഉള്ളിലുയർന്ന സംഭ്രമത്തിന് കീഴ്പ്പെട്ടിട്ട് അയാൾ കുറഞ്ഞത് അയാളുടെ പദവിയുടെ അന്തസ്സ് നിലനിർത്താനെങ്കിലും പാടുപെട്ടു.

'ഓക്കെ?' അയാൾ ചോദിച്ചു.

ഒടുവിൽ ഗ്രാമീണർ വീണ്ടും അയാളെക്കുറിച്ച് ബോധവാന്മാരായി.

'എന്ത് ഓക്കെ?' ഗ്രാമമുഖ്യൻ കോപത്തോടെ അലറി. 'നിങ്ങൾ തിരയുന്ന മനുഷ്യനെ ഞങ്ങൾക്കറിയില്ലെന്ന് ഞാൻ പറഞ്ഞുവല്ലോ. നിങ്ങളെന്നെ വിശ്വസിച്ചില്ല. ഞങ്ങളിലൊരുവനെ നിങ്ങളിതാ കൊല്ലുകയും ചെയ്തിരിക്കുന്നു. കൂടുതലായി ഞാൻ എന്തുപറയാൻ!'

മറുപടിയായി കമാണ്ടർ ഒന്നുംതന്നെ കണ്ടെത്തിയില്ല. അയാൾ തന്റെ കാൽപ്പാദങ്ങളിൽ നിന്ന് ആടി, അടുത്തതായി എന്തുചെയ്യും എന്ന് തീർച്ചയില്ലാതെ ഒടുവിൽ അയാൾ പട്ടാളക്കാരോടായി കൽപ്പിച്ചു പറഞ്ഞു:

"അറ്റൻഷൻ! വരിവരിയായി നിൽക്കൂ! വേട്ട തുടരുകയാണ്. ആ തന്തയില്ലാത്തവൻ അടുത്ത ഗ്രാമത്തിൽ ഒളിച്ചിരിക്കുന്നുണ്ടാവാം. ഇനി പാഴാക്കാൻ സമയമില്ല. മുന്നോട്ട് മാർച്ച് ചെയ്യൂ!'

എന്നിട്ട് ഗ്രാമീണരുടെ നേർക്ക് തിരിഞ്ഞുകൊണ്ട് അയാൾ അലറി: "ഞങ്ങൾ അവനെ കണ്ടുപിടിക്കും, ആ തന്തയില്ലാത്തവന്റെ മോനെ എവിടെയോ അവൻ ഒളിച്ചിരിക്കട്ടെ, ഞങ്ങളവനെ പുറത്തുചാടിക്കും. ഞങ്ങളവന്റെ അരികളും ചെവിയും നഖങ്ങളും കണ്ണുകളും പറിച്ചെടുക്കും. അവന്റെ ഭാര്യയുടെയും അമ്മയുടെയും മക്കളുടെയും മുമ്പിൽ ഞങ്ങളവനെ നഗ്നനായി പരസ്യമായി കെട്ടിത്തൂക്കും. പിന്നെ ഞങ്ങളവനെ പട്ടികളെക്കൊണ്ട് തീറ്റിക്കും. ഇക്കാര്യത്തിൽ എന്റെ വാക്ക് വാക്കാണ്."

ജീപ്പുകളും ടാങ്കുകളും നീങ്ങിയകന്നു. 'ആ മനുഷ്യനെ' തിരഞ്ഞ് അവയെല്ലാം മറ്റെങ്ങോട്ടോ പോയി.

അവർ ഇപ്പോഴും അയാളെ തിരയുകയാണ്. അയാളുടെ സാന്നിധ്യം അവർ തിരിച്ചറിയുന്നുണ്ട്; അയാൾ എവിടെയോ ഒളിച്ചിരിക്കുകയാണ്;

പക്ഷേ എവിടെ? 'ആ മനുഷ്യനെ'ക്കുറിച്ച് സംസാരിച്ച് കേൾക്കുമ്പോഴൊക്കെ സ്വേച്ഛാധിപത്യത്തിന്റെ ഞെരുക്കങ്ങളിലമർന്ന ജനങ്ങൾക്ക് ഹൃദയമിടിപ്പ് വേഗത്തിലാകും. രാജ്യം മുമ്പത്തെക്കാളും പൊലീസുകാരെക്കൊണ്ട് നിറഞ്ഞു. ചാരന്മാരും വിവരങ്ങൾ ചോർത്തിക്കൊടുക്കുന്നവരും വാടകക്കൊലയാളികളും തലങ്ങും വിലങ്ങും നടന്നു. തന്റെ ആദർശത്തോട് പൂർണ്ണമായും കൂറുള്ള തന്റെ ഗോത്രക്കാരായ ആളുകളെ തന്നെ സെക്യൂരിറ്റിക്കാരുടെ തലവന്മാരാക്കി. എന്നിട്ടും, പുതിയ പ്രസിഡന്റ് രണ്ടാമത്തെ പ്രിയ രാഷ്ട്രപിതാവ്, സ്ഥാപകപിതാവിന്റെ പുണ്യദൗത്യം തുടർന്നുകൊണ്ട് പോകുവാൻ അധികാരപ്പെടുത്തിയ ആൾ പുറത്തിറങ്ങാൻ ധൈര്യപ്പെടുന്നതേയില്ല. ബാധയുടെ ശക്തി കുറയ്ക്കുവാനായിട്ട്, താൻ വധിക്കപ്പെടാനാവാത്തവനും അനശ്വരനുമാണെന്ന് സ്വയം പ്രഖ്യാപിക്കുന്ന ഒരു കൽപ്പന അദ്ദേഹം പുറപ്പെടുവിച്ചിരിക്കുകയാണ്. എന്നിരുന്നാലും അദ്ദേഹം തന്റെ കൊട്ടാരത്തിന്റെ ആഴങ്ങളിലെവിടെയോ ഒളിച്ചിരിക്കുകയാണ് — ചുറ്റിത്തിരിപ്പിക്കുന്ന വഴികളും ഇടനാഴികളും കണ്ണാടികളും പ്രതിബിംബങ്ങളുമെല്ലാം നിറഞ്ഞ കൊട്ടാരത്തിൽ. അയാൾ ഭിത്തികൾക്കുള്ളിലാണ് — വളരെക്കാലമായി അടിച്ചമർത്തപ്പെട്ടിരിക്കുന്ന സ്വാതന്ത്ര്യം ഒടുവിൽ അണപൊട്ടിയൊഴുകുമാറ് 'ആ മനുഷ്യൻ' അയാളെ അടിച്ചുവീഴ്ത്താൻ തന്റെ പുതിയ ഊഴത്തിൽ പൊടുന്നനെ എപ്പോഴാണ് പ്രത്യക്ഷപ്പെടുക എന്നറിയാതെ.

ഇല്ല എന്നു പറയുകയും കാവലോടെ ഇരിക്കുകയും ചെയ്യുന്ന ഒരു നാടിന്റെ പ്രതീക്ഷയായ 'ആ മനുഷ്യൻ'.....

ആഫ്രിക്കൻ കഥ (ടാൻസാനിയ)

ടോൽലോൽവ മാർടി മൊല്ലേൽ

പുറത്ത് ഒരു രാത്രി

ടാൻസാനിയായിൽ ജനിച്ച **ടോൽലോൽവ മാർടി മൊല്ലേൽ** നിരവധി ചെറുകഥകൾ രചിച്ചിട്ടുണ്ട്. കാനഡയിലെ ആൽബെർടാ യൂണിവേഴ്സിറ്റിയിൽ നാടകം പഠിപ്പിക്കുന്നു. ബിബി സി യിലും ***ഗ്രീൻഫീൽഡ് റിവ്യൂ, കുറപിപി, ഒക്കിക്കേ*** തുടങ്ങിയ പ്രസിദ്ധീകരണങ്ങളിലും കഥകൾ വന്നിട്ടുണ്ട്.

ഒരു നീണ്ട നിമിഷനേരത്തേക്ക് മിക്കാ അസ്കൃതയോടെ ഇരുന്നു. അയാൾക്ക് സ്വതേയുള്ള ആത്മവിശ്വാസം ഇല്ലാതെ, ചാരായം അയാളുടെ സിരകളിൽ പാടുന്നുണ്ടായിരുന്നുവെങ്കിലും. പക്ഷേ, പെട്ടെന്ന്, തന്റെ അസുഖകരമായ അവസ്ഥയാൽ താനൊരു മടയനാണെന്ന് തോന്നിയിട്ട്, അയാൾ മുരടനക്കി, ശകലം ഉച്ചത്തിൽ തന്നെ, എന്നിട്ട് ഒരുമ്പെട്ടു: 'എന്താ നിന്റെ പേര്?'

'മാമ തുമൈനി' (തുമൈനിയുടെ അമ്മ)

അവൾ കണ്ണുകൾ ഉയർത്താതെ തറയിൽ പായയിൽ കുഞ്ഞിനെ ഉറക്കുന്നതിൽ വ്യാപൃതയായി. തികച്ചും അപ്രതീക്ഷിതമായി, കുഞ്ഞ് ചുമയ്ക്കാൻ തുടങ്ങി. ആ കുഞ്ഞുശരീരത്തെ കോച്ചിവലിച്ച ക്ഷുബ്ധവും അള്ളിപ്പറിക്കുന്നതുമായ ഒരു പൊട്ടിത്തെറി.

മിക്കാ മുന്നോട്ടാഞ്ഞു. കുഞ്ഞിനെ സ്പർശിച്ചു. അവന്റെ പുരികം നനവാർന്നതും പനികൊണ്ട് തപിച്ചതുമായിരുന്നു. 'അവന് ചികിൽസ കിട്ടിയോ?' അയാൾ ചോദിച്ചു; നിഷ്പക്ഷമായി ചോദിക്കുവാൻ ഒരു കാര്യമുണ്ടായല്ലോ എന്ന് ആശ്വസിച്ചുകൊണ്ട്.

'എടുക്കാൻ ഒരു ആസ്പിരിൻ പോലുമില്ല ഡിസ്പെൻസറിയിൽ' അവൾ പ്രതിവചിച്ചു.

അമ്മയുടെ സാന്ത്വനപ്പെടുത്തലിൽ, ഒടുവിൽ, തുമൈനി എന്ന കുട്ടി അനക്കമറ്റുകിടന്നു, ഉറക്കത്തിൽ, അവന്റെ ശ്വാസം കിറുകിറാ അകത്തേക്കും പുറത്തേക്കും. മാമതുമൈനി അവളെ ഒരു *ഖംഗാ*യിൽ പൊതിഞ്ഞു. പിന്നെ ഒരു കൊതുകുതിരി കത്തിച്ചു. പായയ്ക്കുമീതെ പരന്നുകൊണ്ട് പുക ചുരുളായി ഉയർന്നു. കുഞ്ഞ് അനങ്ങുകയും തുമ്മുകയും ചെയ്തു. അമ്മ പതിയെ കുത്തിയിരുന്നുകൊണ്ട് അവനെ പുറത്തടിച്ച് ഉറക്കി.

'ദൈവം നിനക്ക് ആരോഗ്യം തരട്ടെ, എന്റെ കൊച്ചുകുട്ടാ', അവർ പിറുപിറുത്തു, 'ദൈവം നിനക്ക് ആരോഗ്യവും ശക്തിയും തരട്ടെ, അമ്മയുടെ നല്ല കൊച്ചുപട്ടാളക്കാരാ!'

'എന്തുകൊണ്ട് പട്ടാളക്കാരൻ...?' മിക്കാ ചോദിച്ചു, പ്രത്യേകിച്ചൊന്നും ഉദ്ദേശിക്കാതെ.

'അതെ, പട്ടാളക്കാർ പട്ടിണി കിടക്കാറില്ല, അവർക്ക് അസുഖവും വരാറില്ല'. സ്വരഭേദമില്ലാത്ത ലാളിത്യത്തിൽ അവൾ പറഞ്ഞു. ഒരു കുട്ടി സംസാരിക്കും പോലെയായിരുന്നു അത്.

'അതെ, അവർ പട്ടിണി കിടക്കാറില്ല', മിക്കാ പറഞ്ഞു. 'അവർ വധിക്കപ്പെടുന്നു.'

'നമ്മുടേതായ ഈ പേരറിയാത്ത ദുഃഖസ്ഥിതിയെക്കാൾ നല്ലത് മരിക്കുന്നതുതന്നെ. അവൾ തിരിച്ചടിച്ചു. പതുക്കെയുള്ള ഈ മരണത്തെയും രോഗംകൊണ്ടും വിശപ്പുകൊണ്ടുമുള്ള ഈ എരിഞ്ഞടങ്ങലിനെയുംകാൾ നല്ലതാണ് തലയ്ക്കുള്ളിലേക്ക് ഒരു വൃത്തിയുള്ള വെടിയുണ്ട പൊടുന്നനെ കയറുന്നത്!'

'ഓ, പട്ടാളക്കാരും പട്ടിണി കിടക്കാറുണ്ട്, കേട്ടോ, തിന്നാൻ ഒന്നും ഇല്ലാത്തപ്പോൾ....', മിക്കാ കഠിന ഹൃദയത്തോടെ പറഞ്ഞു.

പക്ഷേ, അവൾ അവളുടെ ചിന്തകളിൽ മുഴുകി ഇരിക്കുകയായിരുന്നു. അവൾ കേട്ടിട്ടുണ്ടാവില്ല. പിന്നീട് മുറിയിൽ തനിച്ച് തന്നോടെന്നപോലെ അവൾ പറഞ്ഞു 'തുമൈനിയുടെ അച്ഛൻ ഒരു പട്ടാളക്കാരനായിരുന്നു...'

'ആയിരുന്നോ...?' മിക്കാ ചോദ്യം വിട്ടു.

'... അയാൾ ശരിക്കും ഒരു കാളക്കുട്ടൻ തന്നെയായിരുന്നു. ജീവിതം അപ്പോൾ ഏറെ എളുപ്പമായിരുന്നു, അയാൾ അടുത്തുണ്ടായിരുന്നപ്പോൾ. അയാൾ എനിക്ക് ഒരച്ഛനെപോലെയായിരുന്നു. എന്റെ അമ്മയ്ക്ക്, ഞങ്ങൾക്കെല്ലാവർക്കും. ഇപ്പോൾ ജീവിക്കാൻ അത്രയ്ക്കൊരു പണിയായിരിക്കുന്നു. ഓരോ ചെറിയ കാര്യത്തിനും വളരെ പണിപ്പെടണം. എല്ലാം, എല്ലാം, അതുകണ്ടെത്താൻ കഴിയുമെങ്കിൽ, ചോരകൊടുത്ത് വാങ്ങിക്കണം! തുമൈനിയുടെ അച്ഛൻ ഇപ്പോഴും അടുത്തുണ്ടായിരുന്നെങ്കിൽ...' അവൾ

പൊട്ടിക്കരയുന്നിടത്തോളംവരെ ചെന്നെത്തി എന്നുതോന്നി, അവൾ, പക്ഷേ, പൊട്ടിക്കരഞ്ഞില്ല.

'എന്തിന്, അയാൾ മരിച്ചു?' മിക്കാ ചോദിച്ചു, വെറും ജിജ്ഞാസ കൊണ്ട്, അയാളുടെ ശബ്ദം വളരെ ഉച്ചത്തിലുള്ളതും ആ സ്ത്രീയുടെ വിരസമായ ദുഃഖത്തിന്റെ സ്പർശമേൽക്കാത്തതുമായിരുന്നു.

'എനിക്കു പറയാൻ വയ്യ, ദയവായി... എന്നോട് ചോദിക്കരുത്,' അവൾ കേണപേക്ഷിച്ചു. പിന്നീട് അവൾ കരയാൻ തുടങ്ങി. എന്നിട്ട് അവളുടെ കണ്ണീരിലൂടെ പറഞ്ഞു. 'അദ്ദേഹം ഉഗാണ്ടയിലേക്കാണ് പോയത്, യുദ്ധത്തിന്. അദ്ദേഹം ജീവിച്ചിരിപ്പുണ്ടാകാം, അദ്ദേഹം മരിച്ചിട്ടുണ്ടാകാം...'

മിക്കാ ഒന്നും പറഞ്ഞില്ല. തുമൈനി എന്ന കുട്ടി വീണ്ടും നിശ്ചലനായി. അവന്റെ അമ്മയുടെ കൈ അപ്പോഴും അവന്റെ പുറത്ത് അലസമായി തട്ടിക്കൊണ്ടിരിക്കുകയായിരുന്നു. ഒടുവിൽ മാമ തുമൈനി നിവർന്നു. മുറിയിലെ ചെറിയ പാട്ടവിളക്ക് അണച്ചു. ഇരുട്ടിൽ അവൾ അവളെ വിധേയയാക്കി, നിശ്ശബ്ദയായി, കർത്തവ്യബോധത്തോടെ, തൊഴിൽപരമായിട്ട്. പക്ഷേ, പിന്നീട്, മിക്കാ അവന്റെ ശരീരം അവളിൽ നിന്നും ഉരുട്ടി മാറ്റിയപ്പോൾ, കീഴ്പെടുത്തിയതിന്റേതായ ആ വികാരമൊന്നും ഉണ്ടായിരുന്നില്ല. പൂർണ സംതൃപ്തിയുണ്ടായിരുന്നുവെങ്കിലും, ഏറെ സന്തോഷമൊന്നുമില്ലാതെ അയാൾ മലർന്നു കിടന്നു, അവ്യക്തമായ തഞ്ചക്കേടിൽ. പായയിൽ നിന്നുള്ള പണിപ്പെട്ടുള്ള ശ്വസനം അയാളുടെ കാറ്റഴിഞ്ഞ അവസ്ഥയ്ക്ക് കനം കൂട്ടി.

ഒടുവിൽ എപ്പോഴാണയാൾ ഉറക്കത്തിലേക്ക് വീണതെന്ന് അയാൾ അറിഞ്ഞില്ല. താൻ എവിടെയാണെന്നറിയാത്ത ഒരാളുടെ പരിഭ്രമത്തോടെ പിന്നെ ഉണർന്നു. അരികിൽ മാമ തുമൈനിയുടെ ശരീരം സ്പർശിക്കുന്നതുവരെ താൻ എവിടെയായിരുന്നുവെന്ന് അയാൾ ഓർത്തില്ല.

കിടക്കയിൽനിന്നും പുറത്തുചാടി അയാൾ ഒരു സിഗരറ്റിനു തീ കൊളുത്തി. കൊതുകുതിരി എരിഞ്ഞമർന്നിരുന്നു. കൊതുകുകൾ രോഷത്തോടെ മൂളിപ്പറന്നു. ഇരുട്ടിൽ നെറ്റിചുളിച്ചുകൊണ്ട് അയാൾ ഇരുന്നു. എന്തോ അയാളെ ചുറ്റിക്കുന്നുണ്ടായിരുന്നു. എന്താണെന്ന് അയാൾക്ക് അറിയാമായിരുന്നില്ലെങ്കിലും. പെട്ടെന്നയാൾ മുറിയിലെ നിശ്ശബ്ദതയെക്കുറിച്ച് ബോധവാനായി.

ഉണങ്ങിയ വായയോടെ, മങ്ങിത്തുടിക്കുന്ന ശിരസോടെ, അയാൾ എഴുന്നേറ്റു, സിഗരറ്റ് അണച്ചുകൊണ്ട് അയാൾ പായയുടെ അടുത്തേക്കുചെന്നു. ആ കുട്ടിയിൽനിന്ന് ഒരു ശബ്ദവും ഉണ്ടായിരുന്നില്ല. ഇരുട്ടിൽ അയാൾക്കൊരു മൂകമായ അവ്യക്തത മാത്രമേ തിരിച്ചറിയാൻ കഴിഞ്ഞുള്ളൂ. പക്ഷേ വിളക്കുകത്തിക്കുന്നതിന് ഒരു തീപ്പെട്ടിക്കോലുരസാൻ അയാൾ ധൈര്യപ്പെട്ടില്ല. അയാൾ കൈ ആ കുഞ്ഞിന് നേർക്കുനീട്ടി. അയാളുടെ കണ്ണുകൾ, ക്രമേണ ഇരുട്ടിനോട് പഴകിയിട്ട്, ആ കുഞ്ഞ് ശരീരത്തെ ആകർഷണത്തോടെ നോക്കി. തന്റെ സ്പർശനത്തിൽ നിർജ്ജീ

വവും തണുത്തതുമായ അതിന്റെ രൂപം പ്രഭാത വെളിച്ചത്തിന്റെ ആദ്യത്തെ കുത്തിയിറങ്ങലുകളിൽ തെളിഞ്ഞുവരുന്നുണ്ടായിരുന്നു.

മാമ തുമൈനി അനങ്ങി. അവ്യക്തമായി എന്തോ പറഞ്ഞു. വീണ്ടും ഉറക്കത്തിലേക്കുപോയി. അവളുടെ ശ്വസനം ആഴമുള്ളതാകുന്നതുവരെ മിക്കാ കാത്തു. കിടക്കയിൽ വീണ്ടും അതീവശ്രദ്ധയോടെ ഇരിക്കുന്നതിന് മുമ്പുവരെയും. പിന്നെ മറ്റൊരു സിഗരറ്റ് കത്തിച്ചു. അയാളുടെ മനസ്സ് തിരക്കിലായിരുന്നു.

പിന്നെ പതുക്കെ നീങ്ങി തറയിൽ ഉന്മത്തമായ ഒരു കൂനയായി കൂട്ടിയിരുന്നിടത്തുനിന്നും അയാൾ തന്റെ വസ്ത്രങ്ങൾ എടുത്തു. വസ്ത്രമണിഞ്ഞ്, അയാൾ തെല്ലിട നിന്നു. അയാളുടെ കണ്ണുകൾ അനവധാനതയോടെ ആ കുഞ്ഞിന്റെ ശരീരം തിരയുന്നുണ്ടായിരുന്നു. ഇല്ല, അയാൾ ഉടനെ അവിടം വിട്ടുപോകണം. അയാൾ അയാളെ ത്വരിതപ്പെടുത്തി. ദുഃഖാചരണത്തിലും സംസ്കാര ചടങ്ങുകളിലും കുടുങ്ങിപ്പോകുന്നത് നന്നാകില്ല. അതിലർഥമില്ല. അത് അയാളെ വീണ്ടും താമസിപ്പിക്കും. ഏതായാലും അയാൾ ചിന്തിക്കുന്നുണ്ടായിരുന്നു. ആ കുട്ടി അയാൾക്ക് എന്തായിരുന്നു, അല്ലെങ്കിൽ അക്കാരണത്താൽ തന്നെ ആ അമ്മ? യാന്ത്രികമായി അയാൾ തന്റെ പേഴ്സ് പുറത്തെടുത്തു. നിരവധി നോട്ടുകൾ പറിച്ചെടുത്ത് അത് എത്രയുണ്ടെന്ന് തിട്ടപ്പെടുത്താൻ ഒരു ശ്രമവും നടത്താതെ ആ പണം കിടക്കയ്ക്കരികിലെ ഒരു സ്റ്റൂളിൽ വച്ചിട്ട് അതിന് മുകളിൽ ഭാരമായി ആ വിളക്കും എടുത്തുവച്ചു.

അയാൾ കുറ്റിതട്ടിയപ്പോൾ ആ വാതിൽ കരഞ്ഞു. അയാൾ തെല്ലിട നിന്നു. അയാളുടെ ഹൃദയം ഇടിക്കുന്നുണ്ടായിരുന്നു. അയാൾ കാതുകൾ കിടക്കയിലേക്ക് കൂർപ്പിച്ചു.

മാമ തുമൈനി അനങ്ങി. 'അതാ പോകയാണോ?' അവൾ അയാളോട് ചോദിച്ചു.

'അതെ;' അയാൾ മറുപടി പറഞ്ഞു.

'ഇത്ര നേരത്തെ?'

'വാഹനയാത്ര ഒരു പ്രശ്നമാണെന്നറിയാമല്ലോ, എനിക്കാണെങ്കിൽ ഇന്നുതന്നെ പോകണം.'

എന്തുംവരട്ടെ, ഇന്നുതന്നെ പുറപ്പെട്ട് രാത്രിയോടെ അയാൾക്ക് ദാർ എ സ്സലാമിൽ എത്തേണ്ടതുണ്ടായിരുന്നു. രണ്ടുദിവസമായി ഈ ഇരുണ്ട കൊച്ചുപട്ടണത്തിൽ അയാൾ മുങ്ങിപ്പോയിരുന്നു. പെട്രോൾ ക്ഷാമം വാഹനഗതാഗതം മുടക്കിയതും ചെറിയ പട്ടണം യാത്രക്കാരെക്കൊണ്ട് പെരുകിയതുമായിരുന്നു കാരണം. വാഹനം തേടി ആശയറ്റവനെപോലെ പട്ടണത്തിൽ ചവിട്ടിത്തിമിർക്കുകയായിരുന്ന വിയർപ്പൊഴുകുന്ന കൂട്ടങ്ങളിൽനിന്നും രക്ഷപ്പെടുന്നതിന് വേണ്ടിയായിരുന്നു വൈകിട്ട് അൽപ്പം ഉല്ലാസത്തിനും പരിപാടിക്കുമായി അയാൾ തലേന്ന് തീരുമാനമെടുത്തത്. തന്റെ മനഃസ്താപത്തിന് പറ്റിയ പ്രത്യൗഷധമായി മദ്യം അയാളെ ആകർഷിച്ചു. ബിയർ ആയിരുന്നു അയാൾക്ക് ഇഷ്ടം. പക്ഷേ അതിനു

വേണ്ടിയുള്ള തിരച്ചിലിന് തുടക്കത്തിലേ പ്രതീക്ഷ നശിച്ചിരുന്നു. പട്ടണത്തിൽ ബിയർ ഉണ്ടായിരുന്നില്ല. അയാൾ ആദ്യം കയറിയ ബാറിൽ നിന്നു തന്നെ വിവരം കിട്ടി. നഗരത്തിലേക്കുള്ള പാലത്തിന് മുകളിൽ ബിയറുമായി വന്ന ട്രക്ക് തകർന്നിരുന്നു. ട്രക്ക് ഇപ്പോഴും അവിടെ കിടക്കുകയാണ്. ഉപയോഗശൂന്യമായ ഒരു ലോഹ പിണ്ഡമായി. മിക്കാക്ക് അത് വിശ്വസിക്കാൻ വയ്യായിരുന്നു. മിക്കവാറും അത് തന്നെയാണ് സത്യമെന്ന് അയാൾ സംശയിച്ചുവെങ്കിലും. ഒരു തുള്ളി ബിയറിനുവേണ്ടി തന്റെ ചെറുവിരൽപോലും കൊടുക്കുമായിരുന്നു അയാൾ. അങ്ങനെ അയാൾ പട്ടണം മുഴുവനും പോയി, അതിന് അധികസമയമൊന്നും വേണ്ടിവന്നില്ല — ബസ്സ്റ്റോപ്പിന് പുറമെ പട്ടണമെന്ന് പറയാൻ ഏറെയൊന്നുമുണ്ടായിരുന്നില്ല എന്നതിനാൽ.

മനോവിഷമമുണ്ടാക്കുന്ന, പൊടിനിറഞ്ഞ, ഇടുങ്ങിയ ഏതാനും ഇടവഴികളായിരുന്നു പട്ടണത്തിന്റെ നട്ടെല്ല് എന്നുപറയുവാനായി ഉണ്ടായിരുന്നത്. അവയ്ക്കും അപ്പുറം കണ്ടംവച്ചുണ്ടാക്കിയ ചേരികളുടെ ഒരു സമുച്ചയം മാത്രം. പക്ഷേ അയാളുടെ തിരച്ചിലിൽ അയാൾക്ക് ഒരു ഭാഗ്യവും ഉണ്ടായില്ല. ധാരാളമായി കിട്ടുവാനുണ്ടായിരുന്ന *പോംബെ* എന്ന നാടൻകൊണ്ട് അയാൾക്ക് തൃപ്തിപ്പെടേണ്ടിവന്നു. നാടൻ സാധനത്തിന് അയാൾക്ക് അൽപ്പംപോലും രുചിയില്ലായിരുന്നു, എങ്കിലും പതുക്കെ വല്ലായ്മയോടെ അതു വലിച്ചിറക്കിയപ്പോൾ ക്രമേണ ലഹരി പിടിക്കുകയും തന്റെ നൈരാശ്യത്തിൽനിന്നും കുറച്ചൊക്കെ നീങ്ങിപ്പോകുന്നതായും അയാൾക്ക് അനുഭവപ്പെട്ടു. അടുത്തമേശയ്ക്കരികിലിരിക്കുകയായിരുന്ന സ്ഥലത്തെ കുടിയന്മാരുടെ ഒരു സംഘത്തോട് ചേരാൻ തക്ക ഉന്മേഷം പോലും അയാൾക്കു തോന്നിപ്പോയി. പക്ഷേ വൈകുന്നേരം കടന്നു പോകവെ, അയാൾ പൊടുന്നനെ ഉപേക്ഷിക്കപ്പെട്ടവനായി, അയാളുടെ കൂടെയുണ്ടായിരുന്ന കുടിയന്മാർ മറ്റു ബാറുകളിലേക്കോ അവരുടെ വീടുകളിലേക്കോ പൊയ്ക്കഴിഞ്ഞ സ്ഥിതിക്ക് പ്രത്യേകിച്ചും. അയാളും സ്ഥലം വിട്ടിരുന്നു. ഇരുട്ടിലൂടെ ആടിനടന്ന് മുമ്പോട്ട് മാമ തുമൈനിയുടെ സ്ഥലത്ത് അയാൾ എത്തിപ്പെട്ടതെങ്ങനെയെന്നോ ലോഡ്ജിൽ അയാൾ വാടകയ്ക്ക് എടുത്ത മുറിയിൽ കിടക്കയിൽ തനിക്കാ രാത്രി ഒറ്റയ്ക്ക് ചെലവിടാൻ കഴിയാതിരുന്നതെന്തെന്നോ അയാൾ ഇനി ഒരിക്കലും ഓർമ്മിക്കാൻ പോകുന്നില്ല. ഒരു മുറിക്ക് കാശുകൊടുക്കുകയും മറ്റൊരിടത്ത് ഉറങ്ങുകയും ചെയ്യുന്നത് തമാശയല്ലേ, അയാൾ അലക്ഷ്യമായി ചിന്തിച്ചു. പാഴ്ചെലവ്, അയാൾ ദയാശൂന്യമായി ഉപസംഹരിച്ചു.

മാമ തുമൈനി സംസാരിക്കുന്നുണ്ടായിരുന്നു. ‘അങ്ങനെയാണെങ്കിലും’, അവൾ പറഞ്ഞു. ‘നിങ്ങൾക്ക് പുറപ്പെട്ടുപോകുവാൻ ഞാൻ ഒരു കപ്പ് ചായയെങ്കിലും ഉണ്ടാക്കുന്നതുവരെ കാക്കരുതോ?’ അതുതന്നെയായിരുന്നു അയാൾക്ക് ഏറ്റവും ഒടുവിലായി വേണ്ടിയിരുന്നത്. അവളുടെ എഴുന്നേൽക്കലും കുഞ്ഞിനെ സംബന്ധിച്ച കണ്ടെത്തലും. അയാൾക്ക് ആദ്യമേ തന്നെ പോകണമായിരുന്നു. ‘ഇല്ല, ഇല്ല’, പെട്ടെന്ന്

അയാൾ പറഞ്ഞു. 'എന്റെ സാധനങ്ങളൊക്കെ ലോഡ്ജിലാണ്, എനിക്ക് റെഡിയാകേണ്ടതുണ്ട്. ഞാൻ എവിടെന്നെങ്കിലും കഴിച്ചുകൊള്ളാം.'

'നിങ്ങൾക്ക് ചേർന്നതുപോലെ', അവൾ പറഞ്ഞു, തിരിഞ്ഞു കിടന്നുകൊണ്ട്. പിന്നെ, പതുക്കെ മിക്കവാറും അവ്യക്തമായി, ഒരു പിൻവിചാരത്തിലെന്നപോലെ, അവൾ അയാൾക്കൊരു സുരക്ഷിതമായ യാത്ര ആശംസിച്ചു.

അയാൾ അവൾക്ക് നന്ദി പറഞ്ഞു. പിന്നെ മുടന്തിക്കൊണ്ട്, കുറ്റബോധത്തോടെ അയാൾ പതിയെ പറഞ്ഞു, 'നിന്റെ പണം.. ഞാൻ ആ പണം... നിന്റെ പണം... സ്റ്റൂളിൽ വച്ചിട്ടുണ്ട്', പക്ഷേ, അവൾ ഉറങ്ങിപ്പോയിട്ടുണ്ടാവാം. അല്ലെങ്കിൽ അവൾക്ക് അയാളെ മതിയായിട്ടുണ്ടാവാം. അവളിൽ നിന്നും ഒരു പ്രതികരണവും ഉണ്ടായില്ല.

മിക്കാ വാതിൽ തുറന്ന് വേഗത്തിൽ, വലിഞ്ഞു മുറുകിയ ചുവടുകളോടെ നടന്നകന്നു, അപ്പോൾ വെളിച്ചം മേൽക്കൂരകൾക്ക് മേൽ പൊട്ടിവീഴുകയും അതികാലത്തെ പാചകം ചെയ്യലിൽ നിന്നും ഉയരുന്ന പുകച്ചുരുളുകൾ ചേരികൾക്കുമീതെ മറ്റൊരു ദിവസത്തിന്റെ തുടക്കം വിളിച്ചറിയിച്ചുകൊണ്ട് അലസമായി പരക്കുകയും ചെയ്യുകയായിരുന്നു.

ആഫ്രിക്കൻ കഥ (സൊമാലിയ)

സൈദാഹാജി-ദിരീഹെർസി

മാന്ത്രികശക്തിയുടെ ഗവൺമെന്റ്

സൈദാഹാജി-ദിരീഹെർസി. *ജിദ്ദയിലെ കിംഗ് അബ്ദുൽ അസീസ് യൂണിവേഴ്സിറ്റിയിൽ ഇംഗ്ലീഷ് അദ്ധ്യാപികയായ ദിരീ ഹെർസി ഇംഗ്ലീഷിൽ എഴുതുന്ന സൊമാലി എഴുത്തുകാരിയാണ്.*

ഗ്രാമത്തിൽ

പത്തുവയസുള്ളപ്പോൾ ഹലീമ തനിക്ക് ജിന്ന്ബാധ ഉണ്ടെന്ന് അറിഞ്ഞു. ഗ്രാമത്തിലെ മതചികിത്സകനായ വദാദിൽ നിന്നുമാണ് രോഗനിർണയം വന്നത്. കുറേ മാസങ്ങളായി ഹലീമക്ക് അസുഖമായിരുന്നു. ആ രോഗത്തിന് പ്രതിവിധിയൊന്നും ഇല്ലെന്ന് മനസിലാക്കുംവരെ തന്റെ കൈവശമുണ്ടായിരുന്ന എല്ലാ ശമനവിദ്യകളും വദാദ് അവളിൽ പരീക്ഷിച്ചു നോക്കി. പദത്തിന്റെ സാധാരണ അർഥത്തിൽ ഹലീമയ്ക്ക് അസുഖമൊന്നും ഇല്ലായിരുന്നു. അവൾക്ക് ബാധയുണ്ട്.

കുളിമുറിയുടെ മുമ്പിൽ ഒരു ദിവസം അവൾ യദൃച്ഛയാ കയറിച്ചവിട്ടിയ ഒരു കൊച്ചുകുഞ്ഞിന്റെ ആത്മാവാണ് അവളെ ബാധിച്ചിരിക്കുന്നത്. ഹലീമയുടെ ഭാഗ്യമെന്നു പറയട്ടെ, ആ ജ്ഞാനി വിശദീകരിച്ചു, ഈ ജിന്ന് കരുണയുള്ള ഇനമാണ്, അവളെ ഉപദ്രവിക്കുന്നതിനെക്കാൾ സഹായിക്കാൻ സാധ്യതയുള്ള ഒന്ന്. പക്ഷേ അത് ഒരിക്കലും അവളെ വിട്ടുപോവില്ല — സ്വമേധയാ പോവില്ല. ദുർമന്ത്രവാദത്തിനുപോലും വഴങ്ങുകയുമില്ല. അത് എന്നുമെന്നും ശൈശവദശയിലുള്ള ഒരു ജിന്നുമായിരിക്കും.

അതോടുകൂടി ഹലീമ പ്രശസ്തയായി. വദാദ് അവളുടെ ഉമ്മയോട് പറഞ്ഞതിൽപ്പിന്നെ അവളുടെ ജിന്നിന്റെ കഥ ഗ്രാമത്തിന്റെ ഒരറ്റം മുതൽ മറ്റേ അറ്റംവരെ മണിക്കൂറുകൾക്കുള്ളിൽ അറിഞ്ഞു. എല്ലാവരും ഹലീമയേയും അവളുടെ ജിന്നിനെക്കുറിച്ചും സംസാരിച്ചു — അവൾക്കും ഗ്രാമത്തിനുംവേണ്ടി അത് എന്തും ചെയ്തേക്കാം. അതിനെക്കൊണ്ട് എന്തു ചെയ്യിക്കാം. ഹലീമയ്ക്ക് ഭാവി പ്രവചിക്കാനും രോഗം സുഖപ്പെടുത്താനും കഴിവുണ്ടെന്ന് നിമിഷങ്ങൾക്കുള്ളിൽ ഗ്രാമീണർ അവരെ സ്വയം വിശ്വസിപ്പിച്ചു. ഹലീമയ്ക്ക് തന്നെ അക്കാര്യത്തിൽ തീർച്ചയുണ്ടാകുന്നതിന് അധികമൊന്നും വേണ്ടിവന്നില്ല.

വൈകുന്നതിനു മുമ്പ്, ഹലീമ ഭാഗം അഭിനയിക്കാൻ തുടങ്ങി. ചിലപ്പോൾ അവൾ ശൂന്യതയിലേക്ക് തുറിച്ചുനോക്കി ഇരിക്കും. അവൾ അവളുടെ ജിന്നിനെ ശ്രദ്ധിക്കുകയാണെന്ന് ആളുകൾ ധരിച്ചു. അല്ലെങ്കിൽ അവൾ ശരിക്കും ഒരു മോഹനിദ്രയിൽ തന്നെ വീഴുകയായി. അവൾ സംസാരിക്കും, സംസാരിക്കുന്നതിന് ആരും അടുത്തില്ലെങ്കിലും; ആവുന്നത്ര ഉച്ചത്തിൽ അവൾ വിളിച്ചുകൂവും. ചിലപ്പോൾ അവൾ കരയുക പോലും ചെയ്യും.

ഈ രംഗങ്ങൾക്ക് സാക്ഷികളായവരിൽ പുണ്യഭീതി നിറഞ്ഞു. ആ നിമിഷങ്ങളിൽ മാത്രമല്ല മറ്റവസരത്തിലും ഹലീമയെ ഉപദ്രവിക്കാതിരിക്കാൻ അവർ ശ്രദ്ധിച്ചു. ജിന്നിനെ വെറുപ്പിക്കുമോ എന്നായിരുന്നു അവരുടെ ഭയം. ആളുകൾ ഹലീമയെക്കുറിച്ച് സംസാരിച്ചുവെങ്കിൽ തന്നെ അത് അവളറിയാത്ത അടക്കം പറച്ചിലുകളായിരുന്നു.

മോഹനിദ്രയുടേതായ ആ നിമിഷങ്ങളിൽ ശിശുവിന്റെ മാതാപിതാക്കൾ തന്നെ സന്ദർശിക്കുന്നുവെന്ന് ഹലീമ വിശ്വസിപ്പിച്ചു. കുഞ്ഞിനെക്കുറിച്ച് അന്വേഷിക്കാനും ജിന്നിനെ എങ്ങനെ സന്തോഷിപ്പിക്കാൻ കഴിയുമെന്ന് പഠിപ്പിക്കാനുമാണ് അവർ വന്നത്, അവൾ പറഞ്ഞു. അതേസമയം ജീവിതത്തെക്കുറിച്ച് പൊതുവിലും ഗ്രാമത്തിലെ ജനങ്ങളെക്കുറിച്ചും കഴിഞ്ഞതും നടക്കുന്നതും വരാൻ പോകുന്നതുമായ കാര്യങ്ങളെക്കുറിച്ചുമെല്ലാം അവർ പറഞ്ഞതായിട്ടും ഹലീമ ഉറപ്പിച്ചുപറഞ്ഞു.

വിവാഹപ്രായമെത്തിയാൽ ഹലീമയെ ആര് വിവാഹം കഴിക്കുമെന്ന പ്രശ്നമായിരുന്നു ഗ്രാമത്തിലെ ജനങ്ങളിൽ മിക്കവരുടെയും മനസിൽ. അവൾ കല്യാണം കഴിക്കുമെന്ന കാര്യത്തിൽ ആരും സംശയിച്ചില്ല. പെണ്ണുങ്ങൾ അതിനുവേണ്ടിയുള്ളതായിരുന്നു — വിവാഹം, കുഞ്ഞുങ്ങളെ പ്രസവിക്കൽ. പക്ഷേ, ജിന്നിന്റെ പ്രശ്നമുണ്ടായിരുന്നു. ബാധയുള്ള ഒരു പെണ്ണിനെ വിവാഹം ചെയ്യുക എന്നത് അപകടകരമാവില്ലേ? ഹലീമയെ വേൾക്കുവാൻ മാത്രം ധീരരായ പുരുഷന്മാർ ഉണ്ടാകുമോ?

ഹലീമയ്ക്ക് വിവാഹപ്രായമായപ്പോൾ ആരും പ്രതീക്ഷിക്കാത്ത ഒരു പ്രശ്നം തലപൊക്കി. ഹലീമക്ക് വിവാഹിതയാവേണ്ട. അവളെ വിവാഹം ചെയ്യാൻ മാത്രം ധീരരായ പുരുഷന്മാർ ഉണ്ടായിരുന്നുവെന്നതാണ് സത്യം. പക്ഷേ ഹലീമ അവരെയെല്ലാം നിരസിച്ചു. വദാദ് തന്നെ

അവളോട് വിവാഹാഭ്യർഥന നടത്തി. ഹലീമയ്ക്ക് ചേർന്ന ഭർത്താവ് – അയാൾ തന്നെ, ജനം ചിന്തിച്ചു. ബാധയുള്ള ഒരുത്തിയുമായി യോജിച്ചുപോകുവാൻ കഴിയുന്ന ആരെങ്കിലുമുണ്ടെങ്കിൽ അത് അയാളായിരിക്കും. പക്ഷേ, ഹലീമ അയാളെയും നിരസിച്ചു.

ഹലീമയുടെ ഗ്രാമത്തിൽ ജിന്നുബാധയേൽക്കുന്ന സംഭവങ്ങൾ പതിവില്ലാത്തതൊന്നുമായിരുന്നില്ല. ജിന്നുകഥകൾ നിരവധിയുണ്ടായിരുന്നു – ശരിക്കും ജിന്നുബാധയേറ്റവരെപ്പറ്റി, അദൃശ്യരായ ഇരട്ടസഹോദരന്മാരെപോലെ ജിന്നുകളുടെ ആത്മാക്കൾ കൂടിയ ആളുകളെക്കുറിച്ച്, ജിന്നുകൾ ദാസൻമാരായിട്ടുണ്ടായിരുന്നവരെപ്പറ്റി. ഹലീമയുടെ പൂർവപിതാക്കളിലൊരാൾക്ക് ഇരട്ടജിന്ന് സഹോദരന്മാരിലൊന്നായ ഗെസ് അദെ എന്നുപേരുള്ള ഒരു ജിന്നിന്റെ സേവയുണ്ടായിരുന്നുവെന്നത് സാധാരണ അറിവായിരുന്നു.

അവരുടെ ഉമ്മയുടെ ഉപ്പുപ്പമാരിലൊരാൾക്ക് ജിന്നിരട്ട സഹോദരന്റെ സേവനത്തിന് പുറമെ ടൂറെ, ഗാഡേൽ, ടൂർ-ഊർമോൻ എന്നിങ്ങനെ യഥാക്രമം പേരുകളുള്ള മൂന്ന് ജിന്നുദാസന്മാർ – എന്തും ചെയ്യാൻ തയാറായിട്ടുണ്ടായിരുന്നു. ഹലീമയുടെ ഉമ്മയ്ക്ക് പ്രശ്നങ്ങൾ ഉണ്ടായപ്പോൾ അവർ സഹായത്തിനും സംരക്ഷയ്ക്കുമായി ആ മൂന്നുപേരെയുമാണ് വിളിച്ചത്. മിക്ക കുലങ്ങളുടെയും പൂർവ്വപിതാക്കൾ ഇരട്ടകളായി ജനിച്ചുവെന്നാണ് വിശ്വസിക്കപ്പെടുന്നത്. അവരിൽ ഓരോരുത്തരുടെയും ഇരട്ടപങ്കാളി ഒരു ജിന്ന് ആയിരിക്കെ. ഹലീമയുടെ സ്യാലന്റെ ഗോത്രത്തിന് സർഹാൻ എന്നുപേരായ ഒരു ഇരട്ടജിന്ന് ഉണ്ടായിരുന്നു.

മൃഗങ്ങളെ ബലികൊടുക്കുമ്പോൾ ജിന്ന് ഇരട്ടകൾക്ക് അവരുടെ പങ്ക് നൽകേണ്ടതുണ്ടായിരുന്നു. പ്രത്യുപകാരമായി ജിന്നുകൾ ആ കുലത്തിന് പിന്തുണയും സംരക്ഷണവും നൽകുമെന്നായിരുന്നു പ്രതീക്ഷ. ആദ്യം മൃഗങ്ങളെ അറുക്കും. പിന്നീട് അനുഷ്ഠാനഗാനങ്ങളൊക്കെ ആലപിച്ചിട്ട് കൊന്നമൃഗങ്ങളെ വെട്ടിപ്പിളർന്ന് ആന്തരാവയവങ്ങൾ നീക്കം ചെയ്യും. ജിന്നുകൾക്ക് കൊടുക്കുവാനാണ് ഇത്. ഗെസ് അദെയുടെ പങ്ക് നമുക്ക് മറക്കാതിരിക്കാം, ടൂറെയുടെ, ഗാഡേലിന്റെ, ഊർമോന്റെ.... എന്നിങ്ങനെയുള്ള ഉപദേശങ്ങൾ ഉരുവിടും.

ജിന്നുകൾക്കായി നീക്കിവയ്ക്കുന്ന ഭാഗങ്ങൾ ദൂരെ ഒരു കുന്നിൻ മുകളിലേക്ക് കൊണ്ടുപോകും. അവയൊക്കെ എപ്പോഴും നിഗൂഢമായി അപ്രത്യക്ഷമായിരുന്നതിനാൽ ജിന്നുകൾ തന്നെയാണ് അവയൊക്കെ വിഴുങ്ങിയിരുന്നതെന്ന കാര്യത്തിൽ ഗ്രാമീണർക്ക് തീർച്ചയുണ്ടായിരുന്നു. അതുകൊണ്ട് ആരും തന്നെ ജിന്നുകൾക്ക് അവരുടെ പങ്ക് കൊടുക്കാതെ ചതിക്കുന്നതിനെക്കുറിച്ച് സ്വപ്നം കാണുകപോലുമില്ല. തലമുറകളായി ഇത് ഈ വിധമായിരുന്നു. അങ്ങനെ തന്നെ തുടരുകയും ചെയ്യും. അനുഷ്ഠാനഗാനങ്ങൾ കുട്ടികളെക്കൊണ്ട് മനഃപാഠമാക്കിവച്ചിരുന്നതിനാൽ പൂർവ്വികരുടെ അനുഷ്ഠാനങ്ങൾ തലമുറയിൽനിന്നും തലമുറയിലേക്ക് അസ്പൃശ്യമായി കൈമാറി.

ജിന്നുകളുടെ സ്വാധീനത്തിലായിരിക്കുമ്പോൾ ഹലീമയുടെ വികാരങ്ങൾ തീക്ഷ്ണമാകുന്നതായി തോന്നിയിരുന്നു. സാധാരണ ജനങ്ങളുടെ കഴിവിനും അപ്പുറത്തുള്ള കാര്യങ്ങൾ ചെയ്യാനാകുമെന്ന മാതിരി ഒരു ശക്തി അവൾ അനുഭവിച്ചു. അപ്പോൾ അവൾക്ക് നല്ലതായിതോന്നും. തന്നെയുമല്ല, അവൾ ഏറ്റെടുത്തതെന്തുതന്നെയാവട്ടെ, അവളുടെ ജിന്നുകൾ അവൾക്ക് ഒരു കൈ സഹായമാകുന്നതായിട്ടു തോന്നും. അവളുടെ കുടുംബത്തിന്റെ സ്ഥിതി, വാസ്തവത്തിൽ ആ കുലത്തിന്റെ മുഴുവനും സൗഭാഗ്യങ്ങൾ, ആ സമയത്ത് അഭിവൃദ്ധിപ്പെട്ടതിനാൽ ഹലീമയും മറ്റുള്ളവരും കരുതിയത് അതെല്ലാം ആ ജിന്നുകളുടെ പണിയാണെന്നാണ്. കാലക്രമത്തിൽ ഹലീമ കുടുംബത്തിന്റെ തന്നെ അനുഗ്രഹമായി പരിഗണിക്കപ്പെട്ടു. അവളുടെ കുലത്തിന് മുഴുവനായുള്ള സ്വത്തായി. ജിന്നുകൾ അവൾക്കു നൽകിയ പ്രത്യേകപദവിയിൽ അവൾ മിന്നിത്തിളങ്ങി.

തലസ്ഥാനത്തേക്ക്

അവളുടെ പ്രത്യേകമായ കഴിവുകൾ കാരണമായിരുന്നു ഹലീമ തലസ്ഥാനത്തേക്ക് വിളിക്കപ്പെട്ടത്. അവളുടെ കുലത്തിന്റെ വലിയ ഒരു ഭാഗം മുഴുവനും അവിടെയായിരുന്നു. ഗവൺമെന്റിലെ ഏറ്റവും പ്രധാനപ്പെട്ടതും ഏറ്റവും കൂടുതൽ അധികാരങ്ങൾ ഉള്ളതുമായ സ്ഥാനങ്ങൾ അവളുടെ കുലത്തിലെ ആളുകളാണ് കൈവശം വച്ചിരുന്നത്. ഗവൺമെന്റിൽ വളരെ അധികാരവും സ്വാധീനവുമുണ്ടായ അവരുടെ ഒരാളെക്കാരണമായിട്ടാണ് അതെല്ലാം തുടങ്ങിയത്. അയാൾ അയാളുടെ ബന്ധുക്കളെയെല്ലാം വിളിച്ച് അവർക്ക് വലിയജോലികൾ കണ്ടെത്തിക്കൊടുത്തു. ഗവൺമെന്റ് പൂർണമായും ഹലീമയുടെ ആളുകളുടെ കൈകളിൽ ആകുന്നതുവരെ. അവരാകട്ടെ അവരുടെ ബന്ധുക്കളെ വിളിച്ചുകൊണ്ടിരുന്നു. വേണ്ടപ്പെട്ടവർക്കെല്ലാം അത് എളുപ്പത്തിൽ പണക്കാരാകാനുള്ള സന്ദർഭമൊരുക്കി. വേണ്ടത് നേടിയെടുക്കാൻ അവർക്ക് ഒരു മനഃസാക്ഷിക്കുത്തുമില്ലായിരുന്നു. വഴിക്കു തടസമായി നിന്നതിനെ തള്ളിമാറ്റുകയോ ഉന്മൂലനം ചെയ്യുകയോ ചെയ്തു. ഹലീമയെ വിളിച്ച സമയത്ത് അവളുടെ കുലമായിരുന്നു ഗവൺമെന്റ് നിയന്ത്രിച്ചിരുന്നത്. അതോടൊപ്പം തന്നെ ആർക്കും വെല്ലുവിളിക്കാനാവാത്തവിധം രാജ്യത്തിന്റെ സമ്പത്തും അവരുടെ നിയന്ത്രണത്തിലായി. വെല്ലുവിളിക്കാൻ ധൈര്യപ്പെടുന്നവരെ കൊന്നാലും ആരും അവരോട് ചോദിക്കില്ല. എന്നാലും, ഹലീമയുടെ പ്രകൃത്യതീതമായ ശക്തികളുടെ അമിതസംരക്ഷണം അവർക്ക് ഉറപ്പുവരുത്തേണ്ടതുണ്ടായിരുന്നു.

ഹലീമയുടെ വാപ്പയെയും തലസ്ഥാനത്തേക്ക് കൊണ്ടുവരുന്നതിന് അവർ ശ്രമിച്ചിരുന്നു. നിലയും വിലയുമുള്ള ഒരു മനുഷ്യനായിരുന്നു അദ്ദേഹം. അദ്ദേഹത്തിന്റെ സാന്നിധ്യം കുലത്തിന് അന്തസുചേർക്കുമായിരുന്നു. പക്ഷേ, അദ്ദേഹത്തിന് പോകാൻ വയ്യായിരുന്നു. വൃദ്ധനും മാറ്റ

ങ്ങളുടെ നേർക്ക് വീർപ്പുമുട്ടുള്ളവനുമായിരുന്നു. അദ്ദേഹത്തിന് തന്റെ ഗ്രാമത്തിന്റെ സമാധാനവും സുരക്ഷയും വിട്ട് വൻനഗരത്തിന്റെ ഭ്രാന്തുകളിലേക്ക് പോകാൻ വയ്യായിരുന്നു. പക്ഷേ, അദ്ദേഹത്തിന് തന്റെ കീർത്തിയെക്കുറിച്ചും ഭയമുണ്ടായിരുന്നു.

തന്റെ ഗ്രാമത്തിൽ അത് ഭദ്രമായിരുന്നു. എന്നാൽ ഈ സംഘത്തോടൊപ്പം ചേരുന്നത് അതിനെ കളങ്കപ്പെടുത്തും. ജീവിതത്തിന്റെ അന്ത്യഘട്ടത്തിൽ ഒന്നുപരീക്ഷിച്ചു നോക്കുവാൻ അദ്ദേഹം തയാറല്ലായിരുന്ന ഒന്നായിരുന്നു അത്. താൻ തന്നെപോകുന്നതിൽ അദ്ദേഹത്തിന് യോജിപ്പില്ലായിരുന്നുവെങ്കിലും, തന്റെ മകനെയും മകളെയും അങ്ങോട്ട് അയക്കുന്നതിന് അദ്ദേഹത്തിന്റെ മനസിൽ തടസമൊന്നുമില്ലായിരുന്നു. ആ വലിയ അപ്പത്തിന്റെ ഒരു കഷ്ണം അവർക്കും അങ്ങനെ കുടുംബത്തിനും ലഭിക്കുമല്ലോ, എന്ന് ഒരുവഴിക്ക് അദ്ദേഹം പ്രതീക്ഷിച്ചു. മറ്റൊരുവിധത്തിൽ, ഹലീമയെ അവിടെ അയച്ചു കുലത്തെ സംരക്ഷിക്കുകയും അതിന്റെ തുടർന്നുള്ള ആധിപത്യം ഉറപ്പാക്കുകയും ചെയ്യുന്നതിൽ ഉപദ്രവമൊന്നുമില്ലെന്ന് അദ്ദേഹം വിചാരിച്ചു. ജിന്നുകളുമായിട്ട് അവൾക്ക് ഒരു ഉടമ്പടിതന്നെ ഉണ്ടാക്കുവാൻ കഴിഞ്ഞേക്കും -- അവരുടെ കുഞ്ഞിനെ തുടർന്ന് അവൾതന്നെ ശുശ്രൂഷിക്കുക, കുലത്തിന്റെ മുഴുവനും ക്ഷേമം അവരും നോക്കുക.

പോകുവാൻ ഹലീമ അവളെത്തന്നെ പ്രേരിപ്പിച്ചു. പക്ഷേ, പോകുന്നതിന് മുമ്പ് അവൾ അവളുടെ ജിന്നുകളുമായി കൂടിയാലോചിച്ചു. രണ്ട് അനുഷ്ഠാനങ്ങൾ ചെയ്യുവാൻ അവർ അവളോട് ആവശ്യപ്പെട്ടു. ചില അനുഷ്ഠാനങ്ങളൊക്കെ ചെയ്ത് മന്ത്രിച്ചെടുക്കുന്ന ഒരു പ്രത്യേകതരം വെള്ളമായ 'തഹ്‌ലീൽ' ആണ് അതിലൊന്ന്. അതിൽനിന്നും ഗുണങ്ങൾ കിട്ടുന്നതിനായി ആളുകൾ അത് കുടിക്കുകയോ അതുപയോഗിച്ച് കുളിക്കുകയോ ആണ് ചെയ്യുക.

കുലത്തിന്റെ ഇരട്ടജിന്നായ ഗെസ് അദെയ്ക്കുള്ള വാർഷികബലി ദിവസവും നടത്തുക എന്നതാണ് രണ്ടാമത്തേത്. ആയിരക്കണക്കിന് മൃഗങ്ങളുടെ, ആന്തരാവയവങ്ങളിൽനിന്നും തെരഞ്ഞെടുത്തവ — ഹൃദയങ്ങൾ, വൃക്കകൾ, കുടലുകൾ, മറ്റുള്ളവ കിഴക്കൻ തീരത്തിൽ അദ്ദേഹത്തിന് എന്നും നിവേദിക്കണം.

ഹലീമയും സഹോദരനും പോകാൻ തയാറായപ്പോൾ, അവരെ കൊണ്ടുപോകാനായി വൻനഗരത്തിൽ നിന്നും അവരുടെ ഒരു ബന്ധു വന്നു. ഒരു സുപ്രധാന ഗവൺമെന്റ് ഉദ്യോഗസ്ഥനായ ഇയാളിൽനിന്നും രണ്ടുപേരും ഒരുപാട് സംഗതികൾ പഠിച്ചു. അവരുടെ ആളുകൾക്ക് നഗരത്തിൽ ഉണ്ടായിരുന്ന പ്രത്യേക പദവികളെക്കുറിച്ച് അവർ പഠിച്ചു. കുലം 'അധികാരത്തിൽ' വന്നതിനുശേഷം അവർ വാരിക്കൂട്ടിയ സ്വത്തുക്കളെക്കുറിച്ചും അവൾക്ക് ഒരാശയം കിട്ടി. ഗവൺമെന്റിൽ എത്രപൂർണമായ നിയന്ത്രണമായിരുന്നു കുലത്തിനെന്ന് അവർ കണ്ടെത്തി. കുറഞ്ഞ പത്തുവർഷംകൊണ്ടാണ് കുലം ഈ മഹത്വമെല്ലാം നേടിയെടുത്ത

തെന്നും ഗവൺമെന്റിൽ പ്രധാനസ്ഥാനങ്ങളിൽ ഇരിക്കുന്ന മിക്കവരും നിരക്ഷരരാണ് എന്നും ഇയാൾ അവർക്ക് വിവരം നൽകിയപ്പോൾ അവർ അമ്പരന്നുപോയി.

നഗരത്തിൽ

നഗരത്തിൽ രണ്ടുപേർക്കുമായി മനോഹരമായ ഒരു വില്ല നൽകപ്പെട്ടു. ഒപ്പം നിരവധി ജോലിക്കാരും സെക്യൂരിറ്റി ഗാർഡുകളും. ദിവസങ്ങൾക്കുള്ളിൽ ഹലീമയുടെ സഹോദരൻ സ്വന്തമായ നിലയിൽ തന്നെ ഒരു സുപ്രധാന ഗവണ്മെന്റ് ജോലി കരസ്ഥമാക്കി. അദ്ദേഹത്തെ രാജ്യത്തിനകത്തും പുറത്തും ചന്ദനത്തിരി, സാമ്പ്രാണി തുടങ്ങിയവയുടെ വിൽപ്പന കൈകാര്യം ചെയ്തിരുന്ന ഡിപ്പാർട്ട്മെന്റിന്റെ തലവനാക്കുകയാണ് ചെയ്തത്. ഗവണ്മെന്റ് ഇൻസെൻസ് ഏജൻസി എന്നായിരുന്നു അതിന്റെ ഔദ്യോഗികനാമം.

അവളുടെ ജിന്നുകളുടെ രണ്ട് അഭ്യർത്ഥനകൾ നടപ്പിൽ വരുത്തുന്നതിൽ ഹലീമ സമയമൊട്ടും പാഴാക്കിയില്ല. കുലത്തിനെ കാക്കുന്നതിന് അവൾ രണ്ട് സംഗതികൾ ആവശ്യപ്പെട്ടു. 'തഹ്‌ലീൽ' നടത്തുന്നതിന് സൗകര്യപ്രദമാകുമാറ് നഗരത്തിലെ ജലസ്രോതസ്സുകളിൽ നിന്നുള്ള വെള്ളമെല്ലാം ഒരു കേന്ദ്രകുളത്തിലേക്ക് കൊണ്ടുവരാനും കിഴക്കൻ തീരത്ത് ഒരു കൂറ്റൻ അറവുശാല പണിയാനുമാണ് അവൾ അവരോട് ആവശ്യപ്പെട്ടത്. ഹലീമയുടെ മന്ത്രചികിത്സകൾ കുലത്തിന്റെ തുടർന്നുള്ള വിജയത്തിന് നിർണ്ണായകമാണെന്ന് തീർച്ചയുണ്ടായിരുന്നതിനാൽ നേതാക്കൾ അവളുടെ അഭ്യർത്ഥനകൾ ഉടനെ നിറവേറ്റിക്കൊടുത്തു.

നഗരത്തിലെ ജലവിതരണ സംവിധാനം കേന്ദ്രസ്ഥാനത്തേയ്ക്ക് കൊണ്ടുവരുന്നതിലേക്കായി രണ്ട് വലിയ ജലസംഭരണികൾ നിർമ്മിച്ചു – നഗരത്തിന്റെ കിഴക്കേ പകുതിയിൽ ഒന്നും പടിഞ്ഞാറെ പകുതിയിൽ മറ്റൊന്നും. അന്തിമമായി നഗരത്തിലെ എല്ലാ കിണറുകളും, സ്വകാര്യ ഭവനങ്ങളിലേതുപോലും നശിപ്പിക്കപ്പെട്ടു. എല്ലാ ജലസ്രോതസ്സുകളും രണ്ടു സംഭരണികളുമായി മാത്രം ബന്ധിപ്പിച്ചു. ഇതുപ്രകാരം നഗരത്തിൽ ഉപയോഗിച്ച വെള്ളമെല്ലാം ഒരേയൊരു ഉറവിടത്തിൽനിന്ന് മാത്രമുള്ളതായി. 'തഹ്‌ലീലി'ന്റെ മാന്ത്രികശക്തി ഹലീമ രണ്ട് ജലസംഭരണികൾക്കുമേലും പരത്തിയപ്പോൾ വെള്ളം എല്ലാവരിലും എത്തി.

ആളുകളെ ജിജ്ഞാസയിൽനിന്നും ഭേദമാക്കാൻ കഴിഞ്ഞുവെന്നതാണ് 'തഹ്‌ലീലിന്റെ ഫലങ്ങളിൽ ഒന്ന്. അത് കുടിച്ചവരൊക്കെ ചോദ്യം ചോദിക്കൽ നിർത്തി. സർവ്വോപരി ഗോത്രനേതാക്കളുടെ പ്രവൃത്തികളെച്ചൊല്ലി അത്ഭുതപ്പെടുന്നതും അവർ നിർത്തി. ചോദ്യമേതും കൂടാതെ എതിർപ്പൊന്നുമില്ലാതെ പറയുന്നതുചെയ്യുന്ന മാതൃകാ പ്രജകളായി അവർ. ആദ്യം ഇട്ട മാന്ത്രികവലയം തേഞ്ഞുമാഞ്ഞുപോകുന്നതിനേക്കാൾ വേഗത്തിൽ ഹലീമ പുതിയ മാന്ത്രികവലയങ്ങൾ ഇട്ടുകൊണ്ടിരുന്നു. വെള്ളത്തിൽ എന്തു മാന്ത്രികശക്തിയാണ് ഇട്ടതെന്ന് അവളൊഴികെ

ആർക്കും അറിയുമായിരുന്നില്ലെങ്കിലും കിംവദന്തികൾ പെരുകി. നേതാവിന്റെ സ്നാനജലത്തിന്മേൽ ചില മന്ത്രോച്ചാരണങ്ങൾ നടത്തിയ ശേഷമാണ് അവൾ അത് ജലസംഭരണിയിലേക്ക് ഒഴുക്കിയതെന്നത്രെ ഒരു കിംവദന്തി. അവളുടെ 'തഹ്ലീൽ' ഉള്ള വെള്ളം എല്ലാവരും കുടിക്കുന്ന കാലത്തോളം എല്ലാക്കാര്യങ്ങളും ഉദ്ദേശിച്ചപോലെ നടക്കുമെന്ന കാര്യത്തിൽ അവളുടെ മനസിലോ നേതാക്കളുടെ മനസിലോ സംശയമൊന്നുമുണ്ടായിരുന്നില്ല.

പുതിയ അറവുശാല പ്രവർത്തിച്ചു തുടങ്ങിയപ്പോൾ പഴയതൊക്കെ അടച്ചിട്ടു. ദൗർഭാഗ്യകരം എന്നു പറയട്ടെ, നഗരത്തിലെ ഏറ്റവും പ്രശസ്തമായ ലിഡോ കടൽത്തീരത്തിനടുത്തായിരുന്നു പുതിയ അറവുശാല. അറവുശാലയിൽനിന്നും പുറത്തേക്കൊഴുകിയ രക്തത്തിലും ആന്തരാവയവങ്ങളുടെ അവശിഷ്ടത്തിലും ആകൃഷ്ടരായിട്ട് ചരിത്രത്തിലാദ്യമായി ലിഡോയുടെ തീരക്കടലിൽ നരഭോജികളായ സ്രാവുകൾ വന്നു നിരന്നു. ഏതാനും പേർ നരഭോജികളാൽ കൊല്ലപ്പെട്ടതോടെ ജനം പിന്നെ ലിഡോയിലേക്ക് പോകാതായി. ഗവണ്മെന്റിന് ഇക്കാര്യത്തിൽ ഒന്നും പറയുവാനുണ്ടായിരുന്നില്ല. ഗെസ് അദെയ്ക്കുവേണ്ടിയുള്ള ബലികൾ നടത്തിയിരുന്ന അറവുശാലയായിരുന്നു കടൽതീരത്തേക്കാൾ രാജ്യഭരണാധികാരികൾക്ക് പ്രാധാന്യം എന്ന് വ്യക്തം.

മൃഗബലി നടത്തുന്ന രീതികളെക്കുറിച്ച് പരിശോധിക്കാൻ ഹലീമ മിക്കപ്പോഴും അറവുശാലയിലേക്കും വന്നു. ഇവിടെയും അനുഷ്ഠാനങ്ങളെ, അവയുടെ ഫലം വർദ്ധിപ്പിക്കുന്നതിനായി, അവൾ കാലാകാലം പരിഷ്കരിച്ചു.

അവളെയും അവളുടെ കുലത്തെയും സംബന്ധിച്ച് കാര്യങ്ങൾ നന്നായി നടന്നുകൊണ്ടിരിക്കെ, താനാണ് ഇതിനൊക്കെ കാരണക്കാരി എന്നതിൽ ഹലീമയ്ക്ക് കൂടുതൽ തീർച്ചയുണ്ടായി. തങ്ങളുടെ തുടർന്നുള്ള വിജയത്തിന് ഹലീമയോടും അവളുടെ ജിന്നുകളോടും തങ്ങൾ കടപ്പെട്ടിരിക്കുന്നു എന്ന കാര്യത്തിൽ കുലത്തലവന്മാർക്കും തീർച്ചയുണ്ടായിരുന്നു. അവർ അവളെ ബഹുമതികൾകൊണ്ടുമൂടി. എല്ലാ പ്രധാന കാര്യങ്ങളും അവർ അവളുമായി കൂടിയാലോചിച്ചു. അവളുടെ ഉപദേശം മിക്കവാറും അമൂല്യമാണെന്ന് തെളിഞ്ഞു. സാധാരണക്കാരെ അടക്കി നിർത്തുന്നതിന് 'ദൗർലഭ്യം' എന്ന ആശയം, ഉദാഹരണത്തിന്, ഹലീമയാണ് ചിന്തിച്ചെടുത്തത്. എല്ലാ അവശ്യവസ്തുക്കളുടെ ദൗർലഭ്യം മനഃപൂർവ്വം സൃഷ്ടിക്കപ്പെട്ടു. ഉള്ളതുകൊണ്ട് കഴിഞ്ഞുപോകുവാൻ അത് ജനങ്ങളെ പാടുപെടുത്തി... ഗവണ്മെന്റിൽ നടക്കുന്നതിനെക്കുറിച്ചെല്ലാം ചിന്തിച്ച് ക്ലേശിക്കുവാൻ അവർക്ക് സമയമോ ഊർജ്ജമോ കിട്ടിയില്ല. കുലത്തലവന്മാർക്ക് എന്നത്തേക്കാളും സുരക്ഷ അനുഭവപ്പെട്ടു.

ഹലീമ ആദ്യമായി നഗരത്തിൽ പോയിട്ട് ഏതാണ്ട് ഇരുപത് വർഷം കഴിഞ്ഞിരിക്കുന്നു. ഇപ്പോഴും അവൾ അവളുടെ അനുഷ്ഠാനങ്ങൾ നടത്തിക്കൊണ്ടിരിക്കുകയാണ്. കുലത്തിന്റെ കാര്യങ്ങൾക്ക് ഇപ്പോഴും

പുരോഗതിയുണ്ട്. അതിന്റെ ആളുകൾക്ക് തന്നെയാണ് ഗവണ്മെന്റിലെ എല്ലാ സുപ്രധാന ഉദ്യോഗങ്ങളും. അവർ തന്നെയാണ് ഇപ്പോഴും രാജ്യത്തിന്റെ സമ്പത്ത് നിയന്ത്രിക്കുന്നതും. രാജ്യത്തെ മറ്റുള്ളവരുടെ കാര്യമാണെങ്കിൽ – അവർ രണ്ടറ്റവും കൂട്ടിമുട്ടിക്കുവാൻ പാടുപെടുകയാണ്. അത് കൂടുതൽ ദുഷ്കരമാവുകയുമാണ്. ചോദ്യങ്ങൾ ചോദിക്കുവാൻ തുടങ്ങുന്നതിനുവേണ്ട സമയവും ഊർജ്ജവും അവശേഷിക്കുന്ന കുറച്ചുപേർ ഉണ്ടാകുമെന്നുണ്ടെങ്കിൽ, ഹലീമയുടെ തഹ്ലീലും അവളുടെ മറ്റ് മാന്ത്രിക പരിപാടികളും അവരുടെ കാര്യം നോക്കിക്കൊള്ളും. ഹലീമയുടെ മാന്ത്രികശക്തിയുടെ സഹായംകൊണ്ട് കുലത്തിലെ ആളുകൾ തന്നെ തുടർന്നും ഭരിച്ചുകൊണ്ടിരിക്കുകയാണ്.

ആഫ്രിക്കൻ കഥ (നൈജീരിയ)

അദെവാലാ മാജാ-പിയേർസ്

ഹോട്ടൽ

__അദെവാലാ മാജാ - പിയേർസ്.__ ജനനം ലണ്ടനിൽ (1953). വളർന്നത് ലാഗോസിൽ. ചെറുകഥാസമാഹാരങ്ങളും യാത്രാവിവരണവും അടക്കം നിരവധി ഗ്രന്ഥങ്ങൾ പ്രസിദ്ധപ്പെടുത്തിയിട്ടുണ്ട്.

അയാൾ കടന്നുപോയിട്ടുള്ള വടക്കുള്ള മറ്റു പട്ടണങ്ങളെപ്പോലത്തെ ഒരു പട്ടണമായിരുന്നു അത്. ട്രെയിനിൽ അസുഖകരമായ അവസ്ഥയായിരുന്നു. അതുകൊണ്ട് അവർ വണ്ടി സ്റ്റേഷനിൽ നിർത്തിയപ്പോൾ അയാൾ ഇറങ്ങി ഒരു ഹോട്ടൽ തേടിപ്പിടിച്ചു.

ഹോട്ടലിന്റെ പ്രവേശനസ്ഥലത്ത് ഒരു ഡസ്കിന് പുറകിലായി ഒരു സ്ത്രീ ഇരുന്നു. അവൾ നിവർന്ന് അയാളെ നോക്കി പുഞ്ചിരിപൊഴിച്ചു.

"നിങ്ങൾ ഒരു മുറി നോക്കുകയാണോ?" അവൾ ചോദിച്ചു.

'അതെ.'

'ഈ വഴി.'

അവൾ അയാളെ മുകളിലേക്ക് നയിച്ചു. പിന്നെ ഒരു ഇരുണ്ട ഇടനാഴിയിലൂടെയും.

'നിങ്ങൾ ഭാഗ്യവാനാണ്. നാളെ ഒരു വലിയ സമ്മേളനം ഉണ്ട്. ഇതൊഴികെ എല്ലാമുറികളും എടുത്തിരിക്കയാണ്.' അവൾ പറയുകയും മുറി തുറക്കുകയും ചെയ്തു. അയാൾ അകത്തുകയറി ബാഗ് താഴെവച്ചു. ഒരു മേശയും ഒരു കസേരയും ഒരു കിടക്കയും ഉണ്ടായിരുന്നു. മറ്റൊന്നുമില്ല.

'ടോയ്‌ലറ്റും കുളിമുറിയും ഇടനാഴിയുടെ അങ്ങേഅറ്റത്താണ്,' അവൾ പറഞ്ഞു. എന്നിട്ട് മുറ്റത്തിന് മേലെയുള്ള ജനൽ തുറന്നു. ഏകദേശം പത്തുവയസുള്ള ഒരു പയ്യൻ പന്ത് ഭിത്തിയിലടിച്ച് കുതിപ്പിക്കുകയായിരുന്നു.

'എന്റെ മകൻ,' അവൾ പറഞ്ഞു. എന്നിട്ട് കിടക്കയിലേക്കു ചെന്നു. അവൾ കവർ വലിച്ചുമാറ്റി ഷീറ്റുകൾ പരിശോധിച്ചു.

'നിങ്ങൾക്കിവിടെ സുഖമായിരിക്കുമെന്ന് പ്രതീക്ഷിക്കുന്നു,' അവൾ പറഞ്ഞു.

'ഞാൻ അങ്ങനെ കരുതുന്നു,' അയാൾ പറഞ്ഞു.

'നിങ്ങൾക്ക് വിശപ്പുണ്ടെങ്കിൽ, തെരുവിൽ പകുതിദൂരം ചെല്ലുമ്പോൾ ഒരു ചെലവു കുറഞ്ഞ ഭക്ഷണശാല കാണാം. ഇടതുവശത്ത്,' അവൾ പറഞ്ഞു.

'നന്ദി,' അയാൾ പറഞ്ഞു. അവൾ പോയി.

അയാൾ ഷൂസ് ഊരി കിടക്കയിൽ കിടന്നു. രാത്രിയായി. അയാൾ വിളക്കിട്ട് ബാഗിൽനിന്ന് ഒരു പുസ്തകമെടുത്തു. അയാൾ വായിക്കാൻ ശ്രമിച്ചെങ്കിലും വാക്യങ്ങൾ അർഥം ജനിപ്പിച്ചില്ല. അയാൾ പുറത്തുപോകാൻ തീരുമാനിച്ചു.

പ്രവേശനകവാടത്തിൽ അയാൾ ആ സ്ത്രീയെ വീണ്ടും കണ്ടുമുട്ടി. അവൾ നിവർന്ന് അയാളെ നോക്കി പുഞ്ചിരി പൊഴിച്ചു.

'ഞാൻ നടക്കാനായി പുറത്തിറങ്ങുകയാണ്,' അയാൾ പറഞ്ഞു.

'താക്കോൽ ഇവിടെ ഇട്ടേക്കുമോ?,' അവൾ ചോദിച്ചു. അയാൾ അത് അവൾക്ക് കൊടുത്തു. അവളത് ഒരു ആണിയിൽ തൂക്കി.

ചന്ദ്രൻ ഉദിച്ചുയർന്നിട്ടുണ്ടായിരുന്നു. ആകാശത്ത് നക്ഷത്രങ്ങൾ ചിതറി നിറഞ്ഞു. പകലത്തെ ചൂട് അടങ്ങി. മരുഭൂമിയിൽനിന്നും തണുത്ത കാറ്റുവീശി. വെളുത്ത കുപ്പായങ്ങൾ ധരിച്ച് ഉയരംകൂടിയ മനുഷ്യർ അങ്ങിങ്ങ് ധൃതിയിൽ നീങ്ങി. കൃഷി ചെയ്തിരിക്കുന്ന ഒരു സ്ഥലത്തിന്റെ വക്കിൽ എത്തുംവരെ അയാൾ ലക്ഷ്യമില്ലാതെ നടന്നു. അയാൾ ഒരു സിഗരറ്റ് കത്തിച്ചു. ശ്വാസം അകത്തേക്ക് വലിച്ചപ്പോൾ പുക അയാളുടെ തൊണ്ടയിൽ കുരുങ്ങി. അയാൾ കരയുകയായിരുന്നുവെന്ന് അയാൾ തിരിച്ചറിഞ്ഞു. അയാൾ ഹോട്ടലിലേക്ക് തിരിഞ്ഞു.

പ്രവേശനകവാടത്തിൽ ആ സ്ത്രീ ഇല്ലായിരുന്നു. ആണിയിൽ നിന്നും അയാൾ താക്കോലെടുത്ത് പടികൾ കയറി. അയാൾ കിടക്കയിൽ ഒരുപാടുനേരം കിടന്നു. അയാൾ പുരുഷശബ്ദങ്ങൾ കേട്ടു. പിന്നെ അയാൾ ഉറങ്ങി.

അയാൾ പ്രഭാതത്തോടൊപ്പം ഉണർന്നു. അയാളുടെ സ്വപ്നങ്ങൾ വിശദവും വ്യക്തവുമായിരുന്നു. പക്ഷേ, അയാളോടൊപ്പം അവശേഷിച്ചത് കുഴയ്ക്കുന്ന ചിത്രങ്ങളായിരുന്നു. മറ്റുള്ളവർ മിടുക്കുകാട്ടി ഒച്ചവച്ചു ചിരിക്കുന്നത് അയാൾ ശ്രദ്ധിച്ചു. അതുകൊണ്ട് ഒടുവിൽ അവരെല്ലാം പോകുന്നതുവരെ അയാൾ വളരെനേരം കാത്തു. പിന്നെ അയാൾ ഷവ

റിൽ കുളിക്കാൻ പോയി. എന്നിട്ടയാൾ കിടക്കയിൽ ഇരുന്നു. ട്രെയിൻ പിടിക്കുന്ന കാര്യത്തെക്കുറിച്ച് ചിന്തിച്ചു. പക്ഷേ അയാൾ യാത്ര മുറിച്ചിട്ടുണ്ടായിരുന്നതിനാൽ എല്ലാം വീണ്ടും തുടങ്ങാനുള്ള ഊർജം അയാൾക്കില്ലായിരുന്നു.

പത്തുമണിയോടെ ആ സ്ത്രീ വാതിലിൽ മുട്ടി.

'ഉപദ്രവിക്കുന്നതിൽ ക്ഷമിക്കണം, ഞാൻ മുറി വൃത്തിയാക്കാൻ വന്നിരിക്കയാണ്,' അവൾ പറഞ്ഞു.

'ശരി,' അയാൾ പറഞ്ഞു.

'നിങ്ങൾ മറ്റൊരു രാത്രികൂടി തങ്ങുന്നുണ്ടാകുമോ?' അവൾ ചോദിച്ചു.

'ശരിയാകുമെന്നുണ്ടെങ്കിൽ,' അയാൾ പറഞ്ഞു.

'കഴിഞ്ഞരാത്രി നിങ്ങൾക്ക് ഉപദ്രവമൊന്നും ഉണ്ടായില്ലെന്ന് കരുതുന്നു. അവർ ഒരുപാട് ഒച്ചവച്ചു,' അവൾ പറഞ്ഞു.

'ഇല്ല, എനിക്ക് ഉപദ്രവമൊന്നും ഉണ്ടായില്ല,' അയാൾ പറഞ്ഞു.

'അവർ ഇന്നുരാവിലെ വിട്ടേച്ചുപോയി. അതുകൊണ്ട് നിങ്ങൾക്കിനി സ്വയം സമാധാനത്തിൽ കഴിയാം,' അവൾ പറഞ്ഞു.

അയാൾ ഉച്ചഭക്ഷണത്തിനു പോയി. പിന്നീടയാൾ മുറിയിലേക്ക് മടങ്ങി ദിവസം മുഴുവനും അവിടെ കഴിഞ്ഞു. പന്ത് ഭിത്തിയിലടിച്ചു കുതിപ്പിക്കുന്ന ശബ്ദം വൈകുന്നേരത്ത് അയാൾ കേട്ടു. പിന്നീട്, ആ സ്ത്രീ കുട്ടിയെ അകത്തേക്ക് വിളിക്കുന്നത് അയാൾ കേട്ടു.

ഇത് ഒരാഴ്ച തുടർന്നു. ഓരോ ദിവസവും ശരിക്കും അവസാനത്തേതുപോലെയായിരുന്നു.

അയാളുടെ മുറിയിലേക്ക് കടന്നുവന്നപ്പോൾ ഒരു ദിവസം രാവിലെ സ്ത്രീ പറഞ്ഞു : 'നിങ്ങളെ സഹായിക്കാൻ ഞാൻ എന്തെങ്കിലും ചെയ്യണമെന്നുണ്ടെങ്കിൽ ദയവായി എന്നോട് ചോദിക്കുവാൻ മടിക്കരുത്.' പിന്നെ എന്തോ അന്ധാളിച്ചിട്ടെന്നപോലെ അവൾ ദൂരെ നോക്കി.

'ഒന്നുമില്ല. പക്ഷേ, നന്ദി,' അയാൾ പറഞ്ഞു.

'നിങ്ങൾ വന്ന് ഇന്നുവൈകുന്നേരം ഞങ്ങളോടൊത്ത് ഭക്ഷണം കഴിക്കുമെങ്കിൽ എനിക്ക് സന്തോഷമായിരിക്കും,' അവൾ പറഞ്ഞു. അപ്പോഴും അയാളെ നോക്കാതെ.

'നന്ദി,' അയാൾ പറഞ്ഞു.

കുട്ടിയെ അവൾ അകത്തേക്ക് വിളിക്കുന്നത് കേൾക്കുന്നതുവരെ അയാൾ കാത്തു. പിന്നീടയാൾ താഴേക്കുപോയി. അവൾക്ക് രണ്ടുമുറികളും പുറത്ത് ഒരടുക്കളയും ഉണ്ടായിരുന്നു. അവർ ഭക്ഷണം കഴിച്ചമുറിയിൽ തന്നെയായിരുന്നു അവർ ഉറങ്ങിയിരുന്നതും. അതേസമയം കുട്ടിക്ക് മറ്റേമുറി സ്വന്തമായിട്ടുണ്ടായിരുന്നു താനും.

അവർ ഭക്ഷണം കഴിച്ചശേഷം അവൾ കുട്ടിയെ ഉറങ്ങാൻ വിട്ടു. അവൾ ചോദിക്കുംവരെ അവർ നിശ്ശബ്ദരായി ഇരുന്നു.

'എന്തിനാണ് നിങ്ങൾ ഞങ്ങളുടെ പട്ടണത്തിൽ വന്നത്?'

തോളുകൾ കുലുക്കി അയാൾ പറഞ്ഞു: 'യാദൃച്ഛികം.'

'എങ്ങനെ, ഇഷ്ടമായോ?' അവൾ ചോദിച്ചു.

'ഏറെയില്ല,' അയാൾ പറഞ്ഞു.

'ഞാനും ഇതിനെ ഇഷ്ടപ്പെടുന്നില്ല,' അവൾ പറഞ്ഞു. 'ഇത് എന്റെ ഭർത്താവിന്റെ നഗരമായിരുന്നു. അങ്ങനെയാണ് ഞാൻ ഇവിടെ വന്നത്. പക്ഷേ, അദ്ദേഹം മരിച്ചതിൽ പിന്നെ ഇവിടം വിട്ടുപോകാൻ മടിയായി. ഈ ഹോട്ടൽ എനിക്ക് ജീവിക്കാനുള്ളത് തരുന്നുണ്ട്. ചിലപ്പോൾ എന്റെ ഉത്തരവാദിത് വം കൂടുതലാണെങ്കിലും.'

'അദ്ദേഹം മരിച്ചത് എത്രകാലം മുമ്പാണ്?'

'ഈ ഡിസംബറിൽ അഞ്ചുവർഷം', അവൾ പറഞ്ഞു.

'ഖേദമുണ്ട്,' അയാൾ പറഞ്ഞു. ഒരിക്കൽക്കൂടി അവർ നിശ്ശബ്ദരായി. പിന്നെ അവൾ പറഞ്ഞു.

'കുട്ടിയുടെ കാര്യം കടുപ്പമാണ്. ഒരു അച്ഛനെക്കൂടാതെ.'

'അതെ', അയാൾ പറഞ്ഞു. പിന്നെ ഒരു പ്രചോദനത്താൽ അവളെ, അവളുടെ കവിളിൽ ചുംബിച്ചു. അവൾ അവളുടെ കൈകൾ അയാൾക്കു ചുറ്റുമിടുകയും പൊട്ടിക്കരയുകയും ചെയ്തു.

പിന്നീട്, അവർ കിടക്കയിൽ കിടക്കവെ, അവൾ പറഞ്ഞു.

'ഒരു ഹോട്ടൽ നടത്തി ജീവിക്കുക എന്നത് തീരെ മോശമായ രീതിയല്ല.'

'അല്ല,' അയാൾ പറഞ്ഞു.

'നിങ്ങൾക്ക്, നിങ്ങളുടെ സമയത്ത് ജോലിചെയ്യാം. രണ്ടുപേർക്കിടയിൽ ജോലി എന്നത് ഒന്നുമായിരിക്കുകയുമില്ല.'

രാവിലെ അയാൾ മുറിയിലേക്കുചെന്ന് ടൈംടേബിൾ പരിശോധിച്ചു. പിന്നീടയാൾ പേഴ്സ് കീശയിൽവച്ച് താഴേക്കുചെന്നു. കുട്ടി സ്കൂളിൽ പോയിരുന്നു. ആ സ്ത്രീ അയാൾക്കുവേണ്ടി പ്രാതൽ പാകം ചെയ്തിട്ടുണ്ടായിരുന്നു. അയാൾ കഴിക്കുമ്പോൾ, ഹോട്ടൽ വീണ്ടും അലങ്കരിക്കുന്നതിനെക്കുറിച്ച് അവൾക്കുണ്ടായിരുന്ന പദ്ധതികളെക്കുറിച്ച് അവൾ സംസാരിച്ചു. അവൾ ചെലവുകൾ ഉദ്ധരിച്ചു. പക്ഷേ, അയാൾ ഒട്ടും ശ്രദ്ധിച്ചില്ല.

താൻ പുറത്തുപോകുകയാണെന്ന് ഉച്ചക്ക് അയാൾ അവളോട് പറഞ്ഞു. അവൾക്ക് അയാളോടൊപ്പം പോകണമായിരുന്നു. പക്ഷേ അയാൾ പറഞ്ഞു, അയാളെ തനിയെ വിടണമെന്ന്.

ശ്വാസം മുട്ടിക്കുന്ന ചൂടിൽ വേഗത്തിൽ നടക്കുമ്പോൾ പൊടി അയാളുടെ വായിലും മൂക്കിലും കയറി. ട്രെയിൻ വന്നെത്തുന്നതു കേൾക്കാൻ അയാൾ സമയത്തുതന്നെ പ്ലാറ്റ്ഫോമിൽ എത്തി.

ആഫ്രിക്കൻ കഥ (സിംബാബ്‌വേ)

വ്യോന്നേ വേര

നിങ്ങൾ എന്തുകൊണ്ട് മറ്റ് മൃഗങ്ങളെ കൊത്തിയുണ്ടാക്കുന്നില്ല?

വ്യോന്നേ വേര (Yvonne Vera) 1964-ൽ സിംബാബ്‌വേയിൽ ജനിച്ചു. സതേൺ ആഫ്രിക്കയിലെ പ്രധാന എഴുത്തുകാരി. പ്രാദേശിക വിദ്യാലയത്തിലും യോർക്ക് സർവകലാശാലയിലുമായിരുന്നു വിദ്യാഭ്യാസം. ***പേരില്ലാതെ (Without A Name)*** *എന്ന നോവൽ പ്രശസ്തിയിലേക്ക് ഉയർത്തി (1991).* ***Why Don't You Carve Other Animals?*** *എന്ന പേരിൽ ഒരു കഥാസമാഹാരം 1992-ൽ പ്രസിദ്ധീകരിച്ചു. 2005-ൽ അന്തരിച്ചു.*

ആഫ്രിക്കക്കാർക്ക് മാത്രമുള്ള ആശുപത്രിയുടെ ഗെയ്റ്റിന് പുറത്ത് തടിയിൽനിന്നും രൂപങ്ങൾ കൊത്തിയുണ്ടാക്കിക്കൊണ്ടിരിക്കുകയാണ് അയാൾ. പൂർത്തിയാക്കിയ ഉൽപ്പന്നങ്ങൾ അയാൾക്കുചുറ്റും നിലത്തു വിരിച്ച പഴയ വർത്തമാനപത്രങ്ങളിൽ നിരന്നിട്ടുണ്ട്. അയാളുടെ വലതു വശത്തായി ഒരു ചിത്രകാരൻ ഇരിക്കുന്നു. അദ്ദേഹം പണിതീർത്ത സൃഷ്ടികൾ അവർക്കു പിറകിൽ ആശുപത്രി വേലി ചാരി നിൽപ്പാണ്. തിങ്ങിയ പട്ടണത്തിൽ കാറുകൾ ചീറിപ്പായുന്നു. ആൾക്കൂട്ടം ഒഴുകി നീങ്ങുന്നു. ശബ്ദങ്ങൾ ഉയരുന്നു. ഓടിയെത്തുന്ന ട്രാഫിക്കിന് മിന്നുന്ന ഓറഞ്ച് വെളിച്ചംകൊണ്ട് മതിയായ മുന്നറിയിപ്പ് നൽകി ആംബുലൻസുകൾ ആശുപത്രിയിലെ എമർജൻസി യൂണിറ്റിലേക്കു പായുന്നു. അയാൾ കൊത്തിയുണ്ടാക്കിയ ആനകളിലൂടെയും വിചിത്രമായി ചായുന്ന കഴു

ത്തുകളോടുകൂടിയ ജിറാഫുകളിലൂടെയും ശിൽപ്പി കാടിനെ നഗരത്തിലേക്ക് കൊണ്ടുവരുന്നു. അയാളുടെ മൃഗങ്ങൾ അച്ചടിച്ച പത്രത്താളുകളിൽ നടക്കുന്നു. എന്നാൽ അവയ്ക്കു ജീവനില്ലല്ലോ എന്നോർത്ത് അയാൾക്ക് ദുഃഖം. ചിലപ്പോൾ വല്ലാതെ ദേഷ്യം പിടിച്ചിട്ട് അയാൾ തന്റെ മൃഗങ്ങളെയെല്ലാം വാരിയെടുത്ത് ഉന്മാദത്തോടെ കാർഡ്ബോർഡ് പെട്ടിയിലേക്കെറിയുന്നു. ആശുപത്രിക്കവാടങ്ങളിലൂടെ നെറിയില്ലാതെ ഒഴുകുന്ന വാഹനവ്യൂഹത്തിന്റെ സഞ്ചാരപശ്ചാത്തലത്തിൽ അവയുടെ ജീവനറ്റ രൂപങ്ങൾ കാണരുതെന്നാണ് അപ്പോൾ അയാൾ ആഗ്രഹിക്കുക.

"നിനക്ക് ആ മുതലയെ വേണോ? നല്ലൊരു മുതലയാണത്. വേണോ അത്?" ആശുപത്രി സന്ദർശനം കഴിഞ്ഞ് കരഞ്ഞുകൊണ്ടിരിക്കുന്ന ഒരു കൊച്ചുകുട്ടിയെ ഒരമ്മ പറഞ്ഞുമയക്കാൻ നോക്കുന്നു. അവന്റെ വലതുകൈക്കു ചുറ്റും ഒരു വെളുത്ത ബാൻഡേജ് മുറുക്കിക്കെട്ടിയിരിക്കുന്നു. മറ്റേ കൈകൊണ്ട് പയ്യൻ ആ കൈ പിടിച്ചിരിക്കുന്നു. അമ്മ ശ്രദ്ധിക്കുന്നുവെന്നറിയാവുന്ന അവൻ തന്റെ താൽക്കാലിക വൈകല്യത്തിലേക്കു ശ്രദ്ധ തിരിപ്പിക്കുന്നു. അവൾ അവന്റെ അടുത്ത് മുട്ടുകുത്തിനിന്ന് അവന്റെ കണ്ണുകളിലേക്കുനോക്കി കെഞ്ചുന്നു.

"അവന് ഒരു ഇൻജക്ഷൻ കൊടുത്തു. സൂചിവയ്ക്കുന്നത് കുട്ടികൾക്ക് പേടിയാണല്ലോ," അമ്മ അയാളോട് പറയുകയാണ്. അവൾ ആ മുതലയെ വാങ്ങിക്കുന്നു. അത് കുട്ടിക്ക് കൊടുക്കുന്നു. പയ്യന്റെ കുഞ്ഞുവിരലുകൾക്കിടയിൽ വഹിക്കപ്പെട്ട് തന്റെ മൃഗങ്ങളിലൊന്ന് പോകുന്നത് നോക്കിയിരിക്കുകയാണ് അയാൾ. അയാളുടെ മൃഗങ്ങൾക്ക് ജീവനില്ല. അവയെ തിരികെ പെട്ടിയിലിടാൻ അയാൾ പ്രേരിതനാകുന്നു. ടാറിട്ട റോഡുകൾ മാത്രം നദികളായുള്ള വന്ധ്യമായ നഗരത്താൽ ചൂഴപ്പെട്ട ആ കുട്ടിക്ക് എന്നെങ്കിലും ജീവനുള്ള മുതലയെ കാണുവാൻ കഴിയുമോ എന്നയാൾ അമ്പരക്കുന്നു.

ആനകളെയും തടിയിൽ കൊത്തുപണി നടത്തിക്കൊണ്ടിരിക്കുന്ന ആളെയും നോക്കിനിൽക്കുകയാണ് വെളുത്തകോട്ടിട്ട ഒരു മനുഷ്യൻ. അയാൾ ഒരു ചുവന്ന ആനയെ എടുക്കുന്നു. അതിന്റെ തുമ്പിക്കൈ ശരീരത്തിലൂടെ തന്നെ കൊത്തിവച്ചിരിക്കുകയാണ്. അതിനാൽ അതിന് അത് ഉയർത്താൻ കഴിയില്ല. ചുവന്ന ആനയോ? ആ അപരിചിതൻ ചിന്താക്കുഴപ്പത്തിലായി. രസം പിടിച്ചിട്ട് ആനയെ വാങ്ങുവാൻ തീരുമാനിക്കുന്നു. മോശമായി കൊത്തിയുണ്ടാക്കിയതും തുമ്പിക്കൈ ഉയർത്തുവാൻ കഴിയാത്തതുമാണ് അതെങ്കിലും. അതിനെ അയാൾ തന്റെ ഓഫീസിൽ ജനാലക്കരികിൽ വയ്ക്കും, അവിടെനിന്നും അതിന് പുറത്ത് വരിവരിയായി നിൽക്കുന്ന രോഗികളെ നോക്കാം. ആനയ്ക്ക് കണ്ണുകൾ കൊത്തിയുണ്ടാക്കാതിരുന്നതെന്തേ? ഒരുപക്ഷേ, ചായം അവയെ മൂടിയതായിരിക്കാം.

കൊത്തുപണിക്കാരൻ പെട്ടെന്ന് ശപിക്കുന്നു. "എന്താ കുഴപ്പം?" ചിത്രകാരൻ ചോദിക്കുന്നു. "ഈ ജിറാഫിന്റെ കഴുത്തുനോക്കൂ."

ചിത്രകാരൻ ജിറാഫിനെ നോക്കുന്നു. രണ്ടാളുംകൂടി സുഖകരമ

ല്ലാത്ത രീതിയിൽ പൊട്ടിച്ചിരിക്കുന്നു. അസുഖം പിടിച്ചവരുടെ വളരെ അടുത്തുനിന്ന് ചിരിക്കുക എളുപ്പമല്ല. തന്റേതോ തന്റെ ജീവനില്ലാത്ത മൃഗങ്ങളെ നോക്കിക്കാണുവാനായി വന്നുനിന്ന ഒരു രോഗിയുടേതോ ആയ ഏതെങ്കിലുമൊരു രൂപം എന്തുകൊണ്ടാണ് കൊത്തിയുണ്ടാക്കാതിരുന്നതെന്നയാൾ അതിശയിക്കുന്നു. അയാൾ തന്റെ അടുത്തുള്ള കാർഡ്ബോർഡ് പെട്ടിയിലേക്ക് നോക്കുന്നു, എന്നിട്ട് അത് ദൂരെ, കാഴ്ചക്കുമപ്പുറം നിഴലിൽ മാറ്റിവയ്ക്കുവാൻ തീരുമാനിക്കുന്നു.

"താങ്കൾ എന്തുകൊണ്ട് മറ്റ് മൃഗങ്ങളെ കൊത്തിയുണ്ടാക്കുന്നില്ല? സിംഹങ്ങളെയോ ചിമ്പാൻസികളെയോ പോലെ?" ചിത്രകാരൻ ചോദിക്കുന്നു. "എപ്പോഴും താങ്കൾ ജിറാഫിനെ തന്നെയാണുണ്ടാക്കുന്നത്. നിങ്ങളുടെ ഒരേയൊരു ജിറാഫിനെ വാങ്ങിച്ചുകൊണ്ടുപോവുകയും ചെയ്തിരിക്കുന്നു!" കൊത്തുപണിക്കാരന്റെ സൃഷ്ടിയിൽ ചിത്രകാരന് കുറച്ചു സ്വാധീനമുണ്ട്. അയാളുടെ മൃഗങ്ങളെ നിറം പിടിപ്പിക്കുന്നതിനുള്ള ചായങ്ങൾ അദ്ദേഹമാണല്ലോ കടംകൊടുക്കാറ്. ചുവന്ന ആന അദ്ദേഹത്തിന്റെ ആശയമായിരുന്നു.

"ആന ഏറെക്കാലമായി കാടുവാഴുകയാണ്. അവന് കാടിനെക്കാൾ പഴക്കമുണ്ട്. എന്നാൽ ജിറാഫാകട്ടെ കഴുത്തുംനീട്ടി മരങ്ങൾക്കുമീതെ ഞെളിഞ്ഞുനടക്കുകയാണ്. കാട് അവന്റെ സ്വന്തമാണെന്നമാതിരി. ഏറ്റവും മുകളിലുള്ള ഇലകൾ അവൻ തിന്നുന്നു. അതേസമയം ആന ചളിയിൽ കിടന്നുരുണ്ട് പകൽ ചെലവിടുന്നു. രസകരമല്ലേ ഇത്? കാട്ടിലെ ഏറ്റവും മുകളിലെ ഇലകൾ തിന്നുന്നതിന്, ആനയ്ക്കും ജിറാഫിനുമിടയിലെ ഈ സമരം?" ആഫ്രിക്കക്കാർക്കു മാത്രമുള്ള ആശുപത്രിയുടെ എമർജൻസി യൂണിറ്റിലേക്ക് ആംബുലൻസുകൾ ചീറിക്കടന്നുപോകുന്നു.

വർത്തമാനപത്രങ്ങളിലും മാസികകളിലും നിന്നു സ്വരൂപിച്ച ഓർമ്മയിൽ വരയ്ക്കുന്ന വിക്ടോറിയാ വെള്ളച്ചാട്ടത്തിന്റെ ചിത്രത്തിന് അവസാന മിനുക്കുജോലികൾ നടത്തുമ്പോൾ ചിത്രകാരൻ അൽപ്പസമയം ചിന്തിക്കുന്നു. അയാൾ ഒരിക്കലും വെള്ളച്ചാട്ടം കണ്ടിട്ടില്ല. വെള്ളം നീലനിറത്തിലായിരിക്കണം. ചിത്രത്തിന് വൈകാരികത പകരാൻ അയാൾ ചിന്തിക്കുന്നു. ഭൂപടത്തിൽ ജലം ചിത്രീകരിക്കുമ്പോൾ അത് നീലനിറത്തിലായിരിക്കണമെന്ന് അയാൾ പഠിപ്പിക്കപ്പെട്ടിട്ടുണ്ട്. കടലിലേതുപോലെ അതു കൂടുതലുള്ളപ്പോഴാകട്ടെ വാസ്തവത്തിൽ വെള്ളം ആകാശം പോലിരിക്കും. അതുകൊണ്ടയാൾ ചിത്രീകരണത്തിൽ അങ്ങേയറ്റം ഉദാരവാനായിരിക്കുന്നു. നടുക്കുന്ന നീലത്തിരമാലകൾ കൂറ്റൻ പാറയെടുപ്പുകൾക്ക് മുകളിലൂടെ അസ്വാഭാവികതയോടെ വന്നുപതിക്കുന്നു.

"പുറത്തെ മനോഹരമായ ചിത്രപ്പണി കാരണം പ്രൗഢിയോടെ അന്തസ്സോടെ നടക്കുകയാണ് ജിറാഫ്. അതേച്ചൊല്ലിയാണ് സമരം. മറിച്ച് അവർ സമന്മാരാണ്. ഇലകളെ എത്തിപ്പിടിക്കാൻ ആനയ്ക്കു നീണ്ട തുമ്പിക്കൈയുണ്ട്. ജിറാഫിനാകട്ടെ നീണ്ട കഴുത്തും."

പരസ്പരം കൈകൾ ചുറ്റിപ്പിടിച്ച നിലയിൽ വിടർന്ന കണ്ണുകളോടെ നീലജലത്തിൽ തങ്ങളുടെ പ്രേമത്തിന്റെ പ്രതിച്ഛായയിലേക്കുനോക്കുന്ന രണ്ട് കമിതാക്കളെ ചിത്രത്തിന്റെ ഒരു കോണിൽ അയാൾ വരച്ചിടുന്നു. ജലം അവർക്കായി ഗാനം ചെയ്യണമയാൾക്ക്. അതുകൊണ്ട്, പാടുന്ന തുറന്ന ചുണ്ടുകളുമായി വെള്ളച്ചാട്ടത്തിനു മീതെ വട്ടമിട്ടുപറക്കുന്ന ഒരു പക്ഷിയെ അയാൾ വരയ്ക്കുന്നു. കാക്കയെപ്പോലിരിക്കുന്ന ഈ കറുത്ത പക്ഷിക്കുപകരം ഒരു പ്രാവിനെയാണ് വരച്ചിരുന്നതെങ്കിലെന്ന് അയാൾ അഭിലഷിക്കുന്നു.

കൊത്തുപണിക്കാരൻ കുറച്ചുചായം കടംമേടിച്ച് നീളം കുറഞ്ഞ കഴുത്തുള്ള ജിറാഫിന്റെ പുറത്ത് കറുത്തതും മഞ്ഞയും പുള്ളികൾ ഇടുന്നു. കുറ്റമറ്റ മൃഗങ്ങളെ കൊത്തിയുണ്ടാക്കാൻ തനിക്ക് ആവില്ലെന്ന കാര്യം അയാൾ എന്നേ അംഗീകരിച്ചു കഴിഞ്ഞിരിക്കുന്നു. എന്നാൽ അവരെ ദൂരെ എറിയുകയില്ല. ആഫ്രിക്കക്കാർക്കു മാത്രമുള്ള ആശുപത്രിയിൽനിന്നും പുറത്തുവരുന്ന ആരെങ്കിലുമൊരാൾ തന്റെ സൃഷ്ടിയിൽ ആനന്ദം തേടിയെങ്കിലോ! പക്ഷേ, പുള്ളികളിടുന്ന പണി പൂർത്തിയാക്കിയപ്പോഴേക്കും, മൃഗത്തിന്റെ വശങ്ങളിലൂടെ ചായം ഒലിച്ചിറങ്ങുകയും അങ്ങനെ അത് സീബ്രയെപോലെ ആകുകയും ചെയ്യുന്നു.

“ഒരു പട്ടിയെയോ പൂച്ചയെയോ താങ്കൾ എന്തുകൊണ്ട് കൊത്തിയുണ്ടാക്കുന്നില്ല? നഗരത്തിലെ ആളുകൾ കണ്ടിട്ടുള്ളതെന്തെങ്കിലുമൊന്ന്. ഒരു എലി തന്നെയും നന്നായിരിക്കും, പട്ടണത്തിൽ ഒരുപാട് എലികളുണ്ടുതാനും!” വലിയ ചിരി. വെള്ളച്ചാട്ടത്തിൽ നിന്നും ധാരാളം ധൂളികൾ കമിതാക്കളിലേക്ക് എത്തുന്നുണ്ടാകണമെന്ന് ചിത്രകാരൻ തിരിച്ചറിയുന്നു. അതുകൊണ്ടയാൾ അവരുടെ ശിരസുകൾക്കുമീതെ ഒരു ചുവന്ന കുട വരച്ചു ചേർക്കുന്നു. ചിത്രത്തിൽ എന്തോ ഒന്ന് നഷ്ടമായിരിക്കുന്നുവെന്ന് അയാൾ പെട്ടെന്ന് ശ്രദ്ധിക്കുന്നു. അതുകൊണ്ടയാൾ കമിതാക്കളുടെ സ്വതന്ത്രമായ കരങ്ങൾ നീട്ടുന്നു, എന്നിട്ടവയിൽ മഞ്ഞ ഐസ്ക്രീം കൊടുക്കുന്നു. ചിത്രമിപ്പോൾ ജീവിതം നിറഞ്ഞതായിരിക്കുന്നു.

“ഒരു പട്ടിയെ കൊത്തിയുണ്ടാക്കുന്നതിൽ എന്തർഥം? താങ്കൾക്ക് പട്ടികളെയും പൂച്ചകളെയും എലികളെയും വരച്ചുകൂടെ?” തീവ്രാവേശത്തോടെ താൻ കൊത്തിയുണ്ടാക്കുന്ന ആനയെയോ ജിറാഫിനെയോ കൊത്തുപണിക്കാരൻ കണ്ടിട്ടില്ല. ഒരിക്കൽപോലും. രൂപമില്ലാത്ത ഒരു കഷ്ണം തടി അയാൾ കൈയിലെടുക്കുന്നു.

അത് ജിറാഫായിരിക്കുമോ ആനയായിരിക്കുമോ? അയാളുടെ കൊത്തുപണി അയാളുടെ സ്വപ്നം കാണലുമാണ്.

മെക്സിക്കൻ കഥ

ആഗസ്തോ മോണ്ടിറോസോ

ഗ്രഹണം

***ആഗസ്തോ മോണ്ടിറോസോ** 1921–ൽ ഗ്വാട്ടിമാലയിൽ ജനിച്ചു. 1944 മുതൽ മെക്സിക്കോയിലാണ് താമസം. മോണ്ടിറോസോവിന്റെ കഥകൾ ഇംഗ്ലീഷിൽ **The Black Sheep** എന്ന പേരിൽ സമാഹരിച്ചിട്ടുണ്ട്.*

വിനാശത്തിലേക്കു തള്ളപ്പെട്ടിരിക്കുന്നുവെന്നറിഞ്ഞപ്പോൾ, ഇനിയൊന്നിനും തന്നെ രക്ഷിക്കാനാവില്ലെന്ന വസ്തുത ബ്രദർ ബാർട്ടോലോമി അറസോള അംഗീകരിച്ചു. സുശക്തമായ ഗ്വാട്ടിമാലൻ വനാന്തരങ്ങൾ അയാളെ അതിക്രൂരമായും അന്തിമമായും അകപ്പെടുത്തിയിരിക്കുന്നു. തനിക്കു സ്ഥലവിവരമില്ല എന്ന ഭീമമായ അജ്ഞതയ്ക്കു മുമ്പിൽ മരണത്തേയും പ്രതീക്ഷിച്ച് അയാൾ ശാന്തനായി ഇരുന്നു. അയാൾ അവിടെ മരിക്കണം, ആശയറ്റവനും ഏകനുമായി. ചിന്തകൾ വിദൂരമായ സ്പെയിനിലെ ലോസ് അബ്രോയോസ് കോൺവെന്റിൽ ഉറപ്പിച്ചു – തന്റെ വിമോചനപ്രവർത്തനത്തിന്റെ മതാത്മകമായ ഉത്സാഹത്തെ ആശ്രയിക്കാമെന്ന് പറയുവാൻ സ്വന്തം നിലമറന്ന് ചാൾസ് അഞ്ചാമൻ ഇറങ്ങിവന്ന ലോസ് അബ്രോയോസ് കോൺവെന്റിൽ.

ഒരു അൾത്താരയ്ക്കു മുമ്പിൽ അയാളെ ബലികൊടുക്കുവാൻ സന്നദ്ധരാകുന്ന വികാരശൂന്യരായ ഏതാനും തദ്ദേശീയരാൽ ചൂഴപ്പെട്ടിരിക്കുന്നതാണ് ഉണരുമ്പോൾ അയാൾ കാണുന്നത്, തന്റെ ഭീതികളിൽ നിന്നും തന്റെ വിധിയിൽ നിന്നും തന്നിൽ നിന്നു തന്നെയും അവസാനമായി താൻ വിശ്രമിക്കുവാൻ പോകുന്നത് ആ അൾത്താരയിലാണെന്ന് ബാർട്ടോ

ലോമിന് തോന്നി.

ആ നാട്ടിൽ മൂന്ന് കൊല്ലം കഴിച്ച അയാൾക്ക് അവിടത്തെ ഭാഷ യൊക്കെ ഒരുവിധം അറിയാമായിരുന്നു. അയാൾ കുറച്ചു പരീക്ഷിച്ചു നോക്കി. അയാൾ പറഞ്ഞ ഏതാനും വാക്കുകൾ അവർ മനസ്സിലാക്കി.

അരിസ്റ്റോട്ടിലിനെക്കുറിച്ചും വിശ്വസംസ്കാരത്തെക്കുറിച്ചും തനി ക്കുണ്ടായിരുന്ന അറിവിനും തന്റെ കഴിവിനും ചേർന്നതാണെന്ന് അയാൾക്ക് തോന്നിയ ഒരു ആശയം അപ്പോൾ അയാളിൽ ഉദിച്ചു. അന്നേ ദിവസം സമ്പൂർണ്ണസൂര്യഗ്രഹണം ഉണ്ടാകുമെന്ന് അയാൾ ഓർത്തു. ആ അറിവ് ഉപയോഗിച്ച് തന്റെ മർദ്ദകരെ കബളിപ്പിച്ച് സ്വന്തം ജീവൻ രക്ഷ പ്പെടുത്തണമെന്ന് ഉള്ളിന്റെയുള്ളിൽ അയാൾ വിചാരിക്കുകയും ചെയ്തു. “നിങ്ങളെന്നെ കൊല്ലുമെങ്കിൽ”-അയാൾ അവരോട് പറഞ്ഞു, “സൂര്യനെ അതിന്റെ ഉയരങ്ങളിൽ വെച്ച് തന്നെ തമിസ്രമാക്കുവാൻ എനിക്കു കഴിയും”

അവർ അയാളെ തറപ്പിച്ചുനോക്കി. ബാർട്ടിലോമിക്ക് അവരുടെ കണ്ണുകളിലെ സന്ദേശം പിടികിട്ടി. ഒരു ചെറിയ കൂടിയാലോചന നട ക്കുന്നത് അയാൾ കണ്ടു. ആത്മവിശ്വാസത്തോടെ കാത്തു, അവജ്ഞ യോടെയും.

രണ്ടു മണിക്കൂറുകൾക്കു ശേഷം ബലിക്കല്ലിൽ ബ്രദർ ബാർട്ടോ ലോമി അറസോളയുടെ ഹൃദയം അതിന്റെ തപ്തവും തീക്ഷ്ണവുമായ രക്തം ചിന്തി. ഗ്രഹണം ബാധിച്ച സൂര്യന്റെ അതാര്യമായ വെളിച്ചത്തിൽ അത് ജ്വലിച്ചു. അപ്പോൾ മയൻ സമുദായത്തിലെ ജ്യോതിശ്ശാസ്ത്ര ജ്ഞൻമാർ, അരിസ്റ്റോട്ടിലിന്റെ വിലയേറിയ സഹായമൊന്നും കൂടാതെ — പ്രവചിച്ച് എഴുതി സൂക്ഷിച്ചിരുന്ന, സൂര്യഗ്രഹണവും ചന്ദ്രഗ്രഹണവും ഉണ്ടാകുവാൻ പോകുന്ന എണ്ണമറ്റ തീയതികൾ ഓരോരോന്നോരോന്നായി, ശബ്ദം ഉയർത്താതെ, പതുക്കെ തദ്ദേശീയരിലൊരാൾ ഉരുവിട്ടുകൊണ്ടി രുന്നു.

കൊളംബിയൻ കഥ

ഹെർനാൻഡോ ടെഎല്ലസ്

വെറും പത, അതുമാത്രം

ഹെർനാൻഡോ ടെഎല്ലസ് (1908-1966). ബൊഗോട്ടയിൽ ജനിച്ച കൊളംബിയൻ എഴുത്തുകാരൻ. പ്രബന്ധകാരൻ, കഥാകൃത്ത് എന്നീ നിലകളിൽ പ്രശസ്തി നേടി. പണ്ഡിതനായ പത്രപ്രവർത്തകനായിരുന്നു. ***Ashes for the Wind and Other Tales*** (1950) എന്ന പുസ്തകത്തിന്റെ പ്രസാധനത്തോടെ ടെഎല്ലസ് സാഹിത്യലോകത്ത് കീർത്തിമാനായി. സംഘർഷ നിർഭരമായ സായുധ കലാപത്തിന്റെ അന്തരീക്ഷം ഉദ്വേഗജനകമായ കൊച്ചുവാക്കുകളിൽ പറഞ്ഞു വച്ചിരിക്കുന്ന കഥയാണിത്.

അകത്തേക്കു കടന്നപ്പോൾ അയാൾ ഒന്നും പറഞ്ഞില്ല. എന്റെ ഏറ്റവും നല്ല ക്ഷൗരക്കത്തി ഒരു തുകൽച്ചാണയിൽ തേയ്ക്കുകയായിരുന്നു ഞാൻ. അയാളെ തിരിച്ചറിഞ്ഞപ്പോൾ ഞാൻ വിറയ്ക്കാൻ തുടങ്ങി. പക്ഷേ അയാൾ അത് ശ്രദ്ധിച്ചില്ല. എന്റെ വികാരം മറച്ചുവയ്ക്കാമെന്ന പ്രതീക്ഷയിൽ ഞാൻ ക്ഷൗരക്കത്തി മൂർച്ചപ്പെടുത്തൽ തുടർന്നു. ഞാൻ അത് എന്റെ തള്ളവിരലിന്റെ മാംസത്തിൽ പരീക്ഷിച്ചു നോക്കി. പിന്നീട് അത് വെളിച്ചത്തിനെതിരെ ഉയർത്തി നോക്കി.

ആ നിമിഷം അയാൾ അയാളുടെ തോക്കുറ തൂങ്ങിക്കിടന്നിരുന്ന വെടിയുണ്ടകൾ നിറച്ച ബെൽറ്റ് ഊരിയെടുത്തു. അയാൾ അത് ഭിത്തിയിലൊരു കൊളുത്തിൽ തൂക്കി. അതിനു മീതെ തന്റെ പട്ടാളത്തൊപ്പിയും എടുത്തുവച്ചു. പിന്നീടയാൾ തന്റെ ടൈയുടെ കുടുക്കഴിച്ചുകൊണ്ട് എന്റെ നേർക്ക് തിരിഞ്ഞിട്ട് പറഞ്ഞു: "നരകത്തിലെപോലെ ചൂടാണ്, എനിക്ക് ഒരു ഷേവ് വേണം." അയാൾ കസേരയിൽ ഇരുന്നു.

നാലുദിവസം പ്രായമായ ഒരു താടിയാണ് അയാൾക്കുണ്ടായിരുന്നതെന്ന് ഞാൻ ഗണിച്ചു — ഞങ്ങളുടെ പോരാളികളെ തിരഞ്ഞുകൊണ്ടുള്ള ഏറ്റവും ഒടുവിലത്തെ ഉദ്യമത്തിനെടുത്ത നാലുദിവസങ്ങൾ. അയാളുടെ മുഖം ചുവപ്പാർന്നതായി കാണപ്പെട്ടു. വെയിലിൽ വെന്ത്. ശ്രദ്ധാപൂർവം ഞാൻ സോപ്പ് തയ്യാറാക്കാൻ തുടങ്ങി. കുറച്ച് കഷ്ണ

ങ്ങൾ മുറിച്ചെടുത്ത് ഒരു കപ്പിലേക്കിട്ട് അതിൽ കുറച്ച് ചെറുചൂടുവെള്ളം ചേർത്ത് ഞാൻ ബ്രഷുകൊണ്ട് ഇളക്കാൻ തുടങ്ങി. ഉടനെ തന്നെ പത ഉയർന്നുവരാനാരംഭിച്ചു. "സംഘത്തിലെ മറ്റുപയ്യന്മാർക്കും ഇത്ര തന്നെ താടിയുണ്ടായിരിക്കണം," അയാൾ അഭിപ്രായം പറഞ്ഞു. ഞാൻ പത ഇളക്കി ഉയർത്തിക്കൊണ്ടിരുന്നു.

"പക്ഷേ ഞങ്ങൾ എല്ലാം ശരിയായി ചെയ്തു, കേട്ടോ. പ്രധാനികളെയെല്ലാം ഞങ്ങൾക്കു കിട്ടി. ചിലരെ ഞങ്ങൾ വധിച്ച നിലയിലാണ് കൊണ്ടുവന്നത്. ചിലരെ ജീവനോടെയും കിട്ടി. പക്ഷേ ഉടനെതന്നെ അവരെല്ലാം ചാകും."

"നിങ്ങൾ എത്രപേരെ പിടിച്ചു?" ഞാൻ ചോദിച്ചു.

"പതിനാല്, അവരെ കണ്ടുപിടിക്കാൻ ഞങ്ങൾക്ക് കാടിന്റെ വളരെ ഉള്ളിലേക്കു പോകേണ്ടിവന്നു. എന്നാൽ ഞങ്ങൾ കണക്ക് തികയ്ക്കും. അവരിൽ ഒരാളുപോലും ജീവനോടെ പുറത്തു വരില്ല, ഇതിൽനിന്ന് ഒരാളുപോലും."

കൈയിൽ പതനിറഞ്ഞ ബ്രഷുമായി എന്നെ കണ്ടപ്പോൾ അയാൾ കസേരയിലേക്ക് ചാരിയിരുന്നു. ഞാൻ അപ്പോഴും അയാളുടെ പുറത്ത് ഷീറ്റ് ഇട്ടിരുന്നില്ല. സംശയിക്കേണ്ട, ഞാൻ പരിഭ്രമിച്ചിരുന്നു. വലിപ്പിൽ നിന്നും ഒരു ഷീറ്റെടുത്ത് ഞാൻ അയാളുടെ കഴുത്തിൽ കെട്ടി. അയാൾ സംസാരം നിർത്തിയില്ല. അയാളുടെ കക്ഷിയോട് എനിക്ക് സഹതാപമായിരുന്നെന്ന് അയാൾ കരുതിയിരുന്നിരിക്കാം.

"ഞങ്ങൾ ചെയ്തതിൽനിന്നും ഈ പട്ടണം ഒരു പാഠം പഠിച്ചിട്ടുണ്ടായിരിക്കണം," അയാൾ പറഞ്ഞു.

"അതെ," അയാളുടെ ഇരുണ്ട് വിയർപ്പാർന്ന കഴുത്തിന്റെ ചുവട്ടിൽ കെട്ട് ഭദ്രമാക്കിക്കൊണ്ട് ഞാൻ പ്രതിവചിച്ചു.

"നല്ല പ്രകടനമായിരുന്നു അത്, ങേ?"

"വളരെ നല്ലത്," ബ്രഷിനായി തിരഞ്ഞുകൊണ്ട് ഞാൻ പറഞ്ഞു.

ക്ഷീണം കാണിച്ച് കണ്ണുകൾ പൂട്ടി അയാൾ സോപ്പിന്റെ തണുത്ത തലോടലിനായി കാത്തിരിക്കുന്നു. അയാളെ അത്രയ്ക്ക് അടുത്ത് എനിക്ക് ഒരിക്കലും കിട്ടിയിരുന്നില്ല. പട്ടണത്തിലുള്ളവർ മുഴുവൻ സ്കൂളിന്റെ അകമുറ്റത്ത് വരിയായി ചെന്ന് അവിടെ കൊന്നു തൂക്കിയിരിക്കുന്ന നാല് കലാപകാരികളെയും കാണണമെന്ന് അയാൾ ഉത്തരവിട്ട ദിവസം, അദ്ദേഹത്തോട് ഒരു നിമിഷം ഞാൻ മുഖത്തോടു മുഖം അടുത്തിരുന്നു. പക്ഷേ അംഗഭംഗം വരുത്തിയ ശരീരങ്ങളുടെ കാഴ്ച അതിന്റെയൊക്കെ സൂത്രധാരനായ ആളുടെ മുഖം ശ്രദ്ധിക്കുന്നതിൽനിന്നും എന്നെ തടഞ്ഞു. ഞാനിപ്പോൾ എന്റെ കൈകൾക്കുള്ളിലെടുക്കുവാൻ പോകുന്ന ഈ മുഖം.

അതൃപ്തിയുണ്ടാക്കുന്ന ഒരു മുഖമായിരുന്നില്ല അത്. അയാൾക്ക് ഉള്ളതിലും കൂടുതൽ പ്രായം തോന്നിപ്പിച്ച ആ താടിയാകട്ടെ അയാൾക്ക് തീരെ ചേർന്നതായിരുന്നില്ലെന്നും പറഞ്ഞുകൂടാ. അയാളുടെ പേര്

ടോറെസ് എന്നായിരുന്നു. ക്യാപ്റ്റൻ ടോറസ്. ഭാവനാശാലിയായ ഒരു മനുഷ്യൻ, വേറെ ആർക്കാണ് അല്ലെങ്കിൽ കലാപകാരികളുടെ നഗ്നശരീരങ്ങൾ തൂക്കി അവയുടെമേൽ ഉന്നം പിഴയ്ക്കാത്ത വെടിവയ്പ് പരിശീലിക്കുവാൻ കഴിയുക?

ഞാൻ ആദ്യപ്രാവശ്യത്തെ സോപ്പ് തേയ്ക്കാൻ തുടങ്ങി. കണ്ണുകൾ അടച്ചുവച്ചനിലയിൽ, അയാൾ തുടർന്നു: "തികച്ചും അനായാസമായി നേരെ എനിക്ക് ഉറങ്ങാൻ പോകുവാൻ കഴിയുമായിരുന്നു," അയാൾ പറഞ്ഞു, "പക്ഷേ ഇന്നുച്ചതിരിഞ്ഞ് വളരെയേറെ ചെയ്യാനുണ്ട്."

സോപ്പ് പതപ്പിക്കൽ നിർത്തി താൽപര്യമില്ലായ്മ നടിച്ചുകൊണ്ട് ഞാൻ ചോദിച്ചു, "ഒരു ഫയറിങ് സ്ക്വാഡ്?"

"അതുപോലൊന്നുതന്നെ, പക്ഷേ കുറച്ചു മന്ദഗതിയിൽ."

അയാളുടെ താടി സോപ്പുതേച്ച് പതപ്പിക്കുന്ന പണി ഞാൻ തുടർന്നു. എന്റെ കൈകൾ പിന്നെയും വിറയ്ക്കാൻ തുടങ്ങി. അയാൾക്കത് മിക്കവാറും തിരിച്ചറിയാൻ കഴിഞ്ഞില്ല. അത് എനിക്ക് ഗുണമായിരുന്നു. പക്ഷേ അയാൾ വന്നില്ലായിരുന്നെങ്കിൽ ഞാൻ അതായിരുന്നു ഇഷ്ടപ്പെടുമായിരുന്നത്. ഞങ്ങളുടെ വിഭാഗത്തിൽപ്പെട്ട പലരും അയാൾ അകത്തേക്കു കടന്നുവരുന്നത് കണ്ടിരിക്കാനിടയുണ്ട്. ഒരാളുടെ മേൽക്കൂരയ്ക്കു കീഴിലെത്തുന്ന ഒരു ശത്രു ചില ഉപാധികളൊക്കെ വയ്ക്കുമല്ലോ.

മറ്റേതൊരു താടിയെയുംപോലെ മറ്റേതൊരു പതിവുകാരന്റെയും താടിയെയുംപോലെ ശ്രദ്ധാപൂർവം, മൃദുവായി, ഒരു ചെറുസുഷിരത്തിൽ നിന്നെങ്കിലും ഒരു തുള്ളി രക്തംപോലും പുറത്തുവരാത്ത നിലയിൽ ആ താടിയും ഷേവുചെയ്യുകയാവും ഞാൻ ചെയ്യേണ്ടിവരിക. ചെറിയ രോമക്കൂട്ടങ്ങൾ കാരണം കത്തിതെന്നിപ്പോകാതെ വളരെ ശ്രദ്ധിച്ച്. അയാളുടെ ചർമം വെടിപ്പായി മൃദുവായി ആരോഗ്യമുള്ളതായി മാറിക്കഴിയുമ്പോൾ ഞാൻ എന്റെ പുറംകൈ അവിടെക്കൂടെ നടത്തിയാൽ ഒരു രോമംപോലും തടയാത്തവിധം ഭംഗിയുണ്ടാകുവാൻ ശ്രദ്ധിച്ച്. അതെ, ഞാൻ രഹസ്യമായി ഒരു കലാപകാരിയായിരുന്നു. അതേസമയം മനഃസാക്ഷിയുള്ള ഒരു ക്ഷുരകനുമായിരുന്നു ഞാൻ. എന്റെ തൊഴിലിനു വേണ്ട സൂക്ഷ്മതയിൽ അഭിമാനം കൊള്ളുന്നവനുമായിരുന്നു.

ഞാൻ ക്ഷൗരക്കത്തിയെടുത്ത് അതിന്റെ സംരക്ഷണകവചങ്ങൾക്കുള്ളിൽ നിന്നും കത്തി പുറത്തേക്കെടുത്ത് പണി തുടങ്ങി – ഒരു വശത്തുനിന്നും നേരെ താഴേക്ക്. അയാളുടെ താടി മയമില്ലാത്തതും കടുപ്പമേറിയതുമായിരുന്നു. വളരെ വലുതായിരുന്നില്ലെങ്കിലും കട്ടിയുള്ളതായിരുന്നു. പതിയെപ്പതിയെ ചർമം വെളിവായി. കത്തി മൂർച്ചയോടെ ഉരസി നീങ്ങി. രോമങ്ങൾ നിറഞ്ഞ സോപ്പുപത വായ്ത്തലയിൽ കുമിഞ്ഞുകൂടുമ്പോൾ അതിന്റെ പതിവ് ശബ്ദങ്ങൾ ഉതിർത്ത്.

അത് വൃത്തിയാക്കുവാനായി ഞാൻ ഒരു നിമിഷം നിന്നു. പിന്നെയും അത് തുകൽച്ചാണയിൽ മൂർച്ച വരുത്തി. എന്തെന്നാൽ കാര്യങ്ങൾ ശരി

യായി ചെയ്യുന്ന ഒരു ബാർബറാണ് ഞാൻ. കണ്ണുകൾ അടച്ചിരിക്കുകയായിരുന്ന അയാൾ ഇപ്പോൾ അവ തുറന്നു. ഷീറ്റിനടിയിൽനിന്നും ഒരു കൈ പുറത്തേക്കെടുത്ത് കവിളിൽ സോപ്പുപതയില്ലാത്തിടം സ്പർശിച്ചുനോക്കി. എന്നിട്ട് പറഞ്ഞു, "ഇന്ന് ആറ് മണിക്ക് സ്കൂളിലേക്കു വരൂ."

"ഈ അടുത്തദിവസത്തെ അതേ സംഗതിയോ?" ഞാൻ ചോദിച്ചു, ഭയന്ന് ഞെട്ടിക്കൊണ്ട്.

"അതിനെക്കാൾ നന്നായിരിക്കാനിടയുണ്ട്," അയാൾ പറഞ്ഞു.

"നിങ്ങൾ എന്തുചെയ്യാനാണ് ഉദ്ദേശിക്കുന്നത്?"

"എനിക്ക് ഇനിയും അറിയില്ല. പക്ഷേ ഞങ്ങൾ ഞങ്ങളെ രസിപ്പിക്കും." ഒരിക്കൽക്കൂടി അയാൾ പുറകോട്ടുചാരി കണ്ണുകൾ അടച്ചു. ക്ഷൗരക്കത്തി ഉന്നം പിടിച്ചുകൊണ്ട് ഞാൻ സമീപിച്ചു.

"അവരെയെല്ലാം ശിക്ഷിക്കുകയാണോ നിങ്ങളുടെ ഉദ്ദേശ്യം?" പേടിച്ചനിലയിൽ ഞാൻ ചോദിക്കാൻ ധൈര്യപ്പെട്ടു.

"എല്ലാവരെയും."

അയാളുടെ മുഖത്ത് സോപ്പ് ഉണങ്ങുകയായിരുന്നു. എനിക്ക് ധൃതിപ്പെടേണ്ടി വന്നു. കണ്ണാടിയിൽ ഞാൻ തെരുവിലേക്ക് നോക്കി. പതിവ് കാഴ്ച തന്നെ — രണ്ടോ മൂന്നോ പേർ കൂടിയുള്ള പലചരക്കുകട. പിന്നെ ഞാൻ ക്ലോക്കിൽ നോക്കി — ഉച്ചതിരിഞ്ഞ് 2:20.

ക്ഷൗരക്കത്തി അതിന്റെ താഴേക്കുള്ള ചെത്തിയിറങ്ങൽ തുടർന്നു. ഇപ്പോൾ മറ്റേ വശത്തുനിന്നും കട്ടിയുള്ള ഒരു നീലത്താടി. ചില കവികളും പുരോഹിതന്മാരും ചെയ്യുന്നതുപോലെ അയാളതിനെ വളരാൻ അനുവദിക്കേണ്ടതായിരുന്നു. അത് അയാൾക്ക് നന്നായി ചേരും. നിരവധിയാളുകൾ അയാളെ തിരിച്ചറിയാതിരിക്കും. കൂടുതലും അയാളുടെ ഗുണത്തിനുതന്നെ, ഞാൻ വിചാരിച്ചു. കഴുത്തിനോടടുത്തഭാഗം വെടിപ്പാക്കാൻ ശ്രമിച്ചുകൊണ്ട്.

അവിടെ കത്തി വളരെ പരിചയസമ്പന്നതയോടെ പ്രയോഗിക്കേണ്ടതുണ്ട്. മൃദുവാണെങ്കിലും ആ ഭാഗത്തെ രോമങ്ങൾ ചുഴികളായി വളർന്നിരിക്കുന്നതിനാൽ പ്രത്യേകിച്ചും ഒരു ചുരുൾ മുടിയൻ താടി. ചെറിയ സുഷിരങ്ങളിലൊന്ന് തുറന്ന് ഒരു ചോരമണി പുറത്തുവന്നേക്കാം. എന്നാൽ തന്റെ കസ്റ്റമർക്ക് അങ്ങനെയൊന്ന് അനുവദിക്കാതിരിക്കുന്നതിൽ അഭിമാനം കൊള്ളുന്നവനാണ് ആ നല്ല ബാർബർ.

ഞങ്ങളിൽ എത്രപേരെ അയാൾ വെടിവച്ചു കൊല്ലുവാൻ ഉത്തരവിട്ടിരിക്കുന്നു? ഞങ്ങളിൽ എത്രപേർക്ക് അംഗഭംഗം വരുത്താൻ അയാൾ ഉത്തരവിട്ടിരിക്കുന്നു. അതേക്കുറിച്ചൊന്നും ചിന്തിക്കാതിരിക്കുന്നതായിരുന്നു നല്ലത്. ഞാൻ അയാളുടെ ശത്രുവായിരുന്നുവെന്ന് ടോറെസ് അറിഞ്ഞിരുന്നില്ല. അയാളും ശേഷിക്കുന്നവരും അത് അറിഞ്ഞില്ല. വളരെ കുറച്ചുപേർ മാത്രം പങ്കിട്ട ഒരു രഹസ്യമായിരുന്നു അത്. അങ്ങനെയെങ്കിൽ, പട്ടണത്തിൽ ടോറെസ് എന്തുചെയ്യുന്നുവെന്നും വിപ്ലവകാരികളെ

വേട്ടയാടാനിറങ്ങുമ്പോൾ അയാളുടെ പരിപാടി എന്താണെന്നും എനിക്ക് വിപ്ലവകാരികൾക്ക് വിവരം നൽകാനാകും.

അപ്പോൾ, അയാളെ കൈകളിൽ കിട്ടിയിട്ട് സമാധാനത്തോടെ വിട്ടയച്ചു എന്ന് വിശദീകരിക്കുക എനിക്ക് ഏറെ ദുഷ്കരമായിരിക്കും.

താടി ഇപ്പോൾ മിക്കവാറും പോയിക്കഴിഞ്ഞിരിക്കുന്നു. അയാൾക്ക് കൂടുതൽ യുവത്വം കൈവന്നപോലെ തോന്നി. അയാൾ വന്നുകയറിയപ്പോൾ ഉണ്ടായിരുന്ന വർഷങ്ങളുടെ ഭാരം കുറഞ്ഞതുപോലെ. ബാർബർഷോപ്പുകൾ സന്ദർശിക്കുന്ന പുരുഷന്മാർക്കെല്ലാം ഇങ്ങനെ സംഭവിക്കാറുണ്ട് എപ്പോഴും എന്നാണെന്റെ വിചാരം. എന്റെ ക്ഷൗരക്കത്തിയുടെ വടിപ്പിൽ ടോറെസ് യൗവ്വനം വീണ്ടെടുക്കുകയായിരുന്നു — ഞാനൊരു നല്ല ക്ഷുരകനായിരുന്നതിനാലാണ്, പട്ടണത്തിലെ ഏറ്റവും നല്ല ക്ഷുരകനെന്ന് പറയുന്നതിനും തരക്കേടില്ല, അയാൾ നവയൗവ്വനത്തിലേക്കു വന്നത്.

വല്ലാതെ ഉഷ്ണിക്കുകയാണല്ലോ! എന്റെ അത്രതന്നെ ടോറെസും വിയർക്കുന്നുണ്ടായിരിക്കണം. പക്ഷേ അയാൾ ശാന്തനായ ഒരു മനുഷ്യനാണ്. തടവുകാരെ ഇന്ന് അപരാഹ്നത്തിൽ എന്താണ് ചെയ്യുവാൻ പോകുന്നതെന്നുപോലും ചിന്തിക്കാത്ത മനുഷ്യൻ. നേരെ മറിച്ച് എനിക്ക് — കൈയിൽ ക്ഷൗരക്കത്തിയുമായി നിൽക്കുന്ന എനിക്ക് — ഈ ചർമം വടിക്കുകയും വീണ്ടും വടിക്കുകയും ചെയ്യുന്ന എനിക്ക് — ഒന്നും വ്യക്തമായി ചിന്തിക്കുവാൻ പോലും കഴിയുന്നില്ല.

വന്നതിന് അയാൾക്ക് നാശം! ഞാനൊരു വിപ്ലവകാരിയാണ്, ഞാനൊരു കൊലപാതകിയല്ല. അയാളെ കൊല്ലുക എത്ര എളുപ്പമായിരിക്കും. അയാൾ അത് അർഹിക്കുന്നുമുണ്ട്. ഉണ്ടോ? ഇല്ല! എന്ത് പിശാച്! ഒരു കൊലപാതകിയാകാൻവേണ്ടി മറ്റൊരാളെക്കൊണ്ട് ത്യാഗം ചെയ്യിക്കുവാൻ ആർക്കും അർഹതയില്ല. അതിൽനിന്നും നിങ്ങൾക്ക് എന്താണ് കിട്ടുക. ഒന്നുമില്ല. മറ്റുള്ളവർ കടന്നുവരും. പിന്നെ മറ്റുള്ളവർ, ആദ്യം വന്നവർ രണ്ടാമതു വന്നവരെ കൊല്ലുന്നു, അവർ അതിനടുത്തുവരെ — എല്ലാം ഒരു ചോരക്കടലാകുന്നതുവരെ അത് അങ്ങനെ തുടരുന്നു.

ഈ കഴുത്ത് എനിക്ക് അങ്ങനെയങ്ങ് മുറിച്ചു കളയാമോ — സിപ്, സിപ്! പ്രതിരോധിക്കുവാനുള്ള സമയം ഞാൻ അയാൾക്ക് കൊടുക്കില്ല. അയാളുടെ കണ്ണുകൾ അടഞ്ഞിരിക്കുകയാണല്ലോ, അയാൾ എന്റെയീ തിളങ്ങുന്ന കത്തിത്തല കാണുകില്ല. എന്റെയീ തിളങ്ങുന്ന കണ്ണുകളും. പക്ഷേ ഞാനൊരു യഥാർഥ ഘാതകനെപോലെ വിറയ്ക്കുകയാണ്. ഈ കഴുത്തിൽ നിന്നും കുതിച്ചുചാടുന്ന രക്തം ഷീറ്റിലും കസേരയിലും എന്റെ കൈകളിലും തറയിലുമിപ്പോൾ ചീറ്റിത്തെറിക്കും. എനിക്ക് വാതിൽ അടയ്ക്കേണ്ടിവരും. ഊഷ്മളവും മായ്ച്ചുകളയാനാവാത്തതും നിയന്ത്രിക്കാനാവാത്തതുമായ രക്തം ഒരു ചുവന്ന നീരോട്ടമായി തെരുവിലെത്തുന്നതുവരെ തറയിലൂടെ ഇഞ്ചിഞ്ചായി ഒഴുകും.

കടുത്ത ഒരു താഴ്ത്ത്, ഒരു ആഴത്തിലുള്ള മുറിവ്, ഏതുവേദനയെയും അത് തടയുമെന്ന് എനിക്ക് ഉറപ്പുണ്ട്. അയാൾ കഷ്ടപ്പെടില്ല.

പക്ഷേ ശരീരം ഞാൻ എന്തുചെയ്യും? ഞാനത് എവിടെ ഒളിപ്പിക്കും? എനിക്ക് ഒളിച്ചോടേണ്ടിവരും. എനിക്കുള്ളതെല്ലാം ഇട്ടേച്ച്, വിദൂരമായ എവിടെയെങ്കിലും അഭയം തേടേണ്ടിവരും. പക്ഷേ എന്നെ പിടികൂടും വരെ അവർ എന്നെ പിന്തുടരും. "ക്യാപ്റ്റൻ ടോറെസിന്റെ ഘാതകൻ. അദ്ദേഹത്തെ ഷേവ് ചെയ്യുമ്പോഴാണ് അവൻ അദ്ദേഹത്തിന്റെ കഴുത്തറുത്തത് — ഭീരു."

ഇനി മറുഭാഗത്തുനിന്നുള്ളത്. "നമുക്കെല്ലാംവേണ്ടി പ്രതികാരം ചെയ്തവൻ. ഓർമ്മിക്കേണ്ടുന്ന ഒരു പേര്. പട്ടണത്തിലെ ബാർബറായിരുന്നു അയാൾ. നമ്മുടെ ആദർശത്തിന്റെ രക്ഷയ്ക്കുവേണ്ടിയായിരുന്നു അയാളെന്ന് ആരും അറിഞ്ഞിരുന്നില്ല."

ഘാതകനോ നായകനോ? എന്റെ വിധി ഈ കത്തിത്തലപ്പിനെ ആശ്രയിച്ചുനിൽക്കുന്നു. എനിക്ക് എന്റെ കൈ കുറച്ചുകൂടി തിരിക്കാം. ക്ഷൗരക്കത്തിയിൽ കുറച്ചുകൂടി അമർത്താം. അങ്ങനെ അതിനെ താഴ്ത്തുകയും ചെയ്യാം. പട്ടുപോലെ, റബ്ബർപോലെ ചർമം വഴിമാറിക്കൊടുക്കും. മനുഷ്യചർമത്തെക്കാൾ മൃദുലമായ മറ്റൊന്നില്ല. പുറത്തേക്ക് പാഞ്ഞൊഴുകാൻ ചോരയതാ അവിടെ തയാറായി നിൽപ്പുണ്ട്.

പക്ഷേ എനിക്ക് ഒരു ഘാതകനാവേണ്ട. ഒരു ഷേവിന് വേണ്ടിയാണ് നിങ്ങൾ എന്റടുത്തേക്ക് വന്നത്. എന്റെ ജോലി ഞാൻ അന്തസ്സോടെ ചെയ്യുകയാണ്... എനിക്ക് എന്റെ കൈകളിൽ രക്തം വേണ്ട. വെറും പത, അതുമാത്രം. നിങ്ങൾ ഒരു ആരാച്ചാർ, ഞാനാകട്ടെ വെറുമൊരു ബാർബർ. സംഗതികളുടെ കിടപ്പിൽ ഓരോ വ്യക്തിക്കും അവന്റേതായ സ്ഥാനമുണ്ട്.

ഇപ്പോൾ അയാളുടെ താടി വൃത്തിയുള്ളതും മാർദവമേറിയതുമായിരിക്കുന്നു. അയാൾ നിവർന്നിരുന്ന് കണ്ണാടിയിൽ നോക്കി. അയാൾ ചർമത്തിലൂടെ വിരലുകളോടിച്ച് അത് പുത്തൻപോലെ അനുഭവിച്ചു.

"നന്ദി," അയാൾ പറഞ്ഞു. ബെൽറ്റും തോക്കും തൊപ്പിയുമെടുക്കാനായി അയാൾ ഹാംഗറിലേക്കുചെന്നു. ഞാൻ വല്ലരെ വിളറിയിട്ടുണ്ടായിരിക്കണം. എന്റെ ഷർട്ട് നനഞ്ഞുകുതിർന്നതായി തോന്നി. ടോറെസ് ബക്ക്ൾ ശരിയാക്കി തോക്കുറയിൽ പിസ്റ്റൾ ശരിപ്പെടുത്തിവച്ചു. പിന്നെ താനെ മുടി താഴോട്ടൊതുക്കി തൊപ്പിയെടുത്തുവച്ചു. എന്റെ സേവനങ്ങൾക്കുള്ള കൂലി തരാനായി പാന്റ്സിന്റെ കീശയിൽനിന്നും നിരവധി നാണയങ്ങൾ പുറത്തെടുത്തു. എന്നിട്ട് വാതിലിനടുത്തേക്കു നീങ്ങി.

വാതായനവഴിയിൽ അയാൾ ഒരുനിമിഷം നിന്നു. "നീ എന്നെ കൊല്ലുമെന്ന് അവർ എന്നോടു പറഞ്ഞിരുന്നു. അതൊന്നുകാണട്ടെ എന്നറിയാനാണ് ഞാൻ വന്നത്. പക്ഷേ, കൊല്ലുന്നത് എളുപ്പമല്ല. നിങ്ങൾക്ക് എന്റെ വാക്ക് വിശ്വസിക്കാം." എന്നിട്ടയാൾ തിരിഞ്ഞ് നടന്നകന്നു.

പലസ്തീൻ കഥ

ഗസ്സാൻ കനഫാനി

ചരിവ്

*പാലസ്തീനിയൻ പത്രപ്രവർത്തകനും ചെറുകഥാകൃത്തും നോവലിസ്റ്റും കവിയുമായ **ഗസ്സാൻ കനഫാനി** (1936–1972) യുടെ രണ്ടു കൃതികൾ ഇംഗ്ലീഷിൽ പ്രസിദ്ധീകൃതമായി ട്ടുണ്ട്. മഹ്മൂദ് ദർവീശിനുശേഷം ലോകപ്രശസ്തിയിലേ ക്കുയർന്ന ഒരേയൊരു പലസ്തീനിയൻ എഴുത്തുകാരൻ ഗസ്സാൻ കനഫാനിയാണ്. 'എഴുത്തുകൊണ്ട് പ്രതിരോധം' നടത്തിയ കനഫാനി 1972-ൽ, ബോംബ് ഒളിപ്പിച്ച കാർ സ്റ്റാർട്ട് ചെയ്യുമ്പോഴുണ്ടായ സ്ഫോടനത്തിൽ കൊല്ലപ്പെ ടുകയായിരുന്നു.*

ക്ലാസ്സ് മുറിയിലേക്കുള്ള ഇടനാഴിയിലൂടെ മുഹ്സിൻ പതുക്കെ അറച്ചറച്ചുനടന്നു. അധ്യാപനത്തിന്റെ ലോകത്ത് അയാളുടെ ആദ്യാനു ഭവമാകുവാൻ പോകുകയായിരുന്നു അത്. അന്നേരംതന്നെ കയറിച്ചെ ല്ലേണ്ടിയിരുന്നതെന്തിനെന്ന് അയാൾക്ക് മനസിലായില്ല. ആ നിമിഷത്തെ മാറ്റിവയ്ക്കുന്നതിന് ആവുന്നേടത്തോളം, തന്റെ കഴിവിന്റെ പരമാവധി, ചെയ്തുവരികയായിരുന്നു അയാൾ.

ഒരു കാര്യത്തെക്കുറിച്ച് ചിന്തിച്ചുകൊണ്ട് പ്രഭാതംവരെ കിടക്കയിൽ ഉരുണ്ടും മറിഞ്ഞും കിടക്കുകയായിരുന്നു അയാൾ കഴിഞ്ഞ രാത്രിയിൽ. ആളുകളുടെ മുമ്പിൽ നിവർന്നു നിൽക്കുന്നത് എത്ര കടുപ്പമുള്ളതായി രിക്കും ഒരാൾക്ക്... അതും എന്തിനുവേണ്ടി? അവരെ പഠിപ്പിക്കുവാൻ! നീ ആരെന്നാ നീ വിചാരിക്കുന്നത്? അയാൾ തന്നോടുതന്നെ ചോദിച്ചു. ഉപയോഗമുള്ളതെന്തെങ്കിലും ആരും നിന്നെ പഠിപ്പിക്കാതെയാണ് നീ നിന്റെ കഷ്ടജീവിതം കഴിച്ചിരിക്കുന്നത്. മറ്റുള്ളവരെ പഠിപ്പിക്കുവാൻ നിനക്ക് എന്തെങ്കിലുമുണ്ടെന്ന് നീ സത്യമായും വിചാരിക്കുന്നുണ്ടോ? ഒരു മനുഷ്യൻ ജീവിതത്തെക്കുറിച്ച് പഠിക്കുന്ന അവസാനത്തെ ഇടം പള്ളിക്കൂടമാണെന്ന്, മറ്റാരെയുംകാൾ, എന്നും വിശ്വസിച്ചിട്ടുള്ള നിനക്ക്? എന്നിട്ടിതാ നീയൊരു സ്കൂൾ ടീച്ചറാകാൻ പോകയാണെന്നോ?

രാവിലെ അയാൾ തന്നെത്തന്നെ പ്രിൻസിപ്പലിന്റെ അടുത്തേക്ക്

വലിച്ചിഴച്ചുകൊണ്ടുചെന്നു. മറ്റ് അധ്യാപകർ അതേ പ്രശ്നം ചർച്ച ചെയ്യുന്നത് കേട്ടുകൊണ്ട് അയാൾ അവിടെ ഇരുന്നു. അവരുടെ ചർച്ച മറ്റൊരു കാഴ്ചപ്പാടിലൂടെയായിരുന്നുവെന്നു മാത്രം...

"കുട്ടികൾക്ക് പുസ്തകങ്ങളൊന്നുമില്ലാതിരിക്കെ ഈ ക്ലാസിൽ നാം എന്തുചെയ്യണമെന്നാണ്?"

പ്രിൻസിപ്പലിന്റെ മറുപടി ഹ്രസ്വവും പുച്ഛം നിറഞ്ഞതുമായിരുന്നു. "പുസ്തകങ്ങളില്ലാതെ ക്ലാസ്സ് നടത്തേണ്ടതെങ്ങനെയെന്ന് യോഗ്യനായ ഒരു അധ്യാപകന് അറിയാം!" മോശമായിട്ട് അദ്ദേഹം ഇതുംകൂടി പറഞ്ഞു: "നിങ്ങൾക്കതിന് കഴിവില്ലെങ്കിൽ ക്ലാസ്സ് നോക്കിക്കൊള്ളാൻ കുട്ടികളിലൊരാളോട് പറഞ്ഞാൽ മതി."

മുഹ്സിൻ സ്വയം വിചാരിച്ചു: "അച്ചടക്കത്തിന്റെയും അനുസരണയുടെയും കാര്യത്തിൽ അധ്യാപകർക്ക് തുടക്കത്തിൽ തന്നെ ഒരു പാഠം നൽകണമെന്നുണ്ട് പ്രിൻസിപ്പലിന് എന്നുതോന്നുന്നു. ഒരാഴ്ചയായി ഞങ്ങളുടെ ശമ്പളം അങ്ങേർക്ക് തരപ്പെടുന്നുണ്ട്. ഇപ്പോഴദ്ദേഹത്തിന് ഞങ്ങളുടെ ആത്മാവുകളും കൂടി വേണം." ചായ വേഗം കുടിച്ചിറക്കിയിട്ട് അയാൾ എഴുന്നേറ്റു നിന്നു...

കുട്ടികളുടെ വിളിയും ബഹളവും കൊണ്ട് നീണ്ട ഇടനാഴി നിറഞ്ഞിരുന്നു. തന്റെ ഭാരിച്ച ചുവടുവയ്പ്പുമൂലം, അർഥമില്ലാത്ത ഏതോ ഭാവിയിലേക്കു നയിക്കുന്ന ചുറ്റിക്കറങ്ങുന്ന ഒരു ചുഴിയിലൂടെ താൻ നീങ്ങിക്കൊണ്ടിരിക്കുകയാണെന്നാണ് മുഹ്സിനു തോന്നിയത്. കൂടുതൽ ശബ്ദവും കൂടുതൽ അസംബന്ധവും നിറഞ്ഞ ഒരു ഭാവിയിലേക്ക്...

എനിക്കൊരു നല്ല കഥയുണ്ട്, ടീച്ചർ!... "പുറകിലെ സീറ്റുകളിലൊന്നിൽ വീണിരിക്കുകയായിരുന്ന ഒരു കുട്ടിയാണ് അതു വിളിച്ചുപറഞ്ഞത്. അപ്പോഴത്തെ ആശയക്കുഴപ്പം അവന്റെ കഥപറയാൻ പറ്റിയ ഒരു അവസരമായി അവൻ കണ്ടു. ആ നിർദ്ദേശത്തെ മുഹ്സിനു എതിർക്കാൻ കഴിയുന്നതിന് മുമ്പുതന്നെ കുട്ടി ഇരിപ്പിടം വിട്ട് തന്റെ സഖാക്കളെ അഭിമുഖീകരിച്ചുകഴിഞ്ഞിരുന്നു. അവനു തീർത്തും വലുതായ നിക്കറുകളും പഴയതുണികൊണ്ടുണ്ടാക്കിയ, സ്ത്രീകൾ ധരിക്കുംപോലത്തെ, കുപ്പായവുമാണ് അവൻ ഇട്ടിരുന്നത്. അവന്റെ ഇടതിങ്ങിയ കറുത്ത തലമുടി പുരികങ്ങളിലേക്ക് ഞാന്നു കിടന്നു.

"എന്റെ ഉപ്പ നല്ലൊരു മനുഷ്യനായിരുന്നു. അദ്ദേഹത്തിന്റെ തലമുടി വെളുത്തതായിരുന്നു. ഒരേയൊരു കണ്ണുമാത്രമേ അദ്ദേഹത്തിനുണ്ടായിരുന്നുള്ളൂ. ഒരു ഭാരിച്ച മനുഷ്യന്റെ ഷൂവിന്റെ കട്ടിയുള്ള സോൾ തറയ്ക്കുമ്പോൾ ഒരിക്കൽ അദ്ദേഹം തന്നെയാണ് മറ്റേ കണ്ണ് കുത്തിപുറത്തെടുത്തത്. തടിച്ച സൂചി തുകലിനുള്ളിലേക്ക് കയറ്റുവാൻ ശ്രമിക്കുകയായിരുന്നു, കഠിനമായി. പക്ഷേ, സോൾ വല്ലാതെ കടുപ്പമേറിയതായിരുന്നു. തന്റെ പക്കലുണ്ടായിരുന്നതെല്ലാംകൊണ്ട് അദ്ദേഹം സൂചിയിൽ ആഞ്ഞുതള്ളി. എന്നാൽ ഭാഗ്യം കനിഞ്ഞില്ല. ഏറെ ശക്തിയോടെ അദ്ദേഹം തള്ളി. എന്നിട്ടും അത് കയറിയില്ല. പിന്നെ അദ്ദേഹം ഷൂ

നെഞ്ചോടുചേർത്തുവച്ചു തന്റെ സർവ്വശക്തിയുമുപയോഗിച്ചു തള്ളി. സൂചി പെട്ടെന്ന് ഒരു വശത്തുകൂടി പുറത്തുചാടി നേരെ കണ്ണിലേക്കു തറഞ്ഞുകയറി.

എന്റെ ഉപ്പ നല്ലൊരു മനുഷ്യനായിരുന്നു. അദ്ദേഹത്തിന് നീണ്ട താടിയുണ്ടായിരുന്നില്ല. എന്നാലത് അത്ര ചെറുതുമായിരുന്നില്ല. അദ്ദേഹം വളരെ കഠിനമായി അധ്വാനിച്ചു. ജോലിയിൽ മിടുക്കനുമായിരുന്നു. നന്നാക്കി പുത്തൻപോലെ ആക്കി എടുക്കുന്നതിന് അദ്ദേഹത്തിന് എപ്പോഴും ഒരുപാട് ഷൂവുകളുണ്ടായിരുന്നു.

പക്ഷേ ഷൂ റിപ്പയർ കട എന്റെ ഉപ്പയുടെ സ്വന്തമായിരുന്നില്ല. ജോലിയിൽ അദ്ദേഹത്തെ സഹായിക്കുവാനും ആരുമുണ്ടായിരുന്നില്ല. കാർഡ്ബോർഡും ലോഹപാളികളും തടിയും കൊണ്ടുണ്ടാക്കിയ ഒരു പെട്ടിയിൽ കവിഞ്ഞ ഒന്നുമായിരുന്നില്ല സത്യത്തിൽ അദ്ദേഹത്തിന്റെ കട. അദ്ദേഹത്തിനുവേണ്ട ഇടം തന്നെയില്ലായിരുന്നു. പിന്നെ കുറേ ആണികളും ഷൂവുകളും അടകല്ലും. അൽപ്പംകൂടി എന്തെങ്കിലും ആയാൽ പിന്നെ ഒരു ഈച്ചയ്ക്കുപോലും ഇടം കാണില്ല. ഷൂ റിപ്പയർ ചെയ്യിക്കാൻ വരുന്നയാൾക്ക് കടയുടെ പുറത്ത് കാത്തുനിൽക്കേണ്ടി വരും...

ഒരു കുന്നിന്റെ ചരിവിലായിരുന്നു കട. കുന്നിന്റെ ഉച്ചിയിലാകട്ടെ ഒരു ധനികന്റെ കൊട്ടാരമായിരുന്നു. ഈ ധനികന്റെ കൊട്ടാരത്തിലെ ബാൽക്കണിയിൽനിന്നും കടകാണുവാൻവേണ്ടി നോക്കുന്നയാൾക്ക് അത് അവിടെ ഉണ്ടെന്ന് കാണുവാൻ കഴിയുമായിരുന്നില്ല. തറയിൽ എമ്പാടും ചെടികൾ വളർന്നിരുന്നതിനാലാണത്. അതുകൊണ്ട് കൊട്ടാരത്തിന്റെ ഉടമ തന്റെ ഒളിസ്ഥലം കണ്ടുപിടിച്ച് തന്നെ അവിടുന്നോടിക്കുമെന്ന ഭയം എന്റെ ഉപ്പക്കില്ലായിരുന്നു. ധനികൻ ഒരിക്കലും കൊട്ടാരം വിട്ടിറങ്ങിയില്ല. അദ്ദേഹത്തിന് വേണ്ടതൊക്കെ കൊട്ടാരത്തിലെത്തിക്കുവാൻ ജോലിക്കാർ ശ്രദ്ധിച്ചുപോന്നു. അവരുടെ ഷൂസുകൾ റിപ്പയർ ചെയ്തുകൊടുക്കാമെന്ന വ്യവസ്ഥയിൽ എന്റെ ഉപ്പയുടെ രഹസ്യം തങ്ങളുടെ യജമാനനിൽനിന്ന് സൂക്ഷിക്കാമെന്ന് അവരെല്ലാം സമ്മതിച്ചിരുന്നു."

"അങ്ങനെ എന്റെ ഉപ്പ ജോലിചെയ്തുകൊണ്ടിരുന്നു. അദ്ദേഹത്തിന് ഭയമില്ലായിരുന്നു. പുതുതായി പുറത്തുവരുന്നത്ര ഭംഗിയോടെ അദ്ദേഹത്തിന് ഷൂവുകൾ റിപ്പയർ ചെയ്യാനാകുമെന്ന് ആളുകൾ കണ്ടെത്തി. ഓരോ ദിവസവും അദ്ദേഹത്തിന്റെയടുത്തേക്ക് കൂടുതൽ കൂടുതൽ ഷൂസുകൾ കൊണ്ടുവന്നു. പകൽ മുഴുവനും രാത്രി പകുതിയും അദ്ദേഹം നിർത്തലില്ലാതെ പണി ചെയ്തു. അപ്പോൾ അദ്ദേഹം എന്റെ ഉമ്മയോട് പറഞ്ഞു: "നാളെ കുട്ടികൾ സ്കൂളിൽ പോകുവാൻ പോകുന്നു'. അതിന് എന്റെ ഉമ്മ മറുപടി നൽകി. 'അപ്പോൾ നിങ്ങൾ ഈ ജോലിയിൽ നിന്നെല്ലാംകുറച്ചുനേരം വിട്ടുനിൽക്കൂ."

കുട്ടി അവന്റെ ഇരിപ്പിടത്തിലേക്കു മടങ്ങിയപ്പോൾ അവന്റെ സഖാക്കൾ തീർത്തും നിശ്ചലരായി ഇരുന്നു. അപ്പോൾ മുഹ്സിൻ ചോദിച്ചു:

“നിങ്ങൾ എന്താ സുഹൃത്തിനുവേണ്ടി കൈയടിക്കാത്തത്? അവന്റെ കഥ നിങ്ങൾക്ക് ഇഷ്ടമായില്ലേ?”

“ഞങ്ങൾക്കതിന്റെ ബാക്കി കേൾക്കണം...”

“ഇനിയുമേറെയുണ്ടോ നിന്റെ കഥ?”

“ഒരു മാസത്തിനുമുമ്പ്, ഒരുപക്ഷേ അതിൽ ഏറെയുമാകാം, വീട്ടിലേക്ക് ഒട്ടും തന്നെ വരാൻ കഴിയാത്തവിധം എന്റെ ഉപ്പായ്ക്ക് ജോലി കൂനകൂടി. രാവും പകലും അദ്ദേഹം ജോലി ചെയ്യുകയാണെന്നും കടവിട്ടിറങ്ങാൻ അദ്ദേഹത്തിന് കഴിയില്ലെന്നുമാണ് ഉമ്മ ഞങ്ങളോട് പറഞ്ഞത്. പുറത്തിറങ്ങുവാൻ അദ്ദേഹത്തിന് സമയമുണ്ടായിരുന്നില്ല. അപ്പോൾ, ധനികനായ ആ മനുഷ്യൻ അദ്ദേഹത്തിന്റെ ബാൽക്കണിയിലിരുന്ന് രാവും പകലും വാഴപ്പഴങ്ങളും ഓറഞ്ചും ബദാംപരിപ്പും വാൾനട്ടും തിന്ന് തൊലിയും തോടും വലിച്ചെറിഞ്ഞുകൊണ്ടിരിക്കുകയായിരുന്നു. കൊട്ടാരത്തിന്റെ ബാൽക്കണിയുടെ കമ്പിവേലിക്കു മുകളിലൂടെ കുന്നിന്റെ ചരിവിലേക്കാണ് അദ്ദേഹം ഇതെല്ലാം വലിച്ചെറിഞ്ഞത്. ഒരു രാവിലെ കുന്നിന്റെ ചരിവ് ആകെ ഈ തൊലിയും തോടും നിറഞ്ഞുകുമിഞ്ഞു. ആ ജോലിക്കാർക്ക് എന്റെ ഉപ്പയുടെ പെട്ടി അവയ്ക്കു നടുവിൽ കണ്ടെത്താൻ കഴിയാത്ത വിധം. അദ്ദേഹത്തിന്റെ പെട്ടിക്കു മുകളിലേക്ക് വലിച്ചെറിഞ്ഞ വസ്തുക്കളെന്തൊക്കെയാണെന്ന് ശ്രദ്ധിക്കുവാൻപോലും ആവാത്ത തരത്തിൽ അദ്ദേഹം തന്റെ ജോലിയിൽ മുഴുകിയിരിക്കുകയായിരുന്നുവെന്നാണ് എന്റെ ഉമ്മ പറയുന്നത്. എപ്പോഴും തന്റെ ജോലി ചെയ്തിരുന്നതെങ്ങനെയോ അങ്ങനെ അദ്ദേഹം പണി ചെയ്തുകൊണ്ടിരുന്നു. ഷൂസുകളെല്ലാം റിപ്പയർ ചെയ്ത് സമയത്തിന് പൂർത്തിയാക്കി വീട്ടിൽ പോകാമല്ലോ എന്നുവച്ച് അദ്ദേഹം, ഒരുപക്ഷേ, ഇപ്പോഴും ആ പെട്ടിക്കുള്ളിൽ തന്നെയിരുന്ന് പണിയുന്നുണ്ടാകാം. പക്ഷേ, അദ്ദേഹം അവിടെ മരിച്ചെന്നാണ് ഞാൻ വിചാരിക്കുന്നത്.”

കുട്ടി ഇരിപ്പിടത്തിലേക്കു മടങ്ങിയപ്പോൾ വിദ്യാർഥികൾ കയ്യടിച്ചു. അവൻ ഇരിപ്പിടത്തിൽ ശാന്തനായി ഇരുന്നു. തുറിച്ചുനോക്കുന്ന അറുപതു ജോഡി കണ്ണുകൾ, ഒരു മിന്നലാട്ടം, പക്ഷേ മുഹ്സിൻ...

മുഹ്സിൻ ആ കുട്ടിയെ പ്രിൻസിപ്പലുടെ ഓഫീസിലേക്കു കൊണ്ടുപോയി. വഴിക്ക് അയാൾ അവനോടു ചോദിച്ചു: “നിന്റെ ഉപ്പ മരിച്ചെന്ന് നീ സത്യമായും വിശ്വസിക്കുന്നുണ്ടോ?”

“എന്റെ ഉപ്പ മരിച്ചില്ല. ഞാനതുപറഞ്ഞത് കഥ അവസാനിക്കുമല്ലോ എന്നു കരുതി മാത്രമാണ്. ഞാനതു ചെയ്തില്ലെങ്കിൽ, അത് ഒരിക്കലും അവസാനിക്കില്ല. കുറച്ചുമാസങ്ങൾക്കുള്ളിൽ വേനൽ വരും. തൊലിയുടെയും തോടിന്റെയും കൂമ്പാരമൊക്കെ സൂര്യൻ ഉണക്കും. പിന്നെ അവയ്ക്കു ഭാരമുണ്ടാകില്ല. അപ്പോൾ എന്റെ ഉപ്പയ്ക്ക് അവയെല്ലാം മുകളിൽ നിന്നും തള്ളി നീക്കി വീട്ടിലേക്കു മടങ്ങിപ്പോകാൻ കഴിയും.”

മുഹ്സിൻ പ്രിൻസിപ്പലുടെ മുറിയിൽ എത്തിയപ്പോൾ അയാൾ അദ്ദേഹത്തോട് പറഞ്ഞു: “എനിക്ക് ക്ലാസിൽ ഒരു പ്രതിഭയുണ്ട് - അവി

ശ്വസനീയം. അവന്റെ ഉപ്പയുടെ കഥ പറയാൻ അവനോട് ആവശ്യപ്പെട്ടു..."

"നിന്റെ ഉപ്പയുടെ കഥയെന്താണ്?"

"അദ്ദേഹത്തിന്റെ കട വളരെ ചെറുതും അദ്ദേഹം വളരെ നിപുണനുമാണ്. ഒരു ദിവസം അയാളുടെ പ്രശസ്തി ആ കൊച്ചുകടയുടെ മുകളിലുള്ള കൊട്ടാരത്തിന്റെ ഉടമയുടെ അടുത്തെത്തി. ധനികനായ ആ മനുഷ്യൻ അയാളുടെ പഴയ ഷൂസുകളെല്ലാം എന്റെ ഉപ്പയുടെ അടുക്കലെത്തിച്ചു. അവയെല്ലാം നന്നാക്കി പുത്തൻപോലെയാക്കണമെന്ന് എന്റെ ഉപ്പയോട് പറഞ്ഞു. ജോലിക്കാരെല്ലാം ഷൂസുകൾ ആ കൊച്ചുകടയിലേക്ക് കൊണ്ടുവരുന്നതിൽ വ്യാപൃതരായി. അവർ രണ്ടുദിവസം മുഴുവനും പണിയെടുത്തു. അവർ ഷൂസുകളെല്ലാം കൊണ്ടുവന്നുകഴിഞ്ഞപ്പോൾ എന്റെ ഉപ്പ ആ വലിയ കൂമ്പാരത്തിൽ പൂർണ്ണമായും മൂടപ്പെട്ടുപോയി. കടയിൽ എല്ലാ ഷൂവുകൾക്കും വേണ്ട ഇടമില്ലായിരുന്നു...."

വെസ്റ്റ് കോട്ടിന്റെ കീശകളിൽ പ്രിൻസിപ്പൽ തള്ളവിരലുകൾ തിരുകി, ഒരുനിമിഷം ചിന്തിച്ചു, എന്നിട്ട് പറഞ്ഞു:

"ഈ കുട്ടിക്ക് കിറുക്കാണ്. നമ്മൾ അവനെ മറ്റൊരു സ്കൂളിൽ അയക്കണം."

കുട്ടി പറഞ്ഞു: "പക്ഷേ എനിക്കു കിറുക്കില്ല. ആ ധനികന്റെ കൊട്ടാരത്തിലേക്കു ചെല്ലൂ. അയാളുടെ ഷൂസുകളിലേക്കു നോക്കൂ. എന്റെ ഉപ്പയുടെ മാംസത്തിന്റെ ചെറിയ കഷ്ണങ്ങൾ അവയിൽ നിങ്ങൾ കാണും. ഷൂസുകളുടെ സോളുകളിലൊന്നിൽ, ഒരുപക്ഷേ, അദ്ദേഹത്തിന്റെ കണ്ണുകളും മൂക്കും പോലും നിങ്ങൾ കണ്ടേക്കും... ഒന്നവിടെ പോകൂ..."

പ്രിൻസിപ്പൽ തടസ്സപ്പെടുത്തി: "എന്റെ അഭിപ്രായത്തിൽ ഈ കുട്ടിക്ക് കിറുക്കുണ്ട്."

മുഹ്സിൻ അദ്ദേഹത്തിന് മറുപടി നൽകി: "അവൻ കിറുക്കനല്ല. നന്നാക്കുന്നതിനായി എന്റെ ഷൂസുകൾ തന്നെ ഞാൻ അവന്റെ ഉപ്പയുടെ അടുത്തേക്കുകൊണ്ടുപോകുമായിരുന്നു. ഏറ്റവും ഒടുവിൽ ഞാൻ പോയപ്പോൾ, അദ്ദേഹം മരിച്ചെന്നാണ് അവർ എന്നോടു പറഞ്ഞത്."

"അദ്ദേഹം എങ്ങനെയാണ് മരിച്ചത്?"

"ഒരു പഴയ ഷൂസിന്റെ സോളിൽ അടിക്കുകയായിരുന്നു അദ്ദേഹം. ഒരു പഴയ ഷൂ തീർത്തും ബലമുള്ളതാക്കുവാൻ ഒരു ദിവസം അദ്ദേഹം ഒരുപാട് ആണികൾ അതിൽ തറച്ചുകയറ്റി. പണി പൂർത്തിയാക്കിയപ്പോൾ, ഷൂസിനും അടകല്ലിനുമിടയ്ക്ക് തന്റെ കൈവിരലുകളിൽക്കൂടി ആണി തറയ്ക്കപ്പെട്ടതായി അദ്ദേഹം കണ്ടു. ഒന്നു സങ്കൽപ്പിച്ചുനോക്കൂ! ലോഹനിർമ്മിതമായ ഒരു അടകല്ലിനുള്ളിലേക്കുപോലും ആണി തറച്ചുകയറ്റുവാൻ പറ്റുന്നത്ര ശക്തനായിരുന്നു അദ്ദേഹം. പക്ഷേ, എഴുന്നേൽക്കാൻ ശ്രമിച്ചപ്പോൾ അദ്ദേഹത്തിനു കഴിഞ്ഞില്ല. അദ്ദേഹം അടകല്ലിൽ ഒട്ടിപ്പിടിച്ചിരിക്കുകയായിരുന്നു. വഴിയാത്രക്കാർ അദ്ദേഹത്തെ സഹായിക്കാൻ കൂട്ടാക്കിയില്ല. മരിക്കുന്നതുവരെ അദ്ദേഹം അവിടെ ഇരുന്നു."

കുട്ടിയുടെ അടുത്ത്, ഒരാൾ മറ്റൊരാളിനോടെന്നവണ്ണം ഒന്നായിട്ടെന്നപോലെ നിന്ന മുഹ്സിനെ പ്രിൻസിപ്പൽ വീണ്ടും നോക്കി. ഒന്നുംപറയാതെ അദ്ദേഹം തല പലതവണ കുലുക്കി. പിന്നീടദ്ദേഹം തിരിച്ചു നടന്ന് തന്റെ മൃദുവായ തുകൽ കസേരയിലിരുന്ന്. കടലാസുകൾ മറിച്ചുനോക്കി. മുഹ്സിനെയും കുട്ടിയെയും കൂടെക്കൂടെ ഒളിഞ്ഞുനോക്കിക്കൊണ്ട്.

പലസ്തീൻ കഥ

ഗസ്സാൻ കനഫാനി

അന്നേദിവസം അവൻ ഒരു കുട്ടിയായിരുന്നു

പ്രഭാതസൂര്യന്റെ ജ്വലിക്കുന്ന ചുമപ്പ് രജതതീരത്തെ മണൽത്തരികളെ സ്നിഗ്ദ്ധമാക്കി. പിണഞ്ഞ ഈന്തപ്പനമരങ്ങൾ കഴിഞ്ഞ രാത്രിയിലെ ഉറക്കം അവയുടെ അയഞ്ഞുതളർന്ന ഓലകളിൽനിന്നും കുടഞ്ഞുകളഞ്ഞു. അവയുടെ മുള്ളുകൾ നിറഞ്ഞപട്ടകൾ ആകാശത്തിനു നേർക്ക് — അക്കാഗ്രാമത്തിന്റെ ഭിത്തികൾ ഇരുണ്ട നീലിമയ്ക്കുംമേലെ ഉയർന്നിടത്തേക്കു — നീണ്ടു. വലതുവശത്ത് ഹൈഫയിൽനിന്നുള്ള റോഡായിരുന്നു. ഇടതുവശത്ത് സൂര്യന്റെ വലിയ വട്ടത്തകിട് കുന്നുകൾക്കു പുറകിൽനിന്നും ദൃഷ്ടിപഥത്തിലേക്ക് കയറിവന്ന് മരത്തലപ്പുകളിലും ജലത്തിലും റോഡിലും അതികാലത്തെ ലജ്ജയുടെ തുടുത്ത നിറംപുരട്ടി. കൂടയിൽനിന്നും ഒരു ഈറക്കുഴലെടുത്ത് കാറിന്റെ മൂലയിൽ ചാരിയിരുന്നുകൊണ്ട് അഹ്മദ് അതിനുള്ളിലേക്ക് ഒരു നിത്യകാമുകന്റെ പരുക്കേറ്റ നിന്ദയുടെ കാറ്റ് കടത്തിവിട്ടു. നക്ഷത്രങ്ങളെപോലെ അവിടെ ചിതറിക്കിടക്കുന്ന ഗ്രാമങ്ങളിലൊന്നിൽ അയാൾക്ക് താമസിക്കാം...

എന്തുചെയ്യാം, ബസ് സൂര്യോദയത്തിന്റെ കാറ്റുകളിൽ ഒളിക്കുകയായിരുന്നു. പരുക്കേറ്റ ആ ശബ്ദമാധുരിക്ക് സ്വാഭാവികമായും അന്ത്യമായി. കാറിന്റെ മൂലകളിലുണ്ടായിരുന്നവരിൽ ആരുംതന്നെ ആ ഗാനത്താൽ ഒരുതരത്തിലും ഞെട്ടാതിരുന്നതിന്റെ കാരണവും അതുതന്നെ. തങ്ങൾക്കുചുറ്റുമുണ്ടായിരുന്നവയിൽ നിന്നെല്ലാം ആ ഗാനം പുറത്തേക്ക് പൊട്ടിയൊഴുകുമെന്ന് അവർ പ്രതീക്ഷിച്ചു. അതുണ്ടായില്ല എന്നതിലായിരുന്നു യഥാർഥത്തിലുള്ള അത്ഭുതം.

ചോരക്കറ പുരണ്ട പച്ചയോടൊപ്പം ഉയർന്നുതാണ തരംഗങ്ങൾ വെള്ളിമണലിൽ കയറാനുള്ള പരിശ്രമങ്ങൾ തുടരുന്ന തരംഗങ്ങളോടൊപ്പം, വെളിമ്പുറങ്ങൾ ഇടതുവശത്ത് വിദൂരത്തിലേക്ക് നീണ്ടു. അവശേഷിക്കുന്ന ആ ചെറിയ ധാതുസമ്പന്നമായ ലോകത്ത് ദുഃഖസാന്ദ്രമായ ഗാനത്തോടെ ആ സർവീസ് ടാക്സി ഇരുപതുമനുഷ്യരെ തമ്മിലിണക്കുന്ന കണ്ണിപോലെയായി. ഹൈഫയിലെ കിംഗ്ഫൈസൽ സ്ട്രീറ്റിൽ ടാക്സി കാത്തുനിന്ന അന്നത്തെ പ്രഭാതത്തിനുമുമ്പ് ജീവിതത്തിൽ ഒരിക്കലും ഒരു വാക്കെങ്കിലും കൈമാറിയിട്ടില്ലാത്ത ഇരുപതുമനുഷ്യരെ.

ഈ ചെറിയലോകം ഒന്നാണ്. തകരാറിലായ ഒരു സൈഫൺ ഗലീലിയിലെ എല്ലാ ദ്വാരങ്ങളിൽനിന്നും വലിച്ചെടുത്ത തൊഴിലാളികളെക്കൊണ്ടും ഹൈഫ ജില്ലയിലെ കർഷകരാലും നിറഞ്ഞത്. അവരുടെ ഓർമ്മകൾക്കുമപ്പുറത്തേക്കു ചെല്ലുന്ന ഒരുകാലം മുതൽക്കുതന്നെ വിവാഹത്തിലൂടെ ബന്ധത്തിലേർപ്പെട്ടവർ. സഫദ് ജില്ലയിൽനിന്നുള്ള ആണും പെണ്ണും. ഉപ്പ ഇപ്പോഴും അവിടെ ജീവിച്ചിരിപ്പുണ്ടോ എന്നറിയാനായി ഹൈഫയിലേക്ക് ഉം അൽഹറജിൽനിന്നും ഉമ്മ അവനെ പറഞ്ഞയച്ചതായിരുന്നു. ഇപ്പോൾ അതിന്റെ മറുപടിയുമായി മടങ്ങുന്ന ആ കുട്ടിയും കൂട്ടത്തിലുണ്ട്. അൽ കബ്രിയിലെ പുരയിടപ്രശ്നത്തിന്റെ നിയമവശം മുഴുവനും അവ കോടതികൾക്കുമുമ്പാകെ വാദിക്കുന്ന വക്കീലിനോടൊപ്പം ഉണ്ടായിരുന്നു. തന്റെ ഏകമകന് ചേരുമോ ഈ പെൺകുട്ടി എന്ന് പരിശോധിക്കുന്ന ഒരു സ്ത്രീ. പരന്ന റൊട്ടിയും ഇഷ്ടികഅടുപ്പിൽ വേവിച്ചെടുത്ത പ്രാവിറച്ചിയും നിറച്ച കൂടകളും കുട്ടികളുടെ കളിക്കോപ്പുകളും പീപ്പികളും നാടുവിട്ടോടിപ്പോയവർക്ക് കൈമാറാനുള്ള കത്തുകളും ഉണ്ടായിരുന്നു. ഇക്കഴിഞ്ഞ ദിവസം അടച്ച സ്കൂളിലെ യുവാവിന്റെ ഈറക്കുഴൽ. പിന്നെ തന്റെ ഭാര്യയെ അടുത്തറിയാവുന്നപോലെതന്നെ റോഡ് അറിയാമായിരുന്ന ഡ്രൈവറും.

തീരത്തോട് ഒരു നെക്‌ലേസുപോലെ പറ്റിച്ചേർന്നും ഈന്തപ്പനകൾ കാണുന്നിടത്ത് കയറിയും കടലിനോട് ജലസേചനക്കരാറുണ്ടാക്കിയും, വേദനാജനകവും നിശബ്ദവുമായ ഏറ്റുമുട്ടലുകളോടെ ഉൾവലിഞ്ഞും വളഞ്ഞുപുളഞ്ഞു പോകുന്ന റോഡിലൂടെ ഹൈഫയിൽ നിന്ന് നീങ്ങി. വിഷാദത്തോടെയും തളർന്നും എന്നാൽ അപ്പോഴും പരിശുദ്ധി കൈവിടാതെ മുഖരിതമായ ഇരമ്പത്തോടെയും വിട്ടുമാറാത്ത പ്രശാന്തിയോടെയും ഒഴുകിക്കൊണ്ടിരിക്കുന്ന അൻനഅമീൻ നദിക്കുമുകളിൽ. അവിടെനിന്നും വണ്ടി 'അക്കാ, അൽമൻശിയാ, അസ്സമരിയാ, അൽമസ്റഅ, നഹരിയാ' എന്നിവിടങ്ങളിലേക്കുള്ള റോഡിലേക്കുകയറി. കിഴക്കോട്ടുതിരിഞ്ഞ് ഡസൻ കണക്കിന് ഗ്രാമങ്ങളിലൂടെ ആഴ്ന്നിറങ്ങി. ഒരു യാത്രക്കാരനെ ഇവിടെ, ഒരു കൂട അവിടെ, കാത്തുനിൽക്കുന്ന ഒരാൾക്ക് ഒരു കത്ത്, കാത്തുനിൽക്കാനാവാതിരുന്ന ഒരു സ്ത്രീക്ക് ഒരു ഭർത്താവിനെ, എന്നിങ്ങനെ വിട്ടേച്ച് പൊയ്ക്കൊണ്ടിരുന്നു.

പുരുഷന്മാരിൽ ഒരാൾ അടുത്തിരിക്കുന്ന ആളിനോട് സംസാരിച്ചു:

"ഈ യുവാവ് നല്ലൊരു ഈറക്കുഴൽ വായനക്കാരനാണ്." മറ്റെയാൾ ഒന്നും പ്രതിവചിച്ചില്ല. പ്രത്യേകമായി എടുത്തുവച്ചിരിക്കുന്ന ക്രീംജാറിലെന്ന പോലെ ആ സ്വരമാധുരിയിൽ അലിഞ്ഞ് അയാൾ ജാലകത്തിലൂടെ നോക്കിയിരിക്കുകയായിരുന്നു.

തന്റെ അടുത്തിരിക്കുന്ന വൃദ്ധയായ സ്ത്രീയുടെ മടിയിലേക്ക് തല ചായ്ച്ചുകൊണ്ട് കുട്ടി ഉറക്കത്തിലാണ്ടു. അവനെ അറിഞ്ഞുകൂടാത്ത മറ്റൊരു സ്ത്രീ പരന്നറൊട്ടിയിൽ പുഴുങ്ങിയ മുട്ട നിറച്ച് അവൻ ഉണരുമ്പോൾ അത് കൊടുക്കാനായി കാത്തിരുന്നു. ഈറക്കുഴലിൽനിന്നും വീഴുന്ന സ്വരമാധുരിക്ക് അനുരോധമായി ഡ്രൈവർ ഒരു ഗാനംമൂളി. താൻ പ്രണയിച്ച പെൺകുട്ടിയുടെ വീടിനു മുകളിലേക്ക് മല ചുമന്നുകൊണ്ടുവച്ച ഒരു യുവാവിനെക്കുറിച്ചുള്ള പാട്ടായിരുന്നു അത്. ഒരു പായും ഒരു തുണ്ടം റൊട്ടിയും ഒലീവ് കായ്കളും കരുതിവച്ചിരുന്ന മലയിലെ ഗുഹയിലേക്കവൾ ഓടിപ്പോന്നാലോ എന്നാണയാൾ നിനച്ചത്. ജനാലകളിലൂടെ, അക്കാ അടുത്തുവരികയായിരുന്നു. ആദ്യം റോഡിന്റെ വലതുഭാഗത്തുള്ള ഖബറിടങ്ങൾ, പിന്നെ ഇടതുവശത്തെ സ്റ്റേഷൻ, കുറച്ചപ്പുറത്തായി ജറൂസലം കല്ലുകൊണ്ടുണ്ടാക്കിയ വീടുകൾ, റൊട്ടിത്തുണ്ടങ്ങൾപോലെ വീർത്തവ. അവയ്ക്കു പുറകിലായി ഉയരമുള്ള സിങ്കോണ മരങ്ങളുടെ മഞ്ഞളിപ്പ് പടർന്ന 'പൊതുജനങ്ങൾക്കുള്ള തോട്ട'ത്തിന്റെ ഭിത്തികൾ. തവിട്ടുനിറത്തിലുള്ള ശിലോഗോപുരങ്ങളുമായി എഴുന്നുനിൽക്കുന്ന ഭിത്തിയുടെ മുകളറ്റങ്ങളും അതിന്റെ വിടവുകളിൽ നിന്ന് പുറത്തേക്കുവളർന്ന പച്ചിലച്ചെടികളും ദൂരെ അപ്രത്യക്ഷമായി. ഇടതുഭാഗത്ത് പുതിയ വീടുകളുണ്ടായിരുന്നു. സമൃദ്ധമായ ജെല്ലിപ്പഴച്ചെടിപ്പൂക്കൾ ചുറ്റും വരിവരിയായി നട്ട കൊച്ചുവീടുകൾ. വന്ധ്യമായ പരന്ന തലപ്പൊക്കത്തോടെയും പ്രശാന്തമായ ഹരിതോപരിതലത്തോടെയും നിന്ന തേൽ അൽഫഖറാണ് ചക്രവാളത്തിൽ. പട്ടാളക്കാരുടെ ശവക്കല്ലറകളാണവിടെ. പ്രതിരോധംകൊണ്ട് മരണം നേടിയ, ഇപ്പോൾ ഭിത്തികൾക്കപ്പുറം ഒന്നും കാണാത്ത, പട്ടാളക്കാരുടെ. പിന്നെ ഇടതുവശത്തായി ക്വാറന്റൈൻ കെട്ടിടം. ഒരിക്കലുമുറങ്ങാത്ത റിപ്പയർ കടകളും. ഗ്രീസുപുരണ്ട പാടുകളുള്ള അവയുടെ വാതിലിനു മുമ്പിൽ ടയറുകളുടെ അട്ടികൾ ഉയർന്നുകൊണ്ടിരിക്കുന്നത് കണ്ടാണവയുടെ നിൽപ്പ്. റിപ്പയറിനോ ഭാരം നോക്കലിനോ തുരുമ്പിന് ഭക്ഷണമാകുന്നതിനോവേണ്ടി കാത്തുകിടന്ന കാറുകളുടെ ജീർണാവശിഷ്ടങ്ങൾക്കുമേൽ പൊടിപുരണ്ട മുന്തിരിവള്ളികളും ചെടികളും പടർന്നു വളർന്നു.

ഒരു മനുഷ്യൻ അയാളുടെ കോട്ട് ഊരി കുട്ടിയെ അതുകൊണ്ട് പൊതിഞ്ഞു. സലാഹ് എന്നുപേരായ മറ്റൊരാൾ തന്റെ കൂടയിൽനിന്നും ഒരോറഞ്ച് എടുത്തുപൊളിച്ച്, ആചാരമര്യാദയനുസരിച്ച്, അടുത്തിരുന്ന ആൾക്കുതന്നെ ആദ്യം വച്ചുനീട്ടി. മറ്റുരണ്ടുപേർ ഒലീവ് സീസണെക്കുറിച്ച് സംസാരിക്കുകയായിരുന്നു. അപ്പോൾ, കഴിഞ്ഞ വർഷം ഹജ്ജ് ചെയ്ത ഒരു തടിച്ചുകൊഴുത്ത സ്ത്രീ ജൂതന്മാർ ജാഫയിലെ ഒരു യത്തീം

മന്ദിരം ബോംബുവച്ചു തകർത്തതും അവിടത്തെ കുഞ്ഞുങ്ങളുടെ ശരീരങ്ങൾ ഇസ്കന്ദർ ഇവാദ് സ്ട്രീറ്റിലെ ഒരു ഗർത്തത്തിൽ പൊട്ടിത്തെറിച്ച ഓറഞ്ചുവിത്തുകളുമായി കൂടിക്കലർന്ന് കിടന്നതെങ്ങനെയായിരുന്നുവെന്നുമുള്ള കഥ പറയുകയായിരുന്നു. ഓറഞ്ചുകൾ നിറച്ച ഒരു ട്രക്കിൽ ബോംബുവച്ചിട്ട് യത്തീംഖാനയുടെ പടവുകൾക്കടുത്ത് അത് നിർത്തിയിടുകയായിരുന്നു. അനാഥരെ കൊന്നവരെ അല്ലാഹുവിന്റെ കരങ്ങൾ പ്രഹരിക്കുകതന്നെ ചെയ്യുമെന്ന് തലപ്പാവുവെച്ച ഒരു ശൈഖ് പ്രഖ്യാപിച്ചു. അല്ലാഹു ഇപ്പോൾ പ്രതികാരം ചെയ്യുക തന്നെ ചെയ്യും.

നഹരിയയ്ക്കും അഞ്ചുമിനിട്ട് മുമ്പ് കുട്ടി ഉണർന്നു. സൂര്യൻ കത്തിജ്ജ്വലിക്കുകയായിരുന്നു. ആളുകളിലൊരുവൻ വണ്ടി വിട്ടിറങ്ങാൻ തയ്യാറെടുത്തു. റോഡിന്റെ അറ്റത്ത് ഒരു വെളുത്ത കഴുതവലിക്കുന്ന പച്ചക്കറിവണ്ടി ഉണ്ടായിരുന്നു. ഈറത്തണ്ട് ഇപ്പോൾ നിശ്ശബ്ദം. ഡ്രൈവർ ഉച്ചത്തിൽ പറഞ്ഞു: "ഇൻശാ അല്ലാഹ്, നല്ലതെന്തെങ്കിലുമാകട്ടെ വരുന്നത്!." ഡ്രൈവറുടെ സീറ്റിന്റെ ചാരിന് മുകളിൽ നിന്നുകൊണ്ട് ആണുങ്ങൾ റോഡ് വീക്ഷിച്ചു. അഹ്മദ് പറഞ്ഞു. "പട്രോളാണ്." പക്ഷേ സലാഹ് അയാളെ തിരുത്തി: "അല്ല, അവർ ജൂതന്മാരാണ്." ഹജ്ജ് ചെയ്ത സ്ത്രീ വിളിച്ചുകൂവി: "യാ റബ്ബീ...." അപ്പോൾ വണ്ടി നിർത്തി ഡ്രൈവർ എഞ്ചിൻ ഓഫാക്കി.

"ഗെറ്റ് ഔട്ട്," ഇരുണ്ട പച്ചനിറത്തിലുള്ള വേഷത്തിൽ യന്ത്രത്തോക്കുമായി നിന്ന ഒരു പട്ടാളക്കാരൻ പറഞ്ഞു. അയാൾ തല അകത്തേക്കിട്ടു. കുട്ടിയെയും പിടിച്ചുകൊണ്ട് ഡ്രൈവർ ആദ്യം പുറത്തിറങ്ങി, പിന്നെ പെണ്ണുങ്ങൾ, അവസാനം, മറ്റെല്ലാവർക്കുമൊടുവിൽ, ആണുങ്ങൾ വന്നു.

ആദ്യം ആണുങ്ങളെയാണ് പരിശോധിച്ചത്. പിന്നെ കൂടകൾ വലിച്ചുകീറി. ഭദ്രമായി കെട്ടിവച്ചിരുന്ന വെളുത്തബാഗുകൾ തുറന്നു. ഈ നടപടികളൊക്കെ നടത്തിയ രണ്ടുപട്ടാളക്കാരും കൂടകളിലും ബാഗുകളിലും ആയുധങ്ങളൊന്നുമില്ലെന്ന് അവരുടെ ഓഫീസർക്ക് – ഇടുപ്പിൽ റിവോൾവറും കൈയിൽ കറുത്തവടിയുമുള്ള വെയിൽക്കറവീണ ഒരു കുറുകിയ മനുഷ്യന് – റിപ്പോർട്ട് നൽകി.

ഈ ഓഫീസർ അയാളുടെ അടുത്തുനിന്ന പട്ടാളക്കാരനോട് ആ കുട്ടിയെ വിളിക്കാൻ ഉത്തരവിട്ടു. എന്നിട്ട്, സ്ത്രീകളെയും പുരുഷന്മാരെയും റോഡിനരികിലായി, അരുവി നേരെ പുറകിൽ വരത്തക്കവണ്ണം, നിരനിരയായി നിർത്തുവാൻ അയാൾ പട്ടാളക്കാരോട് വൃത്താകൃതിയിലുള്ള ഒരു ആംഗ്യംകൊണ്ട് സൂചിപ്പിച്ചു. എന്നിട്ടയാൾ അവരുടെയെല്ലാം എണ്ണം ഹീബ്രുവിൽ വിളിച്ചുപറഞ്ഞു : "പതിനഞ്ച്."

അയാൾ തന്റെ കറുത്തവടികൊണ്ട് സ്വന്തം കാലിൽ ചെറുതായി അടിച്ചു. അയാളുടെ അടുത്തുനിൽക്കുകയായിരുന്ന ആ കുട്ടി അതൊന്നും ശ്രദ്ധിക്കുന്നുണ്ടായിരുന്നില്ല. പ്രതീക്ഷിച്ചുകൊണ്ടു നിന്ന വരിക്കുമുമ്പിൽ

ചെറിയ ഉറപ്പുള്ള കാൽവയ്പുകളോടെ അയാൾ അങ്ങോട്ടുമിങ്ങോട്ടും നടന്നു. എന്നിട്ട് തുടങ്ങി:

"ഇത് യുദ്ധമാണ്, നിങ്ങൾ അറബികൾ.... നിങ്ങൾ പറയുന്നു നിങ്ങൾ ധീരന്മാരാണെന്ന്, നിങ്ങൾ ഞങ്ങളെ എലികളെന്ന് വിളിക്കുകയും ചെയ്യുന്നു. നീ ഇവിടെ വരൂ." ഒരു കൊച്ചുകാറിന് പുറകിൽനിന്നും ഒരു പെൺകുട്ടി പ്രത്യക്ഷപ്പെട്ടു. അവൾ ഷോർട്സ് ധരിച്ചിരിക്കുകയായിരുന്നു. ഒരു യന്ത്രത്തോക്ക് അവളുടെ തോളിൽ തൂങ്ങിക്കിടന്നിരുന്നു. നഗ്നമായ കാലുകൾ അകത്തി അവൾ റോഡിന്റെ മറുവശത്തുനിന്നു.

"ഇതാണ് നിന്റെ ഇന്നത്തെ കാട്ട."

അവർ കുഴിയിലേക്ക് വീണു. അവരുടെ കൈകളും മുഖങ്ങളും ചെളിയിൽ പുതഞ്ഞ് രക്തരൂഷിതമായ ഒരു കൂനയായി കുഴഞ്ഞുമറിഞ്ഞ് പതിച്ചു. രക്തം അവരുടെ ശരീരത്തിന് കീഴെകൂടി ഒഴുകി. തെക്കോട്ടൊഴുകുന്ന അരുവിയിലെ വെള്ളവുമായി അത് ചേർന്നു.

വെയിൽക്കറയേറ്റ ആ മനുഷ്യൻ കുട്ടിയെ നോക്കി. അവന്റെ നേർക്ക് ചാഞ്ഞ്, അവന്റെ ചെവി വിരലുകൾക്കിടയിൽ ക്രൂരമായി പിടിച്ചുകൊണ്ടുപറഞ്ഞു: "കണ്ടോ? ഇനി കഥപറയുമ്പോൾ ഇത് നല്ല വണ്ണം ഓർക്കണം..." അയാൾ നിവർന്നു, കുട്ടിയെ പുറകിൽനിന്നും കറുത്തവടികൊണ്ട് അടിച്ചുകൊണ്ട് അവനെ മുമ്പോട്ടുതള്ളി. "നിനക്കുപോകാം. എത്രവേഗത്തിലോ അത്രയും വേഗത്തിൽ ഓടിക്കോളൂ. ഞാൻ പത്തുവരെ എണ്ണാൻ പോവുകയാണ്. അപ്പോഴേക്കും നീ ഇവിടെനിന്നും മാറിപ്പോകുന്നില്ലെങ്കിൽ പിന്നെ ഞാൻ വെടിവയ്ക്കും.

പേടിച്ചരണ്ട ആ കുട്ടിക്ക് അതൊന്നും വിശ്വസിക്കാനായില്ല. തനിക്കുചുറ്റുമുള്ള മരങ്ങളിലൊന്നുപോലെ അവർ അവിടെ ഉറച്ചുനിന്നുപോയി. കുഴിയിൽനിന്നും ഷോർട്ട്സണിഞ്ഞ ആ പെൺകുട്ടിയിലേക്ക് കണ്ണുകൾ പായിച്ചപ്പോൾ വളർച്ചയെത്താത്ത പല്ലുകൾ പുറത്തുകാണിച്ചുകൊണ്ട് അവന്റെ താടിയെല്ല് താഴേക്കുതൂങ്ങിപ്പോയി. അടുത്ത നിമിഷം തന്നെ ആ കറുത്ത വടികൊണ്ട് അവന് ഒരു അടികൂടി കിട്ടി. അത് അവന്റെ മാംസം മുറിപ്പെടുത്തിയതുപോലെ തോന്നി. കാലുകൾ കാറ്റിൽ വലിച്ചെറിഞ്ഞ് റോഡിനുതാഴേക്ക് കൺമുമ്പിലെ മൂടൽമഞ്ഞും കണ്ണീരുമായി ഓടിയകലുകയല്ലാതെ അപ്പോൾ അവന് യാതൊന്നും തന്നെ ചെയ്യുവാനുണ്ടായിരുന്നില്ല.

അതിലൂടെയെല്ലാം ജൂതന്മാരുടെ ഉച്ചത്തിലുള്ള ചിരിയുടെ ശബ്ദം അവന്റെ കാതുകളിൽ വന്നുവീണു. അവൻ നിന്നു. എന്ത് എന്തുകൊണ്ടുണ്ടായി എന്ന് അവന് മനസിലായില്ല. പക്ഷേ അവൻ നിന്നു. കൈകൾ ട്രൗസർ പോക്കറ്റിൽ തിരുകി. പിന്തിരിഞ്ഞുനോക്കാതെ, ശാന്തമായ ഉറപ്പുള്ള കാൽവയ്പുകളോടെ റോഡിന്റെ മധ്യത്തിൽക്കൂടി അവൻ നടന്നു. അവൻ പതുക്കെ തന്നോടുതന്നെ എണ്ണാൻ തുടങ്ങി : ഒന്ന്, രണ്ട്, മൂന്ന്...

പലസ്തീൻ കഥ

ഗസ്സാൻ കനഫാനി

ഒഴിവുദിനത്തേക്ക് ഒരു സമ്മാനം

ഞാൻ വൈകി ഉറങ്ങുകയായിരുന്നു. ക്രിസ്തുവിനും നൂറ്റാണ്ടുകൾക്കുമുമ്പ് ജീവിച്ചിരുന്ന സൻ ത്സി എന്നുപേരുള്ള ഒരു ചൈനീസ് എഴുത്തുകാരൻ ഉണ്ട്. എന്നെ അദ്ദേഹം എന്നെ ഒരുപാട് ആകർഷിച്ചു. അദ്ദേഹം എന്റെ ആലസ്യത്തിന് ആശ്വാസമരുളി. എന്റെ ശ്രദ്ധപിടിച്ചെടുത്തു. (പക്ഷേ, അതിനൊന്നും ഞാൻ എഴുതാൻ പോകുന്നതുമായി നേരിട്ട് ബന്ധമൊന്നുമില്ല) യുദ്ധമെന്നാൽ വെറും സൂത്രമാണെന്നും വിജയമെന്നത് എല്ലാം മുൻകൂട്ടി പ്രതീക്ഷിക്കലും ശത്രുവിനെ ഒന്നും പ്രതീക്ഷിക്കുവാൻ ഇടംകൊടുക്കാതിരിക്കലുമാണെന്ന് അദ്ദേഹം എഴുതി. യുദ്ധമെന്നാൽ ഞെട്ടിക്കലാണെന്ന് അദ്ദേഹം എഴുതി. ആദർശങ്ങളുടെ മേലുള്ള ഒരാക്രമണമാണ് യുദ്ധമെന്ന് അദ്ദേഹം എഴുതി, അദ്ദേഹം എഴുതി... പക്ഷേ അതിനൊന്നും ഇവിടെ കാര്യമില്ല.

ഞാൻ വൈകി ഉറങ്ങുകയായിരുന്നു. ടെലഫോൺ നേരത്തെ ശബ്ദിച്ചു. അങ്ങേത്തലക്കൽനിന്നും വന്ന ശബ്ദം തീർത്തും ഉന്മേഷഭരിതവും ഉണർന്നതുമായിരുന്നു. സന്തോഷം കവിയുന്നതും ഗർവുള്ളതുമായിരുന്നു എന്നുതന്നെ പറയാം. അതിന്റെ ഉയർച്ച താഴ്ച്ചകളിൽ കുറ്റബോധത്തിന്റെ വികാരങ്ങളൊന്നുമില്ലായിരുന്നു. പാതി ഉറക്കത്തിൽ, ഞാൻ എന്നോടുതന്നെ പറഞ്ഞു. നേരത്തെ ഉണരുന്ന ഒരു മനുഷ്യനാണ്

ഇത്. രാത്രിയിൽ അവനെ ഒന്നും ശല്യം ചെയ്യുന്നില്ല. ഇടിയും ശക്തിയായ കാറ്റുകളുമുള്ള മഴയുള്ള രാത്രിയായിരുന്നു. ഇതുപോലുള്ള സമയങ്ങളിൽ മനുഷ്യർ ചെയ്യുന്നതെന്തെന്ന് കാണുന്നുവോ, ചെളി പുരളാത്ത ഒരു അന്തസ്സ് നമുക്കുവേണ്ടി നിർമിക്കുവാൻ കാലേ ഇരുളിൽ മാർച്ചു ചെയ്യുന്നവർ? രാത്രി മഴയുള്ളതായിരുന്നു. ഈ മനുഷ്യനോ, ലൈനിന്റെ മറ്റേ അറ്റത്ത്...

പക്ഷേ ഇതൊന്നും ഇവിടെ പ്രധാന സംഗതിയല്ല. അയാൾ എന്നോട് പറഞ്ഞു : "എനിക്ക് ഒരാശയമുണ്ട്. കുട്ടികൾക്കായി കളിപ്പാട്ടങ്ങൾ ശേഖരിച്ച് ജോർദാനിൽ അഭയാർഥികൾക്ക് അയച്ചുകൊടുക്കും. ക്യാമ്പുകളിലേക്ക്. ഇപ്പോൾ ഒഴിവുദിനങ്ങളാണ് എന്നറിയാമല്ലോ?"

ഞാൻ പാതി ഉറക്കത്തിലായിരുന്നു. ക്യാമ്പുകൾ. ഞങ്ങളുടെ ക്ഷീണിതമായ പ്രഭാതത്തിന്റെ നെറ്റിയിലെ ആ അടയാളങ്ങൾ കാരുണ്യത്തിന്റെയും പൊടിയുടെയും ചെളിയുടെയും നിലങ്ങൾക്ക് മീതെ യാദൃശ്ചികമായി ഉയർന്നു പൊങ്ങുന്ന, പരാജയത്തിന്റെ പതാകകളെപ്പോലെ എടുത്തുവീശുന്ന നീണ്ട മുറിവുകൾ. ആ ക്യാമ്പുകളിലൊന്നിൽ അന്ന് ഞാൻ പഠിപ്പിക്കുകയായിരുന്നു. ദർവീശ് എന്നു പേരുള്ള യുവവിദ്യാർഥികളിലൊരുവൻ സ്കൂൾ കഴിഞ്ഞാൽ കേക്കുകൾ വിൽക്കാൻ പോകും. സായാഹ്ന ക്ലാസിൽ കയറ്റുന്നതിനായി പിടികൂടുന്നതിന് കൂടാരങ്ങളുടെയും ചെളിയുടെയും ടിൻ ഷീറ്റുകളുടെയും കെട്ടിക്കിടക്കുന്ന വെള്ളത്തിന്റെയും ഇടയിൽ ഞാൻ അവനെ പിന്തുടർന്ന് ചെന്നിരുന്നു. ചുരുണ്ട് കുറുകിയ അവന്റെ തലമുടി എപ്പോഴും നനഞ്ഞ മട്ടിലായിരിക്കും. പ്രതിഭാശാലിയായിരുന്ന അവൻ ക്ലാസിലെ ഏറ്റവും നല്ല സർഗാത്മക രചനകൾ എഴുതിയിരുന്നു. തിന്നാൻ എന്തെങ്കിലും കിട്ടിയാൽ പിന്നെ അന്നേദിവസം അവന്റെ പ്രതിഭ അതിരുകളറിയില്ല. അതൊരു വലിയ ക്യാമ്പായിരുന്നു. അവർ അതിനെ വിളിച്ചത്...

പക്ഷേ, ഇതും ഇവിടെ പ്രധാന സംഗതിയല്ല. ലൈനിന്റെ മറ്റേ അറ്റത്തെ മനുഷ്യൻ എന്നോട് പറഞ്ഞു: "വളരെ നല്ല ഒരാശയമാണിത്. നിങ്ങൾക്ക് തോന്നുന്നില്ലേ? നിങ്ങൾ ഞങ്ങളെ സഹായിക്കും. പത്രങ്ങളിൽ ഞങ്ങൾക്ക് ഒരു പ്രചാരണം വേണം കേട്ടോ." ഞാൻ പാതി ഉറക്കത്തിലായിരുന്നുവെങ്കിലും ശരിയായ പദങ്ങൾ തന്നെ എന്റെ മനസിലേക്ക് ചാടിവീണു. 'മി... ഇന്നാര്... അദ്ദേഹത്തിന്റെ പുതുവർഷാവധി അഭയാർഥികൾക്കുവേണ്ടി കളിപ്പാട്ടങ്ങൾ ശേഖരിച്ചുകൊണ്ടാണ് ചെലവഴിച്ചത്. സമൂഹത്തിന്റെ ഉന്നതശ്രേണിയിലുള്ള സ്ത്രീകൾ അവ ക്യാമ്പുകളിൽ വിതരണം ചെയ്യും.' ക്യാമ്പുകളിൽ ചെളി നിറഞ്ഞിരിക്കുന്നു. ഡ്രസുകൾ ഈ സീസണിൽ കുറവ്. ബൂട്ടുകൾ വെള്ളയും. ഇന്നലെ മാത്രമാണ് ഞാൻ ഒരു വാർത്തയും ഫോട്ടോയും വലിച്ചുകീറിയത്. സുന്ദരിയായ മിസ്... ഇന്നാര്... വൈകുന്നേരം ചെലവിട്ടത്.. ഇന്ന... നിശാക്ലബ്ബിലാണ്. അവളോടൊപ്പം ഇരുന്ന യുവാവ് അവന്റെ മദ്യം അവളുടെ വസ്ത്രത്തിലേക്ക് ചരിച്ചു. അവൾ ഒരുകുപ്പി മുഴുവനും അവന്റെ സൂട്ടിലേക്ക് ഒഴിച്ചു. അതിന്

ഒരു നൂറ് പൗണ്ട് എങ്കിലും ചെലവായിട്ടുണ്ടാകണം. ഞാൻ പറഞ്ഞു. ഞാൻ പറഞ്ഞു, ആ വിലയ്ക്ക്...

പക്ഷേ, ഇതെല്ലാം ഇവിടെ പ്രധാന കാര്യമല്ല.

തുടർന്നുകൊണ്ട് അയാൾ എന്നോട് പറഞ്ഞു: "ഞങ്ങൾ അവയെല്ലാം കാർഡ്ബോർഡ് പെട്ടിക്കുള്ളിലാക്കും. സൗജന്യമായി കൊണ്ടുപോകുന്നതിനുള്ള ട്രക്കുകൾ കണ്ടെത്തും. കവറുകളിൽ ദൃഭമാക്കിയാവും ഞങ്ങൾ അത് വിതരണം ചെയ്യുക. ആ നിലയ്ക്ക് അത് വിസ്മയജനകമായിരിക്കും." ഒരു വിസ്മയപ്പെടുത്തൽ. യുദ്ധവും ഒരു വിസ്മയപ്പെടുത്തലാണ്. ക്രിസ്തുവിനും അഞ്ഞൂറ് വർഷം മുമ്പ് ചൈനീസ് എഴുത്തുകാരനായ സൻ ത്സിയും പറഞ്ഞത് അതുതന്നെ. ഞാൻ പാതി ഉറക്കത്തിലായിരുന്നു. എനിക്ക് ഈ വിഡ്ഢിത്തം നിയന്ത്രിക്കാൻ കഴിഞ്ഞില്ല. അത്തരം അപകടങ്ങൾ എനിക്ക് പലപ്പോഴും സംഭവിക്കാറുണ്ട്. പ്രത്യേകിച്ചും ഞാൻ ക്ഷീണിതനായിരിക്കുമ്പോൾ, അപ്പോൾ എനിക്ക് കണ്ണുകളെ വിശ്വസിക്കാൻ കഴിയില്ല. ഞാൻ ആളുകളെ നോക്കിചോദിക്കുന്നു. ഇവ ശരിക്കും നമ്മുടെ മുഖങ്ങൾ തന്നെയോ? ജൂൺ അവയുടെമേൽ ഛർദിച്ച ഈ ചെളി മുഴുവനും, നമുക്ക് അത് അത്രപെട്ടെന്ന് എങ്ങനെ വൃത്തിയാക്കാൻ കഴിയുമായിരുന്നു? നമുക്ക് ശരിക്കും പുഞ്ചിരിക്കുവാൻ കഴിയുമോ? അത് ശരിയാണോ?... "

പക്ഷേ, ഇതും പ്രധാന സംഗതിയല്ല.

ടെലഫോൺ റിസീവർ എന്റെ കൈയിൽനിന്നും വഴുതിപ്പോയപ്പോൾ, അയാൾ പറഞ്ഞു. 'അവധിദിവസം രാവിലെ ഓരോകുട്ടിക്കും ഒട്ടിച്ച് ഭദ്രമാക്കിയ ഒരു പായ്ക്കറ്റ്, ഉള്ളിൽ ഒരതിശയ സമ്മാനത്തോടൊപ്പം ലഭിക്കും. അത് സൗഭാഗ്യമായിരിക്കും." റിസീവർ വീണു. തലയണ എന്നെ പത്തൊൻപതുവർഷം പുറകോട്ട് കൊണ്ടുപോയി.

വർഷം 1949.

അന്നേദിവസം അവൾ ഞങ്ങളോട് പറഞ്ഞു. നിങ്ങൾ കുട്ടികൾക്കെല്ലാം അവധിദിനത്തേക്കുള്ള സമ്മാനം റെഡ്ക്രോസ് കൊണ്ടുവരും. ചുവന്ന ഷോർട്ട് പാന്റ്സും ചാരനിറത്തിലുള്ള കോട്ടൺ ഷർട്ടും സോക്സുകളില്ലാതെ തുറന്ന ഷൂവുകളും ധരിച്ചിരിക്കുകയായിരുന്നു ഞാൻ. ആ പ്രദേശത്തുണ്ടായതിൽ വച്ച് ഏറ്റവും മോശമായ മഞ്ഞുകാലമായിരുന്നു അത്. അന്നുരാവിലെ ഞാൻ പുറപ്പെട്ടപ്പോൾ എന്റെ വിരലുകൾ ഉറഞ്ഞ് നേർത്ത സ്ഫടികം പൊതിഞ്ഞതുപോലെയായി. നടപ്പാതയിൽ ഇരുന്ന് ഞാൻ കരയാൻ തുടങ്ങി. അപ്പോൾ ഒരാൾ വന്ന് എന്നെ അടുത്തൊരു കടയിലേക്ക് എടുത്തുകൊണ്ടുപോയി. അവിടെ അവർ ഒരു പാട്ടപോലൊന്നിൽ വിറക് കത്തിക്കുകയായിരുന്നു. അവർ എന്നെ അടുത്തേക്ക് കൊണ്ടുചെന്നു. ഞാൻ കാലുകൾ തീജ്വാലയിലേക്ക് നീട്ടി. പിന്നെ ഞാൻ റെഡ്ക്രോസ് സെന്ററിലേക്ക് കുതിച്ചു. നൂറുകണക്കിന് കുട്ടികളോടൊപ്പം നിന്നു. ഞങ്ങളെല്ലാവരും ഞങ്ങളുടെ ഊഴം കാത്തുനിൽക്കുകയായിരുന്നു.

പെട്ടികൾ വളരെ അകലെയായിരുന്നുവെന്നു തോന്നി. ഒരു കരിമ്പിൻപാടംപോലെ ഞങ്ങൾ വിറയ്ക്കുകയായിരുന്നു. ഞരമ്പുകളിൽ രക്തം ഓടിക്കൊണ്ടിരിക്കുവാൻ കുന്തിച്ചാടുകയും ചെയ്തു. ഒരു ദശലക്ഷം വർഷങ്ങൾ കഴിഞ്ഞ് എന്റെ ഊഴം വന്നു. പശയിട്ട് വെടിപ്പാർന്ന ഒരു നഴ്സ് എനിക്ക് ഒരു ചുവന്ന ചതുരാകൃതിയിലുള്ള പെട്ടി തന്നു.

അത് തുറന്നുനോക്കാതെ ഞാൻ 'വീട്ടി'ലേക്ക് ഓടി. ആ കിനാപ്പെട്ടിയിൽ എന്തായിരുന്നുവെന്നത് ഇപ്പോഴിതാ പത്തൊൻപതുവർഷങ്ങൾക്ക് ശേഷം ഞാൻ തീർത്തും മറന്നിരിക്കുന്നു. ഒരേ ഒരു കാര്യമൊഴിച്ച്: ഒരു കാൻ ലെന്റിൽ സൂപ്പ്.

തണുപ്പുകൊണ്ട് ചുവന്ന എന്റെ കൈകളിൽ ഞാൻ സൂപ്പ് കാൻ അമർത്തിപ്പിടിച്ചു. എന്റെ സഹോദരന്മാരും ബന്ധുക്കളുമായ മറ്റ് പത്തു കുട്ടികളുടെ മുമ്പിൽ, അവർ ഇരുപത് തുറന്നകണ്ണുകൾകൊണ്ട് അതിൽ നോക്കുകയായിരുന്നു. ഞാനത് എന്റെ നെഞ്ചോടുചേർത്ത് പിടിച്ചു.

പെട്ടിക്കുള്ളിൽ അത്യാകർഷകങ്ങളായ കുട്ടികളുടെ കളിപ്പാട്ടങ്ങൾ കൂടി ഉണ്ടായിരുന്നിരിക്കാം. പക്ഷേ, അവ തിന്നുവാനുള്ളതല്ലാത്തതായിരുന്നതുകൊണ്ട് ഞാൻ അവയ്ക്ക് ശ്രദ്ധ നൽകിയില്ല. അവയൊക്കെ നഷ്ടമായി. ആ സൂപ്പ് കാൻ ഞാൻ ഒരാഴ്ച വച്ചിരുന്നു. ഒരു ഗ്ലാസിൽ അൽപ്പമെടുത്ത് ഓരോ ദിവസവും ഞാൻ ഉമ്മയുടെ കയ്യിൽ കൊടുക്കും. അവരത് ഞങ്ങൾക്കായി പാകം ചെയ്തുതരുമല്ലോ.

തണുപ്പും എന്റെ വിരലുകളെ ബന്ധിച്ച ഐസും സൂപ്പ് കാനും ഒഴികെ ഞാൻ ഒന്നും ഓർമ്മിക്കുന്നില്ല.

ഭയജനകമായ ശൂന്യതയിൽ മണിമുഴങ്ങാൻ തുടങ്ങിയപ്പോൾ ആ ക്ഷീണിച്ചു നരച്ച പ്രഭാതത്തിൽ എന്നും നേരത്തെ ഉണരുന്ന ആ മനുഷ്യന്റെ ശബ്ദം എന്റെ തലയോട്ടിക്കുള്ളിൽ ത്രസിച്ചുകൊണ്ടിരുന്നു. ഭൂതകാലത്തിലേക്കുള്ള സഞ്ചാരത്തിൽനിന്നും ഞാൻ മടങ്ങിവന്നു, ഞാൻ..

പക്ഷേ അതൊക്കെയും ഇവിടെ സംഗതമല്ല.

ഹീബ്രുകഥ (ഇസ്രയേൽ)

ലിയാ ഐനി

ബിംബം

ലിയാ ഐനി 1962-ൽ ടെൽ അവീവിൽ ജനിച്ചു. ***അൽഹാമിഷ്മാർ*** പത്രത്തിന്റെ എഡിറ്ററായി പ്രവർത്തിച്ചിട്ടുണ്ട്. ***സംവൺ മസ്റ്റ് ബീ ദെയർ*** എന്ന നോവൽ ജർമ്മൻ ഭാഷയിൽ പ്രസിദ്ധീകരിച്ചു.

ഓലെഗ് ആദ്യമായി മുനിസിപ്പാലിറ്റിയിൽ ജോലിക്കുപോയ പ്രഭാതത്തിൽ, തവിട്ടുനിറത്തിലുള്ള വസ്ത്രങ്ങൾ അണിഞ്ഞ ഒരു വൃദ്ധനെ അന്യാ സ്വപ്നം കണ്ടു. കൂടിപ്പിണഞ്ഞെഴുന്നുനിൽക്കുന്ന കൃതാവുരോമങ്ങൾ മുഖത്തുനിന്നു പുറത്തേക്കു തള്ളിനിന്നിരുന്ന അയാൾ അവൾക്കു പുറന്തിരിഞ്ഞ്, തിളങ്ങുന്ന മഞ്ഞിലൂടെ ഉഴുതുനീങ്ങുകയായിരുന്നു. അവളുടെ കണ്ണുകളെ നോവിച്ച തിളങ്ങുന്ന ശൂന്യമായ ആ വന്യതയിൽ വൃദ്ധൻ പെട്ടെന്നുനിന്നു. കീശയിൽനിന്ന് എന്തോ എടുത്ത് അയാൾ കൈയിൽ ഒളിപ്പിച്ചു. മറ്റേ കൈകൊണ്ട് അയാൾ തന്റെ അയഞ്ഞുവീർത്ത കോട്ടിൽനിന്ന് ഒരു മൺകോരിയെടുത്ത്, മഞ്ഞിൽ ഒരു ദ്വാരം തീർക്കുന്നതുവരെ ഇളക്കിമറിച്ചു. പിന്നീടയാൾ മുഷ്ടി നിവർത്തി ഒളിപ്പിച്ചുവച്ചിരുന്ന വസ്തു അതിനുള്ളിലെറിഞ്ഞു. പിന്നെ, അന്യാ തനിക്കു പുറകിൽനിന്നു സ്വപ്നം കാണുകയാണെന്നറിഞ്ഞിട്ടെന്നപോലെ, അയാൾ അവളെ കാണുന്നതിനായി ഒരു വശത്തേക്കു തിരിഞ്ഞു. അവൾ കണ്ടപ്പോൾ, അയാൾ അപ്രത്യക്ഷനായി.

പൊള്ളയായ സ്ഥലത്ത് ഒരു മിന്നുന്ന നക്ഷത്രം കിടന്നു. അത് ഹിമരേഖയ്ക്കു മുകളിലെ ആകാശം മിക്കവാറും സ്വന്തമാക്കുമാറ്

സുവർണശോഭയാർന്നു കൂർത്തു. അതിന്റെ തിരശ്ചീനമായ കാലുകൾ മറ്റുള്ളവയെക്കാൾ വളർന്നത് അവളെ പൊതിയാറാകുന്നതുവരെ അന്യാ ശ്രദ്ധിച്ചില്ല. അപ്പോൾ അവൾ ഭയന്നുഞെട്ടി വിളിച്ചുണർന്നു.

ഓലെഗ് പൊയ്ക്കഴിഞ്ഞിരുന്നു. എങ്കിലും അദ്ദേഹത്തിന്റെ ഷേവിന്റെ ഗന്ധം വായുവിൽ തങ്ങിനിന്നു. ശാന്തമാകുംവരെ അവൾ അത് മൃദുവായി ശ്വസിച്ചു. വീണ്ടും ഉറങ്ങാൻപോയി. ഒരു മണിക്കൂർ കഴിഞ്ഞ് ഉണർന്നെണീറ്റ് മുഖം കഴുകി അവൾ നേരെ അടുക്കളയിലേക്ക് ചെന്നു. സ്വീകരണമുറിയിൽ അവളുടെ അനന്തരവൾ ഉറങ്ങിക്കിടക്കുകയായിരുന്നു. ചുവന്നുതുടുത്ത മുഖവുമായി കമ്പിളിപ്പുതപ്പുകൾക്കിടയിൽ ഒരു കരടിയെപോലെ. അവളെ ഉണർത്തുന്നതിനെക്കുറിച്ച് ചിന്തിച്ചുവെങ്കിലും മനസുമാറ്റി. അവിടെ, തനിക്കായിട്ട് ഒരു ഗ്ലാസ് ചായയുണ്ടാക്കി കണക്കുകൾ ശരിയാക്കുവാനിരുന്നു. ഓലെഗ് ഇന്നുവീട്ടിൽ കൊണ്ടുവരുന്ന ഗന്ധം കുപ്പയുടേതായിരിക്കുമോ എന്നവൾ അമ്പരന്നു; പക്ഷേ, അത് വസ്ത്രങ്ങളിൽ പറ്റിപ്പിടിച്ചിരിക്കുന്ന തരത്തിലുള്ള ഗന്ധമായിരിക്കാനിടയില്ല. ഓർമ്മയിൽ ഒട്ടിനിൽക്കുന്ന തരത്തിലുള്ള ഗന്ധമായിരിക്കുമത്, അങ്ങനെയെങ്കിൽ അത് ഇല്ലാതാക്കുന്നതിന് അദ്ദേഹം ചൂടുവെള്ളവും രോഗാണുവിമുക്തമാക്കുന്ന സോപ്പും ആവശ്യപ്പെടും.

അവിടെ അവർ പുറപ്പെട്ടുപോന്ന സ്ഥലത്ത്, മാറുസ്യ എന്ന അൽബീനോ അത്തരം പ്രശ്നങ്ങളുമായി മല്ലിട്ടിരുന്നു. "എന്നും ഞാനീ വിഴുപ്പലക്കണം," ടബ്ബിലെ വഴുവഴുത്ത അഴുക്കുവസ്ത്രങ്ങളെ ചൊല്ലി അവൾ പരിഭവിക്കും. അവളുടെ ചുവന്ന കണ്ണുകളിൽ വീണുകിടക്കുന്ന മുടിയിഴകൾ ചട്ടയുടെ കൈകൊണ്ട് വശങ്ങളിലേക്കൊതുക്കിക്കൊണ്ട്. എന്നിട്ടവൾ ഫ്ളാറ്റ് നിവാസികൾക്കുള്ള മുറ്റത്തേക്കുചെന്ന് കണ്ണുകൾ മിക്കവാറും അടച്ചുപൂട്ടിയിട്ട്, വലിയ ഓവറോൾ വിരിച്ചിടും. അതിൽനിന്ന് അപ്പോൾ എണ്ണമയമാർന്ന വെള്ളത്തുള്ളികൾ നനഞ്ഞ നിലത്തേക്ക് ഇറ്റുവീഴുന്നുണ്ടാകും.

ഇവിടെയും മഴ പെയ്യുന്നുണ്ട്. എന്നാൽ, അവിടത്തെപോലെ അത്ര കൂടുതലായിട്ടില്ല. മഞ്ഞുവീഴ്ചയുടെ കാര്യമാണെങ്കിൽ – അതുമറന്നേക്കൂ. പെട്ടെന്ന് അവൾ ആ സുവർണനക്ഷത്രത്തെ ഓർമ്മിക്കുകയും അതിനെ സ്വപ്നം കണ്ടതെന്തുകൊണ്ടാണെന്ന് അറിയുകയും ചെയ്തു. അവിടെ അവർ ക്രിസ്തുവർഷത്തിലെ പുതുവർഷം ആഘോഷിക്കാറുണ്ടായിരുന്നു. എന്നാൽ, ഇവിടെ അതുചെയ്യാറില്ലെന്നാണ് അവരറിഞ്ഞത്. ഒരു മരവും മറ്റും ഉപയോഗിച്ചുകൊണ്ടുള്ളത് ഇല്ലതന്നെ. വേണമെങ്കിൽ പാർട്ടികൾ മാത്രമായിട്ട് ആയിക്കോളൂ. അതും എല്ലാർക്കുമല്ല. യുവജനങ്ങൾക്കുമാത്രം. "ഏതായാലും," അധരങ്ങളില്ലാത്ത വായും ഒലീവുനിറവുമുള്ള അവളുടെ പുതിയ അയൽക്കാരി പറഞ്ഞു, "ആളുകൾ അതിനെ അനുകൂലദൃഷ്ടിയോടെയല്ല കാണുന്നത്." അനുകൂലദൃഷ്ടി എന്തെന്ന് അവൾക്കറിയാമായിരുന്നു. അനുകൂലദൃഷ്ടിയുണ്ട്, ദോഷദൃഷ്ടിയുണ്ട്, ദയാദൃഷ്ടിയുമുണ്ട്. ഓലെഗിന് സ്ഫടിക ദൃഷ്ടിയാണ്. പക്ഷേ, അതിന് അയൽക്കാരുടെ ബഹുദൃഷ്ടികളുമായി കാര്യമൊന്നുമില്ല.

അവൾക്ക് നല്ല തണുപ്പ് അനുഭവപ്പെട്ടു. അവിടത്തെ അത്ര തണുപ്പ് ഉണ്ടായിരുന്നില്ലെങ്കിലും. സത്യത്തിൽ ഇല്ല. സ്വീകരണമുറിയിൽ സോണിയ കൂർക്കം വലിക്കുകയായിരുന്നു. ഒരു യുവതിയെപോലെ കൂർക്കം വലിക്കുകയായിരുന്നു. നല്ല ഉറപ്പുള്ള ഒരുവൾ. വിരലുകൾ ചൂടാക്കുന്നതിന് സ്വീകരണമുറിയിലിരുന്ന് കുറച്ചുനേരം പിയാനോ വായിക്കുവാൻ അവൾ ഇഷ്ടപ്പെടുമായിരുന്നു. പക്ഷേ, കൂർക്കംവലികേട്ടാൽ അവൾ പൊട്ടിച്ചിരിച്ചുപോകും. ചൈക്കോവ്സ്കി പിന്നെ വിലക്ഷണമായിട്ടായിരിക്കും പുറത്തുവരിക, സംഗീതം സോണിയയെ ഉപദ്രവിക്കുകയില്ലെങ്കിലും. അതിനിടയ്ക്ക് അവൾ ചായകൊണ്ട് തൃപ്തിയടഞ്ഞു. ഓലെഗിന് വാക്കുകൊടുത്തതനുസരിച്ച് കണക്കുകളിൽ ശ്രദ്ധിക്കുവാൻ ശ്രമിക്കുകയും ചെയ്തു.

"അപ്പോൾ നിങ്ങളെങ്ങനെയാ പുതുവർഷം ആഘോഷിക്കുന്നത്?" ഒലീവു ചർമ്മമുള്ള അവളുടെ പുതിയ അയൽക്കാരിയോട് ചോദിക്കുന്നതിൽ നിന്ന് അവൾക്ക് അയാളെ തടയാനായില്ല.

"ഇവിടെയോ? ജൂതരെപോലെ, റോഷ്ഹോഷന്ന ദിവസം. തിശ്‌രിൽ സെപ്തംബർ. സാധാരണവർഷം കണക്കിലെടുക്കാറില്ല."

"പക്ഷേ, ഇവിടെ എല്ലാം ക്രിസ്ത്യൻ കലണ്ടറനുസരിച്ചാണ്. വീട്ടുടമയ്ക്ക് ആറുമാസത്തെ വാടക മുൻകൂർ. അവൾ എല്ലാം മാസങ്ങളിൽ എണ്ണുന്നു. അവിടത്തെപോലെ തന്നെ. കാറിന്, ബാങ്കിലും - അവിടത്തെപോലുള്ള അതേ കണക്കുകൾ. മുനിസിപ്പൽ നിരക്കുകളും അതു തന്നെ. ജൂൺ മുതൽ ഞാൻ എന്റെ ചെക്കുകളിൽ ഇങ്ങനെതന്നെയാണ് എഴുതിക്കൊണ്ടിരിക്കുന്നത്. അപ്പോൾ എങ്ങനെയാണാവോ വർഷം പെട്ടെന്ന് സെപ്തംബറിൽ അവസാനിക്കുന്നത്?"

"ആ തീയതികൾ, അതെ." അയൽവാസി പറഞ്ഞു നെറ്റിചുളിച്ചുകൊണ്ട്. പക്ഷേ, ആഘോഷിക്കുന്നതിന് ഇല്ല."

"ജന്മദിനങ്ങളോ?" അന്യാ ബാലിശമായി ചോദിച്ചു. എന്തെന്നാൽ ഓഗലിന്റേത് അടുത്തിരുന്നു.

അയൽക്കാരിയുടെ അധരരഹിതമായ വായ അണ്ഡാകൃതിയിലായി, ചിരിച്ച് വിളിച്ചുകൊണ്ടെന്നപോലെ അവൾ പറഞ്ഞു. "ഹൊ, തന്റെ ചോദ്യങ്ങളുമായി എന്നെ വെറുതെ വിട്ടേക്കൂ. *സോഡെർ** ചോദ്യങ്ങൾപോലെ. തനിക്ക് ഒരു ക്രിസ്ത്യൻ അവധിദിനം വേണമോ, ചെന്നാട്ടെ. മരമോ പോംപോം അപ്പൂപ്പനോ തനിക്ക് ഇഷ്ടപ്പെട്ട എന്തുമായിട്ടും ആയിക്കോളൂ. പക്ഷേ, ഒരുകാര്യം ഓർമ്മിക്കുന്നത് നന്ന്," അവൾ അവളുടെ മെലിഞ്ഞ കൈയുയർത്തി വസ്ത്രത്തിനു മീതെ താഴ്ത്തിയിട്ടു. "അതായത് അനുകൂലദൃഷ്ടിയോടെയല്ല ആളുകൾ അതൊക്കെ ഇവിടെ നോക്കിക്കാണുന്നത്." "മുകളിൽ താമസിക്കുന്നത് ഫ്രീഡ്മാൻ കുടുംബമാണ്. അവർ ദേശീയ-മതഭക്തരാണ്, കേട്ടോ. ബെൻ-ഹറൂഷ് കുടും

---

* പെസഹ വൈകുന്നേരം വിപുലമായ വിരുന്നു സൽക്കാരത്തോടെ ആരംഭിക്കുന്ന യഹൂദ പ്രാർത്ഥനാ ചടങ്ങ്.

ബക്കാരും പാരമ്പര്യവാദികളാണ്. വളരെ. അപ്പോൾ മുകളിലത്തെ നിലയിലേക്ക് ഒരു സൈപ്രസ് മരമോ മറ്റോ നിങ്ങൾ വലിച്ചുകയറ്റിക്കൊണ്ടു വരികയാണെങ്കിൽ അതു നോക്കി പുരികക്കൊടികൾ ഉയർത്തുവാൻ ഒന്നോ രണ്ടോ പേരിൽക്കൂടുതൽ ഉണ്ടാകും."

തങ്ങളും ജൂതരാണെന്ന് അവളെ ഓർമ്മിപ്പിക്കണമായിരുന്നു. അന്യായ്ക്ക്. സ്വരചിഹ്നങ്ങളിട്ട പാഠപുസ്തകത്തിൽനിന്നു നല്ലവളായ ടീച്ചർ അവളുടെ മധ്യാഹ്നങ്ങളിലെ ഹീബ്രു കോഴ്സിൽ അംഗവിക്ഷേപങ്ങളോടെ വായിച്ചുകേൾപ്പിച്ചിരുന്നതു മുഴുവൻ അയൽക്കാരുമായിട്ട് യോജിക്കുന്നവയായിരുന്നില്ലെന്നു വ്യക്തം. അതുകൊണ്ട് അവൾ ഖേദം പറഞ്ഞിട്ട് ഓലെഗിന് മുനിസിപ്പാലിറ്റിയിൽ ഒരു ജോലി കിട്ടിയെന്ന കാര്യം കേൾക്കുവാൻ അവൾക്ക് സന്തോഷമുണ്ടാകുമെന്ന് കൂട്ടിച്ചേർക്കുകയും ചെയ്തു.

"എന്നുവച്ചാൽ?" അയൽക്കാരി മുരണ്ടു. "അദ്ദേഹം കുപ്പയിൽ പണിയെടുക്കുമെന്നാണോ?"

അന്യാ സന്തോഷത്തോടെ തലയാട്ടി.

അയൽക്കാരി ട്സ്ക് എന്നുനാവു ഞൊടിച്ചു. "ആ മനുഷ്യൻ ഒരു എഞ്ചിനീയർ ആണെന്നു ചിന്തിക്കുക! എത്ര കഷ്ടം! എന്നാലും, ജീവിക്കാൻവേണ്ടി ഒരു തൊഴിൽ ചെയ്യുന്നതിൽ ലജ്ജിപ്പാനുണ്ടോ, ഉണ്ടോ? വോഡ്കയുടെ ഗന്ധമുള്ള ബഞ്ചുകളിൽ ഇരിക്കുന്നതിനെക്കാൾ നല്ലതാണത്."

ഓലെഗ് ഒരു എഞ്ചിനീയർ അല്ലെന്നു പറഞ്ഞുകൊണ്ട് അന്യായ്ക്ക് അവളെ തിരുത്തണമായിരുന്നു, അദ്ദേഹം ഒരു ഹീബ്രു അധ്യാപകനാണ്. വഴിയോരങ്ങളിലെ ബഞ്ചുകളിൽ അദ്ദേഹം ഒരിക്കലും ഇരുന്നിട്ടില്ല. ഈയാഴ്ചയിൽ തീർച്ചയായും ഉണ്ടായിട്ടില്ല. മാത്രവുമല്ല, ഒരു വർഷത്തേക്ക് പരീക്ഷണാടിസ്ഥാനത്തിൽ മുനിസിപ്പാലിറ്റി അദ്ദേഹത്തെ എടുക്കുംവരെ അദ്ദേഹം എപ്പോഴും എന്തെങ്കിലുമൊക്കെ ജോലി ചെയ്തുകൊണ്ടിരിക്കുകയുമായിരുന്നു. പക്ഷേ, അയൽക്കാരി വളരെ പെട്ടെന്നാണ് വാതിലിലൂടെ അപ്രത്യക്ഷയായത്. ധൃതിയിൽ "പിന്നെക്കാണാം" എന്നു പറഞ്ഞുകൊണ്ട്. ഹീബ്രു ഭാഷണത്തിന്റെ ക്ഷീണത്താൽ കണ്ണുകൾ തിരുമ്മിക്കൊണ്ട് അവളാകട്ടെ വീണ്ടും ഉള്ളിലേക്കു പോയി. ഇനി അവൾ ശരിക്കും സോണിയയെ ഉണർത്തണം. പന്ത്രണ്ടു മണിക്കൂറായി ആ പെണ്ണ് ഉറക്കത്തിലാണ്. കുറച്ചുകൂടി കഴിഞ്ഞ്, പതിനൊന്നിന് ഓലെഗ് മടങ്ങിയെത്തും. വിശ്രമിക്കുന്നതിനു മുമ്പായി അദ്ദേഹത്തിന് കുളിക്കണം. അവൾക്ക് അദ്ദേഹത്തിന്റെ വസ്ത്രങ്ങൾ കഴുകേണ്ടിയും വന്നേക്കാം. പക്ഷേ, ആകെ നനഞ്ഞ, അവൾക്കത് നിഷേധിക്കുവാൻ കഴിയില്ല. ഈ മഞ്ഞുകാലത്ത് വസ്ത്രങ്ങൾ എവിടെ ഉണക്കാനാണ്? നേരാംവണ്ണവും തുടർച്ചയായും താഴേക്കുവരുന്നതിന് ഒരു തീരുമാനമെടുക്കാൻ കഴിയാത്തതുപോലെയാണ് മഴയിവിടെ, ചിണുങ്ങിക്കൊണ്ടിരിക്കുന്നത്. ഒരൽപ്പം ചാറ്റമഴ. തുടർന്ന് ഒരു ചെറിയ ശീകരം. നനഞ്ഞ വസ്ത്രങ്ങൾ എവിടെ ഇടുമെന്ന് അവൾക്ക് ചിന്തിക്കുവാൻ കഴിഞ്ഞില്ല. ബാൽക്കണി

യിലോ? — ഒരു ഫ്ളാറ്റ് വാങ്ങിക്കഴിഞ്ഞശേഷം മാത്രം അവർ തുറക്കുവാൻ പോകുന്ന പെട്ടികളാണ് അതു നിറയെ. പിന്നെയുള്ളത് സ്വീകരണമുറി മാത്രമാണ്, സോഫയുടെമേലും മേശപ്പുറത്തുമൊക്കെയായി. പക്ഷേ, ആദ്യമായി സോണിയ എഴുന്നേൽക്കണം. അപ്പോൾ അവൾ അവിടെ കുറച്ചുവൃത്തിയാക്കും. എന്നിട്ട് അദ്ദേഹത്തിന് നൽകപ്പെട്ട മുനിസിപ്പാലിറ്റി വസ്ത്രങ്ങൾ — അലക്കിയതിനുശേഷവും അവയ്ക്കു വല്ലാത്ത ഗന്ധമുണ്ടാകുമെന്നതിന് സംശയമില്ല. — ചുറ്റും പ്ളാസ്റ്റിക്ക് കസേരകളിൽ വിരിക്കും. അതായിരിക്കും ഏറ്റവും നല്ലത്. അതിന്റെ ഗന്ധം കളയാൻ എത്ര അലക്കുസോപ്പ് വേണ്ടിവരും? നാളെ രാവിലെയോടെ ഉണങ്ങേണ്ടുന്ന ആ വസ്ത്രങ്ങൾ അവൾ എത്രസമയം കുതിർത്തുവയ്ക്കണം? "സോണിയാ! സോണിച്കാ!" എന്ന് എത്രനേരം അവൾ നിഷ്ഫലമായി വിളിക്കണം?

ദോഷദൃഷ്ടി എന്താണ് അർഥമാക്കുന്നതെന്ന് വിശദീകരിച്ചു കൊടുക്കവെ അയൽക്കാരി അവളിൽ ഉണർത്തിയ വൈഷമ്യം കുടഞ്ഞുകളയുവാൻ ശ്രമിച്ചുകൊണ്ട്, ബില്ലുകൾ അരികിലേക്ക് നീക്കിവച്ചിട്ട് അപ്പോഴേക്കും തണുത്തു കഴിഞ്ഞ ചായ അവൾ സിങ്കിലേക്കൊഴിച്ചു.

" അവൾ വളരെ സുന്ദരിയാണ്, തന്റെ സഹോദരി. അവൾ ആളുകൾക്ക് നോട്ടം നൽകുന്നു. എന്നുവച്ചാൽ പെട്ടെന്ന് കാലുകൾ അകറ്റിക്കൊടുക്കുമെന്നാണോ? ഇല്ല, ഞാൻ വെറുതെ പറയുകയാണ്," അന്യായുടെ ഞെട്ടിയ ഭാവത്തെ മയപ്പെടുത്തുവാനായി അയൽക്കാരി പെട്ടെന്ന് കൂട്ടിച്ചേർത്തു. "അപ്പോൾ നിങ്ങൾ മനസ്സിലാക്കുമല്ലോ. ഈ വീടിന് ഒരു നല്ല പേരുണ്ട്. പുരുഷന്മാരെല്ലാം നല്ല ഭർത്താക്കന്മാരാണ്. ഓരോരുത്തരും അർപ്പണ ബുദ്ധിയുള്ള അച്ഛൻമാർ. ആൺകുട്ടികളാണെങ്കിൽ നല്ല ഇമ്പമുള്ള കുഞ്ഞുങ്ങൾ. ഈ പെൺകൊടി വേലിപ്പുറത്തിരിക്കുന്ന രീതിയെ തങ്ങൾ അനുകൂലദൃഷ്ടിയോടെയല്ല നോക്കുന്നതെന്ന് ഫ്രീഡ്മാൻ കുടുംബക്കാർ പറഞ്ഞുകഴിഞ്ഞിരിക്കുന്നു. അമാന്യമാണത്. അവളുടെ നോട്ടങ്ങളുടെ രീതികളും ഉപ്പൂറ്റിയുയർന്ന ചെരിപ്പുകളും ചമയങ്ങളും എല്ലാം വച്ചുനോക്കുമ്പോൾ ശരിയല്ലതന്നെ. നോക്കൂ, നിങ്ങൾക്കെതിരില്ല, ദൈവം കാക്കട്ടെ, ഞാനിതു പറയുന്നത് നിങ്ങൾക്കവളുടേമേൽ ഒരു കണ്ണുണ്ടാകുമല്ലോ എന്നോർത്തു മാത്രമാണ്. അവൾക്ക് ഒരു കളങ്കം പറ്റിയാൽ വല്ലാത്ത നാണക്കേടായിരിക്കും — അത് പിന്നൊരിക്കലും പോവില്ല."

അന്യാ മറുപടി പറഞ്ഞില്ല. അവളുടെ മുഖം ചോരത്തുടുപ്പാർന്നു. കുറച്ച് ഷെക്കലുകൾക്കുവേണ്ടി കളി കളിക്കുന്ന റഷ്യൻ പ്രവാസി പ്പെൺകുട്ടികൾ യൂണിവേഴ്സിറ്റിയിൽപോലും ഉണ്ടെന്നുള്ള വാർത്തകൾ ഹീബ്രു പത്രമാധ്യമങ്ങളിൽ വരുന്നതായി റഷ്യൻ ഭാഷാപത്രങ്ങളിൽ അവൾ വായിച്ചിട്ടുണ്ടായിരുന്നു. ഒരു പത്രവാർത്തയിൽ ആരോ അക്കഥ ചമച്ചത് അങ്ങനെയാണ്. റഷ്യയിലും അങ്ങനെയുള്ള പെൺപിള്ളേരുണ്ടായിരുന്നു. ഒരു കുപ്പി പെർഫ്യൂമിന് ഒരു ഫക്. ഒരു കോട്ടിന് ഒരു ഫക്. ഒരു സർട്ടിഫിക്കറ്റിന്. ഒരു ജോലിക്ക്. പക്ഷേ അങ്ങനെയുള്ള പെൺപിള്ളേർ എല്ലായിടത്തുമില്ലേ?

അവ്യക്തമായി നന്ദിയെന്ന് പറഞ്ഞുകൊണ്ട് അന്യാ അകത്തേക്കുപോയി. സൂപ്പർമാർക്കറ്റുകളിൽ സാധനങ്ങളിറക്കിക്കൊണ്ട് ആ സമയം ഓലെഗ് വൈകി പണിയെടുക്കുകയായിരുന്നു. ഒരു റഷ്യൻ വിനോദ പരിപാടി സോണിയ കേബിൾ ടെലിവിഷനിൽ കാണുകയായിരുന്നു. വൃത്തിയാക്കാനൊന്നും സോണിയ ഒരിക്കലും മെനക്കെട്ടില്ല. എന്തുതന്നെയായിരുന്നാലും തന്റെ പ്രായത്തിൽ അത് വ്യത്യാസമൊന്നുമുണ്ടാക്കുന്നില്ലെന്ന് പറയുകയും, ടെക്സ്റ്റൈൽ ഫാക്ടറി മാനേജർ എന്ന നിലയ്ക്ക് ഒരു നല്ല ജോലിയിൽ കഴിയുകയും ഇസ്രേലിലേക്ക് വരാൻ ഭയപ്പെടുകയും ചെയ്ത മൂത്ത സഹോദരിയുടെ അമിതലാളനയേറ്റ ഒരേയൊരു കുട്ടിയായിരുന്നു അവൾ. ഫാക്ടറിയുടെ കവാടത്തിൽ പന്നിയുടെ ചോര കൊണ്ട് വരച്ചുവച്ച ഡേവിഡിന്റെ നക്ഷത്രവും ഭീഷണിപ്പെടുത്തുന്ന കത്തുകളും അവളിൽ ഒരു വ്യത്യാസവുമുണ്ടാക്കിയില്ല. അവൾക്ക് അതെല്ലാം പരിചിതമായിക്കഴിഞ്ഞിരുന്നു. വ്‌ളാദിമറും അങ്ങനെതന്നെ. സോണിയ മാത്രമായിരുന്നു പ്രശ്നമായത്. "സോണിച്കായെ നോക്കിക്കൊള്ളൂ. ജൂതരായ യുവജനങ്ങൾക്കുള്ള സ്ഥലമല്ലിത്. നിങ്ങളുടെ, നിന്റെയും ഓലെഗിന്റെയും മകളെപ്പോലെയാണല്ലോ നിങ്ങൾ ഞങ്ങളുടെ സോണിച്കായെ സ്നേഹിക്കുന്നത്. അപ്പോൾ അവളെക്കൂടി നോക്കണം. നോക്കരുതോ? അവളെക്കൂടി നിങ്ങളോടൊപ്പം കൊണ്ടുപോകൂ." അവൾ അവളുടെ സഹോദരിയെ കെട്ടിപ്പിടിച്ചുവെന്നല്ലാതെ ഒന്നും പറഞ്ഞില്ല. അവൾക്കും ഓലെഗിനും കുട്ടികളൊന്നുമില്ലായിരുന്നു. സോണിയയാകട്ടെ നല്ല സുന്ദരിയും. ഉയരം കൂടി, വെളുത്ത്, റോസാപ്പൂപോലെ, പുഞ്ചിരി പൊഴിക്കുന്നു. പുതപ്പിനുള്ളിൽ കിടന്നുകൊണ്ട് അവളെ ഒളിഞ്ഞുനോക്കി. അപ്പോഴും അവൾ പുഞ്ചിരിക്കുകയായിരുന്നു. പുഞ്ചിരിക്കുവാനായി പദങ്ങൾക്കിടയിൽ ഒന്നു നിറുത്തി, ഓലെഗ് പൊട്ടിത്തെറിക്കാനാകുംവരെ, അലസമായി നീട്ടിവലിച്ച് സംസാരിക്കുവാനാണവൾക്കിഷ്ടം.

"ങാ ആന്റീ, ഗുഡ്മോർണിംഗ്. ഞാൻ നല്ലവണ്ണം ഉറങ്ങി. ഹായ്, ചായ മണക്കുന്നുണ്ട്. എപ്പോൾ വല്ലതും കഴിക്കാനൊക്കും, ആന്റീ."

അവൾ അടുക്കളയിലേക്ക് പോയി. അവളുടെ കവിളുകൾ കത്തുകയായിരുന്നു. സോണിയയുടെ ശരീരത്തെക്കുറിച്ചുള്ള പരുക്കൻ ചോദ്യങ്ങൾ അവളോട് എങ്ങനെ ചോദിക്കാനാകും? അവൾ ഇത്രയ്ക്ക് എങ്ങനെ വഴങ്ങുന്നവളായി... അതുശരിയാണോ അല്ലയോ എന്നും മറ്റുമൊക്കെ? കെട്ടിടത്തിലെ പയ്യന്മാരിലൊരുവൻ പടികൾ ഓടിയിറങ്ങി വരുമ്പോൾ അവൾ ഒളിച്ചുകേട്ടതുപോലെ, അത് അങ്ങനെയൊക്കെയാണെന്ന് അവൾക്ക് തോന്നുന്നുവെങ്കിലും. അവളുടെ വാതിൽ നല്ലവണ്ണം അടച്ചിട്ടുണ്ടായിരുന്നില്ല. പതിവുപോലെ ഓലെഗ് ക്ഷീണിതനായി വരികയും വാതിൽ വലിച്ചടയ്ക്കുവാൻ മറക്കുകയും ചെയ്തിരുന്നു. അപ്പോൾ ചവിട്ടുപടികളിലെ വെളിച്ചം കെട്ടു.

"ഓ, വല്ലാത്ത നാറ്റമാണല്ലോ ഇവിടെ, എന്താണിത്?"

"അതാ റഷ്യാക്കാരാ." അയൽക്കാരൻ പയ്യൻ ലൈറ്റ് സ്വിച്ചിൽ അ

മർത്തിക്കൊണ്ടു പറഞ്ഞു. “അവർ കുളിത്തൊട്ടിയിൽ കരിമീൻ വയ്ക്കാറുണ്ടെന്ന് ഞാൻ പന്തയം കെട്ടുന്നു. ഒരിക്കൽ അവർ മമ്മിക്കായി കുറച്ചു വേവിച്ച മീൻ കൊണ്ടുവന്നു – മലത്തിന്റെ രുചിയായിരുന്നു അതിന്. പക്ഷേ, ഒരു വലിയ സംഗതിയുണ്ട്. അത് അവരുടെ മകളാണ്. ഒന്നാന്തരം ഉരുപ്പടിയാണെടോ അവൾ. ചിലപ്പോൾ അവൾക്ക് *മീൻ-മുട്ട** വിഭവത്തിന്റെ ഗന്ധമാണ്. പക്ഷേ, ഒരു ഐസ്ക്രീമോ ഒരു ബ്രെയ്സ്ലെറ്റോ വാങ്ങിക്കൊടുത്താൽ അവൾ നിനക്ക് എന്തും ചെയ്തുതരും –”

അവർ ചിരിച്ചു. സന്ദർശകൻ വാതിലിൽ ചവിട്ടുവാൻ പോയതായിരുന്നു. അപ്പോഴാണ് അവൾ അത് മലർക്കെ തുറന്നതും അവരാകെ ഞെട്ടിമരവിച്ചുപോയതും. അവൾ ഒന്നും പറഞ്ഞില്ല. അവരുടെ കടുപ്പം അയഞ്ഞു. ഉടൻതന്നെ അവർ അലറിച്ചിരിച്ചുകൊണ്ടും കൈവരി കുലുക്കി ശബ്ദമുണ്ടാക്കിക്കൊണ്ടും പടികൾ ചാടിയിറങ്ങിപ്പോയി.

അവൾ അടുക്കളവാതിൽ അടച്ചിട്ട് വായു മണക്കുവാൻ പടികളുടെ അറ്റത്തെ നിഴൽവീണ തുറന്ന സ്ഥലത്തേക്ക് ഇറങ്ങിനിന്നു. സത്യത്തിൽ അവിടെ ഒരു വല്ലാത്ത പുളിച്ച ഗന്ധമായിരുന്നു. അവരിൽ നിന്നുമായിരുന്നുവോ അത്? അതോ മുകളിലത്തെ നിലയിൽ ഒറ്റക്കു താമസിക്കുന്ന വൃദ്ധയിൽ നിന്നോ? ആ ചെറിയ തറയുടെ മധ്യത്തിൽ വിറച്ചുകൊണ്ടു നിന്ന് അവൾ ആവുന്നത്ര പരിശ്രമിച്ചുനോക്കി. ഇവിടെ ആ ഗന്ധം നിഷ്പക്ഷമായിരുന്നു... അവൾ തല പുറകോട്ട് ചരിച്ചുപിടിച്ചു. എന്നിട്ടും പ്രത്യേകിച്ചൊന്നും മണക്കുവാൻ കഴിഞ്ഞില്ല. അവൾ വാതിൽക്കലേക്കു മടങ്ങിച്ചെന്നു. ഒരു പുളിച്ച ഗന്ധം? അതെ, ബോർഷ് സൂപ്പിൽ നിന്ന്, അതോ കഴിഞ്ഞ ഒരു വർഷമായി ബാൽക്കണിയിൽ അടച്ചിട്ടിരിക്കുന്ന പെട്ടികളിൽ നിന്നോ? അതല്ല. ഉറങ്ങാനുംകൂടി ഉപയോഗിക്കുന്ന, എല്ലാംകൂടി കുഴഞ്ഞു മറിഞ്ഞു കിടക്കുന്ന സ്വീകരണമുറിയിൽ നിന്നോ? അതുമല്ല, കഴിഞ്ഞ രണ്ടാഴ്ചയായി സ്ഥലം നേരാംവണ്ണം വൃത്തിയാക്കുവാൻ അവൾക്ക് കഴിവില്ലാതിരുന്നതുമൂലമോ? രാവിലെ അവൾക്ക് അധ്യാപികയുടെ കുഞ്ഞിനെ നോക്കണം, ഉച്ചയ്ക്ക് ഹീബ്രു ക്ളാസ്, പിന്നെ അലക്ക്, പാചകം, ഓലെഗ്, സോണിയ.

മതി! പെണ്ണ് എഴുന്നേറ്റേതീരൂ. അവൾ സ്വീകരണമുറിയിലേക്ക് മടങ്ങിച്ചെന്ന് ആ പെൺകുട്ടിയുടെ തോളിൽ പിടിച്ചുകുലുക്കി. പക്ഷേ, അവൾ ഉരുണ്ടുമറിഞ്ഞ് ഒരു ഭ്രൂണത്തെപോലെ ചുരുണ്ടുകൂടിക്കിടന്നതേയുള്ളൂ. അവൾ ഓലെഗിന്റെ ഒരു പഴയ പൈജാമ ധരിച്ചിരിക്കുകയായിരുന്നു. എന്നിട്ടും കാണാൻ കൊള്ളാമായിരുന്നു. ഏതോ മോഹിനിയുടെ പാവാടയിൽ പിടിച്ചിരിക്കുന്നതുപോലെയായിരുന്നു അവളുടെ മാംസളമായ കൈവിരലുകൾ തലയണയിൽ പിടിച്ചിരുന്നത്. ഒടുവിൽ അവൾ തിളങ്ങുന്ന ഒരു നീലക്കണ്ണ് തുറക്കുകയും ഉടനെ പുഞ്ചിരിക്കുകയും ചെയ്തു. അവർ കെട്ടിപ്പുണർന്നു. അവൾ അവളെ അത്രയ്ക്ക് സ്നേഹിച്ചിരുന്നു. എന്നുവച്ചാൽ, കടപ്പുറത്തിനടുത്ത് വിനോദസഞ്ചാരി

---

* gefilte: മീൻ, മുട്ട, റൊട്ടി എന്നിവ ചേർത്തുണ്ടാക്കുന്ന ഒരു യഹൂദവിഭവം.

കൾക്കുള്ള കടയിൽനിന്ന് അവർ ഒരു പ്ളാസ്റ്റിക് ക്രിസ്മസ് ട്രീ വാങ്ങിക്കൊണ്ടുവന്ന് താഴത്തെ നിലയിൽ കുറേനേരം ഒളിപ്പിച്ചുവയ്ക്കുകയും പാതിരാത്രി അത് മുകളിലേക്കു കൊണ്ടുവരികയും ചെയ്യാൻ മാത്രം അവൾ അവൾക്ക് കീഴ്പെട്ടുപോയിരുന്നു. ഓലെഗ് വലിഞ്ഞു കയറിവന്നു. അവർ കാവൽക്കാരെപോലെ നിന്നു. ഒരാൾ താഴെയും ഒരാൾ മുകളിലും. ആ കാഴ്ച അയൽക്കാരുടെ കണ്ണുകളെ അലോസരപ്പെടുത്തുന്നില്ലെന്ന് ഉറപ്പുവരുത്താനായി ടെലിവിഷന്റെ അരികിലായി അവർ ആ മരം വച്ചു.

പാൽ ഉൽപ്പന്നങ്ങളെ പൊതിഞ്ഞിരുന്ന സ്വർണവും വെള്ളിയും നിറമാർന്ന മിനുക്കുകടലാസുകൾ അവൾ ശേഖരിച്ചുവച്ചിരുന്നതിൽ നിന്ന് ഉണ്ടാക്കിയെടുത്ത ഗോളങ്ങളും കടലാസ് ചങ്ങലകളുംകൊണ്ട്, പിന്നെ, മരത്തിന്റെ അരികുകൾ അലങ്കരിച്ചു. ആഘോഷപൂർവമുള്ള റഷ്യൻ സംപ്രേഷണത്തിനായി അവൾ കേബിൾ ടെലിവിഷൻ തുറന്നു. ഓലെഗ് പതിവിനുവിപരീതമായി ഒരു അധികഗ്ലാസ് വോഡ്ക കൂടി കുടിച്ച് ബീറ്റ്റൂട്ടുപോലെ ചുവന്നു. രാവിലെ അവളുണ്ടാക്കിയ മധുരമുള്ള ഉരുളൻ ബ്ളിനിയപ്പം ഉടൻതന്നെ തീർന്നു. അവരുടെ എല്ലാ പ്രിയപ്പെട്ട പാട്ടുകളും അവർ മൃദുവായി പാടി. ഏതായാലും അവധിക്കാലം നല്ലവണ്ണം കഴിച്ചുകൂട്ടിയെന്ന് അന്യാ ചിന്തിച്ചു. അപ്പോഴാണ് പുതിയ വസ്ത്രമണിഞ്ഞ് വിരലുകളിൽ നിന്നു പഞ്ചസാരയും വെണ്ണയും നക്കിയെടുത്തുകൊണ്ട്, താൻ പുറത്തേക്കുപോകുന്നതായി സോണിയ പ്രഖ്യാപിക്കുന്നത്. അതെ, അവധിദിവസം എങ്കിലെന്ത്? അതൊരു ഇസ്രേലി ഒഴിവുദിനമായിരുന്നില്ല. വല്ലാത്ത തണുപ്പിൽ വളരെ നേരമായി കാത്തിരിക്കുകയായിരുന്ന സുഹൃത്തുക്കളെ അവൾക്ക് കാണണമായിരുന്നു.

അന്യാ അവളെ ഉത്ക്കണ്ഠയോടെ നോക്കി. ഡിസംബറിൽ അവിടെയുള്ളതുപോലെത്തെ തണുപ്പില്ലെങ്കിലും ഒരു കോട്ട് ഇടുവാനും സ്വയം സൂക്ഷിച്ചുകൊള്ളാനും മാത്രം അവളോടു പറയുകയും ചെയ്തു. സന്തുഷ്ടമായ പുതുവത്സരം ആശംസിക്കുവാൻ അവളുടെ അമ്മ ഉടനെ വിളിക്കുന്നുണ്ടാകും. അവൾ അതിനായി കാത്തിരിക്കേണ്ടതല്ലേ?

ടെലിവിഷനിലെ ആഘോഷത്തിമിർപ്പുകൾ കാണുന്നതിന് അവളെ തനിച്ചാക്കിക്കൊണ്ട് സോണിയ പുഞ്ചിരിപൊഴിച്ച് സ്ഥലംവിട്ടു. സോഫയിൽ ഓലെഗ് ഉറക്കത്തിലാണ്ടുപോയിരുന്നു. ടെലിഫോൺ ശബ്ദം അവളെ ഞെട്ടിച്ചപ്പോൾ അവളും ഉറക്കത്തിലേക്ക് വീണിരുന്നില്ലെന്ന് അവൾ തിരിച്ചറിഞ്ഞു. സഹോദരിയോട് സംസാരിക്കുവാൻ അവൾ ചെന്നു. ഓലെഗിന്റെ സ്ഫടികക്കണ്ണ് തുറന്നിരിക്കുന്നത് അവൾ ശ്രദ്ധിച്ചു. അവൾ കുനിഞ്ഞ് പതുക്കെ അത് അടച്ചു. എന്തോ പിറുപിറുത്തുകൊണ്ട് ഓലെഗ് കമിഴ്ന്നുകിടന്നുരുണ്ടു. ആ രാത്രി അദ്ദേഹം സോഫയിൽ തന്നെ തങ്ങി. പെണ്ണ് വെളുപ്പിന് മടങ്ങിവന്നശേഷം സോണിയയും അവളും കൂടി ഒരുമിച്ച് ഉറങ്ങുകയും ചെയ്തു.

"ഇല്ല, അവൾ സുഹൃത്തുക്കളോടൊപ്പം വിരുന്നുസൽക്കാരത്തിലാണ്. അതെ, അതെ. ഒഴിവുദിന സൽക്കാരംതന്നെ. എല്ലാംനന്ന്. ഒരു കുഴ

പ്പവുമില്ല. അതെ, പഠനത്തിൽ അവൾ നന്നായി മുന്നേറുന്നുണ്ട്. അവളുടെ ഹീബ്രു ഇപ്പോൾതന്നെ വളരെ ഗംഭീരമായിരിക്കുന്നു. ടീച്ചർക്ക് അവളെ പറ്റിക്കാൻ കഴിയില്ല. ഓലെഗ് അവളെ സഹായിക്കുന്നുണ്ട്. തീർച്ചയായും. നിങ്ങളോ? മറ്റൊരു പവർകട്ടോ? പറയരുതത്. വ്ളാദിമീർ?" അവളുടെ സഹോദരി അവൾക്ക് സന്തുഷ്ടമായ പുതുവത്സരം ആശംസിച്ചു. കണ്ണീരോടുകൂടി അവൾ റിസീവർ തിരികെവച്ചു. പിന്നെ അവൾ ഓലെഗിനെ ഉണർത്താനും സോണിയയെക്കുറിച്ച് അദ്ദേഹത്തോട് പറയാനും ശ്രമിച്ചു. ഒഴിവുകാലം കാരണമായി സ്കൂളില്ലെന്ന് ദിവസങ്ങളായി അവൾ പറയുകയാണ്. പക്ഷേ, അത് എങ്ങനെ സാധിക്കുമെന്ന് എനിക്കുമനസ്സിലാകുന്നില്ല. എന്റെ ഹീബ്രുക്ളാസുകൾ തടസ്സമില്ലാതെ മുൻപോട്ടുപോകുന്നല്ലോ. അവളുടെ അവസാനത്തെ ടെസ്റ്റ്, ബയോളജിയിലോ ജ്യോഗ്രഫിയിലോ, ഏതായാലും അത് മോശമായിരുന്നു. ഓലെഗ്, ഞാൻ പറയുന്നത് കേൾക്കുന്നുണ്ടോ? ഓലെഗ് താങ്കൾ കൂടുതൽ ശ്രദ്ധിക്കണം. വീട്ടിലെത്തുന്നത് ക്ഷീണിച്ചാണെങ്കിലും താങ്കൾ അവളോടൊപ്പം കുറച്ചുനേരം ഇരിക്കണം. അവളെ ഗൃഹപാഠത്തിൽ സഹായിക്കണം. പകൽ മുഴുവനും ഞാൻ വീടിനുപുറത്താണ്. ഓലെഗ്? ഒരു നിമിഷത്തേക്ക് ഒന്നുണരൂ. ഞാൻ പറയുന്നത് കേൾക്കുന്നുണ്ടോ, ഓലെഗ്? ഇത് സോണിയയുടെ കാര്യമാണ്. അവൾക്ക് എന്തോ കുഴപ്പമുണ്ട്. എനിക്കറിയില്ല. എല്ലാത്തരം കിംവദന്തികളും. അയൽക്കാരുടെ ജൽപ്പനങ്ങൾ. കേൾക്കുന്നുണ്ടോ, ഓലെഗ്? അവർ എന്തൊക്കെയാണ് പറയുന്നത്. അവയൊന്നും ആവർത്തിക്കുവാൻ എനിക്കാവില്ല — കാലുവയ്ക്കുന്നുവെന്നും കണ്ണകറ്റുന്നുവെന്നും, അഥവാ മറിച്ചുമാകാം. എനിക്കറിയില്ല. തെരുവിലെ ഹീബ്രു. ചേരിവർത്തമാനം. പക്ഷേ, അതാണ് അവർ പറയുന്നത്. താങ്കൾക്കതു മനസ്സിലാകുമോ, ഓലെഗ്? താങ്കൾ ഹീബ്രു അധ്യാപകനാണല്ലോ. താങ്കൾ കേൾക്കുന്നുണ്ടോ? പിറുപിറുക്കരുത്. ഇത് സോണിച്കായെക്കുറിച്ചാണ്. നമ്മൾ വാക്കുപറഞ്ഞിരുന്നു. നമുക്കൊരു ഫ്ളാറ്റുണ്ട്. താങ്കൾക്ക് ജോലിയുണ്ട്, എനിക്ക് ജോലിയുണ്ട്. അവൾക്ക് എന്തെങ്കിലും വേണമെന്നുള്ളപ്പോൾ, ഒരു ലിപ്സ്റ്റിക്കോ ഒരു ഡ്രെസ്സോ, കൈയിൽ പണമുണ്ടെങ്കിൽ അപ്പോൾതന്നെ ഞാനവൾക്കു കൊടുക്കുന്നു. വട്ടച്ചെലവിനുള്ള പണവും അവൾക്കിഷ്ടപ്പെട്ട ഉരുളൻ ബ്ളിനിയപ്പവും ഞാൻ അവൾക്ക് കൊടുക്കുന്നു. ഓലെഗ്, ഇളകിപ്പോരാത്ത അടയാളങ്ങളുണ്ട്. പക്ഷേ അവ വന്നുകഴിഞ്ഞതിനു ശേഷമായിരിക്കും നാം അവയെക്കുറിച്ച് അമ്പരക്കുക. അവ എങ്ങനെയുണ്ടായി? അവൾ ഏറ്റവും നല്ലനിലയിൽ മുൻപോട്ടു പോകുന്നുവെന്ന് നമ്മൾ വിചാരിച്ചു, ഇല്ലേ? യുവതി, ഒരു കൊച്ചുകുട്ടിയെപോലെ എല്ലാം ഒപ്പിയെടുക്കുന്ന ബുദ്ധിമതി. അപ്പോൾ എന്താണ് പിഴച്ചത്, ങേ? അവളുടെ ആ ബ്രേയ്സ്ലെറ്റുകളും മോതിരങ്ങളും കമ്മലുകളും താങ്കൾ ശ്രദ്ധിച്ചുവോ, ഓലെഗ്? അതൊന്നും ശരിയല്ല, ആണോ? അവൾ നല്ല പെൺകുട്ടിയല്ലേ? എനിക്കറിയാം. താങ്കൾ ഞാൻ പറയുന്നത് കേൾക്കുന്നുണ്ടോ, ഓലെഗ്? പുതപ്പുനീക്കിയെറിയരുതേ. ഞാൻ ഹീറ്റർ നിർത്തുവാൻ പോവുകയാണ്. മുറിയിൽ നല്ല തണുപ്പായിരിക്കും."

"ഇന്നു ജോലിക്കു പോകുന്നില്ലേ, ആന്റീ?" പഴകിയ വൃത്തികെട്ട ഫോംറബ്ബർ സോഫയിൽ ഇരുന്നുകൊണ്ട് സോണിയ ചോദിച്ചു. യാഥാസ്ഥിതികയായ അയൽക്കാരി പുറത്തേക്കെറിയുവാനായി കൊണ്ടുവന്നതായിരുന്നു ആ സോഫ. അത് പുറത്തേക്കു തള്ളുവാനുള്ള ജോലിയിൽനിന്ന് അവളെരക്ഷിച്ചുകൊണ്ട് അവർ അത് അകത്തേക്കെടുക്കുകയായിരുന്നു.

"ഇല്ല. കുഞ്ഞിന് വൈറൽപ്പനിയാണ്. അമ്മ അവനെ ഡോക്ടറുടെ അടുക്കലേക്ക് കൊണ്ടുപോകുന്നു. പക്ഷേ ഞാൻ വീട്ടിൽ കാത്തിരിക്കണം. അവന്റെ പനികൂടുന്നില്ലെങ്കിൽ ഞാൻ ചെല്ലും. അവൾ ജോലിക്കു പോവുകയും ചെയ്യും. വരൂ, സോണിച്ക്കാ, എഴുന്നേൽക്കൂ. ഇങ്ങനെയെങ്കിൽ നിനക്കു ജലദോഷം പിടിക്കും."

"പക്ഷേ ഇപ്പോൾ നിങ്ങൾ ഇവിടെയുണ്ടല്ലോ." അവളുടെ ഗൗൺ ധരിച്ച ശരീരം മുറുകെപ്പുണർന്നുകൊണ്ട് സോണിയ പറഞ്ഞു.

തന്നെ പറിച്ചുമാറ്റുവാൻ അന്യാ ശ്രമിച്ചു. "സോണിച്ക്കാ, എന്നോടു പറയൂ." അവൾ പെട്ടെന്നു ചോദിക്കുവാൻ ധൈര്യപ്പെട്ടു. "നിനക്ക് ഒരു കൂട്ടുകാരനുണ്ടോ?"

സോണിയയുടെ സുന്ദരങ്ങളായ പുരികങ്ങൾ ഉയർന്നു. "ഇവിടെയും അവിടെയുമൊക്കെ." അവൾ പല്ലുകൾ കാട്ടിച്ചിരിച്ചു. "ഉം, എന്ത്?"

"ഓ, ഒന്നുമില്ല നീ നല്ല പെൺകുട്ടിയാണ്. അല്ലേ, സോണിച്ക്കാ?"

"നല്ല പെൺകുട്ടിയോ?! തീർച്ചയായും! എന്ത്? ഞാൻ പണം കട്ടെന്ന് ആരെങ്കിലും പറഞ്ഞോ?"

സോണിയ അലറിച്ചിരിച്ചു. ആ ചിരി അവളെയും ബാധിച്ചു. പുതപ്പുകൾ തറയിലേക്കുവീണു.

"മതി, നിർത്തൂ. നിർത്തൂ. പുതപ്പുകൾ കൈയിലെടുത്ത് എല്ലാം ഒന്നുവൃത്തിയാക്കൂ. ഞാൻ ചൂടുചായയുണ്ടാക്കാം. എഴുന്നേൽക്കൂ, സോണിച്ക്കാ, കഴുകൂ. അങ്കിളിന് ചൂടുവെള്ളം മതി കേട്ടോ?"

അവൾ യാന്ത്രികമായി ഫ്രിഡ്ജിലേക്കു നടന്നു. ഫ്രീസർ കമ്പാർട്ടുമെന്റിൽ ഐസ് മൂടിയിരിക്കുകയായിരുന്നു. തന്റെ പൊള്ളുന്ന മുഖം അകത്തേക്ക് തള്ളിക്കൊണ്ട് മേലിൽ അവളോട് അത്തരം ചോദ്യങ്ങൾ ചോദിക്കില്ലെന്ന് ശപഥം ചെയ്തു. ഒരിക്കലും ചോദിക്കരുത്. അത് അവളുടെ ജോലിയേയല്ല. അയൽക്കാരുടെ ബഹുദൃഷ്ടികൾക്കു നാശം! അവരുടെ എല്ലാ കണ്ണുകളും. അവരാദ്യം സ്വയം തന്നെ ഒന്നുനോക്കട്ടെ. കാറ്റുവീശിയ മഞ്ഞിന്റെ പരിശുദ്ധി അവർക്ക് ആർക്കുമില്ലതന്നെ. എന്തു മഞ്ഞ്? അത്യപൂർവമായിട്ടേ ഇവിടെ മഴപോലുമുള്ളൂ.

ഓലെഗിനെയും അദ്ദേഹത്തിന്റെ മണ്ടത്തരത്തെയുംകുറിച്ച് അവൾ പെട്ടെന്നോർമിച്ചു. തന്റെ സ്ഫടികക്കണ്ണ് കറക്കിക്കൊണ്ട് ആരെയും പേടിപ്പിക്കുന്ന ഒരു ശുഭ്രശൂന്യത അദ്ദേഹം വെളിപ്പെടുത്തുമ്പോൾ കണ്ണീരു ചാടുംവരെ അവർ ചിരിച്ചുപോകുന്നു. അവൾ ഫ്രീസറിന്റെ വാതിൽ വലിച്ചടച്ചു. ചട്ടയുടെ കൈകൊണ്ടു മുഖം തുടച്ചശേഷം വാച്ചിലേക്കു നോക്കി. അൽപ്പസമയത്തിനുള്ളിൽ അദ്ദേഹം മടങ്ങിയെത്തും. അലക്കു

സോപ്പും ടബ്ബും എടുത്ത് അവൾ ശരിയാക്കി വയ്ക്കണം. ഫ്രീസറിന്റെ കാര്യമോ? അതു നിറയെ ഐസ് ആണ്. ഭക്ഷണം ചീത്തയായി. ഉടനെ ചീത്തയാകും. വീട്ടിൽ എല്ലാം കൂടിക്കുഴഞ്ഞു കിടക്കുകയാണ്. പക്ഷേ, അവൾ കാര്യമാക്കുന്നില്ല. സോണിയ കുളിമുറിയിൽ നിന്നു പുറത്തു വന്ന് തന്റെ മടിയിൽ ഇരിക്കണമെന്നേ അവൾ ആഗ്രഹിക്കുന്നുള്ളൂ. അപ്പോൾ അവർ കെട്ടിപ്പിടിച്ചുകൊണ്ട് ചായകുടിക്കും. പഞ്ചസാര ചേർത്ത് കടുപ്പത്തിൽ, അവർ ഇഷ്ടപ്പെടുന്ന രീതിയിൽ. പിന്നീടവർ അവ ളോടു സ്കൂളിനെക്കുറിച്ച്, ശ്രദ്ധയോടെ ചോദിക്കും. അങ്ങനെ ചെയ്യു മെന്ന് അവൾ അവളുടെ സഹോദരിക്കു വാക്ക് കൊടുത്തിരുന്നു.

അമാന്തിക്കാതെ അവൾ കെറ്റിൽ തിളപ്പിക്കാൻ വച്ചു. എന്നിട്ട് അവി ടെനിന്നു കൊണ്ടുവന്ന കളിമൺകോപ്പകൾ പുറത്തെടുത്തു. ഒരിക്കൽ അയൽക്കാരി അകത്തേക്കുവന്ന അവസരത്തിൽ അവർക്ക് ചായ സൽക്ക രിച്ചപ്പോൾ ഈ കപ്പുകൾ പഴഞ്ചനാണെന്നും ഇപ്പോഴും ഇവ ഉപയോഗ ത്തിലുണ്ടല്ലോ എന്ന് അമ്പരക്കുകയും ചെയ്തിരുന്നു. അതിൽനിന്ന് അൽപ്പം മാത്രമേ അവൾ മൊത്തിക്കുടിച്ചതുമുള്ളൂ. അവഗണന കാണിച്ച് തോളുകൾ കുലുക്കിക്കൊണ്ട്, കപ്പുകളിൽ ചിറകുകൾ വിരിച്ച് കഴുത്തു-കളുരുമ്മിനിന്ന വെളുത്ത അരയന്നങ്ങളെ അന്യാ സ്നേഹത്തോടെ നോക്കി. പിന്നീടവൾ ചായക്കൂജ പുറത്തേക്കെടുത്ത് പെട്ടെന്നൊന്നു മണ ത്തുനോക്കി. രൂക്ഷമായ മധുരഗന്ധമായിരുന്നു അതിന്. ചുവന്നിരുണ്ട ദ്രാവകത്തിൽ മണം പുരണ്ട ചെളിപ്പൊട്ടുകൾപോലെ കറുത്ത ഇലകൾ പൊങ്ങിക്കിടന്നു. അവൾ അടപ്പെടുത്തു ദൂരെ മാറ്റി വച്ചിട്ട് വാതിൽക്ക ലേക്കു ചെന്നു. അത് അൽപ്പം തുറന്നുവച്ചു. അയൽക്കാരുടെ കുട്ടികളി ലൊരുത്തൻ താഴേക്കു വരാനിടയായാൽ അവരുടെ ചായയുടെ മധുര ഗന്ധം അവന് അനുഭവിക്കാനാകുമല്ലോ. അവൻ അതിലേക്കു സ്വാഗതം ചെയ്യപ്പെടും. സോണിയ പിന്നെയും സമയമെടുക്കുകയാണെന്നു കണ്ടിട്ട് അവൾ ചെന്ന് കത്തിയുംമുള്ളുമൊക്കെ സൂക്ഷിക്കുന്ന വലിപ്പിൽനിന്നു പുരികത്തിൽ നക്ഷത്രത്തോടുകൂടിയ ഒരു മാലാഖയുടെ ബിംബത്തിന്റെ രൂപമുള്ള കൈപ്പിടിയുള്ള ഒരു ടിൻ ഓപ്പണർ പുറത്തെടുത്തു. അവർ പുതുവർഷം ആഘോഷിച്ചപ്പോൾ മരത്തിനു മുകളിൽ സോണിയ സ്ഥാപിച്ച ബിംബത്തിന്റെ അതേ മാതിരിയുള്ളതായിരുന്നു അത്. സ്വർണനിറത്തിലുള്ള ചോക്കലേറ്റ് താളുകൾ കൊണ്ടുണ്ടാക്കി അവൾ ചുവന്ന നൂലുകൾ കൊണ്ടലങ്കരിച്ചതായിരുന്നു ആ ബിംബം. ഇപ്പോൾ അവൾ സന്തോഷത്തോടെ ആ ബിംബത്തെ ചുംബിക്കുകയായിരുന്നു. നേരത്തെ രാവിലെ, കണക്കുകൾ നോക്കിയപ്പോൾ ഓലെഗിന്റെ ശമ്പ ളംകൂടി ഉൾപ്പെടുത്തുവാൻ മറന്നുപോയ കാര്യം പെട്ടെന്ന് അവൾ ഓർമ്മി ക്കുകയും ചെയ്തു. പണം ഒന്നിനോടും ഒട്ടിനിൽക്കുന്നതുമല്ലല്ലോ.

"അതാണ്, ആന്റീ, ഞാനിതാ എത്തി. പക്ഷേ, ചായ എവിടെ?" സോണിയ കള്ളച്ചിരി ചിരിച്ചു.

ബിംബാലംകൃതമായ ടിൻ ഓപ്പണർ അവൾ സ്പൂണുകളുടെ ഇട യിലേക്ക് എടുത്തിട്ടിട്ട് രണ്ടുകപ്പ് ചായ പകർന്നു. ബുദ്ധിയുള്ള റഷ്യൻ

യുവജനങ്ങൾ തനതുരുചിയോടെ ഇവിടെത്തന്നെ ചുട്ടെടുക്കുന്ന കറുത്ത റഷ്യൻ റൊട്ടിയുടെ ഏതാനും കഷ്ണങ്ങളിൽ കട്ടിയുള്ള നാടൻവെണ്ണ തേച്ചുവയ്ക്കാനും അവൾ മറന്നില്ല.

ഒരുമണിക്കൂർ കഴിഞ്ഞ് ഓലെഗ് വീട്ടിലെത്തിയപ്പോൾ അദ്ദേഹത്തിന് പ്രത്യേകിച്ച് ഒന്നിന്റെയും ഗന്ധമൊന്നുമുണ്ടായിരുന്നില്ല. കടുപ്പത്തിലുള്ള ചായയുടെ മണമായിരിക്കാം, ഒരുവേള, അവളെ ആശയക്കുഴപ്പത്തിലാക്കിയത്. തന്റെ സ്ഫടികക്കണ്ണുകൾ കറക്കി പഞ്ചസാരക്കട്ടികൾക്കായി ഒരു അന്ധനെപോലെ തപ്പിത്തടഞ്ഞുകൊണ്ട് അയാൾ അവരെ ചിരിപ്പിച്ചു. ഇതേ അടവ് മറ്റു മുനിസിപ്പൽ ജോലിക്കാർക്കും താൻ കാണിച്ചുകൊടുത്തതായി അയാൾ അവരോടുപറഞ്ഞു. തങ്ങളെ കുപ്പവാരികൾ എന്നുവിളിക്കുന്നതിനെക്കാൾ നല്ലത് ആരോഗ്യരക്ഷാജോലിക്കാർ എന്നുവിളിക്കുന്നതാണെന്ന് അയാൾ അവർക്കു പഠിപ്പിച്ചുകൊടുക്കുംവരെ താനൊരു ഹീബ്രു അധ്യാപകനാണെന്ന കാര്യവും അവർ വിശ്വസിച്ചിരുന്നില്ലത്രേ. ജീവിതം കുപ്പപോലെ തോന്നുകയാണെന്നുവച്ച് വായ വൃത്തികേടാക്കണമെന്ന് അതിനർഥമില്ല. അക്കാരണത്താൽ, *നെഹെമ്യാ* പുസ്തകത്തിൽ എഴുതിയിട്ടുള്ളതുപോലെ ചാണകകവാടം വരെ ചെന്നിട്ട് അവർ തലകൾ വശങ്ങളിലേക്ക് തിരിക്കുക മാത്രമാണെന്ന് അവർക്ക് എപ്പോഴും അതിനെ വിളിക്കാവുന്നതാണെന്നും കൂടി അയാൾ വിശദീകരിച്ചു - ട്രക്കിന്റെ പുറകിലെ മറ്റേ മൂലയിൽ ഇരുന്നിരുന്ന എത്യോപ്യക്കാരനോടാണ് വാസ്തവത്തിൽ അദ്ദേഹം ഇതുപറഞ്ഞത്.

അവർ ചിരിച്ചു.

പെട്ടെന്ന് അന്യാ എഴുന്നേറ്റുനിന്ന് വാതിലടയ്ക്കുവാൻവേണ്ടി പോയി. പക്ഷേ, അവൾ അതിന് ഒരു ചവിട്ടുകൊടുക്കുകയാണ് ചെയ്തത്. അകത്തുന്നും. മറ്റുള്ളവർ ചിന്താക്കുഴപ്പത്തിലായതുപോലെ ഇരിക്കുകയും കഠിനമായി ചിരിക്കുകയും ചെയ്തു.

ടെലഫോൺ ശബ്ദിച്ചു.

"കുഞ്ഞിന് കുഴപ്പമൊന്നുമില്ല. അവന്റെ പനി താണിരിക്കുന്നു. വരാമോ തനിക്ക്? എനിക്ക് ധൃതിയുണ്ട്."

നിരാശയോടെ അവൾ കോട്ടെടുത്തിട്ടു. സോണിയയും അതുതന്നെ ചെയ്തു.

"ഞാനും ഒപ്പം വരാം, ആന്റീ. പഠിക്കുവാനായി എനിക്ക് കത്യൂഷയിലേക്കു പോകണം. നാളെ ഞങ്ങൾക്ക് ഒരു ബൈബിൾ പരീക്ഷയുണ്ട്. ഒരു വാക്കുപോലും എനിക്കു മനസ്സിലാകുന്നില്ല. ഹീബ്രു മുഴുവനും തലതിരിഞ്ഞിട്ടാണ്."

കപ്പുകളെല്ലാം സിങ്കിൽ കൂട്ടിവച്ചിട്ട് ഓലെഗ് ശുഭരാത്രി പറഞ്ഞു.

"താങ്കൾക്കൊന്നു കുളിച്ചുകൂടെ?"

അയാൾ സ്വയം ഒന്നു മണത്തുനോക്കി. "പുതുമഞ്ഞുപോലെ പുത്തനാണ് ഞാൻ." അയാൾ പറഞ്ഞു. "ഇതാ പരീക്ഷിച്ചു നോക്കൂ."

അവൾ അയാളെ കെട്ടിപ്പിടിച്ചിട്ട് കുറഞ്ഞത് സോക്സുകളെങ്കിലും ബൗളിൽ ഇട്ടേക്കുവാൻ പറഞ്ഞു. മടങ്ങിവന്നിട്ട് അവൾ അത് കഴുകി

ക്കൊള്ളും. സൂപ്പുണ്ട്. അദ്ദേഹം അത് കഴിക്കണം. ഫ്രീസർ ഉരുകുന്ന തിനുമുമ്പ്.

തലയാട്ടിക്കൊണ്ട് ഓലെഗ് കോട്ടുവായിട്ടു. അയാളുടെ കണ്ണുകൾ അപ്പോഴും മലക്കംമറിഞ്ഞിരിക്കുന്നതായി അവൾ കണ്ടു. അത് പഴയ പടിയാക്കുവാൻ അവൾ അദ്ദേഹത്തോട് ആവശ്യപ്പെട്ടു. പക്ഷേ, അയാൾ ഷൂസുകളൂരി നേരത്തെ സോണിയ പുതച്ചിരുന്ന പുതപ്പുകളുമെടുത്ത് ഉറങ്ങുവാൻ പോവുകയാണ് ചെയ്തത്.

"ശരി ആന്റി, വരുന്നോ?" തേഞ്ഞ പരവതാനിയിൽ തന്റെ കുട യുടെ അഗ്രംകൊണ്ട് സോണിയ അക്ഷമയോടെ കൊത്തി.

അപ്പോഴാണ് അവൾ സോണിയയുടെ പുതിയ കുട ശ്രദ്ധിച്ചത്. ഒരു കുട്ടിയുടേതുപോലത്തെ ചുവന്ന കുട. അവളുടെ കൈയുറകൾക്കും കുത്തിവച്ച ചെറിപ്പഴങ്ങളുടെ ചിത്രത്തോടുകൂടിയ തൊപ്പിക്കും ചേർന്നത്. ഇതെല്ലാം അവൾക്ക് എങ്ങനെ കിട്ടുന്നുവെന്ന് അവൾ അതിശയിച്ചു. പക്ഷേ, ചോദിച്ചില്ല. ഇല്ല, വീണ്ടുമൊരിക്കൽ അവൾ ചോദിക്കില്ല.

വിളക്കണയ്ക്കുന്നതിനും ബിംബത്തെ ഒന്നുകൂടി ചുംബിക്കുന്നതി നുമായി അവൾ പെട്ടെന്ന് അടുക്കളയിലേക്ക് മടങ്ങിചെന്നു.

താഴെ സോണിയ പോയിക്കഴിഞ്ഞിരുന്നുവെന്ന് അവൾ കണ്ടു. അയൽക്കാരി അവളെ വിളിച്ചു. സൂചിമഴയിലേക്ക് മുഖമുയർത്തി നോക്കി ക്കൊണ്ട് അവൾ കൈവീശി. കൈയിൽ താൻ ആ ബിംബത്തെ മുറുകെ പ്പിടിച്ചിരിക്കുന്നത് അവൾ ശ്രദ്ധിച്ചു. ഒട്ടും വൈകാതെ അവൾ അതിനെ കോട്ടുപോക്കറ്റിനുള്ളിലാക്കി. വീണ്ടും കൈവീശി.

"അപ്പോൾ എങ്ങനെ? അദ്ദേഹം സന്തുഷ്ടനാണോ?" അലക്കു തു ണികളുമായി താഴേക്കിറങ്ങുകയായിരുന്ന ഒലീവുമുഖം ചോദിച്ചു. എല്ലാം നനഞ്ഞു കുതിർന്നിരുന്നു.

"അതെ, അതെ. നന്ദി. ഞാനിപ്പോൾ ഓടണം. ജോലിക്ക്."

ഷർട്ടുകൊണ്ട് തിരികെ കൈവീശിയിട്ട് അയൽക്കാരി ജനൽമറ വലിച്ചിട്ടു.

ബിംബവുമായും അയൽക്കാരിയുമായും ഉള്ള സംഭവമോർത്ത് വഴി ക്കുവച്ച് അന്യാ അമർത്തിച്ചിരിച്ചു. കുഞ്ഞിന്റെ വീടിനു കുറച്ചുവീടു കൾക്കുമുമ്പ് അവൾ ചുണ്ടുകടിച്ച് ഗൗരവ ഭാവമാർന്നു. കുഞ്ഞ് കരയു കയായിരുന്നു. അവൾ അവനെ എടുത്തു. അവന്റെ അമ്മ വാതിലിനു വെളിയിൽ പൊയ്ക്കഴിഞ്ഞിരുന്നു. ചുട്ടുപൊള്ളുന്ന ചൂടായിരുന്നു കുഞ്ഞി ന്. അവന്റെ കണ്ണുകൾ തിളങ്ങി. അവൾ സ്വപ്നംകണ്ട നക്ഷത്രത്തെ ക്കുറിച്ചും മഞ്ഞിലെ സ്വർണക്കാലുകളെക്കുറിച്ചുമെല്ലാം അവൾക്ക് അവ നോട് പറയണമായിരുന്നു. പക്ഷേ, അവന് മനസിലാവില്ലെന്ന് അവൾക്ക റിയാമായിരുന്നു. അവന് മനസിലാകുന്ന പ്രായമാവുമ്പോഴേക്കും പറ യുക അസാദ്ധ്യവുമായിരിക്കും. അതുകൊണ്ട് അവൾ അവനെ സോണി യയെ പുണരുമ്പോലെ പുണർന്നുകൊണ്ട് അവന്റെ ഊഷ്മളമായ മുറി യിൽ അവനോടൊത്തു ചുറ്റിനടന്നു. ആ തണുത്ത ബിംബത്തെ അവന്റെ നെറ്റിയിൽ ചുംബിച്ചുചേർത്തുകൊണ്ട് അവൾ അങ്ങോട്ടുമിങ്ങോട്ടും നടന്നു.

ഹീബ്രുകഥ (ഇസ്രയേൽ)

എറ്റ്ഗാർ കെരറ്റ്

ഷൂവുകൾ

***എറ്റ്ഗാർ കെരറ്റ്** 1967-ൽ ജനിച്ചു. ആധുനിക ഹീബ്രു സാഹിത്യത്തിൽ പ്രശസ്തനായ യുവ കഥാകാരൻ. ആദ്യകഥാസമാഹാരം 1992-ൽ പ്രസിദ്ധീകരിച്ചു. **ജറൂസലം** വാരികയിൽ കോളം എഴുതുന്നു. ടെലിവിഷൻ രംഗത്തും ചലച്ചിത്രരംഗത്തും പ്രവർത്തിക്കുന്നു. കെരറ്റിന്റെ സിനിമ ഇന്റർനാഷണൽ ഫിലിം ഫെസ്റ്റിവലിൽ സമ്മാനം നേടിയിട്ടുണ്ട്.*

ഹോളകാസ്റ്റ് ദിവസം സാറ ടീച്ചർ 57-ാം നമ്പർ ബസ്സിൽകയറ്റി വൊൽഹൈനിയാ ജൂതഭവനം സന്ദർശിക്കുവാനായി ഞങ്ങളെ കൊണ്ടുപോയി. പ്രത്യേകിച്ചെന്തോ പ്രാധാന്യം എനിക്കുണ്ടെന്ന് തോന്നി. ഞാനും എന്റെ കസിനും ഡ്രക്മാൻ എന്നുപേരുള്ള വേറൊരു പയ്യനും ഒഴികെ എന്റെ ക്ലാസിലെ മറ്റുകുട്ടികളെല്ലാവരും തന്നെ ഇറാഖികളായിരുന്നു. ഹോളകാസ്റ്റിൽ മരണമടഞ്ഞ അപ്പൂപ്പനുള്ള കുട്ടി ഞാൻ മാത്രവുമായിരുന്നു. വൊൽഹൈനിയാ ഭവനം വളരെ മനോഹരവും മോഹനവുമായിരുന്നു. എല്ലാം കോടീശ്വരന്റെ കറുത്ത മാർബിളിൽ തീർത്തത്. മരിച്ചവർ, രാജ്യങ്ങൾ, ജനങ്ങൾ എന്നിവയുടെ പേരുവിവരങ്ങളും കറുപ്പിലും വെളുപ്പിലുമുള്ള നിരവധി വിഷാദ ചിത്രങ്ങളുമുണ്ടായിരുന്നു. ജോടികളായി ഞങ്ങൾ ചിത്രങ്ങൾ കടന്നുപോകുമ്പോൾ ടീച്ചർ തൊടരുതെന്ന് പറഞ്ഞു. കൈയിൽ സാൻഡ്‌വിച്ചും പിടിച്ച് കരയുന്ന വിളറി മെലിഞ്ഞ

ഒരു മനുഷ്യന്റെ കാർഡ്ബോർഡ് ചിത്രത്തിൽ ഞാൻ പക്ഷേ, തൊടുക തന്നെ ചെയ്തു. റോഡിൽ വരച്ചിട്ടുള്ള വരകൾപോലെ കവിളിലൂടെ കണ്ണുനീർ ഒഴുകിയിറങ്ങിയിരുന്നു. ഞാനതിൽ തൊട്ട കാര്യം ടീച്ചറോട് പറയുമെന്ന് എന്റെ പങ്കാളിയായ പെൺകുട്ടി ഒറിറ്റ് സലിം പറഞ്ഞു. അവൾക്ക് ഇഷ്ടമുള്ള ആരോടും, പ്രിൻസിപ്പലിനോടുപോലും, പോയി പറയുവാൻ ഞാൻ അവളോട് പറഞ്ഞു. ഞാനത് കാര്യമാക്കിയില്ല. അത് എന്റെ അപ്പൂപ്പനാണ്. ഞാൻ എനിക്ക് ഇഷ്ടമുള്ള എന്തിലും തൊടും.

പടങ്ങൾ കണ്ടതിനുശേഷം അവർ ഞങ്ങളെ ഒരു വലിയ ഹാളിലേക്കുകൊണ്ടുപോയി. വാനിൽ കയറ്റിക്കൊണ്ട് പോയിട്ട് ഗ്യാസ് ചേമ്പറിൽ ശ്വാസം മുട്ടിച്ചുകൊന്ന കൊച്ചുകുട്ടികളെക്കുറിച്ചുള്ള ഒരു ചലച്ചിത്രം അവിടെ പ്രദർശിപ്പിച്ചു. അതിനുശേഷം, മെലിഞ്ഞ് വൃദ്ധനായ ഒരു മനുഷ്യൻ സ്റ്റേജിൽ കയറി. നാസികൾ തന്തയില്ലാത്ത കൊലയാളികളാണെന്നും അവരോട് താൻ പ്രതികാരം ചെയ്തതെങ്ങനെയാണെന്നും ഒരു പട്ടാളക്കാരന്റെ കഴുത്ത് അയാൾ ചാകുംവരെ ഞെരിച്ചതെങ്ങനെയെന്നുമെല്ലാം അദ്ദേഹം ഞങ്ങളോട് വിവരിച്ചു. എന്റെ അടുത്തിരിക്കുകയായിരുന്ന ജെർബി, വൃദ്ധൻ കള്ളംപറയുകയാണെന്നും അയാളെ കണ്ടാൽ ലോകത്തെ ഏതെങ്കിലുമൊരു പട്ടാളക്കാരനെ വകവരുത്താൻ അയാൾക്ക് കഴിയുമെന്ന് തോന്നുന്നില്ലെന്നും പറഞ്ഞു. പക്ഷേ, ഞാനാ വൃദ്ധന്റെ കണ്ണുകളിലേക്ക് നോക്കി, എന്നിട്ടയാളെ വിശ്വസിച്ചു. എന്തിനും കച്ചകെട്ടിയിറങ്ങിയിരിക്കുന്ന ഏറ്റവും കഠിനഹൃദയക്കാരനായ മുഖംമൂടിക്കാരൻ അയാളുടെ അടുത്ത് ഒന്നുമല്ലെന്ന് അറിയിക്കുമാറ് അത്രയ്ക്ക് ദേഷ്യം ഉണ്ടായിരുന്നു അയാളുടെ കണ്ണിൽ.

ഹോളകാസ്റ്റിൽ താൻ ചെയ്തതെന്താണെന്ന് പറഞ്ഞു കഴിഞ്ഞിട്ടൊടുവിൽ, ഞങ്ങളിപ്പോൾ കേട്ടത് കഴിഞ്ഞ കാലത്തെ സംബന്ധിച്ച് മാത്രമല്ല, ഇപ്പോൾ നടന്നുകൊണ്ടിരിക്കുന്നതിനെക്കുറിച്ചും പ്രധാനമാണെന്നയാൾ അറിയിച്ചു. എന്തെന്നാൽ ജർമ്മൻകാർ ഇപ്പോഴും ജീവിച്ചിരിക്കുകയും അവർക്ക് ഇപ്പോഴും ഒരു രാജ്യം ഉണ്ടായിരിക്കുകയും ചെയ്യുന്നു. അദ്ദേഹം ഒരിക്കലും അവർക്ക് പൊറുത്തുകൊടുക്കില്ലെന്ന് പറഞ്ഞു. ഞങ്ങളും അങ്ങനെ തന്നെയായിരിക്കുമെന്നാണദ്ദേഹത്തിന്റെ പ്രതീക്ഷ. കാരണം, അൻപതുകൊല്ലം മുമ്പ് മാതാപിതാക്കളോടൊത്ത് ജർമ്മനിയിൽ പോയപ്പോൾ എല്ലാം നന്നെന്ന് കണ്ടു. പക്ഷേ അത് നരകത്തിലാണവസാനിച്ചത്. ആളുകളുടെ ഓർമ്മ മിക്കപ്പോഴും ക്ഷണികമാണ് അദ്ദേഹം പറഞ്ഞു. പ്രത്യേകിച്ചും മോശപ്പെട്ട കാര്യങ്ങളെക്കുറിച്ചുള്ള ഓർമ്മകൾ, ജനങ്ങൾ മറക്കുവാൻ ഇഷ്ടപ്പെടുന്നു. പക്ഷേ നിങ്ങൾ മറക്കില്ല. ഓരോ ജർമ്മൻകാരനെ കാണുമ്പോഴും നിങ്ങൾ ഞാൻ പറഞ്ഞതോർമ്മിക്കും. ജർമ്മൻ സാധനങ്ങൾ കാണുമ്പോഴും, അതൊരു ടെലിവിഷനോ — കാരണം മിക്ക ടെലിവിഷൻ കമ്പനികളും ജർമ്മനാണ് — മറ്റോ ആയാലും കൊള്ളാം. പ്രൗഢിയാർന്ന പാക്കേജിംഗിനുള്ളിൽ മരിച്ച

ജൂതൻമാരുടെ എല്ലും തോലും മാംസവും കൊണ്ടുണ്ടാക്കിയ ഭാഗങ്ങളും ട്യൂബുകളുമാണെന്ന് എപ്പോഴും ഓർമ്മിക്കണം.

ജീവിതത്തിലെപ്പോഴെങ്കിലും ആരെയെങ്കിലും ആ വൃദ്ധൻ ഞെക്കിക്കൊന്നിട്ടുണ്ടെങ്കിൽ അയാൾ ഒരു ബെല്ലിഡാൻസറായിരിക്കുമെന്ന് പുറത്തേക്കു പോകുമ്പോൾ ജെർബി വീണ്ടും പറഞ്ഞു. ഞാൻ സ്വയം വിചാരിച്ചു. ഞങ്ങളുടെ ടെലിവിഷൻ *ആംകോർ* ആയത് നന്നായി. ആർക്കു വേണം കുഴപ്പം.

രണ്ടാഴ്ചക്കുശേഷം അച്ഛനും അമ്മയും വിദേശത്തുനിന്നും മടങ്ങി വന്നപ്പോൾ എനിക്കായി പന്തുകളിക്കാർക്കുള്ള ബൂട്ടുകൾ കൊണ്ടുവന്നു. എനിക്ക് അതാണ് വേണ്ടിയിരുന്നതെന്ന് എന്റെ ജ്യേഷ്ഠൻ അമ്മയോട് പറഞ്ഞു. എനിക്കായി അമ്മ മുന്തിയതരം തന്നെയാണ് കൊണ്ടുവന്നതെന്നും. എനിക്കാ സമ്മാനം നൽകിയപ്പോൾ അമ്മ ചിരിച്ചു. ഉള്ളിലെന്തായിരുന്നുവെന്ന് ഞാനറിഞ്ഞിരുന്നില്ലെന്ന് അമ്മക്ക് തീർച്ചയുണ്ടായിരുന്നു. പക്ഷേ ബാഗിന് പുറത്തെ ആ *അഡിഡാസ്* അടയാളം തിരിച്ചറിയാൻ എനിക്ക് യാതൊരു വിഷമവും ഉണ്ടായിരുന്നില്ല. ബാഗിൽ നിന്നും ഷൂവുപെട്ടി പുറത്തെടുത്ത് ഞാൻ നന്ദി പറഞ്ഞു. പെട്ടി ഒരുതരം ദീർഘചതുരമായിരുന്നു. ഒരു ശവപ്പെട്ടിപോലെ, വശങ്ങളിൽ *അഡിഡാസ്* എന്നു വരഞ്ഞ് ചേർത്ത മൂന്ന് നീലവരയോടുകൂടിയ രണ്ട് വെളുത്ത ഷൂവുകൾ അവയ്ക്കുള്ളിൽ കിടന്നു. അക്കാര്യം അറിയുവാൻ എനിക്കത് തുറക്കേണ്ടിയിരുന്നില്ല. “നമുക്കത് ഇട്ടുനോക്കാം.” എന്റെ അമ്മ പറഞ്ഞു. എന്നിട്ട് പൊതിഞ്ഞ കടലാസ് പുറത്തെടുത്തു. “ഫിറ്റാകുമോ എന്നു നോക്കൂ.” ആ സമയം മുഴുവനും അമ്മ ചിരിക്കുകയായിരുന്നു. എന്താണ് നടക്കുന്നതെന്ന് ഒരു രൂപവുമില്ലായിരുന്നു. “ജർമ്മനിയിൽ നിന്നുമാണവ, അറിയാമോ?” അമ്മയുടെ കൈകളിൽ അമർത്തി ഞെക്കിക്കൊണ്ട് ഞാൻ അവരോട് പറഞ്ഞു. “തീർച്ചയായും എനിക്കറിയാം.” അമ്മ പുഞ്ചിരിച്ചു. “*അഡിഡാസ്*, ലോകത്തിലെ ഏറ്റവും നല്ല ബ്രാൻഡാണിത്.” “അപ്പൂപ്പനും ജർമ്മനിയിൽ നിന്നായിരുന്നു.” ഞാൻ അമ്മക്കൊരു സൂചനകൊടുക്കാൻ ശ്രമിച്ചു. “അപ്പൂപ്പൻ പോളണ്ടിൽ നിന്നായിരുന്നു.” അമ്മ എന്നെ തിരുത്തി. അവർ ഒരു നിമിഷം ദുഃഖിതയായി. പക്ഷേ, അതുടൻ കെട്ടടങ്ങി. ഒരു ഷൂവ് എന്റെ കാലിലിട്ട് അമ്മ ലെയ്സ് കെട്ടാൻ തുടങ്ങി. ഞാൻ ശാന്തനായി ഇരുന്നു. ഒന്നും ഏശുന്നില്ലെന്ന് ഞാൻ കണ്ടു. അമ്മയ്ക്ക് സൂചനയൊന്നും കിട്ടിയിരുന്നില്ല. വൊൽഹൈനിയാ ജൂതഭവനം അവർ ഒരിക്കൽപോലും സന്ദർശിച്ചിട്ടുണ്ടായിരുന്നില്ല. ആരും ഒരിക്കലും അവരോടത് വിശദീകരിച്ചില്ല. അമ്മയ്ക്ക് ഷൂവുകൾ ഷൂവുകൾ മാത്രമായിരുന്നു. ജർമ്മനിയെന്നത് പോളണ്ടും. ഷൂവുകൾ എന്നെ അണിയിക്കുവാൻ ഞാൻ അമ്മയെ അനുവദിച്ചു. ഞാൻ വായ പൂട്ടിയിരുന്നു. അമ്മയോട് പറയുന്നതിലോ അവരെ കൂടുതൽ ദുഃഖിതയാക്കുന്നതിലോ അർഥമില്ല. വീണ്ടും നന്ദി പറഞ്ഞ് അമ്മയുടെ കവിളിൽ ഒരു ചുംബനം കൊടുത്തിട്ട് പുറത്ത് കളിക്കുവാൻ പോവുകയാണെന്ന് ഞാൻ പറഞ്ഞു.

“സൂക്ഷിക്കണം, ഊം?” സ്വീകരണമുറിയിലെ ചാരുകസേരയിലിരുന്ന് ഉറക്കെ ചിരിച്ചുകൊണ്ട് അച്ഛൻ പറഞ്ഞു. “ഒറ്റ ദിവസംകൊണ്ട് സോളുകൾ തേഞ്ഞുപോവരുത്.” എന്റെ കാലുകളിലെ വിളറി വെളുത്ത തുകൽ ഷൂവുകളിലേക്ക് ഞാൻ വീണ്ടുംനോക്കി. ഞാനവയെനോക്കി, ഞെക്കിക്കൊല്ലുന്ന വൃദ്ധൻ നമ്മൾ ഓർത്തിരിക്കേണ്ടതാണെന്ന് പറഞ്ഞത് മുഴുവൻ ഓർമ്മിച്ചു. നീല *അഡിഡാസ്* വരകളിൽ ഞാൻ തൊടുകയും എന്റെ കാർഡ്ബോർഡ് അപ്പൂപ്പനെ ഓർക്കുകയും ചെയ്തു. “എന്താ നല്ല സുഖമുണ്ടോ?” അമ്മ ചോദിച്ചു. “തീർച്ചയായും നല്ല സുഖമുണ്ട്.” എന്റെ ജ്യേഷ്ഠൻ എനിക്കുവേണ്ടി മറുപടി പറഞ്ഞു. “ഇത് ഇവിടങ്ങളിൽ കിട്ടുന്ന കുറഞ്ഞ ഷൂവുകളല്ല. ക്രൂഫ് ധരിക്കുന്നതുപോലുള്ള അതേ ഷൂവുകളാണിവ.”

വാതിൽക്കലേക്ക് ഞാൻ പാദങ്ങളിൽ ഉയർന്ന് പതുക്കെ നടന്നു. അപ്പോൾ ഷൂവുകളിൻമേൽ കുറച്ചുമാത്രം ഭാരം കൊടുക്കുവാൻ ഞാൻ ശ്രദ്ധിച്ചു. അങ്ങനെ ഞാൻ ശ്രദ്ധയോടെ മങ്കീസ് പാർക്കിലേക്ക് നടന്നു. പുറത്ത് ബോറോഖോവ് കുടുംബക്കാർ മൂന്നു ടീമുകളായിരുന്നു— ഹോളണ്ട്, അർജന്റീന, ബ്രസീൽ. ഹോളണ്ട് ടീമിന് ഒരു കളിക്കാരനെ വേണമായിരുന്നു. അങ്ങനെ അവർ എന്നെ ചേർത്തു. ബോറോഖോവുകാരനല്ലാത്ത ഒരുവനെ അവർ സാധാരണ ചേർക്കാറില്ലെങ്കിലും.

കളിയുടെ തുടക്കത്തിൽ, അപ്പൂപ്പന് പരിക്ക് പറ്റാതിരിക്കുവാൻ, ഷൂവുകളുടെ അഗ്രംകൊണ്ട് തട്ടാതിരിക്കുന്നതിന് ഞാൻ ശ്രദ്ധിച്ചു. പക്ഷേ കുറച്ചുകഴിഞ്ഞപ്പോൾ ഞാൻ മറന്നു. വൊൽഹൈനിയാ ഭവനത്തിലെ വൃദ്ധൻ പറഞ്ഞതുപോലെ, ആളുകൾ മറക്കുന്നു. സമനില തകർത്ത ഒരു ഗോളുതന്നെ ഞാൻ പൊക്കി അടിച്ചു. ഞാൻ ഓർമ്മിക്കുകയും ഷൂവുകളിൽ നോക്കുകയും ചെയ്തത് കളികഴിഞ്ഞ് മാത്രമാണ്. പെട്ടെന്ന് അവയ്ക്ക് വല്ലാത്തൊരു സുഖം. പെട്ടിയിൽ ഇരുന്നപ്പോഴത്തേതിനെക്കാൾ കുതിപ്പും പതുപതുപ്പും സുഖവും. “എന്താ ഒരു പൊക്കിത്തട്ട് ആയാലോ?” വീട്ടിലേക്കുള്ള വഴിയിൽ ഞാൻ അപ്പൂപ്പനെ ഓർമ്മിപ്പിച്ചു. “അവനെ ചെന്നിടിച്ചത് എന്താണെന്ന് ഗോളിക്കറിയില്ലായിരുന്നു.” അപ്പൂപ്പൻ ഒന്നും പറഞ്ഞില്ല. എന്നാൽ ചുവടുവയ്പ്പിന്റെ രീതിവച്ച് അദ്ദേഹവും സന്തുഷ്ടനായിരുന്നുവെന്ന് എനിക്കു പറയുവാൻ കഴിയും.

www.ingramcontent.com/pod-product-compliance
Lightning Source LLC
LaVergne TN
LVHW100824051026
849519LV00006B/2172